汉语国际教育用
词语声调组合及轻重音格式实用手册

A Practical Manual of Tone Patterns and Formats of Stressed and Unstressed Syllables in Mandarin Words for the Application of Teaching Chinese to the Speakers of Other Languages

主　编：刘英林
副主编：梁彦民　李方延　刘广徽

© 2019 北京语言大学出版社，社图号 19071

图书在版编目（CIP）数据

汉语国际教育用词语声调组合及轻重音格式实用手册 / 刘英林主编． -- 北京：北京语言大学出版社，2019.8
　　ISBN 978-7-5619-5484-3

　　Ⅰ．①汉…　Ⅱ．①刘…　Ⅲ．①汉语－语调－对外汉语教学－手册　Ⅳ．① H195.4

中国版本图书馆 CIP 数据核字 (2019) 第 161993 号

汉语国际教育用词语声调组合及轻重音格式实用手册
HANYU GUOJI JIAOYUYONG CIYU SHENGDIAO ZUHE JI QINGZHONGYIN GESHI SHIYONG SHOUCE

排版制作：	北京创艺涵文化发展有限公司
责任印制：	周　燚

出版发行：	北京语言大学出版社
社　　址：	北京市海淀区学院路 15 号，100083
网　　址：	www.blcup.com
电子信箱：	service@blcup.com
电　　话：	编辑部　8610-82303647/3592/3395
	国内发行　8610-82303650/3591/3648
	海外发行　8610-82303365/3080/3668
	北语书店　8610-82303653
	网购咨询　8610-82303908
印　　刷：	北京中科印刷有限公司

版　次：	2019 年 8 月第 1 版	印　次：	2019 年 8 月第 1 次印刷
开　本：	880 毫米 × 1230 毫米　1/16	印　张：	29.75
字　数：	458 千字	定　价：	128.00 元

PRINTED IN CHINA

前　言

《汉语国际教育用词语声调组合及轻重音格式实用手册》(以下简称《实用手册》)是汉语国际教育中用以帮助学习者学习词语声调、轻重音节律的工具书，所用词表来源于《汉语国际教育用音节汉字词汇等级划分》(国家标准，以下简称《等级划分》)。

《等级划分》是国家汉办/孔子学院总部、教育部社会科学司的重大研究课题所出成果，2010年由中国教育部和国家语委发布，北京语言大学出版社出版。为使读者更好地理解和使用该国家标准，研发团队同期出版了《汉语国际教育用音节汉字词汇等级划分（国家标准·应用解读本）》。出版以来，《等级划分》受到了汉语国际教育教学与研究人员广泛的肯定，产生了良好的学术影响。

汉语国际教育是一门新兴学科，是面向母语非汉语者的汉语教育、教学，包括世界各地的国际汉语教学和中国国内的对外汉语教学。《等级划分》是汉语国际教育新学科面向全球的第一个"国家标准"，是新学科的顶层设计和基本建设，适用于汉语国际教育总体设计，教材编写，课堂教学，课程测试，工具书编写，音节库、字库、词库、资源库建设，也可供计算机辅助汉语口语水平考试以及中国少数民族汉语教学、普通话教学参考。

《等级划分》第一次将汉语音节作为突破口和创新点引入"国家标准"，设立以最低入门等级为先导的等级划分框架体系，体现了汉语国际教育的新理念。首创汉语音节、汉字、词汇三要素并行的三维基准等级划分体系，研制出《汉语国际教育用基本音节表》《按音序排列的分级同音字表》《按音序排列的分级词汇表》，为新学科提供重要依据；将等级水平、等级划分和等级评价体系统一规划、系统调整为三个等级，使新学科更加科学、合理、规范；基于最新大型动态语料库，提出"提高汉字与词汇量比例的期待值"的新概念，着眼于与新学科信息化、网络化发展接轨。更多研发成果体现在《汉语国际教育用音节汉字词汇等级划分（国家标准·应用解读本）》里。

《等级划分》所研制的词表，也就是《实用手册》所使用的词表，筛选依据主要包括5个当代大型动态语料库中的语料：《广播电视对话节目语料》《有声媒体词语料》《报纸、广播电视、网络新闻综合语料》《九年义务教育（新课标）语文科语料》以及《国家语委现代汉语语料库（平衡语料库）》。通过词频交集比对，同时兼顾字频，以及《汉语水平词汇与汉字等级大纲》《汉语教材常用词表及常用字表统计分析报告》等相关词表中词汇的使用频率，研制出最终分级词表。词表共计收词11092个，其中一级（普及化等级）词2245个，二级（中级）词3211个，三级（高级）词5636个。为方便不同水平的汉语学习者，《等级划分》又将一级（普及化等级）词细分为3个小层次：一①为最低入门等级最常用词，505个；一②为最常用词，837个；一③为常用词，903个。同时，在三级（高级）词中分出高级"附录"词1461个。这样的设计，可为国内外不同教学环境下、具有不同学习目的、使用不同教学法的教学机构、单位和个人的多层次、多样化的需求提供科学依据和方便。

学习和掌握汉语普通话双音节和多音节词语的声调连读和轻重音格式，是学会和掌握汉语语调的基础。语音是语言三要素中首先应掌握的部分，语音学不好会影响交际。学习汉语语音只把音节（声母、韵母和声调）发准是不够的，在语流交际中，按照汉语声调连读模式和轻重音格式发出的音才是地道的发音，才有标准汉语的味道。在汉语教学中，学习者掌握了这两项技能，可以为其进一步掌握汉语语调、培养汉语语感打下基础。

汉语词语重音的表现方式主要体现在负载重音的音节具有相对较长的音长和完整的调型。因此我们把读得较长、相对较重的音节设为"重"，用"重"的汉语拼音首字母"Z"表示；把读得较短、相对较轻的音节设为"轻"，用"轻"的汉语拼音首字母"Q"表示；音长、音强介于二者之间的音节设为"中"，为避免与"重"的符号混淆，用英文单词"Middle"的首字母"M"表示。

汉语普通话词语的轻重音格式呈现出一定的规律性。

双音节词语有两种格式：①中重格式（MZ），约占双音节词语的90.2%，如"学校、帮助、高兴、马上、所以"；②重轻格式（ZQ），约占双音节词语的9.8%，如"我们、时候、喜欢、明白、忘记、容易、艺术"。重轻格式包括两种情况：一种是第二个音节保留原调，读得又轻又短，如"忘记、容易、艺术"；另一种是第二个音节失去原调，读得又轻又短，如"我们、时候、喜欢、明白"。

三音节词语有三种轻重格式：①中轻重格式（MQZ），约占三音节词语的85.7%，如"电视机、打电话、差不多、对不起、怎么样"；②中重轻格式（MZQ），约占三音节词语的9.7%，如"男朋友、有意思、实际上、一下子"；③重轻轻（ZQQ）格式，约占三音节词语的4.6%，如"怪不得、没什么、是不是、看上去"。

四音节词语主要有一种轻重格式，即中轻中重格式（MQMZ），如"一路平安、电子邮件、公共汽车、各式各样"。少量有衍生的格式，《实用手册》中出现两种：一种是中中轻重（MMQZ），如"这就是说、说老实话"；另一种是中轻重轻（MQZQ），如"讨人喜欢"。

《实用手册》共收录11092个词语，其中单音节词语1676个，双音节词语8389个，三音节词语580个，四音节词语447个。我们对单音节词语不做任何轻重音格式的标注，对其他多音节词语进行重、中、轻的标注和分类。另外，所有多音节词语还会按照声调组合的不同类型进行分类。

《实用手册》以《等级划分》为标准，共包括两个词表。表一是按照音序排列的总表，方便使用者查询；表二中删除了所有的单音节词汇，先按照等级划分，同一等级中，再按音节数量的多少分为双音节、三音节、四音节这几类，双音节按中重、重轻分为两类，三音节按中轻重、中重轻、重轻轻分为三类，四音节按中轻中重列为一类，个别衍生格式单独标出，相同轻重音格式的词汇再以声调组合的不同进行分类，相同声调组合的再按照音序排列。比如，一级词汇中，双音节词语集中在一起，按照中重、重轻格式分为两类，中重格式的双音节词再按照1声加1声，1声加2声，1声加3声……4声加4声的声调组合格式分类。这样，同一小类的双音节词就具有相同的声调组合及轻重音格式，学习者可以集中练习，同时掌握。

在《等级划分》这一"国家标准"顶层设计的引领之下，汉语国际教育学科还需要更多"国家标准"下位的专业标准与规范，这是学科建设与发展的基础，也是一项长期的任务。《实用手册》即是以《等级划分》为基础的研究成果，希望可以有效地帮助学习者在汉语交际中发出地道的语音语调，从而为汉语国际教育中的语音教学提供重要参考。

使用说明

1. 词表符号

序号对应《汉语国际教育用音节汉字词汇等级划分》(国家标准)总词表。

词汇等级用"一、二、三"表示,一级词汇根据常用程度,又分为"一①、一②、一③",其中"一①"词汇最常用,三级中相对不常用的习语、成语,用"附"表示。

轻重音包含"轻音""重音"以及介于二者之间的"中音",分别用"轻""重"的汉语拼音首字母"Q""Z"和英文单词"Middle"的首字母"M"表示。如"代表团"是"中轻重",用符号"MQZ"表示。

声调用"1、2、3、4"表示,一声是"1",二声是"2",三声是"3",四声是"4"。

2. 拼音条目符号

"｜"表示前后两种情况都可以。如"爸爸｜爸",表示"爸爸"或者"爸"都可以。

"( )"表示三种情况:异形词,如"报道(报导)",并用楷体标示;词缀的例词,如"初(初一)",并用仿宋体标示;可以省略,如"好(不)容易"。

"儿化音"用小号字"儿"表示。如"玩儿"是一个音节,读儿化音。

3. 拼音标注

为适应汉语国际教育教学需要,帮助学习者说出更地道的汉语,本手册的拼音标注基本以《汉语国际教育用音节汉字词汇等级划分》(国家标准)为准,同时参考《现代汉语词典》(第7版)。

拼音条目中的轻声字,注音不标调号。如"包子"标音为"bāozi","子"读轻声。

一般轻读,间或重读的字,注音上标调号,注音前再加圆点。如"道理"标音为"dào·lǐ",说明"理"一般读轻声,有时候读本调。

离合词的拼音标注,采用双斜线"//"的方式。如"见面"标音为"jiàn // miàn",说明"见面"为离合词。

儿化音的拼音标注,采用基本形式后面加"r"的方式。如"玩儿"标音为"wánr"。

为方便教学,词表中"一、不"变调时标变调,三声变调标注本调。

多音词的注音中,音节界限有可能混淆的,加隔音符号" ' "。如"名额"标音为"míng'é"。

专有名词的第一个字母大写。如"中国"标音为"Zhōngguó"。

词表中不标词性的短语、成语、习用语,以及一些常见、常用结构,拼音标注方式按词分写。如"打交道"标音为"dǎ jiāodao"。

4. 关于词类和词性标注

词类分为12类：名词、动词、形容词、数词、量词、代词、副词、介词、连词、助词、叹词、拟声词。词类划分遵从《现代汉语词典》(第7版)，同时兼顾对外汉语教学的特点，也与对外汉语教学语法体系相一致。词性标注时按12类的简称标注，不再细分下位小类或附类，以体现汉语国际教育用"宜粗不宜细"的原则。如"助动词"标为"动"。

从汉语国际教育实际需要出发，只标注常用的主要功能词性。如果一个词具有两个或两个以上的功能，它们在意义上有联系且又常用，那么从教学需要出发，算作兼类，如"让（介、动）"、"希望（动、名）"；如果一个词偶尔具有另一功能，且该功能使用频度又不算太高，那么只标注常用词性，不算兼类，如"红（形）"、"期望（动）"。词性标注一般不超过三个。

兼类词的不同词性不分等级，但按照使用频率、常用性标注不同的词性，使用频率高的词性在前，使用频率低的词性在后。

前缀或后缀包括常见的词缀、类词缀。前缀和后缀尽量提前，多出现在普及化等级和中级词表中。

以下四类词条不进行词性标注：①离合词；②短语、成语、习用语；③为便于教学需要而整体选入的常见、常用结构，如"打交道"；④数量结构，如"一些"。

目 录

表 1　按音序排列的词汇总表 ……………………………………………… 1

表 2　按等级及轻重音格式排列的双音节及多音节词汇表 ……………… 254

目次

表1 按音序排列的词汇总表

序号	等级	词语	轻重格式	声调组合	拼音	词性
1	三	阿拉伯语	MQMZ	1123	Ālābóyǔ	名
2	二	阿姨	MZ	12	āyí	名
3	二	啊		1	ā	叹
4	一②	啊		0	a	助
5	三	哎		1	āi	叹
6	三	哎呀	MZ	11	āiyā	叹
7	三	哀求	MZ	12	āiqiú	动
8	附	挨家挨户	MQMZ	1114	āi jiā āi hù	
9	三	挨着	ZQ	10	āizhe	
10	二	挨		2	ái	动
11	二	挨打	MZ	23	ái dǎ	
12	三	癌		2	ái	名
13	三	癌症	MZ	24	áizhèng	名
14	二	矮		3	ǎi	形
15	二	矮小	MZ	33	ǎixiǎo	形
16	三	艾滋病	MQZ	414	àizībìng	名
17	三	唉		4	ài	叹
18	一②	爱		4	ài	动
19	附	爱不释手	MQMZ	4243	ài bú shì shǒu	
20	二	爱国	MZ	42	ài // guó	
21	一②	爱好	MZ	44	àihào	动、名
22	二	爱护	ZQ	44	àihù	动
23	附	爱理不理	MQMZ	4343	ài lǐ bù lǐ	
24	附	爱面子	MZQ	440	ài miànzi	
25	一③	爱情	MZ	42	àiqíng	名
26	一③	爱人	ZQ	40	àiren	名
27	三	爱惜	MZ	41	àixī	动
28	一③	爱心	MZ	41	àixīn	名
29	附	碍事	MZ	44	ài // shì	
30	二	安		1	ān	动、形
31	三	安定	MZ	14	āndìng	形、动
32	三	安抚	MZ	13	ānfǔ	动
33	二	安检	MZ	13	ānjiǎn	动
34	一②	安静	MZ	14	ānjìng	形、动
35	三	安眠药	MQZ	124	ānmiányào	名
36	三	安宁	MZ	12	ānníng	形

37	一③	安排	MZ	12	ānpái	动、名
38	一①	安全	MZ	12	ānquán	形、名
39	二	安慰	MZ	14	ānwèi	动、名
40	附	安稳	MZ	13	ānwěn	形
41	三	安心	MZ	11	ānxīn	形
42	三	安逸	MZ	14	ānyì	形
43	二	安置	MZ	14	ānzhì	动
44	一③	安装	MZ	11	ānzhuāng	动
45	二	岸		4	àn	名
46	二	岸边	MZ	41	àn biān	
47	二	岸上	ZQ	40	àn shang	
48	一③	按		4	àn	动、介
49	三	按键	MZ	44	ànjiàn	名
50	三	按理说	MQZ	431	ànlǐ shuō	
51	二	按摩	MZ	42	ànmó	动
52	二	按时	MZ	42	ànshí	副
53	三	按说	MZ	41	ànshuō	副
54	一③	按照	MZ	44	ànzhào	介
55	三	案件	MZ	44	ànjiàn	名
56	二	案子	ZQ	40	ànzi	名
57	二	暗		4	àn	形
58	附	暗地里	MZQ	440	àndìli	名
59	三	暗杀	MZ	41	ànshā	动
60	二	暗示	MZ	44	ànshì	动
61	三	暗中	MZ	41	ànzhōng	名
62	三	昂贵	MZ	24	ángguì	形
63	三	凹		1	āo	形
64	三	熬		2	áo	动
65	附	熬夜	MZ	24	áo // yè	
66	三	傲		4	ào	形
67	三	傲慢	MZ	44	àomàn	形
68	三	奥秘	MZ	44	àomì	名
69	三	奥运会	MQZ	444	Àoyùnhuì	名
70	一①	八		1	bā	数
71	三	八卦	MZ	14	bāguà	名
72	附	巴不得	ZQQ	102	bābu·dé	动
73	二	巴士	MZ	14	bāshì	名
74	三	扒		1	bā	动
75	三	芭蕾	MZ	13	bālěi	名
76	二	拔		2	bá	动
77	一①	把		3	bǎ	介
78	一②	把		3	bǎ	量
79	三	把柄	MZ	33	bǎbǐng	名
80	三	把关	MZ	31	bǎ // guān	

81	三	把手	ZQ	30	bǎshou	名
82	一③	把握	MZ	34	bǎwò	动、名
83	附	靶子	ZQ	30	bǎzi	名
84	三	坝		4	bà	名
85	一①	爸爸｜爸	ZQ	40｜4	bàba｜bà	名
86	二	罢工	MZ	41	bà // gōng	
87	二	罢了	ZQ	40	bàle	助
88	三	罢免	MZ	43	bàmiǎn	动
89	附	罢休	MZ	41	bàxiū	动
90	三	霸占	MZ	44	bàzhàn	动
91	一①	吧		0	ba	助
92	附	掰		1	bāi	动
93	一①	白		2	bái	形
94	一③	白		2	bái	副
95	三	白白	MZ	22	báibái	副
96	一③	白菜	MZ	24	báicài	名
97	一③	白酒	MZ	23	báijiǔ	名
98	二	白领	MZ	23	báilǐng	名
99	一③	白人	MZ	22	Báirén	名
100	一③	白色	MZ	24	báisè	名
101	一①	白天	MZ	21	báitiān	名
102	二	白云	MZ	22	bái yún	
103	一①	百		3	bǎi	数
104	附	百分比	MQZ	313	bǎifēnbǐ	名
105	二	百分点	MQZ	313	bǎifēndiǎn	名
106	附	百合	MZ	32	bǎihé	名
107	二	百货	MZ	34	bǎihuò	名
108	附	百科全书	MQMZ	3121	bǎikē quánshū	
109	三	柏树	MZ	34	bǎishù	名
110	二	摆		3	bǎi	动
111	二	摆动	MZ	34	bǎidòng	动
112	三	摆放	MZ	34	bǎifàng	动
113	附	摆平	MZ	32	bǎipíng	
114	附	摆设	ZQ	30	bǎishe	名
115	二	摆脱	MZ	31	bǎituō	动
116	二	败		4	bài	动
117	二	拜访	MZ	43	bàifǎng	动
118	附	拜会	MZ	44	bàihuì	动
119	附	拜见	MZ	44	bàijiàn	动
120	三	拜年	MZ	42	bài // nián	动
121	三	拜托	MZ	41	bàituō	动
122	附	扳		1	bān	动
123	一②	班		1	bān	名、量
124	二	班级	MZ	12	bānjí	名

125	一②	班长	MZ	13	bānzhǎng	名
126	三	颁布	MZ	14	bānbù	动
127	三	颁发	MZ	11	bānfā	动
128	三	颁奖	MZ	13	bān // jiǎng	
129	三	斑点	MZ	13	bāndiǎn	名
130	二	搬		1	bān	动
131	二	搬家	MZ	11	bān // jiā	
132	三	搬迁	MZ	11	bānqiān	动
133	一③	板		3	bǎn	名
134	三	板块	MZ	34	bǎnkuài	名
135	二	版		3	bǎn	名
136	一②	办		4	bàn	动
137	三	办不到	MQZ	404	bàn bu dào	
138	一②	办法	MZ	43	bànfǎ	名
139	二	办公	MZ	41	bàn // gōng	
140	一②	办公室	MQZ	414	bàngōngshì	名
141	一③	办理	MZ	43	bànlǐ	动
142	二	办事	MZ	44	bàn // shì	
143	二	办事处	MQZ	444	bànshìchù	名
144	二	办学	MZ	42	bànxué	动
145	一①	半		4	bàn	数
146	附	半边天	MQZ	411	bànbiāntiān	名
147	三	半场	MZ	43	bànchǎng	名
148	三	半岛	MZ	43	bàndǎo	名
149	二	半决赛	MQZ	424	bànjuésài	名
150	三	半路	MZ	44	bànlù	名
151	一②	半年	MZ	42	bàn nián	
152	三	半数	MZ	44	bànshù	名
153	一①	半天	MZ	41	bàntiān	名
154	附	半途而废	MQMZ	4224	bàntú ér fèi	
155	附	半信半疑	MQMZ	4442	bàn xìn bàn yí	
156	一③	半夜	MZ	44	bànyè	名
157	附	半真半假	MQMZ	4143	bàn zhēn bàn jiǎ	
158	三	扮		4	bàn	动
159	二	扮演	MZ	43	bànyǎn	动
160	三	伴		4	bàn	动、名
161	三	伴侣	MZ	43	bànlǚ	名
162	三	伴随	MZ	42	bànsuí	动
163	三	伴奏	MZ	44	bànzòu	动
164	三	拌		4	bàn	动
165	一①	帮		1	bāng	动
166	一①	帮忙	MZ	12	bāng // máng	
167	附	帮手	ZQ	10	bāngshou	名
168	一①	帮助	MZ	14	bāngzhù	动

169	三	绑		3	bǎng	动
170	三	绑架	MZ	34	bǎngjià	动
171	三	榜样	MZ	34	bǎngyàng	名
172	二	棒		4	bàng	形
173	三	棒球	MZ	42	bàngqiú	名
174	二	傍晚	MZ	43	bàngwǎn	名
175	附	磅		4	bàng	量、名
176	一①	包		1	bāo	名、量、动
177	附	包袱	ZQ	10	bāofu	名
178	附	包干儿	MZ	11	bāogānr	动
179	三	包裹	MZ	13	bāoguǒ	动、名
180	二	包含	MZ	12	bāohán	动
181	二	包括	MZ	14	bāokuò	动
182	三	包容	MZ	12	bāoróng	动
183	二	包围	MZ	12	bāowéi	动
184	三	包扎	MZ	11	bāozā	动
185	二	包装	MZ	11	bāozhuāng	动、名
186	一②	包子	ZQ	10	bāozi	名
187	三	剥		1	bāo	动
188	附	煲		1	bāo	名、动
189	二	薄		2	báo	形
190	二	饱		3	bǎo	形
191	三	饱和	MZ	32	bǎohé	动
192	三	饱满	MZ	33	bǎomǎn	形
193	二	宝		3	bǎo	名
194	二	宝宝	ZQ	30	bǎobao	名
195	二	宝贝	MZ	34	bǎobèi	名
196	二	宝贵	MZ	34	bǎoguì	形
197	三	宝库	MZ	34	bǎokù	名
198	二	宝石	MZ	32	bǎoshí	名
199	附	宝藏	MZ	34	bǎozàng	名
200	一③	保		3	bǎo	动
201	一③	保安	MZ	31	bǎo'ān	名
202	一③	保持	MZ	32	bǎochí	动
203	一③	保存	MZ	32	bǎocún	动
204	三	保管	MZ	33	bǎoguǎn	动、名
205	一②	保护	MZ	34	bǎohù	动
206	二	保健	MZ	34	bǎojiàn	动
207	一③	保留	MZ	32	bǎoliú	动
208	二	保密	MZ	34	bǎo // mì	
209	三	保姆	MZ	33	bǎomǔ	名
210	三	保暖	MZ	33	bǎo // nuǎn	
211	二	保守	MZ	33	bǎoshǒu	动、形
212	二	保卫	MZ	34	bǎowèi	动

213	附	保鲜	MZ	31	bǎoxiān	动
214	一③	保险	MZ	33	bǎoxiǎn	形、名
215	三	保修	MZ	31	bǎoxiū	动
216	二	保养	MZ	33	bǎoyǎng	动
217	三	保佑	MZ	34	bǎoyòu	动
218	三	保障	MZ	34	bǎozhàng	动、名
219	一③	保证	MZ	34	bǎozhèng	动、名
220	附	保质期	MQZ	341	bǎozhìqī	名
221	附	保重	MZ	34	bǎozhòng	动
222	三	堡垒	MZ	33	bǎolěi	名
223	一③	报		4	bào	名
224	二	报		4	bào	动
225	三	报仇	MZ	42	bào // chóu	
226	三	报酬	ZQ	40	bàochou	名
227	二	报答	MZ	42	bàodá	动
228	一③	报到	MZ	44	bào // dào	
229	一③	报道（报导）	MZ	44（43）	bàodào (bàodǎo)	动、名
230	三	报废	MZ	44	bào // fèi	
231	三	报复	ZQ	44	bào·fù	动
232	一③	报告	MZ	44	bàogào	动、名
233	二	报警	MZ	43	bào // jǐng	
234	二	报刊	MZ	41	bàokān	名
235	二	报考	MZ	43	bàokǎo	动
236	一②	报名	MZ	42	bào // míng	
237	三	报社	MZ	44	bàoshè	名
238	三	报亭	MZ	42	bàotíng	名
239	三	报销	MZ	41	bàoxiāo	动
240	一②	报纸	MZ	43	bàozhǐ	名
241	一②	抱		4	bào	动
242	附	抱负	ZQ	44	bàofù	名
243	二	抱歉	MZ	44	bàoqiàn	形
244	二	抱怨	ZQ	44	bào·yuàn	动
245	附	豹		4	bào	名
246	二	暴风雨	MQZ	413	bàofēngyǔ	名
247	附	暴风骤雨	MQMZ	4143	bào fēng zhòu yǔ	
248	二	暴力	MZ	44	bàolì	名
249	附	暴利	MZ	44	bàolì	名
250	二	暴露	MZ	44	bàolù	动
251	二	暴雨	MZ	43	bàoyǔ	名
252	三	暴躁	MZ	44	bàozào	形
253	三	曝光	MZ	41	bào // guāng	
254	二	爆		4	bào	动
255	二	爆发	MZ	41	bàofā	动
256	附	爆冷门	MQZ	432	bào lěngmén	

257	附	爆满	MZ	43	bàomǎn	动
258	二	爆炸	MZ	44	bàozhà	动
259	三	爆竹	MZ	42	bàozhú	名
260	一②	杯		1	bēi	量
261	一②	杯子	ZQ	10	bēizi	名
262	三	卑鄙	MZ	13	bēibǐ	形
263	一②	背		1	bēi	动
264	二	背包	MZ	11	bēibāo	名
265	三	悲哀	MZ	11	bēi'āi	形
266	二	悲惨	MZ	13	bēicǎn	形
267	三	悲观	MZ	11	bēiguān	形
268	附	悲欢离合	MQMZ	1122	bēi huān lí hé	
269	二	悲剧	MZ	14	bēijù	名
270	二	悲伤	MZ	11	bēishāng	形
271	三	悲痛	MZ	14	bēitòng	形
272	三	碑		1	bēi	名
273	一①	北		3	běi	名
274	一①	北边	ZQ	30	běibian	名
275	一③	北部	MZ	34	běibù	名
276	一③	北方	MZ	31	běifāng	名
277	二	北风	MZ	31	běi fēng	
278	二	北极	MZ	32	běijí	名
279	一②	北京	MZ	31	Běijīng	名
280	三	贝壳	MZ	42	bèiké	名
281	附	备课	MZ	44	bèi // kè	
282	三	备受	MZ	44	bèi shòu	
283	三	备用	MZ	44	bèiyòng	动
284	一②	背		4	bèi	动
285	一③	背		4	bèi	名
286	一③	背后	MZ	44	bèihòu	名
287	二	背景	MZ	43	bèijǐng	名
288	三	背面	ZQ	44	bèimiàn	名
289	三	背叛	MZ	44	bèipàn	动
290	三	背诵	MZ	44	bèisòng	动
291	二	背心	MZ	41	bèixīn	名
292	二	背着	ZQ	40	bèizhe	
293	二	倍		4	bèi	量
294	一②	被		4	bèi	介
295	三	被捕	MZ	43	bèi bǔ	
296	二	被动	ZQ	44	bèidòng	形
297	二	被告	MZ	44	bèigào	名
298	二	被迫	MZ	44	bèi pò	
299	一③	被子	ZQ	40	bèizi	名
300	二	辈		4	bèi	名

301	三	奔波	MZ	11	bēnbō	动
302	三	奔赴	MZ	14	bēnfù	动
303	二	奔跑	MZ	13	bēnpǎo	动
304	一①	本		3	běn	量
305	二	本		3	běn	代、副
306	二	本地	MZ	34	běndì	名
307	附	本分	MZ	34	běnfèn	名、形
308	二	本科	MZ	31	běnkē	名
309	一③	本来	MZ	32	běnlái	形、副
310	一③	本领	MZ	33	běnlǐng	名
311	三	本能	MZ	32	běnnéng	名
312	二	本期	MZ	31	běn qī	名
313	三	本钱	MZ	32	běnqián	名
314	二	本人	MZ	32	běnrén	代
315	三	本色	MZ	34	běnsè	名
316	二	本身	MZ	31	běnshēn	代
317	一③	本事	ZQ	30	běnshi	名
318	二	本土	MZ	33	běntǔ	名
319	三	本性	MZ	34	běnxìng	名
320	附	本意	MZ	34	běnyì	名
321	二	本质	MZ	34	běnzhì	名
322	三	本着	ZQ	30	běnzhe	介
323	一①	本子	ZQ	30	běnzi	名
324	三	奔		4	bèn	动
325	二	笨		4	bèn	形
326	附	笨蛋	MZ	44	bèndàn	名
327	三	笨重	MZ	44	bènzhòng	形
328	三	崩溃	MZ	14	bēngkuì	动
329	附	绷		1	bēng	动
330	附	绷带	MZ	14	bēngdài	名
331	三	蹦		4	bèng	动
332	二	逼		1	bī	动
333	三	逼近	MZ	14	bījìn	动
334	附	逼迫	MZ	14	bīpò	动
335	三	逼真	MZ	11	bīzhēn	形
336	三	鼻涕	MZ	24	bítì	名
337	二	鼻子	ZQ	20	bízi	名
338	一①	比		3	bǐ	介、动
339	附	比比皆是	MQMZ	3314	bǐbǐ jiē shì	
340	三	比不上	MQZ	304	bǐ bu shàng	
341	一③	比方	ZQ	30	bǐfang	名、动
342	二	比分	MZ	31	bǐfēn	名
343	一②	比较	MZ	34	bǐjiào	副、动
344	一③	比例	MZ	34	bǐlì	名

345	三	比起	MZ	33	bǐ qǐ	
346	一③	比如	MZ	32	bǐrú	动
347	一③	比如说	MQZ	321	bǐrú shuō	
348	一②	比赛	MZ	34	bǐsài	动、名
349	附	比试	ZQ	30	bǐshi	动
350	三	比喻	MZ	34	bǐyù	名、动
351	二	比重	MZ	34	bǐzhòng	名
352	二	彼此	MZ	33	bǐcǐ	代
353	一②	笔		3	bǐ	名、量
354	二	笔记	MZ	34	bǐjì	名
355	一②	笔记本	MQZ	343	bǐjìběn	名
356	二	笔试	MZ	34	bǐshì	动
357	三	鄙视	MZ	34	bǐshì	动
358	二	必		4	bì	副
359	三	必不可少	MQMZ	4433	bì bù kě shǎo	
360	三	必定	MZ	44	bìdìng	副
361	二	必将	MZ	41	bìjiāng	副
362	一③	必然	MZ	42	bìrán	形
363	二	必修	MZ	41	bìxiū	形
364	一②	必须	MZ	41	bìxū	副
365	二	必需	MZ	41	bìxū	动
366	一③	必要	MZ	44	bìyào	形
367	二	毕竟	MZ	44	bìjìng	副
368	二	毕业	MZ	44	bì // yè	
369	二	毕业生	MQZ	441	bìyèshēng	名
370	二	闭		4	bì	动
371	二	闭幕	MZ	44	bì // mù	
372	二	闭幕式	MQZ	444	bìmùshì	名
373	附	碧绿	MZ	44	bìlǜ	形
374	附	弊病	MZ	44	bìbìng	名
375	三	弊端	MZ	41	bìduān	名
376	附	壁画	MZ	44	bìhuà	名
377	二	避		4	bì	动
378	二	避免	MZ	43	bìmiǎn	动
379	附	避难	MZ	44	bì // nàn	
380	附	避暑	MZ	43	bì // shǔ	
381	一②	边		1	biān	名
382	三	边疆	MZ	11	biānjiāng	名
383	三	边界	MZ	14	biānjiè	名
384	二	边境	MZ	14	biānjìng	名
385	二	边缘	MZ	12	biānyuán	名
386	附	边远	MZ	13	biānyuǎn	形
387	二	编		1	biān	动
388	三	编号	MZ	14	biānhào	名

389	二	编辑	MZ	12	biānjí	动、名
390	三	编剧	MZ	14	biānjù	名
391	附	编排	MZ	12	biānpái	动
392	三	编写	MZ	13	biānxiě	动
393	附	编造	MZ	14	biānzào	动
394	二	编制	MZ	14	biānzhì	动、名
395	附	鞭策	MZ	14	biāncè	动
396	三	鞭炮	MZ	14	biānpào	名
397	三	贬值	MZ	32	biǎnzhí	动
398	二	扁		3	biǎn	形
399	一②	变		4	biàn	动
400	一②	变成	MZ	42	biànchéng	
401	二	变动	MZ	44	biàndòng	动
402	三	变革	MZ	42	biàngé	动
403	二	变更	MZ	41	biàngēng	动
404	一③	变化	ZQ	44	biànhuà	动、名
405	附	变幻莫测	MQMZ	4444	biànhuàn mò cè	
406	二	变换	MZ	44	biànhuàn	动
407	三	变迁	MZ	41	biànqiān	动、名
408	一③	变为	MZ	42	biànwéi	
409	二	变形	MZ	42	biàn // xíng	
410	三	变异	MZ	44	biànyì	动
411	三	变质	MZ	44	biàn // zhì	
412	二	便		4	biàn	副、连
413	三	便道	MZ	44	biàndào	名
414	三	便饭	MZ	44	biànfàn	名
415	三	便捷	MZ	42	biànjié	形
416	二	便利	MZ	44	biànlì	形、动
417	三	便利店	MQZ	444	biànlìdiàn	名
418	二	便是	MZ	44	biàn shì	
419	二	便条	MZ	42	biàntiáo	名
420	二	便于	MZ	42	biànyú	动
421	一②	遍		4	biàn	量
422	三	遍布	MZ	44	biànbù	动
423	二	遍地	MZ	44	biàndì	副
424	三	辨别	MZ	42	biànbié	动
425	三	辨认	MZ	44	biànrèn	动
426	三	辩		4	biàn	动
427	三	辩护	MZ	44	biànhù	动
428	三	辩解	MZ	43	biànjiě	动
429	二	辩论	MZ	44	biànlùn	动、名
430	附	辫子	ZQ	40	biànzi	名
431	三	标		1	biāo	动
432	附	标榜	MZ	13	biāobǎng	动

433	三	标本	MZ	13	biāoběn	名
434	三	标签	MZ	11	biāoqiān	名
435	附	标示	MZ	14	biāoshì	名
436	一③	标题	MZ	12	biāotí	名
437	三	标语	MZ	13	biāoyǔ	名
438	二	标志	MZ	14	biāozhì	动、名
439	附	标致	ZQ	14	biāo·zhì	形
440	一③	标准	MZ	13	biāozhǔn	名、形
441	附	飙升	MZ	11	biāoshēng	动
442	一②	表		3	biǎo	名
443	附	表白	MZ	32	biǎobái	动
444	一③	表达	MZ	32	biǎodá	动
445	二	表格	MZ	32	biǎogé	名
446	三	表决	MZ	32	biǎojué	动
447	一③	表面	MZ	34	biǎomiàn	名
448	二	表面上	MZQ	340	biǎomiàn shang	
449	一③	表明	MZ	32	biǎomíng	动
450	二	表情	MZ	32	biǎoqíng	名
451	一②	表示	MZ	34	biǎoshì	动、名
452	三	表述	MZ	34	biǎoshù	动
453	附	表率	MZ	34	biǎoshuài	名
454	三	表态	MZ	34	biǎo // tài	
455	一③	表现	MZ	34	biǎoxiàn	动、名
456	一②	表演	MZ	33	biǎoyǎn	动、名
457	二	表扬	MZ	32	biǎoyáng	动
458	三	表彰	MZ	31	biǎozhāng	动
459	三	憋		1	biē	动、形
460	一①	别		2	bié	副
461	二	别		2	bié	动
462	一①	别的	ZQ	20	biéde	代
463	附	别具匠心	MQMZ	2441	bié jù jiàngxīn	
464	附	别看	MZ	24	bié kàn	
465	一①	别人	ZQ	22	bié·rén	代
466	三	别墅	MZ	24	biéshù	名
467	三	别说	MZ	21	biéshuō	连
468	三	别提了	MZQ	220	biétí le	
469	三	别致	MZ	24	biézhì	形
470	三	别扭	ZQ	40	bièniu	形
471	二	宾馆	MZ	13	bīnguǎn	名
472	附	彬彬有礼	MQMZ	1133	bīnbīn yǒu lǐ	
473	附	滨海	MZ	13	bīn hǎi	
474	附	缤纷	MZ	11	bīnfēn	形
475	二	冰		1	bīng	名
476	三	冰棍儿	MZ	14	bīnggùnr	名

477	附	冰山	MZ	11	bīngshān	名
478	二	冰箱	MZ	11	bīngxiāng	名
479	二	冰雪	MZ	13	bīng xuě	
480	二	兵		1	bīng	名
481	三	丙		3	bǐng	名
482	附	秉承	MZ	32	bǐngchéng	动
483	三	饼		3	bǐng	名
484	三	饼干	MZ	31	bǐnggān	名
485	一③	并		4	bìng	副、连
486	一③	并		4	bìng	动
487	三	并非	MZ	41	bìngfēi	副
488	三	并购	MZ	44	bìnggòu	动
489	三	并列	MZ	44	bìngliè	动
490	一②	并且	MZ	43	bìngqiě	连
491	附	并行	MZ	42	bìngxíng	动
492	一①	病		4	bìng	名、动
493	三	病床	MZ	42	bìngchuáng	名
494	二	病毒	MZ	42	bìngdú	名
495	二	病房	MZ	42	bìngfáng	名
496	二	病情	MZ	42	bìngqíng	名
497	一①	病人	MZ	42	bìngrén	名
498	三	病症	MZ	44	bìngzhèng	名
499	三	拨		1	bō	动
500	二	拨打	MZ	13	bōdǎ	动
501	三	拨款	MZ	13	bōkuǎn	名
502	三	拨通	MZ	11	bōtōng	
503	二	波动	MZ	14	bōdòng	动
504	三	波及	MZ	12	bōjí	动
505	附	波澜	MZ	12	bōlán	名
506	二	波浪	MZ	14	bōlàng	名
507	三	波涛	MZ	11	bōtāo	名
508	三	波折	MZ	12	bōzhé	名
509	二	玻璃	ZQ	10	bōli	名
510	三	剥夺	MZ	12	bōduó	动
511	三	剥削	MZ	11	bōxuē	动、名
512	二	播		1	bō	动
513	一③	播出	MZ	11	bōchū	
514	一③	播放	MZ	14	bōfàng	动
515	三	伯伯	ZQ	20	bóbo	名
516	三	驳回	MZ	22	bóhuí	动
517	三	脖子	ZQ	20	bózi	名
518	二	博客	MZ	24	bókè	名
519	二	博览会	MQZ	234	bólǎnhuì	名
520	二	博士	MZ	24	bóshì	名

521	二	博物馆	MQZ	243	bówùguǎn	名
522	三	搏斗	MZ	24	bódòu	动
523	二	薄弱	MZ	24	bóruò	形
524	一③	不必	MZ	24	búbì	副
525	二	不便	MZ	24	búbiàn	形、动
526	一②	不错	MZ	24	búcuò	形
527	一③	不大	MZ	24	bú dà	
528	三	不大不小	MQMZ	2443	bú dà bù xiǎo	
529	一②	不但	MZ	24	búdàn	连
530	三	不定	MZ	24	búdìng	形、副
531	一②	不断	MZ	24	búduàn	动、副
532	一②	不对	MZ	24	bú duì	
533	一②	不够	MZ	24	búgòu	动、副
534	二	不顾	MZ	24	búgù	动
535	一③	不过	MZ	24	búguò	连
536	二	不见	MZ	24	bújiàn	动
537	三	不见得	MZQ	242	bújiàn·dé	副
538	二	不利	MZ	24	búlì	形
539	三	不利于	MQZ	242	búlì yú	
540	二	不料	MZ	24	búliào	连
541	一③	不论	MZ	24	búlùn	连
542	二	不耐烦	MQZ	242	bú nàifán	
543	三	不慎	MZ	24	bú shèn	
544	三	不适	MZ	24	búshì	形
545	三	不算	MZ	24	bú suàn	
546	一②	不太	MZ	24	bú tài	
547	三	不像话	MQZ	244	bú xiànghuà	
548	三	不屑	MZ	24	búxiè	动
549	三	不懈	MZ	24	búxiè	形
550	二	不幸	MZ	24	búxìng	形
551	附	不亚于	MQZ	242	bú yà yú	
552	一②	不要	MZ	24	búyào	副
553	二	不要紧	MQZ	243	bú yàojǐn	
554	附	不亦乐乎	MQMZ	2441	bú yì lè hū	
555	二	不易	MZ	24	bú yì	
556	附	不翼而飞	MQMZ	2421	bú yì ér fēi	
557	一②	不用	MZ	24	búyòng	副
558	三	不用说	MQZ	241	búyòng shuō	
559	二	不再	MZ	24	bú zài	
560	二	不在乎	MZQ	240	búzàihu	动
561	附	不正之风	MQMZ	2411	bú zhèng zhī fēng	
562	二	不至于	MZQ	242	búzhìyú	动
563	一②	补		3	bǔ	动
564	二	补偿	MZ	32	bǔcháng	动

565	一③	补充	MZ	31	bǔchōng	动、名
566	三	补给	MZ	33	bǔjǐ	动、名
567	三	补救	MZ	34	bǔjiù	动
568	二	补考	MZ	33	bǔkǎo	动
569	二	补课	MZ	34	bǔ // kè	
570	二	补贴	MZ	31	bǔtiē	动、名
571	二	补习	MZ	32	bǔxí	动
572	二	补助	MZ	34	bǔzhù	动、名
573	二	捕		3	bǔ	动
574	三	捕捉	MZ	31	bǔzhuō	动
575	三	哺育	MZ	34	bǔyù	动
576	一①	不		4	bù	副
577	一③	不安	MZ	41	bù'ān	形
578	二	不曾	MZ	42	bùcéng	副
579	二	不成	MZ	42	bùchéng	动、形
580	附	不耻下问	MQMZ	4344	bù chǐ xià wèn	
581	附	不辞而别	MQMZ	4222	bùcí ér bié	
582	一②	不得不	MQZ	424	bù dé bù	
583	附	不得而知	MQMZ	4221	bù dé ér zhī	
584	二	不得了	MQZ	423	bùdéliǎo	
585	三	不得已	MQZ	423	bùdéyǐ	形
586	三	不妨	MZ	42	bùfáng	副
587	三	不服	MZ	42	bùfú	动
588	三	不服气	MQZ	424	bù fúqì	
589	二	不敢当	MQZ	431	bùgǎndāng	
590	一②	不管	MZ	43	bùguǎn	连
591	一③	不光	MZ	41	bùguāng	副、连
592	一②	不好意思	MQZQ	4340	bù hǎoyìsi	
593	附	不假思索	MQMZ	4313	bù jiǎ sīsuǒ	
594	三	不解	MZ	43	bùjiě	动
595	二	不禁	MZ	41	bùjīn	副
596	一②	不仅	MZ	43	bùjǐn	连
597	二	不仅仅	MQZ	433	bù jǐnjǐn	
598	三	不经意	MQZ	414	bù jīngyì	
599	三	不景气	MQZ	434	bù jǐngqì	
600	一②	不久	MZ	43	bùjiǔ	形
601	三	不堪	MZ	41	bùkān	动、形
602	三	不可避免	MQMZ	4343	bù kě bìmiǎn	
603	附	不可思议	MQMZ	4314	bù kě sī yì	
604	三	不肯	MZ	43	bù kěn	
605	三	不理	MZ	43	bù lǐ	
606	二	不良	MZ	42	bùliáng	形
607	附	不了了之	MQMZ	4331	bù liǎo liǎo zhī	
608	一③	不满	MZ	43	bùmǎn	形

609	二	不免	MZ	43	bùmiǎn	副
610	三	不难	MZ	42	bù nán	
611	二	不能不	MQZ	424	bù néng bù	
612	三	不平	MZ	42	bùpíng	形、名
613	附	不起眼	MQZ	433	bù qǐyǎn	
614	二	不然	MZ	42	bùrán	连
615	三	不容	MZ	42	bùróng	动
616	一②	不如	MZ	42	bùrú	动
617	附	不如说	MQZ	421	bùrú shuō	
618	一②	不少	MZ	43	bù shǎo	
619	二	不时	MZ	42	bùshí	副
620	二	不停	MZ	42	bù tíng	
621	二	不通	MZ	41	bù tōng	
622	一②	不同	MZ	42	bù tóng	
623	附	不同寻常	MQMZ	4222	bù tóng xúncháng	
624	附	不为人知	MQMZ	4221	bù wéi rén zhī	
625	三	不惜	MZ	41	bùxī	动
626	附	不相上下	MQMZ	4144	bù xiāng shàng xià	
627	一②	不行	MZ	42	bùxíng	动、形
628	二	不许	MZ	43	bùxǔ	动
629	一②	不一定	MQZ	424	bù yídìng	
630	一③	不一会儿	MQZ	424	bù yíhuìr	
631	三	不宜	MZ	42	bùyí	动
632	三	不已	MZ	43	bùyǐ	动
633	附	不以为然	MQMZ	4322	bù yǐ wéi rán	
634	三	不由得	MZQ	420	bùyóu de	动、副
635	附	不由自主	MQMZ	4243	bù yóu zì zhǔ	
636	三	不予	MZ	43	bù yǔ	
637	附	不约而同	MQMZ	4122	bù yuē ér tóng	
638	二	不怎么	MZQ	430	bù zěnme	
639	三	不怎么样	MMQZ	4304	bù zěnmeyàng	
640	三	不知	MZ	41	bù zhī	
641	附	不知不觉	MQMZ	4142	bù zhī bù jué	
642	二	不值	MZ	42	bù zhí	
643	二	不止	MZ	43	bùzhǐ	动
644	三	不准	MZ	43	bù zhǔn	
645	二	不足	MZ	42	bùzú	形、动
646	一③	布		4	bù	名
647	三	布局	MZ	42	bùjú	名、动
648	二	布满	MZ	43	bùmǎn	
649	二	布置	ZQ	44	bùzhì	动
650	一③	步		4	bù	名、量
651	三	步伐	MZ	42	bùfá	名

652	三	步入	MZ	44	bùrù	动
653	二	步行	MZ	42	bùxíng	动
654	三	步骤	MZ	44	bùzhòu	名
655	一③	部		4	bù	名、量
656	二	部队	MZ	44	bùduì	名
657	一②	部分	ZQ	40	bùfen	名
658	三	部件	MZ	44	bùjiàn	名
659	一③	部门	MZ	42	bùmén	名
660	三	部署	MZ	43	bùshǔ	动
661	二	部位	ZQ	44	bùwèi	名
662	一③	部长	MZ	43	bùzhǎng	名
663	二	擦		1	cā	动
664	二	猜		1	cāi	动
665	二	猜测	MZ	14	cāicè	动
666	附	猜谜	MZ	12	cāi // mí	
667	三	猜想	MZ	13	cāixiǎng	动
668	一①	才		2	cái	副
669	二	才		2	cái	名
670	三	才华	MZ	22	cáihuá	名
671	一③	才能	MZ	22	cáinéng	名
672	二	材料	MZ	24	cáiliào	名
673	二	财产	MZ	23	cáichǎn	名
674	二	财富	MZ	24	cáifù	名
675	三	财经	MZ	21	cáijīng	名
676	三	财力	MZ	24	cáilì	名
677	三	财务	MZ	24	cáiwù	名
678	三	财物	MZ	24	cáiwù	名
679	三	财政	MZ	24	cáizhèng	名
680	三	裁		2	cái	动
681	附	裁定	MZ	24	cáidìng	动
682	三	裁决	MZ	22	cáijué	动
683	二	裁判	MZ	24	cáipàn	动、名
684	三	采		3	cǎi	动
685	二	采访	MZ	33	cǎifǎng	动、名
686	二	采购	MZ	34	cǎigòu	动、名
687	三	采集	MZ	32	cǎijí	动
688	附	采矿	MZ	34	cǎi // kuàng	
689	二	采纳	MZ	34	cǎinà	动
690	一③	采取	MZ	33	cǎiqǔ	动
691	一③	采用	MZ	34	cǎiyòng	动
692	二	彩电	MZ	34	cǎidiàn	名
693	三	彩虹	MZ	32	cǎihóng	名
694	二	彩票	MZ	34	cǎipiào	名
695	一③	彩色	MZ	34	cǎisè	名

696	三	彩霞	MZ	32	cǎixiá	名
697	二	踩		3	cǎi	动
698	一①	菜		4	cài	名
699	一②	菜单	MZ	41	càidān	名
700	三	菜市场	MQZ	443	càishìchǎng	名
701	一②	参观	MZ	11	cānguān	动
702	一②	参加	MZ	11	cānjiā	动
703	附	参见	MZ	14	cānjiàn	动
704	附	参军	MZ	11	cān // jūn	
705	二	参考	MZ	13	cānkǎo	动
706	三	参谋	ZQ	12	cānmóu	动、名
707	二	参赛	MZ	14	cānsài	动
708	二	参与	MZ	14	cānyù	动
709	二	参展	MZ	13	cānzhǎn	动
710	三	参照	MZ	14	cānzhào	动
711	二	餐		1	cān	量
712	二	餐馆	MZ	13	cānguǎn	名
713	二	餐厅	MZ	11	cāntīng	名
714	二	餐饮	MZ	13	cānyǐn	名
715	三	餐桌	MZ	11	cānzhuō	名
716	三	残		2	cán	动
717	二	残疾	ZQ	22	cán·jí	名
718	二	残疾人	MQZ	222	cán·jírén	名
719	二	残酷	MZ	24	cánkù	形
720	三	残留	MZ	22	cánliú	动
721	附	残缺	MZ	21	cánquē	动
722	三	残忍	MZ	23	cánrěn	形
723	三	惭愧	MZ	24	cánkuì	形
724	二	惨		3	cǎn	形
725	附	惨白	MZ	32	cǎnbái	形
726	附	惨痛	MZ	34	cǎntòng	形
727	三	惨重	MZ	34	cǎnzhòng	形
728	三	灿烂	MZ	44	cànlàn	形
729	二	仓库	MZ	14	cāngkù	名
730	三	苍蝇	ZQ	10	cāngying	名
731	附	沧桑	MZ	11	cāngsāng	名
732	三	舱		1	cāng	名
733	二	藏		2	cáng	动
734	附	藏匿	MZ	24	cángnì	动
735	三	藏品	MZ	23	cángpǐn	名
736	附	藏身	MZ	21	cángshēn	动
737	二	操场	MZ	13	cāochǎng	名
738	三	操控	MZ	14	cāokòng	动
739	附	操劳	MZ	12	cāoláo	动

740	三	操心	MZ	11	cāo // xīn	
741	二	操纵	MZ	14	cāozòng	动
742	二	操作	MZ	14	cāozuò	动
743	附	槽		2	cáo	名
744	一②	草		3	cǎo	名
745	三	草案	MZ	34	cǎo'àn	名
746	一③	草地	MZ	34	cǎodì	名
747	三	草坪	MZ	32	cǎopíng	名
748	二	草原	MZ	32	cǎoyuán	名
749	二	册		4	cè	量
750	二	厕所	MZ	43	cèsuǒ	名
751	二	侧		4	cè	名、动
752	三	侧面	MZ	44	cèmiàn	名
753	三	侧重	MZ	44	cèzhòng	动
754	二	测		4	cè	动
755	二	测定	MZ	44	cèdìng	动
756	二	测量	MZ	42	cèliáng	动
757	二	测试	MZ	44	cèshì	动、名
758	三	测算	MZ	44	cèsuàn	动
759	三	测验	MZ	44	cèyàn	动、名
760	二	策划	MZ	44	cèhuà	动
761	二	策略	MZ	44	cèlüè	名
762	一②	层		2	céng	量
763	附	层出不穷	MQMZ	2142	céng chū bù qióng	
764	二	层次	MZ	24	céngcì	名
765	二	层面	MZ	24	céngmiàn	名
766	二	曾		2	céng	副
767	一②	曾经	MZ	21	céngjīng	副
768	附	蹭		4	cèng	动
769	二	叉		1	chā	动
770	二	叉子	ZQ	10	chāzi	名
771	二	差别	MZ	12	chābié	名
772	三	差错	MZ	14	chācuò	名
773	附	差额	MZ	12	chā'é	名
774	二	差距	MZ	14	chājù	名
775	二	差异	MZ	14	chāyì	名
776	二	插		1	chā	动
777	附	插手	MZ	13	chā // shǒu	
778	三	插图	MZ	12	chātú	名
779	三	插嘴	MZ	13	chā // zuǐ	
780	一①	茶		2	chá	名
781	附	茶道	MZ	24	chádào	名
782	三	茶馆儿	MZ	23	cháguǎnr	名
783	二	茶叶	MZ	24	cháyè	名

784	一②	查		2	chá	动
785	二	查出	MZ	21	cháchū	
786	三	查处	MZ	23	cháchǔ	动
787	二	查看	MZ	24	chákàn	动
788	三	查明	MZ	22	chámíng	动
789	二	查询	MZ	22	cháxún	动
790	三	查找	MZ	23	cházhǎo	动
791	三	察觉	MZ	22	chájué	动
792	三	察看	MZ	24	chákàn	动
793	附	诧异	MZ	44	chàyì	形
794	一①	差		4	chà	动、形
795	一①	差不多	MQZ	401	chàbuduō	形、副
796	二	差(一)点儿	M(Q)Z	4(4)3	chà(yì)diǎnr	副
797	二	拆		1	chāi	动
798	二	拆除	MZ	12	chāichú	动
799	二	拆迁	MZ	11	chāiqiān	动
800	附	掺		1	chān	动
801	附	搀		1	chān	动
802	附	馋		2	chán	形、动
803	附	禅杖	MZ	24	chánzhàng	名
804	三	缠		2	chán	动
805	三	产		3	chǎn	动
806	三	产地	MZ	34	chǎndì	名
807	一③	产量	MZ	34	chǎnliàng	名
808	二	产品	MZ	33	chǎnpǐn	名
809	一③	产生	MZ	31	chǎnshēng	动
810	二	产物	MZ	34	chǎnwù	名
811	二	产业	MZ	34	chǎnyè	名
812	三	产值	MZ	32	chǎnzhí	名
813	三	铲		3	chǎn	动
814	三	铲子	ZQ	30	chǎnzi	名
815	三	阐述	MZ	34	chǎnshù	动
816	三	颤抖	MZ	43	chàndǒu	动
817	二	昌盛	MZ	14	chāngshèng	形
818	附	猖狂	MZ	12	chāngkuáng	形
819	一①	长		2	cháng	形
820	一③	长城	MZ	22	Chángchéng	名
821	一②	长处	ZQ	24	chángchù	名
822	三	长达	MZ	22	cháng dá	
823	二	长度	MZ	24	chángdù	名
824	二	长短	MZ	23	chángduǎn	名
825	二	长假	MZ	24	chángjià	名
826	二	长久	MZ	23	chángjiǔ	形
827	二	长跑	MZ	23	chángpǎo	名

828	一②	长期	MZ	21	chángqī	名
829	三	长期以来	MQMZ	2132	chángqī yǐlái	
830	二	长寿	MZ	24	chángshòu	形
831	二	长途	MZ	22	chángtú	形、名
832	附	长效	MZ	24	chángxiào	名、形
833	二	长远	MZ	23	chángyuǎn	形
834	三	长征	MZ	21	chángzhēng	名
835	附	长足	MZ	22	chángzú	形
836	二	肠		2	cháng	名
837	二	尝		2	cháng	动
838	二	尝试	MZ	24	chángshì	动、名
839	一①	常		2	cháng	副
840	一①	常常	MZ	22	chángcháng	副
841	二	常规	MZ	21	chángguī	名
842	一②	常见	MZ	24	cháng jiàn	
843	附	常理	MZ	23	chánglǐ	名
844	二	常年	MZ	22	chángnián	副、名
845	三	常人	MZ	22	chángrén	名
846	二	常识	MZ	22	chángshí	名
847	附	常态	MZ	24	chángtài	名
848	附	常温	MZ	21	chángwēn	名
849	一②	常用	MZ	24	cháng yòng	
850	三	偿还	MZ	22	chánghuán	动
851	附	嫦娥	MZ	22	Cháng'é	名
852	一③	厂		3	chǎng	名
853	二	厂商	MZ	31	chǎngshāng	名
854	二	厂长	MZ	33	chǎngzhǎng	名
855	一①	场		3	chǎng	量
856	二	场地	MZ	34	chǎngdì	名
857	二	场馆	MZ	33	chǎngguǎn	名
858	一③	场合	MZ	32	chǎnghé	名
859	二	场景	MZ	33	chǎngjǐng	名
860	二	场面	MZ	34	chǎngmiàn	名
861	一③	场所	MZ	33	chǎngsuǒ	名
862	三	敞开	MZ	31	chǎngkāi	动
863	附	畅谈	MZ	42	chàngtán	动
864	二	畅通	MZ	41	chàngtōng	形
865	三	畅销	MZ	41	chàngxiāo	动
866	二	倡导	MZ	43	chàngdǎo	动
867	三	倡议	MZ	44	chàngyì	动、名
868	一①	唱		4	chàng	动
869	一①	唱歌	MZ	41	chàng gē	
870	二	唱片	MZ	44	chàngpiàn	名
871	二	抄		1	chāo	动

872	三	抄袭	MZ	12	chāoxí	动
873	二	抄写	MZ	13	chāoxiě	动
874	三	钞票	MZ	14	chāopiào	名
875	二	超		1	chāo	动
876	三	超标	MZ	11	chāo // biāo	
877	三	超车	MZ	11	chāo // chē	
878	二	超出	MZ	11	chāochū	动
879	一②	超过	MZ	14	chāoguò	动
880	一③	超级	MZ	12	chāojí	形
881	三	超前	MZ	12	chāoqián	形、动
882	一②	超市	MZ	14	chāoshì	名
883	三	超速	MZ	14	chāosù	动
884	二	超越	MZ	14	chāoyuè	动
885	一③	朝		2	cháo	介、动
886	附	朝代	MZ	24	cháodài	名
887	三	朝着	ZQ	20	cháozhe	
888	附	嘲弄	MZ	24	cháonòng	动
889	三	嘲笑	MZ	24	cháoxiào	动
890	二	潮		2	cháo	名、形
891	二	潮流	MZ	22	cháoliú	名
892	二	潮湿	MZ	21	cháoshī	形
893	二	吵		3	chǎo	形、动
894	二	吵架	MZ	34	chǎo // jià	
895	附	吵嘴	MZ	33	chǎo // zuǐ	
896	二	炒		3	chǎo	动
897	二	炒股	MZ	33	chǎo // gǔ	
898	二	炒作	MZ	34	chǎozuò	动
899	一①	车		1	chē	名
900	三	车道	MZ	14	chēdào	名
901	二	车号	MZ	14	chēhào	名
902	三	车祸	MZ	14	chēhuò	名
903	三	车间	MZ	11	chējiān	名
904	一③	车辆	MZ	14	chēliàng	名
905	三	车轮	MZ	12	chēlún	名
906	二	车牌	MZ	12	chēpái	名
907	一①	车票	MZ	14	chēpiào	名
908	一②	车上	ZQ	10	chē shang	
909	三	车速	MZ	14	chēsù	名
910	三	车位	MZ	14	chēwèi	名
911	三	车厢	MZ	11	chēxiāng	名
912	三	车型	MZ	12	chēxíng	名
913	二	车展	MZ	13	chēzhǎn	名
914	一①	车站	MZ	14	chēzhàn	名
915	三	车轴	MZ	12	chēzhóu	名

916	一③	车主	MZ	13	chēzhǔ	名
917	二	车子	ZQ	10	chēzi	名
918	三	扯		3	chě	动
919	二	彻底	MZ	43	chèdǐ	形
920	附	彻夜	MZ	44	chèyè	副
921	三	撤		4	chè	动
922	附	撤换	MZ	44	chèhuàn	动
923	二	撤离	MZ	42	chèlí	动
924	二	撤销	MZ	41	chèxiāo	动
925	二	沉		2	chén	动、形
926	附	沉甸甸	MQZ	211	chéndiāndiān	形
927	三	沉淀	MZ	24	chéndiàn	动、名
928	三	沉浸	MZ	24	chénjìn	动
929	附	沉闷	MZ	24	chénmèn	形
930	三	沉迷	MZ	22	chénmí	动
931	二	沉默	MZ	24	chénmò	形、动
932	三	沉思	MZ	21	chénsī	动
933	附	沉稳	MZ	23	chénwěn	形
934	二	沉重	MZ	24	chénzhòng	形
935	三	沉着	MZ	22	chénzhuó	形
936	三	陈旧	MZ	24	chénjiù	形
937	三	陈列	MZ	24	chénliè	动
938	三	陈述	MZ	24	chénshù	动
939	三	衬衫	MZ	41	chènshān	名
940	三	衬托	MZ	41	chèntuō	动
941	二	衬衣	MZ	41	chènyī	名
942	三	趁		4	chèn	介
943	三	趁机	MZ	41	chènjī	副
944	三	趁早	MZ	43	chènzǎo	副
945	三	趁着	ZQ	40	chènzhe	
946	一②	称		1	chēng	动
947	二	称号	MZ	14	chēnghào	名
948	三	称呼	ZQ	10	chēnghu	动、名
949	一③	称为	MZ	12	chēngwéi	
950	二	称赞	MZ	14	chēngzàn	动
951	三	称作	MZ	14	chēngzuò	
952	二	撑		1	chēng	动
953	一②	成		2	chéng	动
954	二	成		2	chéng	量
955	二	成本	MZ	23	chéngběn	名
956	附	成才	MZ	22	chéngcái	动
957	二	成分（成份）	MZ	24	chéngfèn	名
958	一②	成功	MZ	21	chénggōng	动、形
959	一③	成果	MZ	23	chéngguǒ	名

960	一②	成绩	ZQ	24	chéngjì	名
961	附	成家	MZ	21	chéng // jiā	
962	二	成交	MZ	21	chéng // jiāo	
963	一③	成就	MZ	24	chéngjiù	名、动
964	一③	成立	MZ	24	chénglì	动
965	三	成年	MZ	22	chéngnián	动
966	三	成年	MZ	22	chéngnián	副
967	三	成年人	MQZ	222	chéngniánrén	名
968	二	成品	MZ	23	chéngpǐn	名
969	附	成千上万	MQMZ	2144	chéng qiān shàng wàn	
970	附	成群结队	MQMZ	2224	chéng qún jié duì	
971	二	成人	MZ	22	chéngrén	名
972	一③	成熟	MZ	22	chéngshú	形
973	三	成天	MZ	21	chéngtiān	副
974	一②	成为	MZ	22	chéngwéi	动
975	三	成问题	MQZ	242	chéng wèntí	
976	二	成效	MZ	24	chéngxiào	名
977	附	成型	MZ	22	chéngxíng	动
978	二	成语	MZ	23	chéngyǔ	名
979	一③	成员	MZ	22	chéngyuán	名
980	一③	成长	MZ	23	chéngzhǎng	动
981	三	呈现	MZ	24	chéngxiàn	动
982	三	诚恳	MZ	23	chéngkěn	形
983	二	诚实	MZ	22	chéng·shí	形
984	附	诚心诚意	MQMZ	2124	chéngxīn chéngyì	
985	二	诚信	MZ	24	chéngxìn	形
986	三	诚意	MZ	24	chéngyì	名
987	附	诚挚	MZ	24	chéngzhì	形
988	二	承办	MZ	24	chéngbàn	动
989	三	承包	MZ	21	chéngbāo	动
990	二	承担	MZ	21	chéngdān	动
991	二	承诺	MZ	24	chéngnuò	动
992	一③	承认	MZ	24	chéngrèn	动
993	二	承受	MZ	24	chéngshòu	动
994	三	承载	MZ	24	chéngzài	动
995	一③	城		2	chéng	名
996	二	城里	ZQ	20	chéngli	
997	三	城墙	MZ	22	chéngqiáng	名
998	二	城区	MZ	21	chéngqū	名
999	一②	城市	MZ	24	chéngshì	名
1000	二	城乡	MZ	21	chéng xiāng	
1001	二	城镇	MZ	24	chéngzhèn	名
1002	二	乘		2	chéng	动
1003	二	乘车	MZ	21	chéng chē	

1004	二	乘客	MZ	24	chéngkè	名
1005	附	乘人之危	MQMZ	2211	chéng rén zhī wēi	
1006	二	乘坐	MZ	24	chéngzuò	动
1007	三	盛		2	chéng	动
1008	一③	程度	ZQ	24	chéngdù	名
1009	二	程序	ZQ	24	chéngxù	名
1010	附	惩处	MZ	23	chéngchǔ	动
1011	三	惩罚	MZ	22	chéngfá	动、名
1012	三	澄清	MZ	21	chéngqīng	动、形
1013	三	橙汁	MZ	21	chéngzhī	名
1014	三	逞能	MZ	32	chěng // néng	
1015	三	逞强	MZ	32	chěng // qiáng	
1016	附	秤		4	chèng	名
1017	一①	吃		1	chī	动
1018	三	吃不上	MQZ	104	chī bu shàng	
1019	一①	吃饭	MZ	14	chī fàn	
1020	附	吃喝玩乐	MQMZ	1124	chī hē wán lè	
1021	二	吃惊	MZ	11	chī // jīng	
1022	三	吃苦	MZ	13	chī // kǔ	
1023	三	吃亏	MZ	11	chī // kuī	
1024	二	吃力	MZ	14	chīlì	形
1025	附	痴呆	MZ	11	chīdāi	形
1026	附	痴迷	MZ	12	chīmí	动
1027	三	痴心	MZ	11	chīxīn	名
1028	附	池塘	MZ	22	chítáng	名
1029	二	池子	ZQ	20	chízi	名
1030	三	驰名	MZ	22	chímíng	动
1031	二	迟		2	chí	形
1032	三	迟迟	MZ	22	chíchí	副
1033	二	迟到	MZ	24	chídào	动
1034	附	迟疑	MZ	22	chíyí	形
1035	三	迟早	MZ	23	chízǎo	副
1036	三	持		2	chí	动
1037	三	持久	MZ	23	chíjiǔ	形
1038	一③	持续	MZ	24	chíxù	动
1039	二	持有	MZ	23	chíyǒu	动
1040	附	持之以恒	MQMZ	2132	chí zhī yǐ héng	
1041	二	尺		3	chǐ	名、量
1042	二	尺寸	ZQ	34	chǐ·cùn	名
1043	三	尺度	MZ	34	chǐdù	名
1044	二	尺子	ZQ	30	chǐzi	名
1045	三	耻辱	MZ	33	chǐrǔ	名
1046	附	耻笑	MZ	34	chǐxiào	动
1047	三	赤字	MZ	44	chìzì	名

1048	三	翅膀	MZ	43	chìbǎng	名
1049	一③	冲		1	chōng	动
1050	三	冲刺	MZ	14	chōngcì	动
1051	二	冲动	MZ	14	chōngdòng	名、形
1052	二	冲击	MZ	11	chōngjī	动、名
1053	附	冲浪	MZ	14	chōnglàng	动
1054	二	冲突	MZ	11	chōngtū	动、名
1055	三	冲洗	MZ	13	chōngxǐ	动
1056	附	冲撞	MZ	14	chōngzhuàng	动
1057	三	充		1	chōng	动
1058	三	充当	MZ	11	chōngdāng	动
1059	二	充电	MZ	14	chōng // diàn	
1060	二	充电器	MQZ	144	chōngdiànqì	名
1061	二	充分	MZ	14	chōngfèn	形
1062	一③	充满	MZ	13	chōngmǎn	动
1063	附	充沛	MZ	14	chōngpèi	形
1064	三	充实	MZ	12	chōngshí	形、动
1065	二	充足	MZ	12	chōngzú	形
1066	二	虫子	ZQ	10	chóngzi	名
1067	一③	重		2	chóng	副
1068	三	重播	MZ	21	chóngbō	动
1069	三	重叠	MZ	22	chóngdié	动
1070	三	重返	MZ	23	chóngfǎn	动
1071	一③	重复	MZ	24	chóngfù	动
1072	附	重合	MZ	22	chónghé	动
1073	二	重建	MZ	24	chóngjiàn	动
1074	三	重申	MZ	21	chóngshēn	动
1075	三	重现	MZ	24	chóngxiàn	动
1076	一②	重新	MZ	21	chóngxīn	副
1077	二	重组	MZ	23	chóngzǔ	动
1078	二	崇拜	MZ	24	chóngbài	动
1079	三	崇高	MZ	21	chónggāo	形
1080	三	崇尚	MZ	24	chóngshàng	动
1081	三	宠		3	chǒng	动
1082	三	宠爱	MZ	34	chǒng'ài	动
1083	二	宠物	MZ	34	chǒngwù	名
1084	二	冲		4	chòng	介、动
1085	二	抽		1	chōu	动
1086	二	抽出	MZ	11	chōuchū	
1087	二	抽奖	MZ	13	chōu // jiǎng	
1088	三	抽签	MZ	11	chōu // qiān	
1089	三	抽屉	ZQ	10	chōuti	名
1090	三	抽象	MZ	14	chōuxiàng	形
1091	二	抽烟	MZ	11	chōu yān	

1092	三	仇		2	chóu	名
1093	三	仇恨	MZ	24	chóuhèn	动、名
1094	三	仇人	MZ	22	chóurén	名
1095	附	稠		2	chóu	形
1096	附	稠密	MZ	24	chóumì	形
1097	二	愁		2	chóu	动
1098	附	愁眉苦脸	MQMZ	2233	chóu méi kǔ liǎn	
1099	三	筹		2	chóu	动
1100	三	筹办	MZ	24	chóubàn	动
1101	三	筹备	MZ	24	chóubèi	动
1102	附	筹措	MZ	24	chóucuò	动
1103	三	筹划	MZ	24	chóuhuà	动、名
1104	三	筹集	MZ	22	chóují	动
1105	三	筹码	MZ	23	chóumǎ	名
1106	二	丑		3	chǒu	形
1107	三	丑恶	MZ	34	chǒu'è	形
1108	三	丑陋	MZ	34	chǒulòu	形
1109	三	丑闻	MZ	32	chǒuwén	名
1110	附	瞅		3	chǒu	动
1111	二	臭		4	chòu	形
1112	一①	出		1	chū	动
1113	二	出版	MZ	13	chūbǎn	动
1114	三	出版社	MQZ	134	chūbǎnshè	名
1115	二	出差	MZ	11	chū // chāi	
1116	附	出厂	MZ	13	chū // chǎng	
1117	二	出场	MZ	13	chū // chǎng	
1118	三	出丑	MZ	13	chū // chǒu	
1119	三	出道	MZ	14	chū // dào	
1120	二	出动	MZ	14	chūdòng	动
1121	一②	出发	MZ	11	chūfā	动
1122	三	出发点	MQZ	113	chūfādiǎn	名
1123	二	出访	MZ	13	chūfǎng	动
1124	附	出风头	MZQ	110	chū fēngtou	
1125	一③	出国	MZ	12	chū // guó	
1126	二	出汗	MZ	14	chū hàn	
1127	三	出境	MZ	14	chū // jìng	
1128	三	出局	MZ	12	chū // jú	
1129	附	出具	MZ	14	chūjù	动
1130	一②	出口	MZ	13	chūkǒu	名
1131	一③	出口	MZ	13	chū // kǒu	
1132	附	出口成章	MQMZ	1321	chū kǒu chéng zhāng	
1133	一①	出来	ZQ	10	chūlai	
1134	二	出路	MZ	14	chūlù	名
1135	三	出卖	MZ	14	chūmài	动

1136	附	出毛病	MZQ	124	chū máo·bìng		
1137	一③	出门	MZ	12	chū // mén		
1138	二	出面	MZ	14	chū // miàn		
1139	二	出名	MZ	12	chū // míng		
1140	附	出难题	MQZ	122	chū nántí		
1141	一①	出去	ZQ	10	chūqu		
1142	附	出人意料	MQMZ	1244	chū rén yìliào		
1143	三	出任	MZ	14	chūrèn	动	
1144	二	出入	MZ	14	chūrù	动、名	
1145	二	出色	MZ	14	chūsè	形	
1146	附	出山	MZ	11	chū // shān		
1147	三	出身	MZ	11	chūshēn	动、名	
1148	一②	出生	MZ	11	chūshēng	动	
1149	三	出示	MZ	14	chūshì	动	
1150	二	出事	MZ	14	chū // shì		
1151	三	出手	MZ	13	chū // shǒu		
1152	二	出售	MZ	14	chūshòu	动	
1153	二	出台	MZ	12	chū // tái		
1154	三	出头	MZ	12	chū // tóu		
1155	三	出土	MZ	13	chū // tǔ		
1156	三	出息	ZQ	10	chūxi	名	
1157	二	出席	MZ	12	chūxí	动	
1158	一②	出现	MZ	14	chūxiàn	动	
1159	二	出行	MZ	12	chūxíng	动	
1160	附	出血	MZ	13	chū // xiě		
1161	附	出演	MZ	13	chūyǎn	动	
1162	附	出洋相	MQZ	124	chū yángxiàng		
1163	附	出游	MZ	12	chūyóu	动	
1164	二	出于	MZ	12	chūyú	动	
1165	一③	出院	MZ	14	chū // yuàn		
1166	三	出众	MZ	14	chūzhòng	形	
1167	附	出主意	MZQ	130	chū zhǔyi		
1168	三	出资	MZ	11	chūzī	动	
1169	三	出自	MZ	14	chūzì	动	
1170	三	出走	MZ	13	chūzǒu	动	
1171	一②	出租	MZ	11	chūzū	动	
1172	一②	出租车	MQZ	111	chūzūchē	名	
1173	一③	初		1	chū	副	
1174	一③	初（初一）		1（11）	chū（chūyī）	前缀	
1175	一③	初步	MZ	14	chūbù	形	
1176	三	初次	MZ	14	chū cì		
1177	二	初等	MZ	13	chūděng	形	
1178	一②	初级	MZ	12	chūjí	形	
1179	二	初期	MZ	11	chūqī	名	

1180	一②	初中	MZ	11	chūzhōng	名
1181	三	初衷	MZ	11	chūzhōng	名
1182	二	除		2	chú	介、动
1183	三	除此之外	MQMZ	2314	chú cǐ zhī wài	
1184	二	除非	MZ	21	chúfēi	连、介
1185	一②	除了	ZQ	20	chúle	介
1186	三	除去	MZ	24	chúqù	动、介
1187	三	除外	MZ	24	chúwài	动
1188	二	除夕	MZ	21	chúxī	名
1189	二	厨房	MZ	22	chúfáng	名
1190	二	厨师	MZ	21	chúshī	名
1191	二	处罚	MZ	32	chǔfá	动、名
1192	三	处方	MZ	31	chǔfāng	动、名
1193	二	处分	MZ	34	chǔfèn	名、动
1194	三	处境	MZ	34	chǔjìng	名
1195	一③	处理	MZ	33	chǔlǐ	动、名
1196	二	处于	MZ	32	chǔyú	动
1197	二	处在	MZ	34	chǔ zài	
1198	三	处置	MZ	34	chǔzhì	动
1199	三	储备	MZ	34	chǔbèi	动、名
1200	二	储存	MZ	32	chǔcún	动
1201	三	储蓄	MZ	34	chǔxù	动、名
1202	二	处		4	chù	名
1203	二	处处	MZ	44	chùchù	副
1204	二	处长	MZ	43	chùzhǎng	名
1205	三	触动	MZ	44	chùdòng	动
1206	三	触犯	MZ	44	chùfàn	动
1207	附	触觉	MZ	42	chùjué	名
1208	三	触摸	MZ	41	chùmō	动
1209	附	触目惊心	MQMZ	4411	chù mù jīng xīn	
1210	附	揣		1	chuāi	动
1211	附	揣测	MZ	34	chuǎicè	动
1212	附	揣摩	MZ	32	chuǎimó	动
1213	附	踹		4	chuài	动
1214	附	川流不息	MQMZ	1241	chuān liú bù xī	
1215	一①	穿		1	chuān	动
1216	三	穿过	ZQ	14	chuānguò	动
1217	二	穿上	ZQ	10	chuānshang	
1218	附	穿小鞋儿	MQZ	132	chuān xiǎoxiér	
1219	三	穿越	MZ	14	chuānyuè	动
1220	三	穿着	MZ	12	chuānzhuó	名
1221	一③	传		2	chuán	动
1222	一③	传播	MZ	21	chuánbō	动
1223	三	传承	MZ	22	chuánchéng	动、名

1224	二	传出	MZ	21	chuánchū	
1225	二	传达	MZ	22	chuándá	动
1226	二	传递	MZ	24	chuándì	动
1227	一③	传来	ZQ	20	chuánlai	
1228	二	传媒	MZ	22	chuánméi	名
1229	三	传奇	MZ	22	chuánqí	名
1230	三	传染	MZ	23	chuánrǎn	动
1231	三	传染病	MQZ	234	chuánrǎnbìng	名
1232	三	传人	MZ	22	chuánrén	名
1233	三	传授	MZ	24	chuánshòu	动
1234	二	传输	MZ	21	chuánshū	动
1235	一③	传说	MZ	21	chuánshuō	动、名
1236	二	传统	MZ	23	chuántǒng	名、形
1237	三	传闻	MZ	22	chuánwén	动、名
1238	二	传言	MZ	22	chuányán	名、动
1239	二	传真	MZ	21	chuánzhēn	名、动
1240	一②	船		2	chuán	名
1241	附	船舶	MZ	22	chuánbó	名
1242	三	船桨	MZ	23	chuánjiǎng	名
1243	二	船员	MZ	22	chuányuán	名
1244	二	船长	MZ	23	chuánzhǎng	名
1245	二	船只	MZ	21	chuánzhī	名
1246	三	喘		3	chuǎn	动
1247	附	喘息	MZ	31	chuǎnxī	动
1248	二	串		4	chuàn	量、动
1249	三	串门儿	MZ	42	chuàn // ménr	
1250	三	创伤	MZ	11	chuāngshāng	名
1251	二	窗户	ZQ	10	chuānghu	名
1252	二	窗口	MZ	13	chuāngkǒu	名
1253	三	窗帘	MZ	12	chuānglián	名
1254	三	窗台	MZ	12	chuāngtái	名
1255	一②	窗子	ZQ	10	chuāngzi	名
1256	一②	床		2	chuáng	名
1257	三	床位	MZ	24	chuángwèi	名
1258	二	闯		3	chuǎng	动
1259	三	创		4	chuàng	动
1260	二	创办	MZ	44	chuàngbàn	动
1261	二	创建	MZ	44	chuàngjiàn	动
1262	二	创立	MZ	44	chuànglì	动
1263	三	创始人	MQZ	432	chuàngshǐrén	名
1264	一③	创新	MZ	41	chuàngxīn	动、名
1265	一③	创业	MZ	44	chuàngyè	动
1266	二	创意	ZQ	44	chuàngyì	名、动
1267	一③	创造	MZ	44	chuàngzào	动、名

1268	一③	创作	MZ	44	chuàngzuò	动、名
1269	一②	吹		1	chuī	动
1270	三	吹了	ZQ	10	chuīle	
1271	附	吹牛	MZ	12	chuī // niú	
1272	三	吹捧	MZ	13	chuīpěng	动
1273	三	垂		2	chuí	动
1274	附	垂头丧气	MQMZ	2244	chuí tóu sàng qì	
1275	附	捶		2	chuí	动
1276	三	锤子	ZQ	20	chuízi	名
1277	二	春季	MZ	14	chūnjì	名
1278	一②	春节	MZ	12	Chūnjié	名
1279	一②	春天	MZ	11	chūntiān	名
1280	二	纯		2	chún	形
1281	三	纯粹	MZ	24	chúncuì	形
1282	三	纯洁	MZ	22	chúnjié	形、动
1283	二	纯净水	MQZ	243	chúnjìngshuǐ	名
1284	附	纯朴	MZ	23	chúnpǔ	形
1285	三	醇厚	MZ	24	chúnhòu	形
1286	三	蠢		3	chǔn	形
1287	附	戳		1	chuō	动、名
1288	附	绰号	MZ	44	chuòhào	名
1289	一②	词		2	cí	名
1290	一②	词典	MZ	23	cídiǎn	名
1291	二	词汇	MZ	24	cíhuì	名
1292	二	词语	MZ	23	cíyǔ	名
1293	三	瓷		2	cí	名
1294	三	瓷器	MZ	24	cíqì	名
1295	三	辞		2	cí	动
1296	附	辞呈	MZ	22	cíchéng	名
1297	二	辞典	MZ	23	cídiǎn	名
1298	三	辞去	ZQ	20	cíqu	
1299	附	辞退	MZ	24	cítuì	动
1300	二	辞职	MZ	22	cí // zhí	
1301	三	慈善	MZ	24	císhàn	形
1302	三	慈祥	MZ	22	cíxiáng	形
1303	三	磁带	MZ	24	cídài	名
1304	三	磁卡	MZ	23	cíkǎ	名
1305	附	磁盘	MZ	22	cípán	名
1306	二	此		3	cǐ	代
1307	二	此处	MZ	34	cǐ chù	
1308	二	此次	MZ	34	cǐ cì	
1309	二	此后	MZ	34	cǐhòu	名
1310	二	此刻	MZ	34	cǐkè	名
1311	附	此起彼伏	MQMZ	3332	cǐ qǐ bǐ fú	

1312	二	此前	MZ	32	cǐqián	名
1313	二	此时	MZ	32	cǐshí	名
1314	二	此事	MZ	34	cǐ shì	
1315	二	此外	MZ	34	cǐwài	连
1316	二	此致	MZ	34	cǐzhì	动
1317	一①	次		4	cì	量
1318	二	次		4	cì	形
1319	三	次日	MZ	44	cìrì	名
1320	二	次数	ZQ	44	cìshù	名
1321	附	伺候	ZQ	40	cìhou	动
1322	二	刺		4	cì	动、名
1323	附	刺耳	MZ	43	cì'ěr	形
1324	附	刺骨	MZ	43	cìgǔ	动
1325	二	刺激	ZQ	41	cìjī	动
1326	附	刺绣	MZ	44	cìxiù	动、名
1327	三	赐		4	cì	动
1328	附	赐教	MZ	44	cìjiào	动
1329	三	匆匆	MZ	11	cōngcōng	形
1330	三	匆忙	MZ	12	cōngmáng	形
1331	三	葱		1	cōng	名
1332	二	聪明	ZQ	12	cōng·míng	形
1333	一①	从		2	cóng	介
1334	二	从不	MZ	24	cóng bù	
1335	二	从此	MZ	23	cóngcǐ	副
1336	二	从而	MZ	22	cóng'ér	连
1337	附	从今以后	MQMZ	2134	cóng jīn yǐhòu	
1338	一①	从来	MZ	22	cónglái	副
1339	三	从来不	MQZ	224	cónglái bù	
1340	二	从没	MZ	22	cóng méi	
1341	一③	从前	MZ	22	cóngqián	名
1342	三	从容	MZ	22	cóngróng	形
1343	附	从容不迫	MQMZ	2224	cóngróng bú pò	
1344	一③	从事	MZ	24	cóngshì	动
1345	三	从头	MZ	22	cóngtóu	副
1346	三	从未	MZ	24	cóng wèi	
1347	一③	从小	MZ	23	cóngxiǎo	副
1348	三	从业	MZ	24	cóngyè	动
1349	三	从早到晚	MQMZ	2343	cóng zǎo dào wǎn	
1350	二	从中	MZ	21	cóngzhōng	副
1351	三	丛林	MZ	22	cónglín	名
1352	三	凑		4	còu	动
1353	三	凑合	ZQ	40	còuhe	动
1354	三	凑巧	MZ	43	còuqiǎo	形
1355	二	粗		1	cū	形

1356	三	粗暴	MZ	14	cūbào	形
1357	三	粗糙	MZ	11	cūcāo	形
1358	三	粗鲁	ZQ	13	cū·lǔ	形
1359	附	粗略	MZ	14	cūlüè	形
1360	二	粗心	MZ	11	cūxīn	形
1361	三	粗心大意	MQMZ	1144	cūxīn dàyì	
1362	三	促成	MZ	42	cùchéng	动
1363	二	促进	MZ	44	cùjìn	动
1364	二	促使	MZ	43	cùshǐ	动
1365	二	促销	MZ	41	cùxiāo	动
1366	二	醋		4	cù	名
1367	附	簇拥	MZ	41	cùyōng	动
1368	三	窜		4	cuàn	动
1369	三	催		1	cuī	动
1370	三	催促	MZ	14	cuīcù	动
1371	附	催眠	MZ	12	cuīmián	动
1372	三	摧毁	MZ	13	cuīhuǐ	动
1373	二	脆		4	cuì	形
1374	三	脆弱	MZ	44	cuìruò	形
1375	三	翠绿	MZ	44	cuìlǜ	形
1376	一②	村		1	cūn	名
1377	二	村庄	MZ	11	cūnzhuāng	名
1378	一②	存		2	cún	动
1379	三	存放	MZ	24	cúnfàng	动
1380	一③	存款	MZ	23	cúnkuǎn	名
1381	附	存心	MZ	21	cúnxīn	动、副
1382	一③	存在	MZ	24	cúnzài	动
1383	三	存折	MZ	22	cúnzhé	名
1384	二	寸		4	cùn	量
1385	三	搓		1	cuō	动
1386	三	磋商	MZ	11	cuōshāng	动
1387	三	挫折	MZ	42	cuòzhé	动、名
1388	二	措施	MZ	41	cuòshī	名
1389	附	措手不及	MQMZ	4342	cuòshǒu bù jí	
1390	一①	错		4	cuò	形、名
1391	三	错别字	MQZ	424	cuòbiézì	名
1392	二	错过	MZ	44	cuòguò	动
1393	附	错觉	MZ	42	cuòjué	名
1394	附	错位	MZ	44	cuò // wèi	
1395	一②	错误	ZQ	44	cuòwù	形、名
1396	附	错综复杂	MQMZ	4142	cuòzōng fùzá	
1397	二	搭		1	dā	动
1398	三	搭乘	MZ	12	dāchéng	动
1399	二	搭档	MZ	14	dādàng	动、名

1400	三	搭建	MZ	14	dājiàn	动
1401	二	搭配	MZ	14	dāpèi	动
1402	一②	答应	ZQ	10	dāying	动
1403	三	达标	MZ	21	dábiāo	动
1404	二	达成	MZ	22	dáchéng	动
1405	一②	达到	MZ	24	dádào	动
1406	二	答		2	dá	动
1407	二	答案	MZ	24	dá'àn	名
1408	三	答辩	MZ	24	dábiàn	动
1409	二	答复	ZQ	24	dá·fù	动、名
1410	一①	打		3	dǎ	动
1411	二	打		3	dǎ	介
1412	二	打败	MZ	34	dǎbài	
1413	二	打扮	ZQ	30	dǎban	动
1414	二	打包	MZ	31	dǎ // bāo	
1415	附	打岔	MZ	34	dǎ // chà	
1416	一①	打车	MZ	31	dǎ // chē	
1417	三	打倒	MZ	33	dǎdǎo	
1418	一①	打电话	MQZ	344	dǎ diànhuà	
1419	二	打动	MZ	34	dǎdòng	动
1420	二	打断	MZ	34	dǎduàn	动
1421	附	打盹儿	MZ	33	dǎ // dǔnr	
1422	二	打发	ZQ	30	dǎfa	动
1423	一②	打工	MZ	31	dǎ // gōng	
1424	三	打官司	MZQ	310	dǎ guānsi	
1425	二	打击	MZ	31	dǎjī	动
1426	二	打架	MZ	34	dǎ // jià	
1427	三	打交道	MZQ	310	dǎ jiāodao	
1428	附	打搅	MZ	33	dǎjiǎo	动
1429	一①	打开	ZQ	31	dǎkāi	
1430	三	打捞	MZ	31	dǎlāo	动
1431	二	打雷	MZ	32	dǎ // léi	
1432	三	打量	ZQ	30	dǎliang	动
1433	附	打猎	MZ	34	dǎ // liè	
1434	附	打磨	MZ	32	dǎmó	动
1435	二	打牌	MZ	32	dǎ pái	
1436	一③	打破	MZ	34	dǎpò	
1437	一①	打球	MZ	32	dǎ qiú	
1438	二	打扰	MZ	33	dǎrǎo	动
1439	二	打扫	MZ	33	dǎsǎo	动
1440	一②	打算	ZQ	34	dǎ·suàn	动、名
1441	一③	打听	ZQ	30	dǎting	动
1442	三	打通	MZ	31	dǎtōng	
1443	一②	打印	MZ	34	dǎyìn	动

1444	二	打印机	MQZ	341	dǎyìnjī	名
1445	二	打造	MZ	34	dǎzào	动
1446	三	打仗	MZ	34	dǎ // zhàng	
1447	三	打招呼	MZQ	310	dǎ zhāohu	
1448	二	打折	MZ	32	dǎ // zhé	
1449	二	打针	MZ	31	dǎ // zhēn	
1450	一①	大		4	dà	形
1451	二	大巴	MZ	41	dàbā	名
1452	附	大包大揽	MQMZ	4143	dà bāo dà lǎn	
1453	附	大笔	MZ	43	dà bǐ	
1454	一②	大部分	ZQQ	440	dà bùfen	
1455	附	大臣	MZ	42	dàchén	名
1456	三	大吃一惊	MQMZ	4141	dà chī yì jīng	
1457	一③	大大	MZ	44	dàdà	副
1458	附	大大咧咧	MQMZ	4011	dàdaliēliē	形
1459	二	大胆	MZ	43	dàdǎn	形
1460	二	大道	MZ	44	dàdào	名
1461	三	大地	MZ	44	dàdì	名
1462	二	大都	MZ	41	dàdū	副
1463	二	大队	MZ	44	dàduì	名
1464	二	大多	MZ	41	dàduō	副
1465	一②	大多数	MZQ	414	dàduōshù	名
1466	二	大方	ZQ	40	dàfang	形
1467	三	大幅度	MQZ	424	dà fúdù	
1468	一②	大概	MZ	44	dàgài	形、副
1469	二	大纲	MZ	41	dàgāng	名
1470	二	大哥	MZ	41	dàgē	名
1471	附	大公无私	MQMZ	4121	dà gōng wúsī	
1472	一③	大规模	MQZ	412	dà guīmó	
1473	附	大锅饭	MQZ	414	dàguōfàn	名
1474	二	大海	MZ	43	dà hǎi	
1475	二	大会	MZ	44	dàhuì	名
1476	二	大伙儿	MZ	43	dàhuǒr	代
1477	一①	大家	MZ	41	dàjiā	代
1478	附	大家庭	MQZ	412	dàjiātíng	名
1479	二	大奖赛	MQZ	434	dàjiǎngsài	名
1480	二	大街	MZ	41	dàjiē	名
1481	三	大街小巷	MQMZ	4134	dàjiē xiǎoxiàng	
1482	一③	大姐	MZ	43	dàjiě	名
1483	附	大惊小怪	MQMZ	4134	dà jīng xiǎo guài	
1484	三	大局	MZ	42	dàjú	名
1485	三	大款	MZ	43	dàkuǎn	名
1486	二	大力	MZ	44	dàlì	副
1487	一③	大量	MZ	44	dàliàng	形

1488	二	大楼	MZ	42	dà lóu	名
1489	二	大陆	MZ	44	dàlù	名
1490	一③	大妈	MZ	41	dàmā	名
1491	二	大门	MZ	42	dàmén	名
1492	二	大米	MZ	43	dàmǐ	名
1493	三	大面积	MZQ	441	dà miànjī	
1494	三	大名鼎鼎	MQMZ	4233	dàmíng dǐngdǐng	
1495	附	大模大样	MQMZ	4244	dà mú dà yàng	
1496	二	大脑	MZ	43	dànǎo	名
1497	三	大棚	MZ	42	dàpéng	名
1498	二	大批	MZ	41	dàpī	形
1499	三	大片	MZ	44	dàpiàn	名
1500	三	大气	MZ	44	dàqì	名
1501	一③	大人	ZQ	40	dàren	名
1502	二	大赛	MZ	44	dàsài	名
1503	三	大厦	MZ	44	dàshà	名
1504	一②	大声	MZ	41	dà shēng	
1505	二	大师	MZ	41	dàshī	名
1506	二	大使	MZ	43	dàshǐ	名
1507	二	大使馆	MQZ	433	dàshǐguǎn	名
1508	二	大事	MZ	44	dàshì	名
1509	三	大肆	MZ	44	dàsì	副
1510	附	大体	MZ	43	dàtǐ	副
1511	三	大体上	MZQ	430	dàtǐ shang	
1512	二	大厅	MZ	41	dàtīng	名
1513	附	大同小异	MQMZ	4234	dà tóng xiǎo yì	
1514	附	大腕儿	MZ	44	dàwànr	名
1515	一③	大象	MZ	44	dàxiàng	名
1516	一②	大小	MZ	43	dàxiǎo	名
1517	二	大型	MZ	42	dàxíng	形
1518	二	大熊猫	MQZ	421	dàxióngmāo	名
1519	三	大选	MZ	43	dàxuǎn	动
1520	一①	大学	MZ	42	dàxué	名
1521	一①	大学生	MQZ	421	dàxuéshēng	名
1522	附	大雁	MZ	44	dàyàn	名
1523	三	大爷	ZQ	40	dàye	名
1524	一③	大衣	MZ	41	dàyī	名
1525	三	大意	MZ	44	dàyì	名
1526	三	大意	ZQ	40	dàyi	形
1527	附	大有可为	MQMZ	4332	dà yǒu kě wéi	
1528	二	大于	MZ	42	dàyú	
1529	一②	大约	MZ	41	dàyuē	副
1530	二	大致	MZ	44	dàzhì	形、副
1531	一③	大众	MZ	44	dàzhòng	名

1532	一③	大自然	MQZ	442	dàzìrán	名
1533	附	大宗	MZ	41	dàzōng	形、名
1534	二	呆		1	dāi	形
1535	二	待		1	dāi	动
1536	二	待会儿	MZ	14	dāi huìr	
1537	三	歹徒	MZ	32	dǎitú	名
1538	附	逮		3	dǎi	动
1539	一②	大夫	ZQ	40	dàifu	名
1540	一③	代		4	dài	动
1541	一③	代		4	dài	名
1542	一②	代表	MZ	43	dàibiǎo	名、动
1543	一③	代表团	MQZ	432	dàibiǎotuán	名
1544	三	代号	MZ	44	dàihào	名
1545	二	代价	MZ	44	dàijià	名
1546	二	代理	MZ	43	dàilǐ	动
1547	三	代理人	MQZ	432	dàilǐrén	名
1548	二	代替	MZ	44	dàitì	动
1549	三	代言人	MQZ	422	dàiyánrén	名
1550	一②	带		4	dài	动
1551	一③	带动	MZ	44	dàidòng	动
1552	三	带队	MZ	44	dài duì	
1553	一②	带来	ZQ	40	dàilai	
1554	一③	带领	MZ	43	dàilǐng	动
1555	三	带路	MZ	44	dài // lù	
1556	三	带头	MZ	42	dài // tóu	
1557	附	带头人	MQZ	422	dàitóurén	名
1558	二	带有	MZ	43	dàiyǒu	
1559	二	贷款	MZ	43	dàikuǎn	动、名
1560	三	待		4	dài	动
1561	二	待遇	ZQ	44	dàiyù	名
1562	三	怠工	MZ	41	dài // gōng	
1563	三	怠慢	MZ	44	dàimàn	动
1564	二	袋		4	dài	名、量
1565	三	逮捕	MZ	43	dàibǔ	动
1566	二	戴		4	dài	动
1567	三	担		1	dān	动
1568	二	担保	MZ	13	dānbǎo	动、名
1569	三	担当	MZ	11	dāndāng	动
1570	三	担负	MZ	14	dānfù	动
1571	二	担任	MZ	14	dānrèn	动
1572	二	担心	MZ	11	dān // xīn	
1573	二	担忧	MZ	11	dānyōu	动
1574	二	单		1	dān	形、副
1575	三	单边	MZ	11	dānbiān	形

1576	附	单薄	MZ	12	dānbó	形
1577	二	单纯	MZ	12	dānchún	形
1578	二	单打	MZ	13	dāndǎ	名
1579	二	单调	MZ	14	dāndiào	形
1580	二	单独	MZ	12	dāndú	副
1581	三	单方面	MQZ	114	dān fāngmiàn	
1582	三	单身	MZ	11	dānshēn	名
1583	一③	单位	MZ	14	dānwèi	名
1584	二	单一	MZ	11	dānyī	形
1585	二	单元	MZ	12	dānyuán	名
1586	附	耽搁	ZQ	10	dānge	动
1587	三	耽误	ZQ	10	dānwu	动
1588	二	胆		3	dǎn	名
1589	三	胆怯	MZ	34	dǎnqiè	形
1590	二	胆小	MZ	33	dǎn xiǎo	
1591	三	胆子	ZQ	30	dǎnzi	名
1592	一②	但		4	dàn	连
1593	一①	但是	MZ	44	dànshì	连
1594	三	但愿	MZ	44	dàn yuàn	
1595	三	担		4	dàn	量
1596	三	担子	ZQ	40	dànzi	名
1597	附	诞辰	MZ	42	dànchén	名
1598	二	诞生	MZ	41	dànshēng	动
1599	二	淡		4	dàn	形
1600	三	淡化	MZ	44	dànhuà	动
1601	三	淡季	MZ	44	dànjì	名
1602	一②	蛋		4	dàn	名
1603	三	蛋白质	MQZ	424	dànbáizhì	名
1604	二	蛋糕	MZ	41	dàngāo	名
1605	一①	当		1	dāng	动、介
1606	二	当场	MZ	13	dāngchǎng	副
1607	一③	当初	MZ	11	dāngchū	名
1608	二	当代	MZ	14	dāngdài	名
1609	一③	当地	MZ	14	dāngdì	名
1610	三	当即	MZ	12	dāngjí	副
1611	三	当今	MZ	11	dāngjīn	名
1612	三	当面	MZ	14	dāng // miàn	
1613	二	当年	MZ	12	dāngnián	名
1614	二	当前	MZ	12	dāngqián	名、动
1615	一①	当然	MZ	12	dāngrán	形、副
1616	三	当日	MZ	14	dāngrì	名
1617	一③	当时	MZ	12	dāngshí	名
1618	三	当事人	MQZ	142	dāngshìrén	名
1619	附	当务之急	MQMZ	1412	dāng wù zhī jí	

1620	三	当下	MZ	14	dāngxià	副
1621	三	当心	MZ	11	dāngxīn	动
1622	二	当选	MZ	13	dāngxuǎn	动
1623	附	当之无愧	MQMZ	1124	dāng zhī wú kuì	
1624	一③	当中	MZ	11	dāngzhōng	名
1625	附	当众	MZ	14	dāngzhòng	副
1626	三	当着	ZQ	10	dāngzhe	
1627	二	挡		3	dǎng	动
1628	二	党		3	dǎng	名
1629	二	当		4	dàng	动
1630	二	当成	MZ	42	dàngchéng	动
1631	二	当天	MZ	41	dàngtiān	名
1632	三	当晚	MZ	43	dàngwǎn	名
1633	附	当真	MZ	41	dàngzhēn	动、副
1634	二	当作	ZQ	44	dàngzuò	动
1635	附	荡漾	MZ	44	dàngyàng	动
1636	二	档		4	dàng	名
1637	二	档案	MZ	44	dàng'àn	名
1638	三	档次	MZ	44	dàngcì	名
1639	一②	刀		1	dāo	名
1640	三	导弹	MZ	34	dǎodàn	名
1641	三	导航	MZ	32	dǎoháng	动
1642	附	导火索	MQZ	333	dǎohuǒsuǒ	名
1643	三	导师	MZ	31	dǎoshī	名
1644	三	导向	MZ	34	dǎoxiàng	动、名
1645	一③	导演	MZ	33	dǎoyǎn	动、名
1646	二	导游	MZ	32	dǎoyóu	动、名
1647	二	导致	MZ	34	dǎozhì	动
1648	二	岛		3	dǎo	名
1649	三	岛屿	MZ	33	dǎoyǔ	名
1650	三	捣乱	MZ	34	dǎo // luàn	
1651	一②	倒		3	dǎo	动
1652	二	倒闭	MZ	34	dǎobì	动
1653	二	倒车	MZ	31	dǎo // chē	
1654	三	倒卖	MZ	34	dǎomài	动
1655	三	倒霉	MZ	32	dǎo // méi	
1656	三	倒塌	MZ	31	dǎotā	动
1657	三	倒下	ZQ	30	dǎoxia	
1658	一①	到		4	dào	动
1659	一②	到处	MZ	44	dàochù	副
1660	一②	到达	MZ	42	dàodá	动
1661	一③	到底	MZ	43	dàodǐ	副
1662	二	到来	MZ	42	dàolái	动
1663	二	到期	MZ	41	dào // qī	

1664	附	到头来	MQZ	422	dàotóulái	副
1665	三	到位	MZ	44	dào // wèi	
1666	一②	倒		4	dào	动
1667	二	倒车	MZ	41	dào // chē	
1668	三	倒计时	MQZ	442	dàojìshí	动
1669	二	倒是	MZ	44	dàoshì	副
1670	三	倒数	MZ	43	dàoshǔ	动
1671	三	盗		4	dào	动
1672	二	盗版	MZ	43	dàobǎn	名
1673	三	盗窃	MZ	44	dàoqiè	动
1674	三	悼念	MZ	44	dàoniàn	动
1675	一②	道		4	dào	量
1676	二	道德	MZ	42	dàodé	名
1677	二	道教	MZ	44	Dàojiào	名
1678	三	道具	MZ	44	dàojù	名
1679	一②	道理	ZQ	43	dào·lǐ	名
1680	一②	道路	MZ	44	dàolù	名
1681	二	道歉	MZ	44	dào // qiàn	
1682	三	稻草	MZ	43	dàocǎo	名
1683	一②	得		2	dé	动
1684	附	得不偿失	MQMZ	2421	dé bù cháng shī	
1685	一③	得出	MZ	21	déchū	
1686	附	得当	MZ	24	dédàng	形
1687	一①	得到	MZ	24	dédào	
1688	一③	得分	MZ	21	défēn	动、名
1689	二	得了	ZQ	20	déle	动
1690	附	得力	MZ	24	délì	形
1691	附	得失	MZ	21	déshī	名
1692	附	得手	MZ	23	déshǒu	形
1693	附	得体	MZ	23	détǐ	形
1694	附	得天独厚	MQMZ	2124	dé tiān dú hòu	
1695	二	得以	MZ	23	déyǐ	动
1696	三	得益于	MQZ	242	déyì yú	
1697	一③	得意	MZ	24	déyì	形
1698	附	得意洋洋	MQMZ	2422	déyì yángyáng	
1699	三	得知	MZ	21	dézhī	动
1700	三	得罪	ZQ	24	dézuì	动
1701	三	德		2	dé	名
1702	二	德语	MZ	23	Déyǔ	名
1703	一①	地		0	de	助
1704	一①	的		0	de	助
1705	一②	的话	QZ	04	dehuà	助
1706	一①	得		0	de	助
1707	二	得		3	děi	动

1708	一②	灯		1	dēng	名
1709	二	灯光	MZ	11	dēngguāng	名
1710	三	灯笼	ZQ	10	dēnglong	名
1711	三	灯泡	MZ	14	dēngpào	名
1712	二	登		1	dēng	动
1713	三	登机	MZ	11	dēng jī	
1714	二	登记	MZ	14	dēng // jì	
1715	三	登陆	MZ	14	dēng // lù	
1716	二	登录	MZ	14	dēnglù	动
1717	二	登山	MZ	11	dēng // shān	
1718	附	蹬		1	dēng	动
1719	一①	等		3	děng	动
1720	一②	等		3	děng	助
1721	一③	等待	MZ	34	děngdài	动
1722	一③	等到	MZ	34	děngdào	介
1723	二	等候	MZ	34	děnghòu	动
1724	二	等级	MZ	32	děngjí	名
1725	一②	等于	MZ	32	děngyú	动
1726	三	凳子	ZQ	40	dèngzi	名
1727	三	瞪		4	dèng	动
1728	一②	低		1	dī	形、动
1729	三	低调	MZ	14	dīdiào	名、形
1730	三	低估	MZ	11	dīgū	动
1731	三	低谷	MZ	13	dīgǔ	名
1732	三	低价	MZ	14	dījià	名
1733	三	低迷	MZ	12	dīmí	形
1734	三	低碳	MZ	14	dītàn	形
1735	二	低头	MZ	12	dī // tóu	
1736	二	低温	MZ	11	dīwēn	名
1737	三	低下	MZ	14	dīxià	形
1738	二	低于	MZ	12	dīyú	
1739	三	堤		1	dī	名
1740	附	堤坝	MZ	14	dībà	名
1741	附	提防	ZQ	10	dīfang	动
1742	二	滴		1	dī	动、量
1743	二	的确	MZ	24	díquè	副
1744	二	敌人	MZ	22	dírén	名
1745	三	笛子	ZQ	20	dízi	名
1746	附	抵触	MZ	34	dǐchù	动
1747	二	抵达	MZ	32	dǐdá	动
1748	附	抵挡	MZ	33	dǐdǎng	动
1749	二	抵抗	MZ	34	dǐkàng	动
1750	附	抵消	MZ	31	dǐxiāo	动
1751	三	抵押	MZ	31	dǐyā	动

1752	三	抵御	MZ	34	dǐyù	动
1753	三	抵制	MZ	34	dǐzhì	动
1754	二	底		3	dǐ	名
1755	三	底层	MZ	32	dǐcéng	名
1756	一②	底下	ZQ	30	dǐxia	名
1757	三	底线	MZ	34	dǐxiàn	名
1758	三	底蕴	MZ	34	dǐyùn	名
1759	附	底子	ZQ	30	dǐzi	名
1760	一③	地		4	dì	名
1761	二	地板	MZ	43	dìbǎn	名
1762	三	地步	ZQ	44	dìbù	名
1763	二	地带	MZ	44	dìdài	名
1764	三	地道	MZ	44	dìdào	名
1765	三	地道	ZQ	40	dìdao	形
1766	一①	地点	MZ	43	dìdiǎn	名
1767	三	地段	MZ	44	dìduàn	名
1768	二	地方	MZ	41	dìfāng	名
1769	一①	地方	ZQ	40	dìfang	名
1770	三	地理	MZ	43	dìlǐ	名
1771	二	地面	MZ	44	dìmiàn	名
1772	二	地名	MZ	42	dìmíng	名
1773	一③	地球	MZ	42	dìqiú	名
1774	一③	地区	MZ	41	dìqū	名
1775	一①	地上	ZQ	40	dìshang	
1776	三	地毯	MZ	43	dìtǎn	名
1777	一②	地铁	MZ	43	dìtiě	名
1778	一③	地铁站	MQZ	434	dìtiězhàn	名
1779	一②	地图	MZ	42	dìtú	名
1780	二	地位	ZQ	44	dìwèi	名
1781	二	地下	MZ	44	dìxià	名
1782	二	地下室	MQZ	444	dìxiàshì	名
1783	三	地下水	MQZ	443	dìxiàshuǐ	名
1784	二	地形	MZ	42	dìxíng	名
1785	三	地狱	MZ	44	dìyù	名
1786	三	地域	MZ	44	dìyù	名
1787	二	地震	MZ	44	dìzhèn	名、动
1788	二	地址	MZ	43	dìzhǐ	名
1789	三	地质	MZ	44	dìzhì	名
1790	一②	弟弟｜弟	ZQ	40｜4	dìdi｜dì	名
1791	三	弟子	MZ	43	dìzǐ	名
1792	三	帝国	MZ	42	dìguó	名
1793	三	帝国主义	MQMZ	4234	dìguó zhǔyì	
1794	二	递		4	dì	动
1795	二	递给	MZ	43	dìgěi	

1796	三	递交	MZ	41	dìjiāo	动
1797	一①	第（第二）		4（44）	dì（dì-èr）	前缀
1798	附	第一手	MQZ	413	dìyīshǒu	形
1799	附	第一线	MQZ	414	dìyīxiàn	名
1800	三	颠倒	MZ	13	diāndǎo	动
1801	三	颠覆	MZ	14	diānfù	动
1802	附	巅峰	MZ	11	diānfēng	名
1803	三	典范	MZ	34	diǎnfàn	名
1804	二	典礼	MZ	33	diǎnlǐ	名
1805	二	典型	MZ	32	diǎnxíng	名、形
1806	一①	点		3	diǎn	量、动、名
1807	三	点火	MZ	33	diǎn // huǒ	
1808	附	点击率	MQZ	314	diǎnjīlǜ	名
1809	二	点名	MZ	32	diǎn // míng	
1810	三	点评	MZ	32	diǎnpíng	动、名
1811	二	点燃	MZ	32	diǎnrán	动
1812	一②	点头	MZ	32	diǎn // tóu	
1813	三	点心	ZQ	30	diǎnxin	名
1814	二	点钟	MZ	31	diǎnzhōng	名
1815	三	点缀	MZ	34	diǎnzhuì	动
1816	三	点子	ZQ	30	diǎnzi	名
1817	一①	电		4	diàn	名
1818	二	电报	MZ	44	diànbào	名
1819	二	电车	MZ	41	diànchē	名
1820	二	电池	MZ	42	diànchí	名
1821	二	电灯	MZ	41	diàndēng	名
1822	二	电动	MZ	44	diàndòng	形
1823	三	电动车	MQZ	441	diàndòngchē	名
1824	二	电饭锅	MQZ	441	diànfànguō	名
1825	一①	电话	MZ	44	diànhuà	名
1826	二	电力	MZ	44	diànlì	名
1827	三	电铃	MZ	42	diànlíng	名
1828	一①	电脑	MZ	43	diànnǎo	名
1829	二	电器	MZ	44	diànqì	名
1830	一①	电视	MZ	44	diànshì	名
1831	一①	电视机	MQZ	441	diànshìjī	名
1832	一③	电视剧	MQZ	444	diànshìjù	名
1833	一③	电视台	MQZ	442	diànshìtái	名
1834	一③	电台	MZ	42	diàntái	名
1835	二	电梯	MZ	41	diàntī	名
1836	三	电网	MZ	43	diànwǎng	名
1837	三	电线	MZ	44	diànxiàn	名
1838	三	电信	MZ	44	diànxìn	名
1839	附	电讯	MZ	44	diànxùn	名

1840	一②	电影	MZ	43	diànyǐng	名
1841	一②	电影院	MQZ	434	diànyǐngyuàn	名
1842	二	电源	MZ	42	diànyuán	名
1843	二	电子版	MQZ	433	diànzǐbǎn	名
1844	一③	电子邮件	MQMZ	4324	diànzǐ yóujiàn	名
1845	二	店		4	diàn	名
1846	三	垫		4	diàn	动
1847	附	垫底儿	MZ	43	diàn // dǐr	
1848	附	垫子	ZQ	40	diànzi	名
1849	三	淀粉	MZ	43	diànfěn	名
1850	三	惦记	ZQ	44	diàn·jì	动
1851	三	奠定	MZ	44	diàndìng	动
1852	三	殿堂	MZ	42	diàntáng	名
1853	附	刁难	MZ	14	diāonàn	动
1854	三	叼		1	diāo	动
1855	三	雕		1	diāo	动
1856	三	雕刻	MZ	14	diāokè	动、名
1857	三	雕塑	MZ	14	diāosù	动、名
1858	二	吊		4	diào	动
1859	三	吊销	MZ	41	diàoxiāo	动
1860	三	钓鱼	MZ	42	diàoyú	动
1861	一③	调		4	diào	动
1862	一③	调查	MZ	42	diàochá	动、名
1863	二	调动	MZ	44	diàodòng	动
1864	三	调度	ZQ	44	diàodù	动、名
1865	二	调研	MZ	42	diàoyán	动
1866	一②	掉		4	diào	动
1867	附	掉队	MZ	44	diào // duì	
1868	三	掉头	MZ	42	diào // tóu	
1869	附	爹		1	diē	名
1870	二	跌		1	diē	动
1871	附	迭起	MZ	23	diéqǐ	动
1872	三	叠		2	dié	动
1873	三	丁		1	dīng	名
1874	三	叮嘱	MZ	13	dīngzhǔ	动
1875	三	盯		1	dīng	动
1876	三	钉子	ZQ	10	dīngzi	名
1877	二	顶		3	dǐng	名、动、量
1878	三	顶		3	dǐng	副
1879	三	顶多	MZ	31	dǐng duō	
1880	三	顶级	MZ	32	dǐngjí	形
1881	三	顶尖	MZ	31	dǐngjiān	名、形
1882	二	订		4	dìng	动
1883	三	订单（定单）	MZ	41	dìngdān	名

1884	三	订购	MZ	44	dìnggòu	动
1885	三	订婚（定婚）	MZ	41	dìng // hūn	
1886	三	订立	MZ	44	dìnglì	动
1887	三	钉		4	dìng	动
1888	一②	定		4	dìng	动
1889	三	定价	MZ	44	dìngjià	名
1890	三	定金	MZ	41	dìngjīn	名
1891	三	定居	MZ	41	dìng // jū	
1892	三	定论	MZ	44	dìnglùn	名
1893	一③	定期	MZ	41	dìngqī	动、形
1894	附	定时	MZ	42	dìngshí	动、名
1895	三	定为	MZ	42	dìngwéi	
1896	二	定位	MZ	44	dìng // wèi	
1897	附	定向	MZ	44	dìngxiàng	动
1898	附	定心丸	MQZ	412	dìngxīnwán	名
1899	三	定义	MZ	44	dìngyì	名
1900	三	定做	MZ	44	dìngzuò	动
1901	二	丢		1	diū	动
1902	三	丢掉	MZ	14	diūdiào	动
1903	三	丢脸	MZ	13	diū // liǎn	
1904	附	丢弃	MZ	14	diūqì	动
1905	三	丢人	MZ	12	diū // rén	
1906	三	丢失	MZ	11	diūshī	动
1907	一①	东		1	dōng	名
1908	一③	东北	MZ	13	dōngběi	名
1909	附	东奔西走	MQMZ	1113	dōng bēn xī zǒu	
1910	一①	东边	ZQ	10	dōngbian	名
1911	一③	东部	MZ	14	dōngbù	名
1912	三	东道主	MQZ	143	dōngdàozhǔ	名
1913	一③	东方	MZ	11	dōngfāng	名
1914	一③	东南	MZ	12	dōngnán	名
1915	一①	东西	ZQ	10	dōngxi	名
1916	三	东张西望	MQMZ	1114	dōng zhāng xī wàng	
1917	二	冬季	MZ	14	dōngjì	名
1918	一②	冬天	MZ	11	dōngtiān	名
1919	三	董事	MZ	34	dǒngshì	名
1920	三	董事会	MQZ	344	dǒngshìhuì	名
1921	三	董事长	MQZ	343	dǒngshìzhǎng	名
1922	一②	懂		3	dǒng	动
1923	一③	懂得	ZQ	30	dǒngde	动
1924	三	懂事	MZ	34	dǒng // shì	
1925	一①	动		4	dòng	动
1926	三	动不动	MQZ	404	dòngbudòng	副
1927	三	动荡	MZ	44	dòngdàng	动、形

1928	三	动感	MZ	43	dònggǎn	名
1929	三	动工	MZ	41	dòng // gōng	
1930	二	动画	MZ	44	dònghuà	名
1931	二	动画片	MQZ	444	dònghuàpiàn	名
1932	二	动机	MZ	41	dòngjī	名
1933	三	动静	ZQ	40	dòngjing	名
1934	一③	动力	MZ	44	dònglì	名
1935	三	动脉	MZ	44	dòngmài	名
1936	一③	动人	MZ	42	dòngrén	形
1937	三	动身	MZ	41	dòng // shēn	
1938	二	动手	MZ	43	dòng // shǒu	
1939	二	动态	MZ	44	dòngtài	名
1940	三	动弹	ZQ	40	dòngtan	动
1941	三	动听	MZ	41	dòngtīng	形
1942	一②	动物	ZQ	44	dòngwù	名
1943	二	动物园	MQZ	442	dòngwùyuán	名
1944	三	动向	MZ	44	dòngxiàng	名
1945	二	动摇	MZ	42	dòngyáo	动
1946	三	动用	MZ	44	dòngyòng	动
1947	二	动员	MZ	42	dòngyuán	动
1948	一③	动作	MZ	44	dòngzuò	名
1949	二	冻		4	dòng	动
1950	三	冻结	MZ	42	dòngjié	动
1951	三	栋		4	dòng	量
1952	附	栋梁	MZ	42	dòngliáng	名
1953	二	洞		4	dòng	名
1954	一①	都		1	dōu	副
1955	三	兜		1	dōu	动
1956	三	兜儿		1	dōur	名
1957	附	兜售	MZ	14	dōushòu	动
1958	三	抖		3	dǒu	动
1959	三	陡		3	dǒu	形
1960	三	斗		4	dòu	动
1961	二	斗争	MZ	41	dòuzhēng	动、名
1962	三	斗志	MZ	44	dòuzhì	名
1963	二	豆腐	ZQ	40	dòufu	名
1964	三	豆浆	MZ	41	dòujiāng	名
1965	二	豆制品	MQZ	443	dòuzhìpǐn	名
1966	三	豆子	ZQ	40	dòuzi	名
1967	三	逗		4	dòu	动、形
1968	二	都会	MZ	14	dūhuì	名
1969	二	都市	MZ	14	dūshì	名
1970	三	督促	MZ	14	dūcù	动
1971	二	毒		2	dú	名、动、形

1972	二	毒品	MZ	23	dúpǐn	名
1973	三	独		2	dú	副
1974	三	独唱	MZ	24	dúchàng	动
1975	三	独家	MZ	21	dújiā	名
1976	二	独立	MZ	24	dúlì	动
1977	附	独立自主	MQMZ	2443	dúlì zìzhǔ	
1978	三	独身	MZ	21	dúshēn	动
1979	二	独特	MZ	24	dútè	形
1980	附	独一无二	MQMZ	2124	dú yī wú èr	
1981	二	独自	MZ	24	dúzì	副
1982	一②	读		2	dú	动
1983	一②	读书	MZ	21	dú // shū	
1984	一③	读者	MZ	23	dúzhě	名
1985	二	堵		3	dǔ	动
1986	二	堵车	MZ	31	dǔ // chē	
1987	三	堵塞	MZ	34	dǔsè	动
1988	二	赌		3	dǔ	动
1989	二	赌博	MZ	32	dǔbó	动
1990	三	杜绝	MZ	42	dùjué	动
1991	二	肚子	ZQ	40	dùzi	名
1992	三	妒忌	ZQ	44	dùjì	动
1993	一②	度		4	dù	名、量
1994	三	度（知名度）		4（124）	dù（zhīmíngdù）	后缀
1995	二	度过	MZ	44	dùguò	动
1996	三	度假	MZ	44	dùjià	动
1997	二	渡		4	dù	动
1998	三	渡过	MZ	44	dùguò	
1999	二	端		1	duān	动
2000	二	端午节	MQZ	132	Duānwǔ Jié	名
2001	三	端正	MZ	14	duānzhèng	形、动
2002	一②	短		3	duǎn	形
2003	一②	短处	ZQ	33	duǎnchù	名
2004	二	短片	MZ	34	duǎn piàn	
2005	一③	短期	MZ	31	duǎnqī	名
2006	三	短缺	MZ	31	duǎnquē	动
2007	一②	短信	MZ	34	duǎnxìn	名
2008	三	短暂	MZ	34	duǎnzàn	形
2009	一②	段		4	duàn	量
2010	三	段落	MZ	44	duànluò	名
2011	一②	断		4	duàn	动
2012	三	断定	MZ	44	duàndìng	动
2013	三	断断续续	MQMZ	4444	duànduànxùxù	形
2014	三	断裂	MZ	44	duànliè	动
2015	二	锻炼	MZ	44	duànliàn	动

2016	二	堆		1	duī	动、名、量
2017	三	堆砌	MZ	14	duīqì	动
2018	一②	队		4	duì	名
2019	二	队伍	ZQ	40	duìwu	名
2020	附	队形	MZ	42	duìxíng	名
2021	一②	队员	MZ	42	duìyuán	名
2022	一②	队长	MZ	43	duìzhǎng	名
2023	一①	对		4	duì	形
2024	一①	对		4	duì	介、动
2025	附	对白	MZ	42	duìbái	名
2026	二	对比	MZ	43	duìbǐ	动、名
2027	一①	对不起	MQZ	403	duìbuqǐ	动
2028	三	对策	MZ	44	duìcè	名
2029	三	对称	MZ	44	duìchèn	形
2030	一③	对待	MZ	44	duìdài	动
2031	三	对得起	MQZ	403	duìdeqǐ	动
2032	一③	对方	MZ	41	duìfāng	名
2033	二	对付	ZQ	40	duìfu	动
2034	一②	对话	MZ	44	duìhuà	动、名
2035	二	对抗	MZ	44	duìkàng	动
2036	二	对立	MZ	44	duìlì	动
2037	三	对联	MZ	42	duìlián	名
2038	一②	对面	MZ	44	duìmiàn	名
2039	一③	对手	MZ	43	duìshǒu	名
2040	二	对外	MZ	44	duì wài	
2041	一③	对象	MZ	44	duìxiàng	名
2042	附	对弈	MZ	44	duìyì	动
2043	二	对应	MZ	44	duìyìng	动
2044	一③	对于	MZ	42	duìyú	介
2045	三	对照	MZ	44	duìzhào	动
2046	附	对峙	MZ	44	duìzhì	动
2047	三	对准	MZ	43	duìzhǔn	
2048	三	兑换	MZ	44	duìhuàn	动
2049	三	兑现	MZ	44	duìxiàn	动
2050	二	吨		1	dūn	量
2051	三	敦促	MZ	14	dūncù	动
2052	附	敦厚	MZ	14	dūnhòu	形
2053	二	蹲		1	dūn	动
2054	附	炖		4	dùn	动
2055	一②	顿		4	dùn	量
2056	三	顿时	MZ	42	dùnshí	副
2057	一①	多		1	duō	形
2058	一②	多		1	duō	副
2059	二	多半	MZ	14	duōbàn	数、副

2060	三	多边	MZ	11	duōbiān	形
2061	二	多次	MZ	14	duō cì	
2062	三	多方面	MQZ	114	duō fāngmiàn	
2063	附	多功能	MQZ	112	duō gōngnéng	
2064	一③	多久	MZ	13	duō jiǔ	
2065	三	多亏	MZ	11	duōkuī	动
2066	附	多劳多得	MQMZ	1212	duō láo duō dé	
2067	一②	多么	ZQ	10	duōme	副
2068	二	多媒体	MQZ	123	duōméitǐ	名
2069	二	多年	MZ	12	duō nián	
2070	三	多年来	MQZ	122	duō nián lái	
2071	一①	多少	ZQ	10	duōshao	代
2072	一③	多数	MZ	14	duōshù	名
2073	三	多心	MZ	11	duō // xīn	
2074	三	多余	MZ	12	duōyú	动、形
2075	三	多元	MZ	12	duōyuán	形
2076	二	多种	MZ	13	duō zhǒng	
2077	三	多种多样	MQMZ	1314	duō zhǒng duō yàng	
2078	附	哆嗦	ZQ	10	duōsuo	动
2079	二	夺		2	duó	动
2080	附	夺冠	MZ	24	duó // guàn	
2081	三	夺魁	MZ	22	duó // kuí	
2082	二	夺取	MZ	23	duóqǔ	动
2083	二	朵		3	duǒ	量
2084	二	躲		3	duǒ	动
2085	三	躲避	MZ	34	duǒbì	动
2086	三	躲藏	MZ	32	duǒcáng	动
2087	附	舵手	MZ	43	duòshǒu	名
2088	三	堕落	MZ	44	duòluò	动
2089	附	讹诈	MZ	24	ézhà	动
2090	三	鹅		2	é	名
2091	三	额外	MZ	24	éwài	形
2092	二	恶心	ZQ	30	ěxin	形、动
2093	附	厄运	MZ	44	èyùn	名
2094	三	恶		4	è	形
2095	三	恶化	MZ	44	èhuà	动
2096	三	恶劣	MZ	44	èliè	形
2097	附	恶梦	MZ	44	èmèng	名
2098	三	恶性	MZ	44	èxìng	形
2099	三	恶意	MZ	44	èyì	名
2100	一①	饿		4	è	形、动
2101	三	遏制	MZ	44	èzhì	动
2102	附	鳄鱼	MZ	42	èyú	名
2103	附	恩赐	MZ	14	ēncì	动

2104	附	恩惠	MZ	14	ēnhuì	名
2105	三	恩情	MZ	12	ēnqíng	名
2106	二	恩人	MZ	12	ēnrén	名
2107	附	恩怨	MZ	14	ēnyuàn	名
2108	二	儿科	MZ	21	érkē	名
2109	二	儿女	MZ	23	érnǚ	名
2110	二	儿童	MZ	22	értóng	名
2111	一①	儿子	ZQ	20	érzi	名
2112	二	而		2	ér	连
2113	一②	而且	MZ	23	érqiě	连
2114	二	而是	MZ	24	ér shì	
2115	三	而已	MZ	23	éryǐ	助
2116	二	耳朵	ZQ	30	ěrduo	名
2117	三	耳光	MZ	31	ěrguāng	名
2118	二	耳机	MZ	31	ěrjī	名
2119	附	耳目一新	MQMZ	3441	ěr mù yì xīn	
2120	附	耳熟能详	MQMZ	3222	ěr shú néng xiáng	
2121	附	耳闻目睹	MQMZ	3243	ěr wén mù dǔ	
2122	一①	二		4	èr	数
2123	二	二手	MZ	43	èrshǒu	形
2124	三	二手车	MQZ	431	èrshǒuchē	名
2125	三	二氧化碳	MQMZ	4344	èryǎnghuàtàn	名
2126	一②	发		1	fā	动
2127	一③	发表	MZ	13	fābiǎo	动
2128	二	发病	MZ	14	fā // bìng	
2129	二	发布	MZ	14	fābù	动
2130	三	发布会	MQZ	144	fābùhuì	名
2131	三	发财	MZ	12	fā // cái	
2132	三	发愁	MZ	12	fā // chóu	
2133	一③	发出	MZ	11	fāchū	动
2134	一③	发达	MZ	12	fādá	形
2135	二	发电	MZ	14	fā // diàn	
2136	三	发电机	MQZ	141	fādiànjī	名
2137	一③	发动	MZ	14	fādòng	动
2138	三	发抖	MZ	13	fādǒu	动
2139	二	发放	MZ	14	fāfàng	动
2140	附	发愤图强	MQMZ	1422	fāfèn tú qiáng	
2141	三	发光	MZ	11	fā // guāng	
2142	二	发挥	MZ	11	fāhuī	动
2143	三	发火	MZ	13	fā // huǒ	
2144	三	发酵	MZ	14	fā // jiào	动
2145	二	发觉	MZ	12	fājué	动
2146	三	发掘	MZ	12	fājué	动
2147	附	发愣	MZ	14	fā // lèng	

2148	一③	发明	MZ	12	fāmíng	动、名
2149	二	发怒	MZ	14	fā // nù	
2150	三	发脾气	MZQ	120	fā píqi	
2151	二	发票	MZ	14	fāpiào	名
2152	二	发起	MZ	13	fāqǐ	动
2153	三	发起人	MQZ	132	fāqǐrén	名
2154	三	发热	MZ	14	fā // rè	
2155	二	发烧	MZ	11	fā // shāo	
2156	二	发射	MZ	14	fāshè	动
2157	一③	发生	MZ	11	fāshēng	动
2158	三	发誓	MZ	14	fā // shì	
2159	一③	发送	MZ	14	fāsòng	动
2160	一②	发现	MZ	14	fāxiàn	动、名
2161	三	发泄	MZ	14	fāxiè	动
2162	二	发行	MZ	12	fāxíng	动
2163	一③	发言	MZ	12	fā // yán	
2164	二	发言人	MQZ	122	fāyánrén	名
2165	二	发炎	MZ	12	fāyán	动
2166	三	发扬	MZ	12	fāyáng	动
2167	附	发扬光大	MQMZ	1214	fāyáng guāngdà	
2168	三	发育	MZ	14	fāyù	动
2169	附	发源地	MQZ	124	fāyuándì	名
2170	一②	发展	MZ	13	fāzhǎn	动、名
2171	三	发作	MZ	14	fāzuò	动
2172	二	罚		2	fá	动
2173	二	罚款	MZ	23	fákuǎn	名
2174	三	阀门	MZ	22	fámén	名
2175	二	法		3	fǎ	名
2176	二	法官	MZ	31	fǎguān	名
2177	二	法规	MZ	31	fǎguī	名
2178	二	法律	MZ	34	fǎlǜ	名
2179	二	法庭	MZ	32	fǎtíng	名
2180	二	法语	MZ	33	Fǎyǔ	名
2181	一③	法院	MZ	34	fǎyuàn	名
2182	二	法制	MZ	34	fǎzhì	名
2183	三	发型	MZ	42	fàxíng	名
2184	三	帆		1	fān	名
2185	三	帆船	MZ	12	fānchuán	名
2186	二	番		1	fān	量
2187	二	番茄	MZ	12	fānqié	名
2188	二	翻		1	fān	动
2189	附	翻番	MZ	11	fān // fān	
2190	三	翻来覆去	MQMZ	1244	fān lái fù qù	
2191	附	翻天覆地	MQMZ	1144	fān tiān fù dì	

2192	二	翻译	ZQ	14	fānyì	动、名
2193	三	凡		2	fán	副
2194	二	凡是	MZ	24	fánshì	副
2195	二	烦		2	fán	形、动
2196	附	烦闷	MZ	24	fánmèn	形
2197	三	烦恼	MZ	23	fánnǎo	形
2198	三	烦躁	MZ	24	fánzào	形
2199	三	繁华	MZ	22	fánhuá	形
2200	三	繁忙	MZ	22	fánmáng	形
2201	二	繁荣	MZ	22	fánróng	形、动
2202	三	繁体字	MQZ	234	fántǐzì	名
2203	二	繁殖	MZ	22	fánzhí	动
2204	三	繁重	MZ	24	fánzhòng	形
2205	二	反		3	fǎn	形、动、副
2206	三	反驳	MZ	32	fǎnbó	动
2207	三	反差	MZ	31	fǎnchā	名
2208	三	反常	MZ	32	fǎncháng	形
2209	三	反倒	MZ	34	fǎndào	副
2210	一③	反对	MZ	34	fǎnduì	动
2211	二	反而	MZ	32	fǎn'ér	副
2212	一③	反复	MZ	34	fǎnfù	副、名
2213	三	反感	MZ	33	fǎngǎn	形、名
2214	三	反过来	ZQQ	342	fǎn·guò·lái	
2215	三	反击	MZ	31	fǎnjī	动
2216	二	反抗	MZ	34	fǎnkàng	动
2217	三	反馈	MZ	34	fǎnkuì	动
2218	三	反面	MZ	34	fǎnmiàn	名、形
2219	三	反思	MZ	31	fǎnsī	动
2220	三	反弹	MZ	32	fǎntán	动
2221	附	反问	MZ	34	fǎnwèn	动
2222	二	反响	MZ	33	fǎnxiǎng	名
2223	三	反省	MZ	33	fǎnxǐng	动
2224	一③	反应	MZ	34	fǎnyìng	动、名
2225	二	反映	MZ	34	fǎnyìng	动、名
2226	一③	反正	ZQ	34	fǎn·zhèng	副
2227	三	返还	MZ	32	fǎnhuán	动
2228	二	返回	MZ	32	fǎnhuí	动
2229	二	犯		4	fàn	动
2230	附	犯愁	MZ	42	fàn // chóu	
2231	二	犯规	MZ	41	fàn // guī	
2232	二	犯罪	MZ	44	fàn // zuì	
2233	一①	饭		4	fàn	名
2234	一①	饭店	MZ	44	fàndiàn	名
2235	二	饭馆	MZ	43	fànguǎn	名

2236	三	饭碗	MZ	43	fànwǎn	名
2237	三	泛滥	MZ	44	fànlàn	动
2238	三	范畴	MZ	42	fànchóu	名
2239	一③	范围	MZ	42	fànwéi	名
2240	三	贩卖	MZ	44	fànmài	动
2241	二	方		1	fāng	形
2242	二	方		1	fāng	名
2243	二	方案	MZ	14	fāng'àn	名
2244	一①	方便	MZ	14	fāngbiàn	形
2245	一①	方便面	MQZ	144	fāngbiànmiàn	名
2246	一②	方法	MZ	13	fāngfǎ	名
2247	附	方方面面	MQMZ	1144	fāngfāngmiànmiàn	名
2248	一②	方面	MZ	14	fāngmiàn	名
2249	一③	方式	MZ	14	fāngshì	名
2250	一①	方向	MZ	14	fāngxiàng	名
2251	三	方向盘	MQZ	142	fāngxiàngpán	名
2252	三	方言	MZ	12	fāngyán	名
2253	二	方针	MZ	11	fāngzhēn	名
2254	一③	防		2	fáng	动
2255	三	防盗	MZ	24	fángdào	动
2256	三	防盗门	MQZ	242	fángdàomén	名
2257	二	防范	MZ	24	fángfàn	动
2258	三	防护	MZ	24	fánghù	动
2259	附	防火墙	MQZ	232	fánghuǒqiáng	名
2260	二	防守	MZ	23	fángshǒu	动
2261	三	防卫	MZ	24	fángwèi	动
2262	附	防汛	MZ	24	fángxùn	动
2263	附	防疫	MZ	24	fángyì	动
2264	三	防御	MZ	24	fángyù	动
2265	一③	防止	MZ	23	fángzhǐ	动
2266	二	防治	MZ	24	fángzhì	动
2267	三	妨碍	MZ	24	fáng'ài	动
2268	附	妨害	MZ	24	fánghài	动
2269	附	房地产	MQZ	243	fángdìchǎn	名
2270	二	房东	MZ	21	fángdōng	名
2271	三	房价	MZ	24	fángjià	名
2272	一①	房间	MZ	21	fángjiān	名
2273	一③	房屋	MZ	21	fángwū	名
2274	一①	房子	ZQ	20	fángzi	名
2275	二	房租	MZ	21	fángzū	名
2276	三	仿		3	fǎng	动
2277	二	仿佛	MZ	32	fǎngfú	副
2278	附	仿制	MZ	34	fǎngzhì	动
2279	三	访谈	MZ	32	fǎngtán	动

2280	一③	访问	MZ	34	fǎngwèn	动
2281	三	纺织	MZ	31	fǎngzhī	动
2282	一①	放		4	fàng	动
2283	二	放大	MZ	44	fàngdà	动
2284	二	放到	ZQ	44	fàngdào	
2285	三	放过	ZQ	44	fàngguò	
2286	一①	放假	MZ	44	fàng // jià	
2287	二	放弃	MZ	44	fàngqì	动
2288	附	放水	ZQ	43	fàng // shuǐ	
2289	附	放肆	ZQ	44	fàngsì	形
2290	二	放松	MZ	41	fàngsōng	动
2291	一③	放下	ZQ	40	fàngxia	
2292	一②	放心	MZ	41	fàng // xīn	
2293	一②	放学	MZ	42	fàng // xué	
2294	三	放映	MZ	44	fàngyìng	动
2295	一②	放在	ZQ	44	fàngzài	
2296	三	放置	MZ	44	fàngzhì	动
2297	三	放纵	MZ	44	fàngzòng	动
2298	一①	飞		1	fēi	动
2299	二	飞船	MZ	12	fēichuán	名
2300	一①	飞机	MZ	11	fēijī	名
2301	三	飞速	MZ	14	fēisù	副
2302	三	飞往	MZ	13	fēiwǎng	
2303	三	飞翔	MZ	12	fēixiáng	动
2304	一③	飞行	MZ	12	fēixíng	动
2305	二	飞行员	MQZ	122	fēixíngyuán	名
2306	三	飞跃	MZ	14	fēiyuè	动
2307	二	非		1	fēi	副
2308	三	非（非金属）		1（113）	fēi (fēijīnshǔ)	前缀
2309	一①	非常	MZ	12	fēicháng	副
2310	三	非得	MZ	13	fēiděi	副
2311	一③	非法	MZ	13	fēifǎ	形
2312	三	非凡	MZ	12	fēifán	形
2313	附	绯闻	MZ	12	fēiwén	名
2314	二	肥		2	féi	形
2315	三	肥料	MZ	24	féiliào	名
2316	三	肥胖	MZ	24	féipàng	形
2317	三	肥沃	MZ	24	féiwò	形
2318	三	肥皂	MZ	24	féizào	名
2319	附	诽谤	MZ	34	fěibàng	动
2320	二	肺		4	fèi	名
2321	三	废		4	fèi	形、动
2322	三	废除	MZ	42	fèichú	动
2323	三	废话	MZ	44	fèihuà	名

2324	三	废品	MZ	43	fèipǐn	名
2325	附	废寝忘食	MQMZ	4342	fèi qǐn wàng shí	
2326	三	废物	MZ	44	fèiwù	名
2327	三	废墟	MZ	41	fèixū	名
2328	附	沸沸扬扬	MQMZ	4422	fèifèiyángyáng	形
2329	三	沸腾	MZ	42	fèiténg	动
2330	一③	费		4	fèi	动、名
2331	三	费劲	MZ	44	fèi // jìn	
2332	一③	费用	ZQ	40	fèiyong	名
2333	一①	分		1	fēn	名、量
2334	一②	分		1	fēn	动
2335	三	分辨	MZ	14	fēnbiàn	动
2336	一③	分别	MZ	12	fēnbié	动、副
2337	二	分布	MZ	14	fēnbù	动
2338	二	分成	MZ	12	fēnchéng	
2339	附	分寸	ZQ	10	fēncun	名
2340	三	分担	MZ	11	fēndān	动
2341	三	分割	MZ	11	fēngē	动
2342	二	分工	MZ	11	fēn // gōng	
2343	三	分红	MZ	12	fēn // hóng	
2344	三	分化	MZ	14	fēnhuà	动
2345	二	分解	MZ	13	fēnjiě	动
2346	一③	分开	MZ	11	fēnkāi	
2347	二	分类	MZ	14	fēn // lèi	
2348	二	分离	MZ	12	fēnlí	动
2349	二	分裂	MZ	14	fēnliè	动
2350	三	分泌	MZ	14	fēnmì	动
2351	三	分明	MZ	12	fēnmíng	形、副
2352	一③	分配	MZ	14	fēnpèi	动
2353	三	分歧	MZ	12	fēnqí	名、形
2354	二	分散	MZ	14	fēnsàn	动、形
2355	二	分手	MZ	13	fēn // shǒu	
2356	一②	分数	MZ	14	fēnshù	名
2357	二	分为	MZ	12	fēnwéi	
2358	二	分析	MZ	11	fēnxī	动
2359	二	分享	MZ	13	fēnxiǎng	动
2360	附	分赃	MZ	11	fēn // zāng	
2361	一③	…分之…	MZ	11	…fēnzhī…	
2362	附	分支	MZ	11	fēnzhī	名
2363	一②	分钟	MZ	11	fēnzhōng	名
2364	二	分组	MZ	13	fēn zǔ	
2365	三	芬芳	MZ	11	fēnfāng	形、名
2366	三	吩咐	ZQ	14	fēn·fù	动
2367	二	纷纷	MZ	11	fēnfēn	副

2368	三	氛围	MZ	12	fēnwéi	名
2369	三	坟		2	fén	名
2370	三	坟墓	MZ	24	fénmù	名
2371	附	焚烧	MZ	21	fénshāo	动
2372	三	粉		3	fěn	名
2373	二	粉丝	MZ	31	fěnsī	名
2374	三	粉碎	MZ	34	fěnsuì	形、动
2375	三	分量	ZQ	44	fèn·liàng	名
2376	三	分外	MZ	44	fènwài	副
2377	一②	份		4	fèn	量
2378	附	份额	MZ	42	fèn'é	名
2379	二	奋斗	MZ	44	fèndòu	动
2380	三	奋力	MZ	44	fènlì	副
2381	附	奋勇	MZ	43	fènyǒng	动
2382	三	粪		4	fèn	名
2383	三	粪便	MZ	44	fènbiàn	名
2384	二	愤怒	MZ	44	fènnù	形
2385	一③	丰富	MZ	14	fēngfù	形
2386	三	丰富多彩	MQMZ	1413	fēngfù duō cǎi	
2387	三	丰厚	MZ	14	fēnghòu	形
2388	三	丰满	MZ	13	fēngmǎn	形
2389	附	丰盛	MZ	14	fēngshèng	形
2390	二	丰收	MZ	11	fēngshōu	动
2391	附	丰硕	MZ	14	fēngshuò	形
2392	一②	风		1	fēng	名
2393	二	风暴	MZ	14	fēngbào	名
2394	三	风波	MZ	11	fēngbō	名
2395	三	风采	MZ	13	fēngcǎi	名
2396	附	风餐露宿	MQMZ	1144	fēng cān lù sù	
2397	二	风度	MZ	14	fēngdù	名
2398	三	风范	MZ	14	fēngfàn	名
2399	附	风风雨雨	MQMZ	1133	fēngfēngyǔyǔ	名
2400	二	风格	MZ	12	fēnggé	名
2401	二	风光	MZ	11	fēngguāng	名
2402	附	风和日丽	MQMZ	1244	fēng hé rì lì	
2403	二	风景	MZ	13	fēngjǐng	名
2404	三	风浪	MZ	14	fēnglàng	名
2405	三	风力	MZ	14	fēnglì	名
2406	附	风流	MZ	12	fēngliú	形
2407	三	风貌	MZ	14	fēngmào	名
2408	三	风气	MZ	14	fēngqì	名
2409	三	风情	MZ	12	fēngqíng	名
2410	三	风趣	MZ	14	fēngqù	名
2411	三	风沙	MZ	11	fēngshā	名

2412	三	风尚	MZ	14	fēngshàng	名
2413	附	风水	ZQ	13	fēng·shuǐ	名
2414	二	风俗	MZ	12	fēngsú	名
2415	三	风味	MZ	14	fēngwèi	名
2416	一③	风险	MZ	13	fēngxiǎn	名
2417	三	风雨	MZ	13	fēngyǔ	名
2418	三	风云	MZ	12	fēngyún	名
2419	三	风筝	ZQ	10	fēngzheng	名
2420	一②	封		1	fēng	量
2421	二	封		1	fēng	动
2422	二	封闭	MZ	14	fēngbì	动、形
2423	附	封顶	MZ	13	fēngdǐng	动
2424	三	封建	MZ	14	fēngjiàn	名、形
2425	三	封面	MZ	14	fēngmiàn	名
2426	三	封锁	MZ	13	fēngsuǒ	动
2427	二	疯		1	fēng	形
2428	二	疯狂	MZ	12	fēngkuáng	形
2429	三	疯子	ZQ	10	fēngzi	名
2430	附	峰回路转	MQMZ	1243	fēng huí lù zhuǎn	
2431	二	峰会	MZ	14	fēnghuì	名
2432	三	蜂蜜	MZ	14	fēngmì	名
2433	三	逢		2	féng	动
2434	三	缝		2	féng	动
2435	附	缝合	MZ	22	fénghé	动
2436	三	讽刺	MZ	34	fěngcì	动
2437	三	凤凰	MZ	42	fènghuáng	名
2438	二	奉献	MZ	44	fèngxiàn	动
2439	三	缝		4	fèng	名
2440	二	佛		2	fó	名
2441	二	佛教	MZ	24	Fójiào	名
2442	一③	否定	MZ	34	fǒudìng	动、形
2443	三	否决	MZ	32	fǒujué	动
2444	一③	否认	MZ	34	fǒurèn	动
2445	二	否则	MZ	32	fǒuzé	连
2446	二	夫妇	MZ	14	fūfù	名
2447	二	夫妻	MZ	11	fūqī	名
2448	一③	夫人	ZQ	12	fū·rén	名
2449	附	孵化	MZ	14	fūhuà	动
2450	附	敷		1	fū	动
2451	二	扶		2	fú	动
2452	三	扶持	MZ	22	fúchí	动
2453	二	服		2	fú	动
2454	二	服从	MZ	22	fúcóng	动
2455	三	服饰	MZ	24	fúshì	名

2456	一②	服务	MZ	24	fúwù	动
2457	三	服务器	MQZ	244	fúwùqì	名
2458	三	服用	MZ	24	fúyòng	动
2459	一③	服装	MZ	21	fúzhuāng	名
2460	三	俘获	MZ	24	fúhuò	动
2461	三	俘虏	MZ	23	fúlǔ	名
2462	二	浮		2	fú	动
2463	附	浮力	MZ	24	fúlì	名
2464	三	浮现	MZ	24	fúxiàn	动
2465	三	浮躁	MZ	24	fúzào	形
2466	二	符号	MZ	24	fúhào	名
2467	二	符合	MZ	22	fúhé	动
2468	二	幅		2	fú	量
2469	二	幅度	MZ	24	fúdù	名
2470	三	辐射	MZ	24	fúshè	动
2471	一③	福		2	fú	名
2472	二	福利	MZ	24	fúlì	名
2473	三	福气	ZQ	20	fúqi	名
2474	三	抚摸	MZ	31	fǔmō	动
2475	三	抚恤	MZ	34	fǔxù	动
2476	三	抚养	MZ	33	fǔyǎng	动
2477	附	抚养费	MQZ	334	fǔyǎngfèi	名
2478	三	斧子	ZQ	30	fǔzi	名
2479	三	俯首	MZ	33	fǔshǒu	动
2480	三	辅导	MZ	33	fǔdǎo	动
2481	二	辅助	MZ	34	fǔzhù	动
2482	二	腐败	MZ	34	fǔbài	形
2483	三	腐化	MZ	34	fǔhuà	动
2484	三	腐烂	MZ	34	fǔlàn	动、形
2485	附	腐蚀	MZ	32	fǔshí	动
2486	三	腐朽	MZ	33	fǔxiǔ	形
2487	一②	父母	MZ	43	fùmǔ	名
2488	二	父女	MZ	43	fùnǚ	名
2489	一③	父亲	ZQ	41	fù·qīn	名
2490	二	父子	MZ	43	fùzǐ	名
2491	二	付		4	fù	动
2492	二	付出	MZ	41	fùchū	动
2493	三	付费	MZ	44	fù fèi	
2494	三	付款	MZ	43	fù kuǎn	
2495	二	负		4	fù	动
2496	二	负担	MZ	41	fùdān	动、名
2497	三	负面	ZQ	44	fùmiàn	形
2498	附	负有	MZ	43	fùyǒu	
2499	一②	负责	MZ	42	fùzé	动、形

2500	二	负责人	MQZ	422	fùzérén	名
2501	二	妇女	MZ	43	fùnǚ	名
2502	三	附		4	fù	动
2503	附	附带	MZ	44	fùdài	动、形
2504	附	附和	MZ	44	fùhè	动
2505	三	附加	MZ	41	fùjiā	动
2506	二	附近	MZ	44	fùjìn	名
2507	三	附属	MZ	43	fùshǔ	动、形
2508	三	赴		4	fù	动
2509	附	复查	MZ	42	fùchá	动
2510	三	复发	MZ	41	fùfā	动
2511	三	复合	MZ	42	fùhé	动
2512	三	复活	MZ	42	fùhuó	动
2513	二	复苏	MZ	41	fùsū	动
2514	二	复习	MZ	42	fùxí	动
2515	三	复兴	MZ	41	fùxīng	动
2516	一②	复印	MZ	44	fùyìn	动
2517	附	复原	MZ	42	fù // yuán	
2518	一③	复杂	MZ	42	fùzá	形
2519	二	复制	MZ	44	fùzhì	动
2520	二	副		4	fù	量
2521	二	副		4	fù	形
2522	三	副作用	MQZ	444	fùzuòyòng	名
2523	三	赋予	MZ	43	fùyǔ	动
2524	一③	富		4	fù	形
2525	附	富含	MZ	42	fùhán	动
2526	三	富豪	MZ	42	fùháo	名
2527	三	富强	MZ	42	fùqiáng	形
2528	二	富人	MZ	42	fùrén	名
2529	三	富翁	MZ	41	fùwēng	名
2530	二	富有	MZ	43	fùyǒu	形、动
2531	三	富裕	ZQ	44	fùyù	形
2532	附	富足	MZ	42	fùzú	形
2533	三	腹部	MZ	44	fùbù	名
2534	三	腹泻	MZ	44	fùxiè	动
2535	三	覆盖	MZ	44	fùgài	动
2536	一①	该		1	gāi	动
2537	三	该		1	gāi	代
2538	一②	改		3	gǎi	动
2539	附	改版	MZ	33	gǎi // bǎn	
2540	三	改编	MZ	31	gǎibiān	动
2541	一②	改变	MZ	34	gǎibiàn	动、名
2542	三	改动	MZ	34	gǎidòng	动
2543	二	改革	MZ	32	gǎigé	动、名

58

2544	三	改革开放	MQMZ	3214	gǎigé kāifàng	
2545	一③	改进	MZ	34	gǎijìn	动
2546	三	改良	MZ	32	gǎiliáng	动
2547	附	改名	MZ	32	gǎi míng	
2548	附	改日	MZ	34	gǎirì	副
2549	二	改善	MZ	34	gǎishàn	动
2550	三	改为	MZ	32	gǎiwéi	
2551	附	改邪归正	MQMZ	3214	gǎi xié guī zhèng	
2552	一③	改造	MZ	34	gǎizào	动
2553	二	改正	MZ	34	gǎizhèng	动
2554	二	改装	MZ	31	gǎizhuāng	动
2555	三	钙		4	gài	名
2556	二	盖		4	gài	动
2557	三	盖子	ZQ	40	gàizi	名
2558	三	概况	MZ	44	gàikuàng	名
2559	二	概括	MZ	44	gàikuò	动、形
2560	三	概率	MZ	44	gàilǜ	名
2561	附	概论	MZ	44	gàilùn	名
2562	一③	概念	MZ	44	gàiniàn	名
2563	一①	干		1	gān	形
2564	一②	干杯	MZ	11	gān // bēi	
2565	二	干脆	MZ	14	gāncuì	形、副
2566	三	干戈	MZ	11	gāngē	名
2567	三	干旱	MZ	14	gānhàn	形
2568	一①	干净	MZ	14	gānjìng	形
2569	二	干扰	MZ	13	gānrǎo	动
2570	二	干涉	MZ	14	gānshè	动
2571	二	干预	MZ	14	gānyù	动
2572	三	干燥	MZ	14	gānzào	形
2573	二	甘心	MZ	11	gānxīn	动
2574	二	肝		1	gān	名
2575	三	肝脏	MZ	14	gānzàng	名
2576	附	尴尬	MZ	14	gāngà	形
2577	二	杆		3	gǎn	名
2578	一③	赶		3	gǎn	动
2579	二	赶不上	MQZ	304	gǎnbushàng	动
2580	一③	赶到	MZ	34	gǎndào	
2581	三	赶赴	MZ	34	gǎnfù	动
2582	一②	赶紧	MZ	33	gǎnjǐn	副
2583	一②	赶快	MZ	34	gǎnkuài	副
2584	二	赶忙	MZ	32	gǎnmáng	副
2585	二	赶上	ZQ	30	gǎnshang	
2586	三	赶往	MZ	33	gǎnwǎng	
2587	一②	敢		3	gǎn	动

2588	附	敢情	ZQ	30	gǎnqing	副
2589	二	敢于	MZ	32	gǎnyú	动
2590	三	感（成就感）		3（243）	gǎn（chéngjiùgǎn）	后缀
2591	三	感触	MZ	34	gǎnchù	名
2592	一②	感到	MZ	34	gǎndào	动
2593	一②	感动	MZ	34	gǎndòng	形、动
2594	三	感恩	MZ	31	gǎn // ēn	
2595	三	感激	MZ	31	gǎnjī	动
2596	一②	感觉	MZ	32	gǎnjué	动、名
2597	三	感慨	MZ	33	gǎnkǎi	动
2598	二	感冒	MZ	34	gǎnmào	名、动
2599	一③	感情	MZ	32	gǎnqíng	名
2600	三	感染	MZ	33	gǎnrǎn	动
2601	附	感染力	MQZ	334	gǎnrǎnlì	名
2602	二	感人	MZ	32	gǎnrén	形
2603	一③	感受	MZ	34	gǎnshòu	名、动
2604	三	感叹	MZ	34	gǎntàn	动
2605	三	感想	MZ	33	gǎnxiǎng	名
2606	一②	感谢	MZ	34	gǎnxiè	动
2607	二	感兴趣	MZQ	344	gǎn xìngqù	
2608	附	感性	MZ	34	gǎnxìng	形
2609	一①	干		4	gàn	动
2610	三	干部	ZQ	44	gànbù	名
2611	一②	干活儿	MZ	42	gàn // huór	
2612	一②	干吗	MZ	42	gànmá	代
2613	一①	干什么	MZQ	420	gàn shénme	
2614	三	干事	ZQ	40	gànshi	名
2615	一①	刚		1	gāng	副
2616	一①	刚才	MZ	12	gāngcái	名
2617	一①	刚刚	MZ	11	gānggāng	副
2618	二	刚好	MZ	13	gānghǎo	副
2619	附	刚毅	MZ	14	gāngyì	形
2620	三	纲领	MZ	13	gānglǐng	名
2621	三	纲要	MZ	14	gāngyào	名
2622	三	钢		1	gāng	名
2623	二	钢笔	MZ	13	gāngbǐ	名
2624	二	钢琴	MZ	12	gāngqín	名
2625	三	缸		1	gāng	名
2626	二	岗位	MZ	34	gǎngwèi	名
2627	三	港		3	gǎng	名
2628	二	港口	MZ	33	gǎngkǒu	名
2629	三	杠铃	MZ	42	gànglíng	名
2630	一①	高		1	gāo	形
2631	三	高昂	MZ	12	gāo'áng	动、形

2632	三	高傲	MZ	14	gāo'ào		形
2633	二	高层	MZ	12	gāocéng		名、形
2634	三	高超	MZ	11	gāochāo		形
2635	二	高潮	MZ	12	gāocháo		名
2636	二	高大	MZ	14	gāodà		形
2637	二	高档	MZ	14	gāodàng		形
2638	二	高等	MZ	13	gāoděng		形
2639	三	高低	MZ	11	gāodī		名
2640	三	高调	MZ	14	gāodiào		名
2641	一③	高度	MZ	14	gāodù		名、形
2642	三	高额	MZ	12	gāo'é		形
2643	三	高尔夫	MQZ	131	gāo'ěrfū		名
2644	二	高峰	MZ	11	gāofēng		名
2645	三	高峰期	MQZ	111	gāofēngqī		名
2646	附	高跟鞋	MQZ	112	gāogēnxié		名
2647	三	高贵	MZ	14	gāoguì		形
2648	一②	高级	MZ	12	gāojí		形
2649	附	高价	MZ	14	gāojià		名
2650	二	高考	MZ	13	gāokǎo		名
2651	二	高科技	MQZ	114	gāokējì		名
2652	三	高空	MZ	11	gāokōng		名
2653	三	高龄	MZ	12	gāolíng		名、形
2654	三	高明	MZ	12	gāomíng		形
2655	三	高山	MZ	11	gāoshān		名
2656	二	高尚	MZ	14	gāoshàng		形
2657	二	高手	MZ	13	gāoshǒu		名
2658	一③	高速	MZ	14	gāosù		形
2659	一③	高速公路	MQMZ	1414	gāosù gōnglù		
2660	二	高铁	MZ	13	gāotiě		名
2661	二	高温	MZ	11	gāowēn		名
2662	三	高效	MZ	14	gāoxiào		形
2663	附	高新技术	MQZQ	1144	gāoxīn-jìshù		
2664	一①	高兴	MZ	14	gāoxìng		形
2665	三	高血压	MQZ	141	gāoxuèyā		名
2666	三	高压	MZ	11	gāoyā		名
2667	三	高雅	MZ	13	gāoyǎ		形
2668	二	高于	MZ	12	gāoyú		
2669	二	高原	MZ	12	gāoyuán		名
2670	三	高涨	MZ	13	gāozhǎng		动、形
2671	一②	高中	MZ	11	gāozhōng		名
2672	一③	搞		3	gǎo		动
2673	附	搞鬼	MZ	33	gǎo // guǐ		
2674	一③	搞好	MZ	33	gǎohǎo		
2675	三	搞笑	MZ	34	gǎo // xiào		

2676	二	稿子	ZQ	30	gǎozi	名
2677	三	告		4	gào	动
2678	一③	告别	MZ	42	gào // bié	
2679	附	告辞	MZ	42	gàocí	动
2680	三	告诫	MZ	44	gàojiè	动
2681	附	告示	ZQ	40	gàoshi	名
2682	一②	告诉	ZQ	40	gàosu	动
2683	三	告知	MZ	41	gàozhī	动
2684	附	告状	MZ	44	gào // zhuàng	
2685	三	戈壁	MZ	14	gēbì	名
2686	一①	哥哥|哥	ZQ	10|1	gēge|gē	名
2687	三	胳膊	ZQ	10	gēbo	名
2688	三	鸽子	ZQ	10	gēzi	名
2689	三	搁		1	gē	动
2690	附	搁浅	MZ	13	gē // qiǎn	
2691	三	搁置	MZ	14	gēzhì	动
2692	二	割		1	gē	动
2693	一①	歌		1	gē	名
2694	二	歌唱	MZ	14	gēchàng	动
2695	三	歌词	MZ	12	gēcí	名
2696	三	歌剧	MZ	14	gējù	名
2697	一③	歌迷	MZ	12	gēmí	名
2698	二	歌曲	MZ	13	gēqǔ	名
2699	一③	歌声	MZ	11	gēshēng	名
2700	一③	歌手	MZ	13	gēshǒu	名
2701	三	歌颂	MZ	14	gēsòng	动
2702	三	歌舞	MZ	13	gēwǔ	名
2703	二	歌星	MZ	11	gēxīng	名
2704	附	歌咏	MZ	13	gēyǒng	动
2705	二	革命	MZ	24	gémìng	名
2706	二	革新	MZ	21	géxīn	动、名
2707	三	格		2	gé	名
2708	附	格格不入	MQMZ	2224	gé gé bú rù	
2709	三	格局	MZ	22	géjú	名
2710	三	格式	ZQ	20	géshi	名
2711	二	格外	MZ	24	géwài	副
2712	二	隔		2	gé	动
2713	二	隔壁	MZ	24	gébì	名
2714	附	隔阂	MZ	22	géhé	名
2715	二	隔开	MZ	21	gékāi	
2716	三	隔离	MZ	22	gélí	动
2717	一①	个		4	gè	量
2718	三	个案	MZ	44	gè'àn	名
2719	二	个别	MZ	42	gèbié	形

2720	三	个儿		4	gèr	名
2721	一③	个人	MZ	42	gèrén	名
2722	二	个体	MZ	43	gètǐ	名
2723	三	个头儿	MZ	42	gètóur	名
2724	一③	个性	MZ	44	gèxìng	名
2725	三	个子	ZQ	40	gèzi	名
2726	一②	各		4	gè	代、副
2727	附	各奔前程	MQMZ	4422	gè bèn qiánchéng	
2728	一②	各地	MZ	44	gè dì	
2729	二	各个	MZ	44	gègè	代、副
2730	三	各式各样	MQMZ	4444	gè shì gè yàng	
2731	一③	各位	MZ	44	gè wèi	
2732	一②	各种	MZ	43	gè zhǒng	
2733	一③	各自	MZ	44	gèzì	代
2734	一①	给		3	gěi	动、介
2735	二	根		1	gēn	量、名
2736	一③	根本	MZ	13	gēnběn	名、形
2737	一③	根本	MZ	13	gēnběn	副
2738	附	根基	MZ	11	gēnjī	名
2739	一③	根据	MZ	14	gēnjù	动、介、名
2740	附	根深蒂固	MQMZ	1144	gēn shēn dì gù	
2741	三	根源	MZ	12	gēnyuán	名
2742	附	根治	MZ	14	gēnzhì	动
2743	一①	跟		1	gēn	介、连、动
2744	三	跟不上	MQZ	104	gēn bu shàng	
2745	二	跟前	MZ	12	gēnqián	名
2746	三	跟上	ZQ	10	gēnshang	
2747	二	跟随	MZ	12	gēnsuí	动
2748	三	跟踪	MZ	11	gēnzōng	动
2749	三	更改	MZ	13	gēnggǎi	动
2750	二	更换	MZ	14	gēnghuàn	动
2751	二	更新	MZ	11	gēngxīn	动
2752	附	更衣室	MQZ	114	gēngyīshì	名
2753	三	耕地	MZ	14	gēngdì	名
2754	附	耿直	MZ	32	gěngzhí	形
2755	一①	更		4	gèng	副
2756	一③	更加	MZ	41	gèngjiā	副
2757	二	更是	ZQ	44	gèng shì	
2758	一②	工厂	MZ	13	gōngchǎng	名
2759	二	工程	MZ	12	gōngchéng	名
2760	一②	工程师	MQZ	121	gōngchéngshī	名
2761	三	工地	MZ	14	gōngdì	名
2762	一③	工夫	ZQ	10	gōngfu	名
2763	二	工会	MZ	14	gōnghuì	名

2764	一③	工具	MZ	14	gōngjù	名
2765	一①	工人	MZ	12	gōngrén	名
2766	二	工商	MZ	11	gōng shāng	
2767	三	工商界	MQZ	114	gōngshāngjiè	名
2768	三	工序	MZ	14	gōngxù	名
2769	一③	工业	MZ	14	gōngyè	名
2770	二	工艺	MZ	14	gōngyì	名
2771	三	工整	MZ	13	gōngzhěng	形
2772	一②	工资	MZ	11	gōngzī	名
2773	一①	工作	MZ	14	gōngzuò	动、名
2774	三	工作量	MQZ	144	gōngzuòliàng	名
2775	三	工作日	MQZ	144	gōngzuòrì	名
2776	附	弓		1	gōng	名
2777	二	公		1	gōng	形
2778	二	公安	MZ	11	gōng'ān	名
2779	三	公安局	MQZ	112	gōng'ānjú	名
2780	一③	公布	MZ	14	gōngbù	动
2781	三	公车	MZ	11	gōngchē	名
2782	三	公道	ZQ	10	gōngdao	形
2783	附	公费	MZ	14	gōngfèi	名
2784	二	公告	MZ	14	gōnggào	名
2785	一③	公共	MZ	14	gōnggòng	形
2786	三	公共场所	MQMZ	1433	gōnggòng chǎngsuǒ	
2787	一②	公共汽车	MQMZ	1441	gōnggòng qìchē	
2788	三	公关	MZ	11	gōngguān	名
2789	三	公函	MZ	12	gōnghán	名
2790	二	公鸡	MZ	11	gōngjī	名
2791	三	公积金	MQZ	111	gōngjījīn	名
2792	一②	公交车	MQZ	111	gōngjiāochē	名
2793	一②	公斤	MZ	11	gōngjīn	量
2794	一③	公开	MZ	11	gōngkāi	形、动
2795	附	公开信	MQZ	114	gōngkāixìn	名
2796	三	公款	MZ	13	gōngkuǎn	名
2797	一②	公里	MZ	13	gōnglǐ	量
2798	三	公立	MZ	14	gōnglì	形
2799	一②	公路	MZ	14	gōnglù	名
2800	一③	公民	MZ	12	gōngmín	名
2801	附	公墓	MZ	14	gōngmù	名
2802	一②	公平	MZ	12	gōngpíng	形
2803	三	公仆	MZ	12	gōngpú	名
2804	三	公顷	MZ	13	gōngqǐng	量
2805	三	公然	MZ	12	gōngrán	副
2806	二	公认	MZ	14	gōngrèn	动
2807	三	公示	MZ	14	gōngshì	动

2808	二	公式	MZ	14	gōngshì	名
2809	三	公事	MZ	14	gōngshì	名
2810	一②	公司	MZ	11	gōngsī	名
2811	三	公务	MZ	14	gōngwù	名
2812	一③	公务员	MQZ	142	gōngwùyuán	名
2813	二	公益	MZ	14	gōngyì	名
2814	附	公益性	MQZ	144	gōngyìxìng	名
2815	三	公用	MZ	14	gōngyòng	动
2816	一②	公用电话	MQMZ	1444	gōngyòng diànhuà	
2817	三	公寓	MZ	14	gōngyù	名
2818	二	公元	MZ	12	gōngyuán	名
2819	一②	公园	MZ	12	gōngyuán	名
2820	三	公约	MZ	11	gōngyuē	名
2821	二	公正	MZ	14	gōngzhèng	形
2822	三	公证	MZ	14	gōngzhèng	动
2823	附	公职	MZ	12	gōngzhí	名
2824	二	公众	MZ	14	gōngzhòng	名
2825	二	公主	MZ	13	gōngzhǔ	名
2826	三	功		1	gōng	名
2827	三	功臣	MZ	12	gōngchén	名
2828	附	功底	MZ	13	gōngdǐ	名
2829	一③	功夫	ZQ	10	gōngfu	名
2830	一③	功课	MZ	14	gōngkè	名
2831	三	功劳	MZ	12	gōngláo	名
2832	附	功力	MZ	14	gōnglì	名
2833	三	功率	MZ	14	gōnglǜ	名
2834	一③	功能	MZ	12	gōngnéng	名
2835	三	功效	MZ	14	gōngxiào	名
2836	三	攻		1	gōng	动
2837	附	攻读	MZ	12	gōngdú	动
2838	三	攻关	MZ	11	gōngguān	动
2839	二	攻击	MZ	11	gōngjī	动
2840	三	供		1	gōng	动
2841	附	供不应求	MQMZ	1242	gōng bú yìng qiú	
2842	二	供给	MZ	13	gōngjǐ	动
2843	三	供暖	MZ	13	gōng nuǎn	
2844	三	供求	MZ	12	gōngqiú	名
2845	二	供应	MZ	14	gōngyìng	动
2846	二	宫		1	gōng	名
2847	三	宫殿	MZ	14	gōngdiàn	名
2848	三	宫廷	MZ	12	gōngtíng	名
2849	附	恭维	ZQ	12	gōng·wéi	动
2850	三	恭喜	MZ	13	gōngxǐ	动
2851	二	巩固	MZ	34	gǒnggù	形、动

2852	三	拱		3	gǒng	动
2853	二	共		4	gòng	副
2854	二	共计	MZ	44	gòngjì	动
2855	三	共鸣	MZ	42	gòngmíng	动
2856	二	共识	MZ	42	gòngshí	名
2857	一③	共同	MZ	42	gòngtóng	形
2858	附	共同体	MQZ	423	gòngtóngtǐ	名
2859	二	共享	MZ	43	gòngxiǎng	动
2860	三	共性	MZ	44	gòngxìng	名
2861	一③	共有	MZ	43	gòngyǒu	
2862	二	贡献	ZQ	44	gòngxiàn	动、名
2863	附	供奉	MZ	44	gòngfèng	动、名
2864	三	勾		1	gōu	动
2865	附	勾画	MZ	14	gōuhuà	动
2866	三	勾结	MZ	12	gōujié	动
2867	二	沟		1	gōu	名
2868	二	沟通	MZ	11	gōutōng	动
2869	三	钩		1	gōu	动
2870	三	钩子	ZQ	10	gōuzi	名
2871	二	狗		3	gǒu	名
2872	二	构成	MZ	42	gòuchéng	动
2873	二	构建	MZ	44	gòujiàn	动
2874	三	构思	MZ	41	gòusī	动
2875	三	构想	MZ	43	gòuxiǎng	动、名
2876	二	构造	MZ	44	gòuzào	名
2877	三	购		4	gòu	动
2878	二	购买	MZ	43	gòumǎi	动
2879	二	购物	MZ	44	gòu wù	
2880	一②	够		4	gòu	动、副
2881	附	够呛	MZ	44	gòuqiàng	形
2882	二	估计	MZ	14	gūjì	动
2883	三	估算	MZ	14	gūsuàn	动
2884	附	沽名钓誉	MQMZ	1244	gūmíng diào yù	
2885	三	孤单	MZ	11	gūdān	形
2886	二	孤独	MZ	12	gūdú	形
2887	二	孤儿	MZ	12	gū'ér	名
2888	三	孤立	MZ	14	gūlì	形、动
2889	三	孤零零	MQZ	122	gūlínglíng	形
2890	附	孤陋寡闻	MQMZ	1432	gū lòu guǎ wén	
2891	三	姑姑	ZQ	10	gūgu	名
2892	一②	姑娘	ZQ	10	gūniang	名
2893	三	辜负	MZ	14	gūfù	动
2894	一③	古		3	gǔ	形
2895	一③	古代	MZ	34	gǔdài	名

2896	二	古典	MZ	33	gǔdiǎn	形
2897	附	古董	MZ	33	gǔdǒng	名
2898	三	古怪	MZ	34	gǔguài	形
2899	三	古迹	MZ	34	gǔjì	名
2900	附	古今中外	MQMZ	3114	gǔ jīn zhōng wài	
2901	二	古老	MZ	33	gǔlǎo	形
2902	附	古朴	MZ	33	gǔpǔ	形
2903	三	古人	MZ	32	gǔrén	名
2904	二	股		3	gǔ	量
2905	二	股东	MZ	31	gǔdōng	名
2906	三	股份	MZ	34	gǔfèn	名
2907	附	股民	MZ	32	gǔmín	名
2908	二	股票	MZ	34	gǔpiào	名
2909	三	股市	MZ	34	gǔshì	名
2910	二	骨干	MZ	34	gǔgàn	名
2911	附	骨气	MZ	34	gǔqì	名
2912	二	骨头	ZQ	30	gǔtou	名
2913	三	骨折	MZ	32	gǔzhé	动
2914	二	鼓		3	gǔ	名、动
2915	附	鼓动	MZ	34	gǔdòng	动
2916	二	鼓励	MZ	34	gǔlì	动、名
2917	三	鼓舞	MZ	33	gǔwǔ	动、形
2918	二	鼓掌	MZ	33	gǔ // zhǎng	
2919	二	固定	MZ	44	gùdìng	形、动
2920	三	固然	MZ	42	gùrán	连
2921	三	固执	ZQ	40	gùzhi	形
2922	三	故		4	gù	副、连
2923	一②	故事	ZQ	40	gùshi	名
2924	一③	故乡	MZ	41	gùxiāng	名
2925	一②	故意	MZ	44	gùyì	副
2926	二	故障	MZ	44	gùzhàng	名
2927	二	顾		4	gù	动
2928	三	顾不得	ZQQ	402	gù bu · dé	
2929	三	顾不上	MQZ	404	gù bu shàng	
2930	三	顾及	MZ	42	gùjí	动
2931	一②	顾客	MZ	44	gùkè	名
2932	三	顾虑	MZ	44	gùlǜ	动、名
2933	附	顾全大局	MQMZ	4242	gùquán dàjú	
2934	二	顾问	MZ	44	gùwèn	名
2935	三	雇		4	gù	动
2936	三	雇佣	MZ	41	gùyōng	动
2937	三	雇员	MZ	42	gùyuán	名
2938	三	雇主	MZ	43	gùzhǔ	名
2939	二	瓜		1	guā	名

2940	附	瓜分	MZ	11	guāfēn	动
2941	三	瓜子	MZ	13	guāzǐ	名
2942	二	刮		1	guā	动
2943	三	刮风	MZ	11	guā fēng	
2944	三	寡妇	ZQ	30	guǎfu	名
2945	一②	挂		4	guà	动
2946	三	挂钩	MZ	41	guàgōu	名
2947	三	挂号	MZ	44	guà // hào	
2948	附	挂历	MZ	44	guàlì	名
2949	附	挂念	MZ	44	guàniàn	动
2950	附	挂失	MZ	41	guà // shī	
2951	三	乖		1	guāi	形
2952	附	乖巧	MZ	13	guāiqiǎo	形
2953	二	拐		3	guǎi	动
2954	三	拐弯	MZ	31	guǎi // wān	
2955	附	拐杖	MZ	34	guǎizhàng	名
2956	二	怪		4	guài	形、副
2957	二	怪		4	guài	动
2958	三	怪不得	ZQQ	400	guàibude	副、动
2959	三	怪物	ZQ	40	guàiwu	名
2960	附	怪异	MZ	44	guàiyì	形
2961	一①	关		1	guān	动
2962	二	关		1	guān	名
2963	二	关爱	MZ	14	guān'ài	动
2964	二	关闭	MZ	14	guānbì	动
2965	三	关掉	ZQ	14	guāndiào	
2966	二	关怀	MZ	12	guānhuái	动
2967	一③	关机	MZ	11	guān // jī	
2968	二	关键	MZ	14	guānjiàn	名
2969	三	关节	MZ	12	guānjié	名
2970	二	关联	MZ	12	guānlián	动
2971	一②	关上	ZQ	10	guānshang	
2972	三	关税	MZ	14	guānshuì	名
2973	三	关头	MZ	12	guāntóu	名
2974	一②	关系	ZQ	14	guān·xì	名、动
2975	一②	关心	MZ	11	guānxīn	动
2976	一②	关于	MZ	12	guānyú	介
2977	三	关照	MZ	14	guānzhào	动
2978	一③	关注	MZ	14	guānzhù	动
2979	二	观测	MZ	14	guāncè	动
2980	一③	观察	MZ	12	guānchá	动
2981	一②	观点	MZ	13	guāndiǎn	名
2982	附	观感	MZ	13	guāngǎn	名
2983	二	观光	MZ	11	guānguāng	动

2984	一③	观看	MZ	14	guānkàn	动
2985	三	观摩	MZ	12	guānmó	动
2986	一③	观念	MZ	14	guānniàn	名
2987	三	观赏	MZ	13	guānshǎng	动
2988	三	观望	MZ	14	guānwàng	动
2989	一②	观众	MZ	14	guānzhòng	名
2990	二	官		1	guān	名
2991	三	官兵	MZ	11	guānbīng	名
2992	二	官方	MZ	11	guānfāng	名
2993	三	官吏	MZ	14	guānlì	名
2994	三	官僚	MZ	12	guānliáo	名
2995	三	官僚主义	MQMZ	1234	guānliáo zhǔyì	
2996	二	官司	ZQ	10	guānsi	名
2997	二	官员	MZ	12	guānyuán	名
2998	附	棺材	ZQ	10	guāncai	名
2999	一②	管		3	guǎn	动
3000	二	管道	MZ	34	guǎndào	名
3001	三	管家	ZQ	31	guǎnjiā	名
3002	附	管教	MZ	34	guǎnjiào	动、名
3003	一②	管理	MZ	33	guǎnlǐ	动
3004	三	管理费	MQZ	334	guǎnlǐfèi	名
3005	三	管辖	MZ	32	guǎnxiá	动
3006	三	管用	MZ	34	guǎn // yòng	
3007	三	管子	ZQ	30	guǎnzi	名
3008	三	贯彻	MZ	44	guànchè	动
3009	三	贯穿	MZ	41	guànchuān	动
3010	三	贯通	MZ	41	guàntōng	动
3011	二	冠军	MZ	41	guànjūn	名
3012	三	惯		4	guàn	动
3013	三	惯例	MZ	44	guànlì	名
3014	三	惯性	ZQ	44	guànxìng	名
3015	三	灌		4	guàn	动
3016	三	灌溉	MZ	44	guàngài	动
3017	三	灌输	MZ	41	guànshū	动
3018	三	罐		4	guàn	名
3019	三	罐头	ZQ	40	guàntou	名
3020	一③	光		1	guāng	名
3021	一③	光		1	guāng	形、副
3022	三	光彩	MZ	13	guāngcǎi	名、形
3023	三	光碟	MZ	12	guāngdié	名
3024	三	光顾	MZ	14	guānggù	动
3025	三	光滑	MZ	12	guānghuá	形
3026	三	光环	MZ	12	guānghuán	名
3027	二	光辉	MZ	11	guānghuī	名、形

3028	附	光缆	MZ	13	guānglǎn	名
3029	二	光临	MZ	12	guānglín	动
3030	三	光芒	MZ	12	guāngmáng	名
3031	一③	光明	MZ	12	guāngmíng	形、名
3032	附	光明磊落	MQMZ	1234	guāngmíng lěiluò	
3033	二	光盘	MZ	12	guāngpán	名
3034	二	光荣	MZ	12	guāngróng	形、名
3035	二	光线	MZ	14	guāngxiàn	名
3036	附	光泽	MZ	12	guāngzé	名
3037	二	广		3	guǎng	形
3038	一②	广播	MZ	31	guǎngbō	动、名
3039	一②	广场	MZ	33	guǎngchǎng	名
3040	一③	广大	MZ	34	guǎngdà	形
3041	二	广泛	MZ	34	guǎngfàn	形
3042	一②	广告	MZ	34	guǎnggào	名
3043	二	广阔	MZ	34	guǎngkuò	形
3044	三	广义	MZ	34	guǎngyì	名
3045	二	逛		4	guàng	动
3046	二	归		1	guī	动
3047	附	归根到底	MQMZ	1143	guī gēn dào dǐ	
3048	三	归还	MZ	12	guīhuán	动
3049	三	归结	MZ	12	guījié	动
3050	三	归来	MZ	12	guīlái	动
3051	三	归纳	MZ	14	guīnà	动
3052	附	归属	MZ	13	guīshǔ	动
3053	附	归宿	MZ	14	guīsù	名
3054	三	龟		1	guī	名
3055	一②	规定	MZ	14	guīdìng	动、名
3056	一③	规范	MZ	14	guīfàn	形、名、动
3057	三	规格	MZ	12	guīgé	名
3058	二	规划	MZ	14	guīhuà	名、动
3059	三	规矩	ZQ	10	guīju	名、形
3060	二	规律	MZ	14	guīlǜ	名
3061	一③	规模	MZ	12	guīmó	名
3062	二	规则	MZ	12	guīzé	名、形
3063	附	闺女	ZQ	10	guīnü	名
3064	三	瑰宝	MZ	13	guībǎo	名
3065	二	轨道	MZ	34	guǐdào	名
3066	附	轨迹	MZ	34	guǐjì	名
3067	二	鬼		3	guǐ	名
3068	三	柜台	MZ	42	guìtái	名
3069	二	柜子	ZQ	40	guìzi	名
3070	一①	贵		4	guì	形
3071	三	贵宾	MZ	41	guìbīn	名

3072	三	贵重	MZ	44	guìzhòng	形
3073	三	贵族	MZ	42	guìzú	名
3074	三	桂花	MZ	41	guìhuā	名
3075	二	跪		4	guì	动
3076	二	滚		3	gǔn	动
3077	三	滚动	MZ	34	gǔndòng	动
3078	三	棍		4	gùn	名
3079	三	棍子	ZQ	40	gùnzi	名
3080	二	锅		1	guō	名
3081	一①	国		2	guó	名
3082	三	国宝	MZ	23	guóbǎo	名
3083	二	国产	MZ	23	guóchǎn	形
3084	二	国防	MZ	22	guófáng	名
3085	二	国歌	MZ	21	guógē	名
3086	三	国画	MZ	24	guóhuà	名
3087	三	国徽	MZ	21	guóhuī	名
3088	二	国会	MZ	24	guóhuì	名
3089	二	国籍	MZ	22	guójí	名
3090	一②	国际	MZ	24	guójì	名
3091	一①	国家	MZ	21	guójiā	名
3092	二	国民	MZ	22	guómín	名
3093	一②	国内	MZ	24	guónèi	
3094	二	国旗	MZ	22	guóqí	名
3095	三	国情	MZ	22	guóqíng	名
3096	一③	国庆	MZ	24	guóqìng	名
3097	三	国土	MZ	23	guótǔ	名
3098	一②	国外	MZ	24	guówài	
3099	一③	国王	MZ	22	guówáng	名
3100	附	国学	MZ	22	guóxué	名
3101	三	国有	MZ	23	guóyǒu	动
3102	三	果断	MZ	34	guǒduàn	形
3103	二	果酱	MZ	34	guǒjiàng	名
3104	一③	果然	MZ	32	guǒrán	副
3105	二	果实	MZ	32	guǒshí	名
3106	二	果树	MZ	34	guǒshù	名
3107	三	果园	MZ	32	guǒyuán	名
3108	三	果真	MZ	31	guǒzhēn	副、连
3109	二	果汁	MZ	31	guǒzhī	名
3110	三	裹		3	guǒ	动
3111	一①	过		4	guò	动、助
3112	三	过半	MZ	44	guòbàn	动
3113	三	过不去	MQZ	404	guòbuqù	动
3114	一③	过程	MZ	42	guòchéng	名
3115	三	过错	MZ	44	guòcuò	名

3116	附	过道	MZ	44	guòdào	名
3117	二	过度	MZ	44	guòdù	形
3118	二	过渡	MZ	44	guòdù	动
3119	二	过分	MZ	44	guò // fèn	
3120	三	过关	MZ	41	guò // guān	
3121	二	过后	MZ	44	guòhòu	名
3122	附	过奖	MZ	43	guòjiǎng	动
3123	三	过节	MZ	42	guò // jié	
3124	三	过境	MZ	44	guò // jìng	
3125	一①	过来	ZQ	40	guòlai	
3126	三	过滤	MZ	44	guòlǜ	动
3127	二	过敏	MZ	43	guòmǐn	动、形
3128	一②	过年	MZ	42	guò // nián	
3129	三	过期	MZ	41	guò // qī	
3130	一②	过去	MZ	44	guòqù	名
3131	一②	过去	ZQ	40	guòqu	
3132	三	过日子	MZQ	440	guò rìzi	
3133	三	过剩	MZ	44	guòshèng	动
3134	三	过失	MZ	41	guòshī	名
3135	三	过时	MZ	42	guòshí	形
3136	三	过头	MZ	42	guò // tóu	
3137	附	过往	MZ	43	guòwǎng	动、名
3138	附	过意不去	MQMZ	4424	guò yì bú qù	
3139	三	过瘾	MZ	43	guò // yǐn	
3140	三	过硬	MZ	44	guò // yìng	
3141	二	过于	MZ	42	guòyú	副
3142	三	过早	MZ	43	guò zǎo	
3143	一③	哈哈	MZ	11	hāhā	拟声
3144	一①	还		2	hái	副
3145	一①	还是	ZQ	20	háishi	副、连
3146	一①	还有	MZ	23	hái yǒu	
3147	一①	孩子	ZQ	20	háizi	名
3148	一②	海		3	hǎi	名
3149	三	海岸	MZ	34	hǎi'àn	名
3150	三	海拔	MZ	32	hǎibá	名
3151	三	海报	MZ	34	hǎibào	名
3152	二	海边	MZ	31	hǎi biān	
3153	三	海滨	MZ	31	hǎibīn	名
3154	三	海盗	MZ	34	hǎidào	名
3155	二	海底	MZ	33	hǎi dǐ	
3156	一③	海关	MZ	31	hǎiguān	名
3157	二	海军	MZ	31	hǎijūn	名
3158	二	海浪	MZ	34	hǎilàng	名
3159	附	海量	MZ	34	hǎiliàng	名

3160	附	海绵	MZ	32	hǎimián	名
3161	三	海面	MZ	34	hǎimiàn	名
3162	三	海内外	MQZ	344	hǎi nèiwài	
3163	二	海上	ZQ	30	hǎi shang	
3164	二	海水	MZ	33	hǎishuǐ	名
3165	三	海滩	MZ	31	hǎitān	名
3166	二	海外	MZ	34	hǎiwài	名
3167	二	海湾	MZ	31	hǎiwān	名
3168	三	海峡	MZ	32	hǎixiá	名
3169	二	海鲜	MZ	31	hǎixiān	名
3170	三	海啸	MZ	34	hǎixiào	名
3171	二	海洋	MZ	32	hǎiyáng	名
3172	三	海域	MZ	34	hǎiyù	名
3173	三	海运	MZ	34	hǎiyùn	动
3174	附	海藻	MZ	33	hǎizǎo	名
3175	附	骇人听闻	MQMZ	4212	hài rén tīng wén	
3176	二	害		4	hài	名、动
3177	三	害虫	MZ	42	hàichóng	名
3178	一②	害怕	MZ	44	hài // pà	
3179	附	害臊	MZ	44	hài // sào	
3180	三	害羞	MZ	41	hài // xiū	
3181	附	酣畅	MZ	14	hānchàng	形
3182	附	酣睡	MZ	14	hānshuì	动
3183	二	含		2	hán	动
3184	附	含糊	ZQ	20	hánhu	形
3185	二	含量	MZ	24	hánliàng	名
3186	三	含蓄	MZ	24	hánxù	动、形
3187	二	含义	MZ	24	hányì	名
3188	二	含有	MZ	23	hányǒu	动
3189	三	函授	MZ	24	hánshòu	动
3190	三	涵盖	MZ	24	hángài	动
3191	附	涵义	MZ	24	hányì	名
3192	二	寒假	MZ	24	hánjià	名
3193	二	寒冷	MZ	23	hánlěng	形
3194	三	罕见	MZ	34	hǎnjiàn	形
3195	一②	喊		3	hǎn	动
3196	一①	汉语	MZ	43	Hànyǔ	名
3197	一①	汉字	MZ	44	Hànzì	名
3198	二	汗		4	hàn	名
3199	三	汗水	MZ	43	hànshuǐ	名
3200	三	旱		4	hàn	形
3201	三	旱灾	MZ	41	hànzāi	名
3202	附	捍卫	MZ	44	hànwèi	动
3203	附	焊		4	hàn	动

3204	一③	行		2	háng	量
3205	三	行家	ZQ	20	hángjia	名
3206	三	行列	MZ	24	hángliè	名
3207	三	行情	MZ	22	hángqíng	名
3208	二	行业	MZ	24	hángyè	名
3209	二	航班	MZ	21	hángbān	名
3210	附	航海	MZ	23	hánghǎi	动
3211	二	航空	MZ	21	hángkōng	动
3212	三	航天	MZ	21	hángtiān	动
3213	三	航天员	MQZ	212	hángtiānyuán	名
3214	三	航行	MZ	22	hángxíng	动
3215	三	航运	MZ	24	hángyùn	名
3216	三	毫不	MZ	24	háo bù	
3217	三	毫不犹豫	MQMZ	2424	háo bù yóuyù	
3218	二	毫米	MZ	23	háomǐ	量
3219	二	毫升	MZ	21	háoshēng	量
3220	三	毫无	MZ	22	háo wú	
3221	三	豪华	MZ	22	háohuá	形
3222	一①	好		3	hǎo	形
3223	一③	好		3	hǎo	副
3224	三	好比	MZ	33	hǎobǐ	动
3225	二	好（不）容易	M（Q）ZQ	3（4）24	hǎo (bù) róngyì	形
3226	一①	好吃	MZ	31	hǎochī	形
3227	一③	好处	ZQ	34	hǎochù	名
3228	三	好歹	MZ	33	hǎodǎi	名、副
3229	一②	好多	MZ	31	hǎoduō	数
3230	三	好感	MZ	33	hǎogǎn	名
3231	二	好好儿	MZ	31	hǎohāor	形、副
3232	三	好坏	MZ	34	hǎo huài	
3233	附	好家伙	MZQ	310	hǎojiāhuo	叹
3234	一②	好久	MZ	33	hǎojiǔ	形
3235	一①	好看	MZ	34	hǎokàn	形
3236	三	好评	MZ	32	hǎopíng	名
3237	一③	好人	MZ	32	hǎorén	名
3238	一③	好事	MZ	34	hǎoshì	名
3239	附	好说	MZ	31	hǎoshuō	动
3240	二	好似	MZ	34	hǎosì	动
3241	一①	好听	MZ	31	hǎotīng	形
3242	一①	好玩儿	MZ	32	hǎowánr	形
3243	一②	好像	MZ	34	hǎoxiàng	动、副
3244	三	好笑	MZ	34	hǎoxiào	形
3245	三	好心	MZ	31	hǎoxīn	名
3246	三	好心人	MQZ	312	hǎoxīnrén	名
3247	三	好意	MZ	34	hǎoyì	名

3248	二	好友	MZ	33	hǎoyǒu	名	
3249	二	好运	MZ	34	hǎoyùn	名	
3250	三	好在	MZ	34	hǎozài	副	
3251	二	好转	MZ	33	hǎozhuǎn	动	
3252	一①	号		4	hào	名、量	
3253	三	号称	MZ	41	hàochēng	动	
3254	二	号码	MZ	43	hàomǎ	名	
3255	二	号召	MZ	44	hàozhào	动、名	
3256	二	好		4	hào	动	
3257	三	好客	MZ	44	hàokè	形	
3258	一③	好奇	MZ	42	hàoqí	形	
3259	三	好奇心	MQZ	421	hàoqíxīn	名	
3260	二	好学	MZ	42	hào xué		
3261	三	耗		4	hào	动	
3262	三	耗费	MZ	44	hàofèi	动	
3263	附	耗时	MZ	42	hàoshí	动	
3264	三	浩劫	MZ	42	hàojié	名	
3265	三	呵护	MZ	14	hēhù	动	
3266	一①	喝		1	hē	动	
3267	附	禾苗	MZ	22	hémiáo	名	
3268	一③	合		2	hé	动	
3269	二	合并	MZ	24	hébìng	动	
3270	三	合唱	MZ	24	héchàng	动	
3271	二	合成	MZ	22	héchéng	动	
3272	一③	合法	MZ	23	héfǎ	形	
3273	一②	合格	MZ	22	hégé	形	
3274	三	合乎	MZ	21	héhū	动	
3275	三	合伙	MZ	23	héhuǒ	动	
3276	三	合计	MZ	24	héjì	动	
3277	一③	合理	MZ	23	hélǐ	形	
3278	附	合情合理	MQMZ	2223	hé qíng hé lǐ		
3279	一②	合适	MZ	24	héshì	形	
3280	二	合同	ZQ	22	hé·tóng	名	
3281	三	合影	MZ	23	hé // yǐng		
3282	二	合约	MZ	21	héyuē	名	
3283	三	合资	MZ	21	hézī	动	
3284	一③	合作	MZ	24	hézuò	动	
3285	附	合作社	MQZ	244	hézuòshè	名	
3286	三	何必	MZ	24	hébì	副	
3287	三	何处	MZ	24	hé chù		
3288	三	何苦	MZ	23	hékǔ	副	
3289	三	何况	MZ	24	hékuàng	连	
3290	三	何时	MZ	22	hé shí		
3291	一①	和		2	hé	介、连	

3292	附	和蔼	MZ	23	hé'ǎi	形
3293	三	和解	MZ	23	héjiě	动
3294	附	和睦	MZ	24	hémù	形
3295	一②	和平	MZ	22	hépíng	名
3296	附	和平共处	MQMZ	2243	hépíng gòngchǔ	
3297	三	和气	ZQ	20	héqi	形、名
3298	三	和尚	ZQ	20	héshang	名
3299	二	和谐	MZ	22	héxié	形
3300	一②	河		2	hé	名
3301	三	河流	MZ	22	héliú	名
3302	附	河畔	MZ	24	hépàn	名
3303	三	荷花	MZ	21	héhuā	名
3304	三	核		2	hé	名
3305	三	核电站	MQZ	244	hédiànzhàn	名
3306	三	核对	MZ	24	héduì	动
3307	三	核能	MZ	22	hénéng	名
3308	三	核实	MZ	22	héshí	动
3309	二	核桃	ZQ	20	hétao	名
3310	三	核武器	MQZ	234	héwǔqì	名
3311	二	核心	MZ	21	héxīn	名
3312	二	盒		2	hé	名、量
3313	二	盒饭	MZ	24	héfàn	名
3314	二	盒子	ZQ	20	hézi	名
3315	附	贺电	MZ	44	hèdiàn	名
3316	二	贺卡	MZ	43	hèkǎ	名
3317	附	贺信	MZ	44	hèxìn	名
3318	三	喝彩	MZ	43	hè // cǎi	
3319	附	赫然	MZ	42	hèrán	形
3320	附	鹤立鸡群	MQMZ	4412	hè lì jī qún	
3321	一①	黑		1	hēi	形
3322	二	黑暗	MZ	14	hēi'àn	形
3323	三	黑白	MZ	12	hēibái	名
3324	一②	黑板	MZ	13	hēibǎn	名
3325	三	黑客	MZ	14	hēikè	名
3326	附	黑马	MZ	13	hēimǎ	名
3327	一③	黑人	MZ	12	Hēirén	名
3328	一③	黑色	MZ	14	hēisè	名
3329	附	黑手	MZ	13	hēishǒu	名
3330	附	黑心	MZ	11	hēixīn	形、名
3331	二	黑夜	MZ	14	hēiyè	名
3332	三	嘿		1	hēi	叹
3333	三	痕迹	MZ	24	hénjì	名
3334	一①	很		3	hěn	副
3335	二	很难说	MQZ	321	hěn nánshuō	

3336	二	狠		3	hěn	形
3337	二	恨		4	hèn	动
3338	三	恨不得	ZQQ	400	hènbude	动
3339	三	哼		1	hēng	动
3340	二	横		2	héng	动、形
3341	附	横七竖八	MQMZ	2141	héng qī shù bā	
3342	三	横向	MZ	24	héngxiàng	形
3343	二	衡量	MZ	22	héngliáng	动
3344	三	横		4	hèng	形
3345	三	轰		1	hōng	动、拟声
3346	三	轰动	MZ	14	hōngdòng	动
3347	三	轰炸	MZ	14	hōngzhà	动
3348	三	哄		1	hōng	拟声
3349	三	哄堂大笑	MQMZ	1244	hōng táng dàxiào	
3350	三	烘干	MZ	11	hōnggān	
3351	附	烘托	MZ	11	hōngtuō	动
3352	三	弘扬	MZ	22	hóngyáng	动
3353	一②	红		2	hóng	形
3354	三	红包	MZ	21	hóngbāo	名
3355	一②	红茶	MZ	22	hóngchá	名
3356	三	红灯	MZ	21	hóngdēng	名
3357	三	红火	ZQ	20	hónghuo	形
3358	一③	红酒	MZ	23	hóngjiǔ	名
3359	附	红扑扑	MQZ	211	hóngpūpū	形
3360	附	红润	MZ	24	hóngrùn	形
3361	一③	红色	MZ	24	hóngsè	名
3362	附	红眼	MZ	23	hóngyǎn	动、名
3363	二	宏大	MZ	24	hóngdà	形
3364	三	宏观	MZ	21	hóngguān	形
3365	三	宏伟	MZ	23	hóngwěi	形
3366	附	洪亮	MZ	24	hóngliàng	形
3367	二	洪水	MZ	23	hóngshuǐ	名
3368	三	哄		3	hǒng	动
3369	三	哄		4	hòng	动
3370	三	喉咙	ZQ	22	hóu·lóng	名
3371	二	猴		2	hóu	名
3372	三	吼		3	hǒu	动
3373	一①	后		4	hòu	名
3374	三	后备	MZ	44	hòubèi	形、名
3375	附	后备箱	MQZ	441	hòubèixiāng	名
3376	一①	后边	ZQ	40	hòubian	名
3377	三	后代	MZ	44	hòudài	名
3378	附	后盾	MZ	44	hòudùn	名
3379	附	后顾之忧	MQMZ	4411	hòugù zhī yōu	

3380	一③	后果	MZ	43	hòuguǒ	名
3381	二	后悔	MZ	43	hòuhuǐ	动
3382	一②	后来	MZ	42	hòulái	名
3383	一①	后面	ZQ	44	hòu·miàn	名
3384	二	后年	MZ	42	hòunián	名
3385	三	后期	MZ	41	hòuqī	名
3386	三	后勤	MZ	42	hòuqín	名
3387	三	后人	MZ	42	hòurén	名
3388	三	后台	MZ	42	hòutái	名
3389	一②	后天	MZ	41	hòutiān	名
3390	三	后头	ZQ	40	hòutou	名
3391	三	后退	MZ	44	hòutuì	动
3392	三	后续	MZ	44	hòuxù	形
3393	三	后遗症	MQZ	424	hòuyízhèng	名
3394	附	后裔	MZ	44	hòuyì	名
3395	三	后者	MZ	43	hòuzhě	名
3396	二	厚		4	hòu	形
3397	三	厚道	ZQ	40	hòudao	形
3398	三	厚度	MZ	44	hòudù	名
3399	三	候选人	MQZ	432	hòuxuǎnrén	名
3400	附	呼风唤雨	MQMZ	1143	hū fēng huàn yǔ	
3401	三	呼唤	MZ	14	hūhuàn	动
3402	附	呼救	MZ	14	hūjiù	动
3403	三	呼声	MZ	11	hūshēng	名
3404	二	呼吸	MZ	11	hūxī	动
3405	附	呼应	MZ	14	hūyìng	动
3406	三	呼吁	MZ	14	hūyù	动
3407	附	忽高忽低	MQMZ	1111	hū gāo hū dī	
3408	二	忽略	MZ	14	hūlüè	动
3409	一②	忽然	MZ	12	hūrán	副
3410	二	忽视	MZ	14	hūshì	动
3411	三	忽悠	ZQ	10	hūyou	动
3412	三	胡闹	MZ	24	húnào	动
3413	附	胡说	MZ	21	húshuō	动、名
3414	附	胡思乱想	MQMZ	2143	hú sī luàn xiǎng	
3415	二	胡同儿	MZ	24	hútòngr	名
3416	二	胡子	ZQ	20	húzi	名
3417	二	壶		2	hú	名、量
3418	一②	湖		2	hú	名
3419	附	湖泊	MZ	21	húpō	名
3420	三	糊		2	hú	动
3421	三	糊涂	ZQ	20	hútu	形
3422	二	虎		3	hǔ	名、动
3423	三	互补	MZ	43	hùbǔ	动

3424	二	互动	MZ	44	hùdòng	动
3425	附	互访	MZ	43	hùfǎng	动
3426	一③	互联网	MQZ	423	hùliánwǎng	名
3427	一②	互相	MZ	41	hùxiāng	副
3428	三	互信	MZ	44	hùxìn	动
3429	三	互助	MZ	44	hùzhù	动
3430	二	户		4	hù	量
3431	附	户外	MZ	44	hùwài	名
3432	二	护		4	hù	动
3433	三	护理	MZ	43	hùlǐ	动
3434	一②	护士	ZQ	40	hùshi	名
3435	一②	护照	MZ	44	hùzhào	名
3436	一①	花		1	huā	名
3437	一②	花		1	huā	形
3438	一②	花		1	huā	动
3439	三	花瓣	MZ	14	huābàn	名
3440	二	花费	MZ	14	huāfèi	动
3441	附	花卉	MZ	14	huāhuì	名
3442	二	花瓶	MZ	12	huāpíng	名
3443	二	花生	MZ	11	huāshēng	名
3444	三	花纹	MZ	12	huāwén	名
3445	三	花样儿	MZ	14	huāyàngr	名
3446	一②	花园	MZ	12	huāyuán	名
3447	二	划		2	huá	动
3448	一②	划船	MZ	22	huá chuán	
3449	三	划算	MZ	24	huásuàn	动、形
3450	三	华丽	MZ	24	huálì	形
3451	三	华侨	MZ	22	huáqiáo	名
3452	一②	华人	MZ	22	huárén	名
3453	三	华裔	MZ	24	huáyì	名
3454	一③	华语	MZ	23	Huáyǔ	名
3455	附	哗变	MZ	24	huábiàn	动
3456	附	哗然	MZ	22	huárán	形
3457	二	滑		2	huá	形、动
3458	三	滑冰	MZ	21	huá // bīng	
3459	附	滑稽	ZQ	21	huá•jī	形
3460	附	滑梯	MZ	21	huátī	名
3461	三	滑雪	MZ	23	huá // xuě	
3462	一③	化（现代化）		4（444）	huà (xiàndàihuà)	后缀
3463	三	化肥	MZ	42	huàféi	名
3464	二	化解	MZ	43	huàjiě	动
3465	附	化身	MZ	41	huàshēn	名
3466	二	化石	MZ	42	huàshí	名
3467	附	化纤	MZ	41	huàxiān	名

79

3468	附	化险为夷	MQMZ	4322	huà xiǎn wéi yí	
3469	三	化验	MZ	44	huàyàn	动
3470	三	化妆	MZ	41	huà // zhuāng	
3471	二	划		4	huà	动
3472	二	划分	MZ	41	huàfēn	动
3473	附	划时代	MQZ	424	huàshídài	形
3474	一②	画		4	huà	动
3475	附	画册	MZ	44	huàcè	名
3476	一③	画家	MZ	41	huàjiā	名
3477	附	画龙点睛	MQMZ	4231	huà lóng diǎn jīng	
3478	二	画面	MZ	44	huàmiàn	名
3479	一②	画儿		4	huàr	名
3480	附	画蛇添足	MQMZ	4212	huà shé tiān zú	
3481	三	画展	MZ	43	huàzhǎn	名
3482	一③	话		4	huà	
3483	三	话费	MZ	44	huàfèi	名
3484	一③	话剧	MZ	44	huàjù	名
3485	一③	话题	MZ	42	huàtí	名
3486	三	话筒	MZ	43	huàtǒng	名
3487	三	话语	MZ	43	huàyǔ	名
3488	三	怀抱	MZ	24	huáibào	动、名
3489	附	怀旧	MZ	24	huáijiù	动
3490	三	怀里	ZQ	20	huáili	
3491	二	怀念	MZ	24	huáiniàn	动
3492	二	怀疑	MZ	22	huáiyí	动
3493	三	怀孕	MZ	24	huái // yùn	
3494	三	怀着	ZQ	20	huáizhe	
3495	附	槐树	MZ	24	huáishù	名
3496	一①	坏		4	huài	形
3497	一③	坏处	ZQ	44	huàichù	名
3498	一③	坏人	MZ	42	huàirén	名
3499	三	坏事	MZ	44	huàishì	名
3500	三	欢呼	MZ	11	huānhū	动
3501	附	欢聚	MZ	14	huānjù	动
3502	三	欢快	MZ	14	huānkuài	形
3503	一③	欢乐	MZ	14	huānlè	形
3504	附	欢声笑语	MQMZ	1143	huān shēng xiào yǔ	
3505	一②	欢迎	MZ	12	huānyíng	动
3506	一①	还		2	huán	动
3507	三	还款	MZ	23	huán kuǎn	
3508	三	还原	MZ	22	huán // yuán	
3509	一②	环		2	huán	名
3510	一③	环保	MZ	23	huánbǎo	名、形
3511	二	环节	MZ	22	huánjié	名

3512	一②	环境	MZ	24	huánjìng	名
3513	附	环球	MZ	22	huánqiú	动
3514	三	环绕	MZ	24	huánrào	动
3515	三	缓		3	huǎn	动
3516	三	缓和	MZ	32	huǎnhé	动、形
3517	三	缓缓	MZ	33	huǎnhuǎn	副
3518	二	缓解	MZ	33	huǎnjiě	动
3519	三	缓慢	MZ	34	huǎnmàn	形
3520	三	幻觉	MZ	42	huànjué	名
3521	二	幻想	MZ	43	huànxiǎng	动、名
3522	附	幻影	MZ	43	huànyǐng	名
3523	一②	换		4	huàn	动
3524	三	换成	MZ	42	huànchéng	
3525	三	换取	MZ	43	huànqǔ	动
3526	三	换上	ZQ	40	huànshang	
3527	三	换位	MZ	44	huàn wèi	
3528	附	换言之	MQZ	421	huànyánzhī	
3529	三	唤起	MZ	43	huànqǐ	动
3530	三	患		4	huàn	动
3531	三	患病	MZ	44	huàn bìng	
3532	三	患有	MZ	43	huànyǒu	
3533	二	患者	MZ	43	huànzhě	名
3534	附	焕发	MZ	41	huànfā	动
3535	三	荒		1	huāng	动
3536	附	荒诞	MZ	14	huāngdàn	形
3537	三	荒凉	MZ	12	huāngliáng	形
3538	三	荒谬	MZ	14	huāngmiù	形
3539	二	慌		1	huāng	形
3540	三	慌乱	MZ	14	huāngluàn	形
3541	二	慌忙	MZ	12	huāngmáng	形
3542	三	慌张	MZ	11	huāng·zhāng	形
3543	二	皇帝	MZ	24	huángdì	名
3544	三	皇宫	MZ	21	huánggōng	名
3545	三	皇后	MZ	24	huánghòu	名
3546	三	皇上	ZQ	20	huángshang	名
3547	附	皇室	MZ	24	huángshì	名
3548	一②	黄		2	huáng	形
3549	二	黄瓜	ZQ	21	huáng·guā	名
3550	三	黄昏	MZ	21	huánghūn	名
3551	二	黄金	MZ	21	huángjīn	名
3552	一③	黄色	MZ	24	huángsè	名
3553	附	恍然大悟	MQMZ	3244	huǎngrán dà wù	
3554	三	晃		3	huǎng	动
3555	附	谎话	MZ	34	huǎnghuà	名

3556	三	谎言	MZ	32	huǎngyán	名
3557	三	晃		4	huàng	动
3558	附	晃荡	ZQ	40	huàngdang	动
3559	三	灰		1	huī	名、形
3560	三	灰尘	MZ	12	huīchén	名
3561	二	灰色	MZ	14	huīsè	名、形
3562	三	灰心	MZ	11	huī // xīn	
3563	三	挥		1	huī	动
3564	二	恢复	MZ	14	huīfù	动
3565	三	辉煌	MZ	12	huīhuáng	形
3566	一①	回		2	huí	动
3567	一②	回		2	huí	量
3568	二	回报	MZ	24	huíbào	动
3569	二	回避	MZ	24	huíbì	动
3570	一①	回答	MZ	22	huídá	动、名
3571	一①	回到	MZ	24	huídào	
3572	二	回复	MZ	24	huífù	动
3573	二	回顾	MZ	24	huígù	动
3574	三	回归	MZ	21	huíguī	动
3575	二	回国	MZ	22	huí guó	
3576	一①	回家	MZ	21	huí jiā	
3577	三	回扣	MZ	24	huíkòu	名
3578	三	回馈	MZ	24	huíkuì	动
3579	一①	回来	ZQ	20	huílai	
3580	三	回落	MZ	24	huíluò	动
3581	一①	回去	ZQ	20	huíqu	
3582	三	回升	MZ	21	huíshēng	动
3583	二	回收	MZ	21	huíshōu	动
3584	附	回首	MZ	23	huíshǒu	动
3585	二	回头	MZ	22	huítóu	副
3586	三	回味	MZ	24	huíwèi	名、动
3587	附	回乡	MZ	21	huí xiāng	
3588	三	回想	MZ	23	huíxiǎng	动
3589	二	回信	MZ	24	huíxìn	名
3590	二	回忆	MZ	24	huíyì	动
3591	附	回忆录	MQZ	244	huíyìlù	名
3592	二	回应	MZ	24	huíyìng	动
3593	三	悔恨	MZ	34	huǐhèn	动
3594	二	毁		3	huǐ	动
3595	三	毁坏	MZ	34	huǐhuài	动
3596	三	毁灭	MZ	34	huǐmiè	动
3597	二	汇		4	huì	动
3598	二	汇报	MZ	44	huìbào	动、名
3599	附	汇合	MZ	42	huìhé	动

3600	三	汇集	MZ	42	huìjí	动
3601	三	汇聚	MZ	44	huìjù	动
3602	二	汇款	MZ	43	huì // kuǎn	
3603	二	汇率	MZ	44	huìlǜ	名
3604	一①	会		4	huì	动
3605	一③	会		4	huì	名
3606	三	会场	MZ	43	huìchǎng	名
3607	二	会见	MZ	44	huìjiàn	动
3608	三	会面	MZ	44	huì // miàn	
3609	一③	会谈	MZ	42	huìtán	动、名
3610	三	会晤	MZ	44	huìwù	动
3611	一③	会议	MZ	44	huìyì	名
3612	附	会意	MZ	44	huìyì	动
3613	一③	会员	MZ	42	huìyuán	名
3614	二	会长	MZ	43	huìzhǎng	名
3615	附	会诊	MZ	43	huì // zhěn	
3616	二	绘画	MZ	44	huìhuà	名
3617	附	绘声绘色	MQMZ	4144	huì shēng huì sè	
3618	三	贿赂	ZQ	44	huìlù	动、名
3619	二	昏		1	hūn	动
3620	三	昏迷	MZ	12	hūnmí	动
3621	二	婚礼	MZ	13	hūnlǐ	名
3622	附	婚纱	MZ	11	hūnshā	名
3623	三	婚姻	MZ	11	hūnyīn	名
3624	三	浑身	MZ	21	húnshēn	名
3625	三	魂		2	hún	名
3626	二	混		4	hùn	动、副
3627	二	混合	MZ	42	hùnhé	动
3628	二	混乱	MZ	44	hùnluàn	形
3629	附	混凝土	MQZ	423	hùnníngtǔ	名
3630	三	混淆	MZ	42	hùnxiáo	动
3631	三	混浊（浑浊）	MZ	42（22）	hùnzhuó (húnzhuó)	形
3632	附	豁		1	huō	动
3633	附	豁出去	ZQQ	100	huōchuqu	动
3634	一①	活		2	huó	形、动
3635	一①	活动	ZQ	24	huódòng	动、名
3636	附	活该	MZ	21	huógāi	动
3637	二	活力	MZ	24	huólì	名
3638	二	活泼	ZQ	21	huó·pō	形
3639	附	活期	MZ	21	huóqī	形
3640	三	活儿		2	huór	名
3641	二	活跃	MZ	24	huóyuè	形、动
3642	一①	火		3	huǒ	名
3643	二	火		3	huǒ	形

3644	三	火暴	MZ	34	huǒbào	形
3645	二	火柴	MZ	32	huǒchái	名
3646	一①	火车	MZ	31	huǒchē	名
3647	三	火锅	MZ	31	huǒguō	名
3648	附	火候	ZQ	30	huǒhou	名
3649	三	火花	MZ	31	huǒhuā	名
3650	二	火箭	MZ	34	huǒjiàn	名
3651	三	火炬	MZ	34	huǒjù	名
3652	附	火辣辣	MQZ	344	huǒlàlà	形
3653	三	火热	MZ	34	huǒrè	形
3654	三	火山	MZ	31	huǒshān	名
3655	附	火速	MZ	34	huǒsù	副
3656	三	火焰	MZ	34	huǒyàn	名
3657	三	火药	MZ	34	huǒyào	名
3658	二	火灾	MZ	31	huǒzāi	名
3659	二	伙		3	huǒ	量
3660	二	伙伴	MZ	34	huǒbàn	名
3661	附	伙食	ZQ	32	huǒ·shí	名
3662	一③	或		4	huò	连
3663	三	或多或少	MQMZ	4143	huò duō huò shǎo	
3664	二	或是	ZQ	44	huòshì	连
3665	二	或许	MZ	43	huòxǔ	副
3666	一②	或者	MZ	43	huòzhě	连
3667	二	货		4	huò	名
3668	三	货币	MZ	44	huòbì	名
3669	三	货车	MZ	41	huòchē	名
3670	三	货物	ZQ	44	huòwù	名
3671	三	货运	MZ	44	huòyùn	名
3672	二	获		4	huò	动
3673	二	获得	MZ	42	huòdé	动
3674	二	获奖	MZ	43	huò jiǎng	
3675	二	获取	MZ	43	huòqǔ	动
3676	三	获胜	MZ	44	huòshèng	动
3677	三	获悉	MZ	41	huòxī	动
3678	附	祸害	ZQ	40	huòhai	名、动
3679	附	霍乱	MZ	44	huòluàn	名
3680	附	豁达	MZ	42	huòdá	形
3681	二	几乎	MZ	11	jīhū	副
3682	附	几率	MZ	14	jīlǜ	名
3683	附	讥笑	MZ	14	jīxiào	动
3684	三	饥饿	MZ	14	jī'è	形
3685	三	机舱	MZ	11	jīcāng	名
3686	一①	机场	MZ	13	jīchǎng	名
3687	三	机动	MZ	14	jīdòng	形

3688	二	机动车	MQZ	141	jīdòngchē	名
3689	二	机构	MZ	14	jīgòu	名
3690	二	机关	MZ	11	jīguān	名
3691	一②	机会	ZQ	14	jī·huì	名
3692	三	机灵	ZQ	10	jīling	形
3693	三	机密	MZ	14	jīmì	形、名
3694	一①	机票	MZ	14	jīpiào	名
3695	一③	机器	ZQ	14	jī·qì	名
3696	二	机器人	MQZ	142	jī·qìrén	名
3697	二	机械	MZ	14	jīxiè	名
3698	二	机遇	MZ	14	jīyù	名
3699	二	机制	MZ	14	jīzhì	名
3700	三	机智	MZ	14	jīzhì	形
3701	三	肌肤	MZ	11	jīfū	名
3702	二	肌肉	MZ	14	jīròu	名
3703	一①	鸡		1	jī	名
3704	一①	鸡蛋	MZ	14	jīdàn	名
3705	三	积		1	jī	动
3706	附	积淀	MZ	14	jīdiàn	动、名
3707	一③	积极	MZ	12	jījí	形
3708	二	积累	MZ	13	jīlěi	动
3709	三	积蓄	MZ	14	jīxù	动、名
3710	一③	基本	MZ	13	jīběn	形
3711	三	基本功	MQZ	131	jīběngōng	名
3712	一③	基本上	MZQ	130	jīběn shang	副
3713	二	基层	MZ	12	jīcéng	名
3714	一②	基础	MZ	13	jīchǔ	名
3715	二	基地	MZ	14	jīdì	名
3716	二	基督教	MQZ	114	Jīdūjiào	名
3717	二	基金	MZ	11	jījīn	名
3718	三	基因	MZ	11	jīyīn	名
3719	三	基于	MZ	12	jīyú	介
3720	三	基准	MZ	13	jīzhǔn	名
3721	三	畸形	MZ	12	jīxíng	形
3722	二	激动	MZ	14	jīdòng	形、动
3723	三	激发	MZ	11	jīfā	动
3724	三	激光	MZ	11	jīguāng	名
3725	三	激化	MZ	14	jīhuà	动
3726	三	激活	MZ	12	jīhuó	动
3727	三	激励	MZ	14	jīlì	动
3728	二	激烈	MZ	14	jīliè	形
3729	三	激起	MZ	13	jīqǐ	
3730	二	激情	MZ	12	jīqíng	名
3731	附	激素	MZ	14	jīsù	名

3732	三	及		2	jí	连
3733	二	及格	MZ	22	jí // gé	
3734	三	及其	MZ	22	jí qí	
3735	一②	及时	MZ	22	jíshí	形
3736	三	及早	MZ	23	jízǎo	副
3737	二	吉利	MZ	24	jílì	形
3738	三	吉普	MZ	23	jípǔ	名
3739	三	吉他	ZQ	21	jí·tā	名
3740	二	吉祥	MZ	22	jíxiáng	形
3741	三	吉祥物	MQZ	224	jíxiángwù	名
3742	一②	级		2	jí	名
3743	三	级别	MZ	22	jíbié	名
3744	二	极		2	jí	副
3745	三	极度	MZ	24	jídù	副
3746	二	极端	MZ	21	jíduān	名、形
3747	三	极力	MZ	24	jílì	副
3748	一②	…极了	ZQ	20	…jí le	
3749	二	极其	MZ	22	jíqí	副
3750	三	极少数	MQZ	234	jí shǎoshù	
3751	三	极为	MZ	22	jíwéi	副
3752	三	极限	MZ	24	jíxiàn	名
3753	三	即		2	jí	副
3754	三	即便	MZ	24	jíbiàn	连
3755	二	即将	MZ	21	jíjiāng	副
3756	三	即可	MZ	23	jí kě	
3757	二	即使	MZ	23	jíshǐ	连
3758	一②	急		2	jí	形
3759	二	急救	MZ	24	jíjiù	动
3760	三	急剧	MZ	24	jíjù	形
3761	二	急忙	MZ	22	jímáng	副
3762	附	急迫	MZ	24	jípò	形
3763	附	急性	MZ	24	jíxìng	形
3764	三	急需	MZ	21	jíxū	动
3765	三	急于	MZ	22	jíyú	动
3766	三	急诊	MZ	23	jízhěn	动、名
3767	附	急转弯	MQZ	231	jí zhuǎnwān	
3768	二	疾病	MZ	24	jíbìng	名
3769	附	棘手	MZ	23	jíshǒu	形
3770	二	集		2	jí	名、量
3771	二	集合	MZ	22	jíhé	动
3772	三	集会	MZ	24	jíhuì	名、动
3773	三	集结	MZ	22	jíjié	动
3774	一③	集体	MZ	23	jítǐ	名
3775	二	集团	MZ	22	jítuán	名

3776	三	集邮	MZ	22	jí // yóu	
3777	一③	集中	MZ	21	jízhōng	动、形
3778	附	集装箱	MQZ	211	jízhuāngxiāng	名
3779	三	集资	MZ	21	jízī	动
3780	附	嫉妒	MZ	24	jídù	动
3781	一①	几		3	jǐ	数
3782	二	挤		3	jǐ	动、形
3783	三	挤压	MZ	31	jǐyā	动
3784	二	给予	MZ	33	jǐyǔ	动
3785	三	脊梁	ZQ	32	jǐ·liáng	名
3786	三	计		4	jì	名、动
3787	附	计策	MZ	44	jìcè	名
3788	一②	计划	MZ	44	jìhuà	名
3789	三	计较	MZ	44	jìjiào	动
3790	附	计时	MZ	42	jìshí	动
3791	一③	计算	MZ	44	jìsuàn	动
3792	一②	计算机	MQZ	441	jìsuànjī	名
3793	一①	记		4	jì	动
3794	一①	记得	ZQ	40	jìde	动
3795	三	记号	ZQ	40	jìhao	名
3796	一③	记录	MZ	44	jìlù	名、动
3797	二	记忆	MZ	44	jìyì	动、名
3798	附	记忆犹新	MQMZ	4421	jìyì yóu xīn	
3799	三	记载	MZ	43	jìzǎi	动
3800	一③	记者	MZ	43	jìzhě	名
3801	一①	记住	ZQ	44	jìzhù	
3802	一③	纪录	MZ	44	jìlù	名
3803	三	纪录片	MQZ	444	jìlùpiàn	名
3804	二	纪律	ZQ	44	jìlù	名
3805	一③	纪念	MZ	44	jìniàn	动、名
3806	三	纪念碑	MQZ	441	jìniànbēi	名
3807	三	纪念馆	MQZ	443	jìniànguǎn	名
3808	三	纪念日	MQZ	444	jìniànrì	名
3809	附	纪实	MZ	42	jìshí	动、名
3810	二	技能	MZ	42	jìnéng	名
3811	二	技巧	MZ	43	jìqiǎo	名
3812	一③	技术	ZQ	44	jìshù	名
3813	三	技艺	MZ	44	jìyì	名
3814	二	系		4	jì	动
3815	三	忌		4	jì	动
3816	附	忌讳	ZQ	44	jì·huì	动
3817	三	忌口	MZ	43	jì // kǒu	
3818	二	季		4	jì	名
3819	二	季度	MZ	44	jìdù	名

3820	二	季节	MZ	42	jìjié	名
3821	三	剂		4	jì	名、量
3822	三	迹象	MZ	44	jìxiàng	名
3823	二	既		4	jì	副、连
3824	二	既然	MZ	42	jìrán	连
3825	三	继		4	jì	动
3826	二	继承	MZ	42	jìchéng	动
3827	三	继而	MZ	42	jì'ér	连
3828	附	继父	MZ	44	jìfù	名
3829	附	继母	MZ	43	jìmǔ	名
3830	一②	继续	MZ	44	jìxù	动
3831	三	祭		4	jì	动
3832	附	祭奠	MZ	44	jìdiàn	动
3833	附	祭祀	MZ	44	jìsì	动
3834	一②	寄		4	jì	动
3835	三	寄托	MZ	41	jìtuō	动
3836	三	寂静	MZ	44	jìjìng	形
3837	三	寂寞	MZ	44	jìmò	形
3838	一②	加		1	jiā	动
3839	二	加班	MZ	11	jiā // bān	
3840	一③	加工	MZ	11	jiā // gōng	
3841	三	加紧	MZ	13	jiājǐn	动
3842	三	加剧	MZ	14	jiājù	动
3843	一③	加快	MZ	14	jiākuài	动
3844	二	加盟	MZ	12	jiāméng	动
3845	一③	加强	MZ	12	jiāqiáng	动
3846	二	加热	MZ	14	jiā // rè	
3847	一②	加入	MZ	14	jiārù	动
3848	一②	加上	ZQ	14	jiāshàng	连
3849	三	加深	MZ	11	jiāshēn	动
3850	二	加速	MZ	14	jiāsù	动
3851	二	加以	MZ	13	jiāyǐ	动、连
3852	一②	加油	MZ	12	jiā // yóu	
3853	二	加油站	MQZ	124	jiāyóuzhàn	名
3854	三	加重	MZ	14	jiāzhòng	动
3855	二	夹		1	jiā	动
3856	三	佳节	MZ	12	jiājié	名
3857	一①	家		1	jiā	名、量
3858	一③	家（科学家）		1（121）	jiā（kēxuéjiā）	后缀
3859	二	家电	MZ	14	jiādiàn	名
3860	三	家伙	ZQ	10	jiāhuo	名
3861	附	家家户户	MQMZ	1144	jiājiāhùhù	名
3862	三	家教	MZ	14	jiājiào	名
3863	附	家境	MZ	14	jiājìng	名

3864	一③	家具	MZ	14	jiājù	名
3865	一①	家里	ZQ	10	jiāli	
3866	三	家禽	MZ	12	jiāqín	名
3867	一②	家人	MZ	12	jiārén	名
3868	一③	家属	MZ	13	jiāshǔ	名
3869	一②	家庭	MZ	12	jiātíng	名
3870	二	家务	MZ	14	jiāwù	名
3871	一②	家乡	MZ	11	jiāxiāng	名
3872	三	家用	MZ	14	jiāyòng	名、形
3873	附	家喻户晓	MQMZ	1443	jiā yù hù xiǎo	
3874	二	家园	MZ	12	jiāyuán	名
3875	二	家长	MZ	13	jiāzhǎng	名
3876	三	家政	MZ	14	jiāzhèng	名
3877	三	家族	MZ	12	jiāzú	名
3878	二	嘉宾	MZ	11	jiābīn	名
3879	附	嘉年华	MQZ	122	jiāniánhuá	名
3880	二	甲		3	jiǎ	名
3881	一①	假		3	jiǎ	形
3882	三	假定	MZ	34	jiǎdìng	动
3883	三	假冒	MZ	34	jiǎmào	动
3884	一③	假如	MZ	32	jiǎrú	连
3885	三	假设	MZ	34	jiǎshè	动、名
3886	三	假使	MZ	33	jiǎshǐ	连
3887	三	假装	MZ	31	jiǎzhuāng	动
3888	二	价		4	jià	名
3889	一②	价格	MZ	42	jiàgé	名
3890	一③	价钱	ZQ	42	jià·qián	名
3891	附	价位	ZQ	44	jiàwèi	名
3892	一③	价值	MZ	42	jiàzhí	名
3893	三	价值观	MQZ	421	jiàzhíguān	名
3894	三	驾		4	jià	动
3895	三	驾车	MZ	41	jià chē	
3896	二	驾驶	MZ	43	jiàshǐ	动
3897	附	驾驭	MZ	44	jiàyù	动
3898	二	驾照	MZ	44	jiàzhào	名
3899	一③	架		4	jià	量
3900	一③	架		4	jià	动
3901	附	架势	ZQ	40	jiàshi	名
3902	三	架子	ZQ	40	jiàzi	名
3903	一③	假期	MZ	41	jiàqī	名
3904	二	假日	MZ	44	jiàrì	名
3905	三	嫁		4	jià	动
3906	附	嫁妆	ZQ	40	jiàzhuang	名
3907	二	尖		1	jiān	形

3908	三	尖端	MZ	11	jiānduān	名、形
3909	三	尖锐	MZ	14	jiānruì	形
3910	三	奸诈	MZ	14	jiānzhà	形
3911	三	歼灭	MZ	14	jiānmiè	动
3912	一②	坚持	MZ	12	jiānchí	动
3913	附	坚持不懈	MQMZ	1224	jiānchí búxiè	
3914	二	坚定	MZ	14	jiāndìng	形、动
3915	二	坚固	MZ	14	jiāngù	形
3916	一③	坚决	MZ	12	jiānjué	形
3917	一③	坚强	MZ	12	jiānqiáng	形
3918	附	坚韧	MZ	14	jiānrèn	形
3919	三	坚实	MZ	12	jiānshí	形
3920	三	坚守	MZ	13	jiānshǒu	动
3921	三	坚信	MZ	14	jiānxìn	动
3922	三	坚硬	MZ	14	jiānyìng	形
3923	一①	间		1	jiān	量
3924	二	肩		1	jiān	名
3925	三	肩膀	MZ	13	jiānbǎng	名
3926	三	肩负	MZ	14	jiānfù	动
3927	三	艰巨	MZ	14	jiānjù	形
3928	二	艰苦	MZ	13	jiānkǔ	形
3929	附	艰苦奋斗	MQMZ	1344	jiānkǔ fèndòu	
3930	二	艰难	MZ	12	jiānnán	形
3931	附	艰险	MZ	13	jiānxiǎn	形
3932	三	艰辛	MZ	11	jiānxīn	形
3933	二	监测	MZ	14	jiāncè	动
3934	三	监察	MZ	12	jiānchá	动
3935	二	监督	MZ	11	jiāndū	动、名
3936	三	监管	MZ	13	jiānguǎn	动
3937	三	监护	MZ	14	jiānhù	动
3938	三	监控	MZ	14	jiānkòng	动
3939	三	监视	MZ	14	jiānshì	动
3940	三	监狱	MZ	14	jiānyù	名
3941	二	兼		1	jiān	动
3942	三	兼顾	MZ	14	jiāngù	动
3943	三	兼任	MZ	14	jiānrèn	动
3944	附	兼容	MZ	12	jiānróng	动
3945	三	兼职	MZ	12	jiānzhí	名
3946	三	煎		1	jiān	动
3947	三	拣		3	jiǎn	动
3948	二	捡		3	jiǎn	动
3949	二	检测	MZ	34	jiǎncè	动
3950	一②	检查	MZ	32	jiǎnchá	动、名
3951	三	检察	MZ	32	jiǎnchá	动

3952	三	检讨	MZ	33	jiǎntǎo	动	
3953	二	检验	MZ	34	jiǎnyàn	动	
3954	二	减		3	jiǎn	动	
3955	二	减肥	MZ	32	jiǎn // féi		
3956	三	减免	MZ	33	jiǎnmiǎn	动	
3957	二	减轻	MZ	31	jiǎnqīng	动	
3958	三	减弱	MZ	34	jiǎnruò	动	
3959	二	减少	MZ	33	jiǎnshǎo	动	
3960	三	减速	MZ	34	jiǎn // sù		
3961	附	减压	MZ	31	jiǎn // yā		
3962	二	剪		3	jiǎn	动	
3963	二	剪刀	MZ	31	jiǎndāo	名	
3964	二	剪子	ZQ	30	jiǎnzi	名	
3965	三	简称	MZ	31	jiǎnchēng	动、名	
3966	一②	简单	MZ	31	jiǎndān	形	
3967	三	简短	MZ	33	jiǎnduǎn	形	
3968	三	简化	MZ	34	jiǎnhuà	动	
3969	三	简洁	MZ	32	jiǎnjié	形	
3970	二	简介	MZ	34	jiǎnjiè	动、名	
3971	三	简历	MZ	34	jiǎnlì	名	
3972	三	简陋	MZ	34	jiǎnlòu	形	
3973	三	简体字	MQZ	334	jiǎntǐzì	名	
3974	三	简要	MZ	34	jiǎnyào	形	
3975	三	简易	MZ	34	jiǎnyì	形	
3976	一③	简直	MZ	32	jiǎnzhí	副	
3977	一①	见		4	jiàn	动	
3978	一②	见到	ZQ	44	jiàndào		
3979	一②	见过	ZQ	40	jiànguo		
3980	三	见解	MZ	43	jiànjiě	名	
3981	一①	见面	MZ	44	jiàn // miàn		
3982	附	见钱眼开	MQMZ	4231	jiàn qián yǎn kāi		
3983	附	见仁见智	MQMZ	4244	jiàn rén jiàn zhì		
3984	三	见识	ZQ	40	jiànshi	动、名	
3985	附	见外	MZ	44	jiànwài	形	
3986	三	见效	MZ	44	jiànxiào	动	
3987	附	见义勇为	MQMZ	4432	jiàn yì yǒng wéi		
3988	三	见证	MZ	44	jiànzhèng	动、名	
3989	一②	件		4	jiàn	量	
3990	附	间谍	MZ	42	jiàndié	名	
3991	三	间断	MZ	44	jiànduàn	动	
3992	三	间隔	MZ	42	jiàngé	动、名	
3993	二	间接	MZ	41	jiànjiē	形	
3994	三	间隙	MZ	44	jiànxì	名	
3995	一③	建		4	jiàn	动	

3996	一③	建成	MZ	42	jiànchéng	
3997	三	建交	MZ	41	jiàn // jiāo	
3998	一③	建立	MZ	44	jiànlì	动
3999	一③	建设	MZ	44	jiànshè	动、名
4000	附	建树	MZ	44	jiànshù	动、名
4001	一②	建议	MZ	44	jiànyì	动、名
4002	二	建造	MZ	44	jiànzào	动
4003	二	建筑	ZQ	44	jiànzhù	动、名
4004	三	建筑师	MQZ	441	jiànzhùshī	名
4005	三	建筑物	MQZ	444	jiànzhùwù	名
4006	二	剑		4	jiàn	名
4007	三	贱		4	jiàn	形
4008	一②	健康	MZ	41	jiànkāng	形、名
4009	三	健美	MZ	43	jiànměi	名、形
4010	二	健全	MZ	42	jiànquán	形、动
4011	二	健身	MZ	41	jiànshēn	动
4012	三	健壮	ZQ	44	jiànzhuàng	形
4013	二	渐渐	MZ	44	jiànjiàn	副
4014	三	溅		4	jiàn	动
4015	三	鉴别	MZ	42	jiànbié	动
4016	二	鉴定	MZ	44	jiàndìng	动、名
4017	附	鉴赏	MZ	43	jiànshǎng	动
4018	三	鉴于	MZ	42	jiànyú	介
4019	二	键		4	jiàn	名
4020	二	键盘	MZ	42	jiànpán	名
4021	二	箭		4	jiàn	名
4022	二	江		1	jiāng	名
4023	一③	将		1	jiāng	副
4024	一③	将		1	jiāng	介
4025	一③	将近	MZ	14	jiāngjìn	副
4026	二	将军	ZQ	11	jiāngjūn	名
4027	一②	将来	MZ	12	jiānglái	名
4028	二	将要	MZ	14	jiāngyào	副
4029	三	姜		1	jiāng	名
4030	三	僵		1	jiāng	形
4031	附	僵化	MZ	14	jiānghuà	动
4032	三	僵局	MZ	12	jiāngjú	名
4033	一②	讲		3	jiǎng	动
4034	一②	讲话	MZ	34	jiǎng // huà	
4035	三	讲解	MZ	33	jiǎngjiě	动
4036	二	讲究	ZQ	30	jiǎngjiu	动、形
4037	二	讲课	MZ	34	jiǎng // kè	
4038	三	讲述	MZ	34	jiǎngshù	动
4039	附	讲学	MZ	32	jiǎng // xué	

4040	二	讲座	MZ	34	jiǎngzuò	名
4041	二	奖		3	jiǎng	动、名
4042	三	奖杯	MZ	31	jiǎngbēi	名
4043	二	奖金	MZ	31	jiǎngjīn	名
4044	二	奖励	MZ	34	jiǎnglì	动、名
4045	三	奖牌	MZ	32	jiǎngpái	名
4046	三	奖品	MZ	33	jiǎngpǐn	名
4047	三	奖项	MZ	34	jiǎngxiàng	名
4048	二	奖学金	MQZ	321	jiǎngxuéjīn	名
4049	二	降		4	jiàng	动
4050	二	降低	MZ	41	jiàngdī	动
4051	二	降价	MZ	44	jiàng // jià	
4052	三	降临	MZ	42	jiànglín	动
4053	二	降落	MZ	44	jiàngluò	动
4054	二	降温	MZ	41	jiàng // wēn	
4055	二	酱		4	jiàng	名
4056	二	酱油	MZ	42	jiàngyóu	名
4057	一②	交		1	jiāo	动
4058	三	交叉	MZ	11	jiāochā	动
4059	二	交代	MZ	14	jiāodài	动
4060	一②	交费	MZ	14	jiāo fèi	
4061	附	交锋	MZ	11	jiāo // fēng	
4062	三	交付	MZ	14	jiāofù	动
4063	一②	交给	MZ	13	jiāogěi	
4064	二	交换	MZ	14	jiāohuàn	动
4065	附	交集	MZ	12	jiāojí	动
4066	二	交际	MZ	14	jiāojì	动、名
4067	三	交接	MZ	11	jiāojiē	动
4068	附	交界	MZ	14	jiāojiè	动
4069	一③	交警	MZ	13	jiāojǐng	名
4070	一③	交流	MZ	12	jiāoliú	动、名
4071	三	交纳	MZ	14	jiāonà	动
4072	二	交朋友	MZQ	120	jiāo péngyou	
4073	附	交情	ZQ	10	jiāoqing	名
4074	三	交涉	MZ	14	jiāoshè	动
4075	三	交谈	MZ	12	jiāotán	动
4076	三	交替	MZ	14	jiāotì	动
4077	一②	交通	MZ	11	jiāotōng	名
4078	附	交头接耳	MQMZ	1213	jiāo tóu jiē ěr	
4079	一③	交往	MZ	13	jiāowǎng	动
4080	三	交响乐	MQZ	134	jiāoxiǎngyuè	名
4081	一③	交易	MZ	14	jiāoyì	名
4082	二	郊区	MZ	11	jiāoqū	名
4083	三	郊外	MZ	14	jiāowài	名

4084	附	郊游	MZ	12	jiāoyóu	动
4085	三	浇		1	jiāo	动
4086	三	娇惯	MZ	14	jiāoguàn	动
4087	三	娇气	ZQ	14	jiāo·qì	形
4088	二	骄傲	MZ	14	jiāo'ào	形、名
4089	二	胶带	MZ	14	jiāodài	名
4090	三	胶囊	MZ	12	jiāonáng	名
4091	附	胶片	MZ	14	jiāopiàn	名
4092	二	胶水	MZ	13	jiāoshuǐ	名
4093	一①	教		1	jiāo	动
4094	三	焦		1	jiāo	形、名
4095	二	焦点	MZ	13	jiāodiǎn	名
4096	三	焦急	MZ	12	jiāojí	形
4097	附	焦距	MZ	14	jiāojù	名
4098	三	焦虑	MZ	14	jiāolǜ	形
4099	附	焦躁	MZ	14	jiāozào	形
4100	附	礁石	MZ	12	jiāoshí	名
4101	附	嚼		2	jiáo	动
4102	一②	角		3	jiǎo	量
4103	一③	角		3	jiǎo	名
4104	一③	角度	MZ	34	jiǎodù	名
4105	三	角落	MZ	34	jiǎoluò	名
4106	三	狡猾	MZ	32	jiǎohuá	形
4107	一②	饺子	ZQ	30	jiǎozi	名
4108	附	绞		3	jiǎo	动
4109	附	矫正	MZ	34	jiǎozhèng	动
4110	一②	脚		3	jiǎo	名
4111	二	脚步	MZ	34	jiǎobù	名
4112	二	脚印	MZ	34	jiǎoyìn	名
4113	三	搅		3	jiǎo	动
4114	三	搅拌	MZ	34	jiǎobàn	动
4115	三	缴		3	jiǎo	动
4116	三	缴费	MZ	34	jiǎo fèi	
4117	三	缴纳	MZ	34	jiǎonà	动
4118	一①	叫		4	jiào	动
4119	一②	叫		4	jiào	介
4120	附	叫板	MZ	43	jiào // bǎn	
4121	三	叫好	MZ	43	jiào // hǎo	
4122	一②	叫作	ZQ	44	jiàozuò	动
4123	二	觉		4	jiào	名
4124	三	轿车	MZ	41	jiàochē	名
4125	一③	较		4	jiào	副
4126	三	较劲	MZ	44	jiào // jìn	
4127	三	较量	MZ	44	jiàoliàng	动

4128	二	教材	MZ	42	jiàocái	名
4129	三	教科书	MQZ	411	jiàokēshū	名
4130	一③	教练	MZ	44	jiàoliàn	名
4131	一②	教师	MZ	41	jiàoshī	名
4132	一②	教室	MZ	44	jiàoshì	名
4133	二	教授	MZ	44	jiàoshòu	名
4134	二	教堂	MZ	42	jiàotáng	名
4135	附	教条	MZ	42	jiàotiáo	名、形
4136	一②	教学	MZ	42	jiàoxué	名
4137	一③	教学楼	MQZ	422	jiàoxuélóu	名
4138	二	教训	ZQ	44	jiào·xùn	动、名
4139	附	教养	MZ	43	jiàoyǎng	动、名
4140	一②	教育	ZQ	44	jiàoyù	动、名
4141	二	教育部	MQZ	444	jiàoyùbù	名
4142	三	阶层	MZ	12	jiēcéng	名
4143	二	阶段	MZ	14	jiēduàn	名
4144	三	阶级	MZ	12	jiējí	名
4145	附	阶梯	MZ	11	jiētī	名
4146	三	皆		1	jiē	副
4147	三	结		1	jiē	动
4148	三	结果	MZ	13	jiē // guǒ	
4149	一③	结实	ZQ	10	jiēshi	形
4150	一②	接		1	jiē	动
4151	附	接班	MZ	11	jiē // bān	
4152	三	接班人	MQZ	112	jiēbānrén	名
4153	二	接触	MZ	14	jiēchù	动
4154	一③	接待	MZ	14	jiēdài	动
4155	一②	接到	ZQ	14	jiēdào	
4156	附	接二连三	MQMZ	1421	jiē èr lián sān	
4157	三	接轨	MZ	13	jiē // guǐ	
4158	附	接济	MZ	14	jiējì	动
4159	三	接见	MZ	14	jiējiàn	动
4160	一③	接近	MZ	14	jiējìn	动
4161	三	接力	MZ	14	jiēlì	动
4162	二	接连	MZ	12	jiēlián	副
4163	三	接纳	MZ	14	jiēnà	动
4164	二	接收	MZ	11	jiēshōu	动
4165	三	接手	MZ	13	jiēshǒu	动
4166	一②	接受	MZ	14	jiēshòu	动
4167	三	接送	MZ	14	jiē sòng	
4168	三	接替	MZ	14	jiētì	动
4169	三	接听	MZ	11	jiētīng	动
4170	三	接通	MZ	11	jiētōng	
4171	一②	接下来	ZQQ	142	jiē·xià·lái	

4172	一②	接着	ZQ	10	jiēzhe	动
4173	二	揭		1	jiē	动
4174	三	揭发	MZ	11	jiēfā	动
4175	三	揭露	MZ	14	jiēlù	动
4176	三	揭示	MZ	14	jiēshì	动
4177	三	揭晓	MZ	13	jiēxiǎo	动
4178	一②	街		1	jiē	名
4179	二	街道	MZ	14	jiēdào	名
4180	二	街上	ZQ	10	jiēshang	
4181	二	街头	MZ	12	jiētóu	名
4182	一②	节		2	jié	名、量
4183	二	节		2	jié	动
4184	一③	节假日	MQZ	244	jiéjiàrì	名
4185	三	节俭	MZ	23	jiéjiǎn	形
4186	一②	节目	ZQ	24	jiémù	名
4187	二	节能	MZ	22	jiénéng	动
4188	附	节气	ZQ	24	jié·qì	名
4189	一②	节日	MZ	24	jiérì	名
4190	二	节省	MZ	23	jiéshěng	动
4191	三	节水	MZ	23	jié shuǐ	
4192	附	节衣缩食	MQMZ	2112	jié yī suō shí	
4193	一②	节约	MZ	21	jiéyuē	动
4194	二	节奏	MZ	24	jiézòu	名
4195	三	劫		2	jié	动
4196	三	劫持	MZ	22	jiéchí	动
4197	二	杰出	MZ	21	jiéchū	形
4198	附	洁净	MZ	24	jiéjìng	形
4199	二	结		2	jié	动、名
4200	三	结冰	MZ	21	jié bīng	
4201	二	结构	MZ	24	jiégòu	名
4202	一②	结果	MZ	23	jiéguǒ	名、连
4203	一③	结合	MZ	22	jiéhé	动
4204	一②	结婚	MZ	21	jié // hūn	
4205	三	结晶	MZ	21	jiéjīng	名
4206	三	结局	MZ	22	jiéjú	名
4207	二	结论	MZ	24	jiélùn	名
4208	三	结识	MZ	22	jiéshí	动
4209	一②	结束	MZ	24	jiéshù	动
4210	三	结尾	MZ	23	jiéwěi	动、名
4211	三	截		2	jié	动、量
4212	附	截然不同	MQMZ	2242	jiérán bù tóng	
4213	二	截止	MZ	23	jiézhǐ	动
4214	二	截至	MZ	24	jiézhì	动
4215	附	竭尽全力	MQMZ	2424	jiéjìn quánlì	

4216	三	竭力	MZ	24	jiélì	副
4217	一①	姐姐｜姐	ZQ	30｜3	jiějie｜jiě	名
4218	二	姐妹	MZ	34	jiěmèi	名
4219	二	解		3	jiě	动
4220	二	解除	MZ	32	jiěchú	动
4221	三	解答	MZ	32	jiědá	动
4222	三	解读	MZ	32	jiědú	动
4223	二	解放	MZ	34	jiěfàng	动
4224	附	解雇	MZ	34	jiěgù	动
4225	三	解救	MZ	34	jiějiù	动
4226	一③	解决	MZ	32	jiějué	动
4227	一③	解开	ZQ	31	jiěkāi	
4228	三	解剖	MZ	31	jiěpōu	动
4229	三	解散	MZ	34	jiěsàn	动
4230	二	解释	ZQ	34	jiěshì	动
4231	二	解说	MZ	31	jiěshuō	动
4232	三	解体	MZ	33	jiětǐ	动
4233	三	解脱	MZ	31	jiětuō	动
4234	三	解围	MZ	32	jiě // wéi	
4235	附	解析	MZ	31	jiěxī	动
4236	三	介入	MZ	44	jièrù	动
4237	一②	介绍	ZQ	44	jièshào	动
4238	三	介意	MZ	44	jiè // yì	
4239	附	介于	MZ	42	jièyú	
4240	二	戒		4	jiè	动
4241	附	戒备	MZ	44	jièbèi	动
4242	三	戒烟	MZ	41	jiè yān	
4243	三	戒指	ZQ	40	jièzhi	名
4244	二	届		4	jiè	量
4245	三	届时	MZ	42	jièshí	副
4246	二	界		4	jiè	名
4247	二	界（文艺界）		4（244）	jiè（wényìjiè）	后缀
4248	附	界定	MZ	44	jièdìng	动
4249	三	界限	ZQ	44	jièxiàn	名
4250	附	界线	ZQ	44	jièxiàn	名
4251	一①	借		4	jiè	动
4252	二	借鉴	MZ	44	jièjiàn	动
4253	三	借口	MZ	43	jièkǒu	动、名
4254	三	借条	MZ	42	jiètiáo	名
4255	三	借用	MZ	44	jièyòng	动
4256	三	借助	MZ	44	jièzhù	动
4257	一②	斤		1	jīn	量
4258	一③	今后	MZ	14	jīnhòu	名
4259	一①	今年	MZ	12	jīnnián	名

4260	二	今日	MZ	14	jīnrì	名
4261	一①	今天	MZ	11	jīntiān	名
4262	一③	金		1	jīn	名
4263	二	金额	MZ	12	jīn'é	名
4264	一③	金牌	MZ	12	jīnpái	名
4265	二	金钱	MZ	12	jīnqián	名
4266	二	金融	MZ	12	jīnróng	名
4267	三	金属	MZ	13	jīnshǔ	名
4268	三	金子	ZQ	10	jīnzi	名
4269	附	金字塔	MQZ	143	jīnzìtǎ	名
4270	附	津津有味	MQMZ	1134	jīnjīn yǒu wèi	
4271	三	津贴	MZ	11	jīntiē	名
4272	三	筋		1	jīn	名
4273	三	禁不住	MQZ	104	jīnbuzhù	动
4274	一③	仅		3	jǐn	副
4275	三	仅次于	MQZ	342	jǐn cì yú	
4276	一③	仅仅	MZ	33	jǐnjǐn	副
4277	三	尽		3	jǐn	动、副
4278	二	尽管	MZ	33	jǐnguǎn	副、连
4279	二	尽快	MZ	34	jǐnkuài	副
4280	一③	尽量	MZ	34	jǐnliàng	副
4281	三	尽早	MZ	33	jǐnzǎo	副
4282	一③	紧		3	jǐn	形
4283	附	紧凑	MZ	34	jǐncòu	形
4284	一③	紧急	MZ	32	jǐnjí	形
4285	三	紧接着	MZQ	310	jǐn jiēzhe	
4286	二	紧紧	MZ	33	jǐnjǐn	
4287	二	紧密	MZ	34	jǐnmì	形
4288	三	紧迫	MZ	34	jǐnpò	形
4289	三	紧缺	MZ	31	jǐnquē	形
4290	三	紧缩	MZ	31	jǐnsuō	动
4291	一②	紧张	MZ	31	jǐnzhāng	形
4292	三	锦旗	MZ	32	jǐnqí	名
4293	三	谨慎	MZ	34	jǐnshèn	形
4294	二	尽		4	jìn	动、副
4295	二	尽可能	MQZ	432	jìn kěnéng	
4296	二	尽力	MZ	44	jìn // lì	
4297	三	尽情	MZ	42	jìnqíng	副
4298	三	尽头	MZ	42	jìntóu	名
4299	一①	进		4	jìn	动
4300	一②	进步	MZ	44	jìnbù	动、形
4301	三	进场	MZ	43	jìn chǎng	
4302	三	进程	MZ	42	jìnchéng	名
4303	三	进出	MZ	41	jìnchū	动

4304	三	进出口	MQZ	413	jìn-chūkǒu	
4305	三	进度	ZQ	44	jìndù	名
4306	三	进而	MZ	42	jìn'ér	连
4307	二	进攻	MZ	41	jìngōng	动
4308	二	进化	MZ	44	jìnhuà	动
4309	一③	进口	MZ	43	jìnkǒu	名
4310	一③	进口	MZ	43	jìn // kǒu	
4311	一①	进来	ZQ	40	jìnlai	
4312	一①	进去	ZQ	40	jìnqu	
4313	一②	进入	MZ	44	jìnrù	动
4314	一②	进行	MZ	42	jìnxíng	动
4315	附	进修	MZ	41	jìnxiū	动
4316	一③	进一步	MQZ	424	jìnyíbù	副
4317	一③	进展	MZ	43	jìnzhǎn	动
4318	一②	近		4	jìn	形
4319	二	近代	MZ	44	jìndài	名
4320	二	近来	MZ	42	jìnlái	名
4321	三	近年来	MQZ	422	jìnnián lái	
4322	一③	近期	MZ	41	jìnqī	名
4323	二	近日	MZ	44	jìnrì	名
4324	附	近视	ZQ	44	jìnshì	形
4325	附	劲头	MZ	42	jìntóu	名
4326	三	晋升	MZ	41	jìnshēng	动
4327	三	浸泡	MZ	44	jìnpào	动
4328	三	禁忌	MZ	44	jìnjì	名、动
4329	三	禁区	MZ	41	jìnqū	名
4330	二	禁止	MZ	43	jìnzhǐ	动
4331	附	茎		1	jīng	名
4332	一②	京剧	MZ	14	jīngjù	名
4333	一③	京戏	MZ	14	jīngxì	名
4334	三	经		1	jīng	动
4335	一②	经常	MZ	12	jīngcháng	副
4336	二	经典	MZ	13	jīngdiǎn	名
4337	附	经度	MZ	14	jīngdù	名
4338	二	经费	MZ	14	jīngfèi	名
4339	一②	经过	MZ	14	jīngguò	动、名
4340	一③	经济	MZ	14	jīngjì	名、形
4341	附	经久不息	MQMZ	1341	jīngjiǔ bù xī	
4342	一②	经理	MZ	13	jīnglǐ	名
4343	一③	经历	MZ	14	jīnglì	动、名
4344	三	经贸	MZ	14	jīngmào	名
4345	三	经商	MZ	11	jīng // shāng	
4346	三	经受	MZ	14	jīngshòu	动
4347	一②	经验	MZ	14	jīngyàn	名

4348	一③	经营	MZ	12	jīngyíng	动
4349	附	荆棘	MZ	12	jīngjí	名
4350	三	惊		1	jīng	动
4351	附	惊诧	MZ	14	jīngchà	形
4352	三	惊慌	MZ	11	jīnghuāng	形
4353	附	惊慌失措	MQMZ	1114	jīnghuāng shīcuò	
4354	三	惊奇	MZ	12	jīngqí	形
4355	二	惊人	MZ	12	jīngrén	形
4356	三	惊叹	MZ	14	jīngtàn	动
4357	附	惊天动地	MQMZ	1144	jīng tiān dòng dì	
4358	二	惊喜	MZ	13	jīngxǐ	形、名
4359	三	惊险	MZ	13	jīngxiǎn	形
4360	附	惊心动魄	MQMZ	1144	jīng xīn dòng pò	
4361	三	惊醒	MZ	13	jīngxǐng	动
4362	三	惊讶	MZ	14	jīngyà	形
4363	三	晶莹	MZ	12	jīngyíng	形
4364	附	兢兢业业	MQMZ	1144	jīngjīngyèyè	形
4365	二	精		1	jīng	形
4366	一②	精彩	MZ	13	jīngcǎi	形
4367	附	精打细算	MQMZ	1344	jīng dǎ xì suàn	
4368	三	精华	MZ	12	jīnghuá	名
4369	附	精简	MZ	13	jīngjiǎn	动
4370	二	精力	MZ	14	jīnglì	名
4371	附	精练	MZ	14	jīngliàn	形
4372	二	精美	MZ	13	jīngměi	形
4373	附	精妙	MZ	14	jīngmiào	形
4374	三	精明	MZ	12	jīngmíng	形
4375	附	精疲力竭	MQMZ	1242	jīng pí lì jié	
4376	二	精品	MZ	13	jīngpǐn	名
4377	三	精确	MZ	14	jīngquè	形
4378	一②	精神	MZ	12	jīngshén	名
4379	三	精神病	MQZ	124	jīngshénbìng	名
4380	一③	精神	ZQ	10	jīngshen	形
4381	三	精髓	MZ	13	jīngsuǐ	名
4382	三	精通	MZ	11	jīngtōng	动
4383	三	精细	MZ	14	jīngxì	形
4384	三	精心	MZ	11	jīngxīn	形
4385	附	精益求精	MQMZ	1421	jīng yì qiú jīng	
4386	三	精英	MZ	11	jīngyīng	名
4387	三	精致	MZ	14	jīngzhì	形
4388	二	井		3	jǐng	名
4389	三	颈部	MZ	34	jǐngbù	名
4390	二	景		3	jǐng	名
4391	二	景点	MZ	33	jǐngdiǎn	名

4392	三	景观	MZ	31	jǐngguān	名
4393	三	景区	MZ	31	jǐngqū	名
4394	一③	景色	MZ	34	jǐngsè	名
4395	二	景象	MZ	34	jǐngxiàng	名
4396	一②	警察	MZ	32	jǐngchá	名
4397	三	警车	MZ	31	jǐngchē	名
4398	二	警告	MZ	34	jǐnggào	动、名
4399	三	警官	MZ	31	jǐngguān	名
4400	三	警惕	MZ	34	jǐngtì	动
4401	附	警钟	MZ	31	jǐngzhōng	名
4402	二	净		4	jìng	形、副
4403	三	净化	MZ	44	jìnghuà	动
4404	三	竞技	MZ	44	jìngjì	动
4405	二	竞赛	MZ	44	jìngsài	动
4406	附	竞相	MZ	41	jìngxiāng	副
4407	三	竞选	MZ	43	jìngxuǎn	动
4408	二	竞争	MZ	41	jìngzhēng	动、名
4409	三	竟		4	jìng	副
4410	附	竟敢	MZ	43	jìng gǎn	
4411	二	竟然	MZ	42	jìngrán	副
4412	三	敬		4	jìng	动
4413	三	敬爱	MZ	44	jìng'ài	动
4414	附	敬而远之	MQMZ	4231	jìng ér yuǎn zhī	
4415	附	敬酒	MZ	43	jìng jiǔ	
4416	二	敬礼	MZ	43	jìng // lǐ	
4417	三	敬佩	MZ	44	jìngpèi	动
4418	附	敬请	MZ	43	jìng qǐng	
4419	三	敬业	MZ	44	jìngyè	动
4420	三	敬意	MZ	44	jìngyì	名
4421	附	敬重	MZ	44	jìngzhòng	动
4422	一②	静		4	jìng	形、动
4423	三	静止	MZ	43	jìngzhǐ	动
4424	三	境地	MZ	44	jìngdì	名
4425	三	境界	MZ	44	jìngjiè	名
4426	二	境内	MZ	44	jìng nèi	
4427	二	境外	MZ	44	jìng wài	
4428	附	境遇	MZ	44	jìngyù	名
4429	二	镜头	MZ	42	jìngtóu	名
4430	二	镜子	ZQ	40	jìngzi	名
4431	附	窘迫	MZ	34	jiǒngpò	形
4432	三	纠缠	MZ	12	jiūchán	动
4433	二	纠纷	MZ	11	jiūfēn	名
4434	二	纠正	MZ	14	jiūzhèng	动
4435	二	究竟	MZ	14	jiūjìng	副

4436	附	揪		1	jiū	动
4437	一①	九		3	jiǔ	数
4438	一③	久		3	jiǔ	形
4439	附	久违	MZ	32	jiǔwéi	动
4440	附	久仰	MZ	33	jiǔyǎng	动
4441	一①	酒		3	jiǔ	名
4442	二	酒吧	MZ	31	jiǔbā	名
4443	一①	酒店	MZ	34	jiǔdiàn	名
4444	二	酒鬼	MZ	33	jiǔguǐ	名
4445	三	酒精	MZ	31	jiǔjīng	名
4446	三	酒楼	MZ	32	jiǔlóu	名
4447	三	酒水	MZ	33	jiǔshuǐ	名
4448	一②	旧		4	jiù	形
4449	一②	救		4	jiù	动
4450	三	救护车	MQZ	441	jiùhùchē	名
4451	三	救济	ZQ	44	jiùjì	动
4452	二	救命	MZ	44	jiù // mìng	
4453	二	救援	MZ	42	jiùyuán	动
4454	二	救灾	MZ	41	jiù // zāi	
4455	三	救治	MZ	44	jiùzhì	动
4456	二	救助	MZ	44	jiùzhù	动
4457	一①	就		4	jiù	副
4458	三	就餐	MZ	41	jiùcān	动
4459	三	就地	MZ	44	jiùdì	副
4460	三	就读	MZ	42	jiùdú	动
4461	三	就近	MZ	44	jiùjìn	副
4462	三	就任	MZ	44	jiùrèn	动
4463	一②	就是	ZQ	44	jiùshì	连
4464	二	就是说	MQZ	441	jiùshì shuō	
4465	二	就算	MZ	44	jiùsuàn	连
4466	一②	就要	MZ	44	jiù yào	
4467	一③	就业	MZ	44	jiù // yè	
4468	三	就医	MZ	41	jiù // yī	
4469	三	就诊	MZ	43	jiù // zhěn	
4470	三	就职	MZ	42	jiù // zhí	
4471	三	就座	MZ	44	jiù // zuò	
4472	三	舅舅	ZQ	40	jiùjiu	名
4473	三	拘留	MZ	12	jūliú	动
4474	三	拘束	MZ	14	jūshù	动、形
4475	附	居高临下	MQMZ	1124	jū gāo lín xià	
4476	二	居民	MZ	12	jūmín	名
4477	三	居民楼	MQZ	122	jūmínlóu	名
4478	二	居然	MZ	12	jūrán	副
4479	二	居住	MZ	14	jūzhù	动

4480	附	鞠躬	MZ	11	jū // gōng	
4481	二	局		2	jú	名
4482	二	局		2	jú	量
4483	三	局部	MZ	24	júbù	名
4484	二	局面	MZ	24	júmiàn	名
4485	三	局势	MZ	24	júshì	名
4486	三	局限	MZ	24	júxiàn	动
4487	二	局长	MZ	23	júzhǎng	名
4488	三	菊花	MZ	21	júhuā	名
4489	三	橘子	ZQ	20	júzi	名
4490	三	沮丧	MZ	34	jǔsàng	形、动
4491	一②	举		3	jǔ	动
4492	一③	举办	MZ	34	jǔbàn	动
4493	三	举报	MZ	34	jǔbào	动
4494	三	举措	MZ	34	jǔcuò	名
4495	二	举动	MZ	34	jǔdòng	名
4496	三	举例	MZ	34	jǔ // lì	
4497	附	举世闻名	MQMZ	3422	jǔshì wénmíng	
4498	附	举世无双	MQMZ	3421	jǔshì wúshuāng	
4499	附	举世瞩目	MQMZ	3434	jǔshì zhǔmù	
4500	一②	举手	MZ	33	jǔ shǒu	
4501	一②	举行	MZ	32	jǔxíng	动
4502	附	举一反三	MQMZ	3131	jǔ yī fǎn sān	
4503	三	举止	MZ	33	jǔzhǐ	名
4504	三	举重	MZ	34	jǔzhòng	名
4505	二	巨大	MZ	44	jùdà	形
4506	三	巨额	MZ	42	jù'é	形
4507	三	巨人	MZ	42	jùrén	名
4508	三	巨头	MZ	42	jùtóu	名
4509	三	巨星	MZ	41	jùxīng	名
4510	三	巨型	MZ	42	jùxíng	形
4511	一②	句		4	jù	量
4512	一②	句子	ZQ	40	jùzi	名
4513	二	拒绝	MZ	42	jùjué	动
4514	二	具备	MZ	44	jùbèi	动
4515	一③	具体	MZ	43	jùtǐ	形
4516	一③	具有	MZ	43	jùyǒu	动
4517	二	俱乐部	MQZ	444	jùlèbù	名
4518	二	剧		4	jù	名
4519	二	剧本	MZ	43	jùběn	名
4520	一③	剧场	MZ	43	jùchǎng	名
4521	三	剧烈	MZ	44	jùliè	形
4522	三	剧目	MZ	44	jùmù	名
4523	附	剧情	MZ	42	jùqíng	名

4524	三	剧团	MZ	42	jùtuán	名
4525	三	剧院	MZ	44	jùyuàn	名
4526	三	剧组	MZ	43	jùzǔ	名
4527	二	据		4	jù	介
4528	三	据此	MZ	43	jù cǐ	
4529	一③	据说	MZ	41	jùshuō	动
4530	三	据悉	MZ	41	jùxī	动
4531	三	距		4	jù	动
4532	二	距离	MZ	42	jùlí	动、名
4533	附	锯		4	jù	名、动
4534	二	聚		4	jù	动
4535	二	聚会	MZ	44	jùhuì	动、名
4536	三	聚集	MZ	42	jùjí	动
4537	附	聚精会神	MQMZ	4142	jù jīng huì shén	
4538	二	捐		1	juān	动
4539	二	捐款	MZ	13	juānkuǎn	名
4540	三	捐献	MZ	14	juānxiàn	动
4541	二	捐赠	MZ	14	juānzèng	动
4542	二	捐助	MZ	14	juānzhù	动
4543	二	卷		3	juǎn	动
4544	三	卷入	MZ	34	juǎnrù	
4545	二	卷		4	juàn	量
4546	三	卷子	ZQ	40	juànzi	名
4547	三	圈		4	juàn	名
4548	二	决不	MZ	24	jué bù	
4549	二	决策	MZ	24	juécè	动、名
4550	一②	决定	MZ	24	juédìng	动、名
4551	一③	决赛	MZ	24	juésài	动、名
4552	一③	决心	MZ	21	juéxīn	名、动
4553	三	决议	MZ	24	juéyì	名
4554	附	诀别	MZ	22	juébié	动
4555	附	诀窍	MZ	24	juéqiào	名
4556	二	角色	MZ	24	juésè	名
4557	附	角逐	MZ	22	juézhú	动
4558	一①	觉得	ZQ	20	juéde	动
4559	二	觉悟	MZ	24	juéwù	动、名
4560	附	觉醒	MZ	23	juéxǐng	动
4561	二	绝		2	jué	形、副
4562	二	绝大多数	MQMZ	2414	jué dà duōshù	
4563	一③	绝对	MZ	24	juéduì	副
4564	附	绝技	MZ	24	juéjì	名
4565	二	绝望	MZ	24	jué // wàng	
4566	附	绝缘	MZ	22	juéyuán	动
4567	三	绝招	MZ	21	juézhāo	名

4568	三	倔强	MZ	24	juéjiàng	形
4569	三	崛起	MZ	23	juéqǐ	动
4570	三	爵士	MZ	24	juéshì	名
4571	三	倔		4	juè	形
4572	一③	军队	MZ	14	jūnduì	名
4573	三	军官	MZ	11	jūnguān	名
4574	二	军舰	MZ	14	jūnjiàn	名
4575	一③	军人	MZ	12	jūnrén	名
4576	二	军事	MZ	14	jūnshì	名
4577	三	均衡	MZ	12	jūnhéng	形
4578	三	均匀	MZ	12	jūnyún	形
4579	三	君子	MZ	13	jūnzǐ	名
4580	三	俊		4	jùn	形
4581	三	俊俏	MZ	44	jùnqiào	形
4582	附	骏马	MZ	43	jùnmǎ	名
4583	三	竣工	MZ	41	jùngōng	动
4584	二	咖啡	MZ	11	kāfēi	名
4585	一②	卡		3	kǎ	名
4586	三	卡车	MZ	31	kǎchē	名
4587	三	卡片	MZ	34	kǎpiàn	名
4588	三	卡通	MZ	31	kǎtōng	名
4589	一①	开		1	kāi	动
4590	三	开办	MZ	14	kāibàn	动
4591	三	开采	MZ	13	kāicǎi	动
4592	三	开场	MZ	13	kāi // chǎng	
4593	附	开场白	MQZ	132	kāichǎngbái	名
4594	一①	开车	MZ	11	kāi // chē	
4595	三	开除	MZ	12	kāichú	动
4596	二	开创	MZ	14	kāichuàng	动
4597	三	开动	MZ	14	kāidòng	动
4598	一③	开发	MZ	11	kāifā	动
4599	三	开发区	MQZ	111	kāifāqū	名
4600	三	开发商	MQZ	111	kāifāshāng	名
4601	一③	开放	MZ	14	kāifàng	动
4602	三	开工	MZ	11	kāi // gōng	
4603	二	开关	MZ	11	kāiguān	名
4604	二	开花	MZ	11	kāi // huā	
4605	一①	开会	MZ	14	kāi // huì	
4606	一③	开机	MZ	11	kāi // jī	
4607	三	开垦	MZ	13	kāikěn	动
4608	三	开口	MZ	13	kāi // kǒu	
4609	三	开阔	MZ	14	kāikuò	形、动
4610	三	开朗	MZ	13	kāilǎng	形
4611	二	开幕	MZ	14	kāi // mù	

4612	二	开幕式	MQZ	144	kāimùshì	名
4613	三	开辟	MZ	14	kāipì	动
4614	三	开启	MZ	13	kāiqǐ	动
4615	三	开枪	MZ	11	kāi qiāng	
4616	二	开设	MZ	14	kāishè	动
4617	一②	开始	MZ	13	kāishǐ	动、名
4618	二	开水	MZ	13	kāishuǐ	名
4619	附	开天辟地	MQMZ	1144	kāi tiān pì dì	
4620	二	开通	MZ	11	kāitōng	动
4621	三	开头	MZ	12	kāitóu	名
4622	三	开拓	MZ	14	kāituò	动
4623	一①	开玩笑	MQZ	124	kāi wánxiào	
4624	三	开销	ZQ	11	kāi·xiāo	动、名
4625	一②	开心	MZ	11	kāixīn	动、形
4626	一③	开学	MZ	12	kāi // xué	
4627	一③	开业	MZ	14	kāi // yè	
4628	二	开夜车	MQZ	141	kāi yèchē	
4629	一③	开展	MZ	13	kāizhǎn	动
4630	三	开张	MZ	11	kāi // zhāng	
4631	二	开支	MZ	11	kāizhī	名
4632	三	凯歌	MZ	31	kǎigē	名
4633	附	楷模	MZ	32	kǎimó	名
4634	三	刊登	MZ	11	kāndēng	动
4635	三	刊物	MZ	14	kānwù	名
4636	二	看		1	kān	动
4637	二	看管	MZ	13	kānguǎn	动
4638	三	看护	MZ	14	kānhù	动、名
4639	三	勘探	MZ	14	kāntàn	动
4640	三	堪称	MZ	11	kānchēng	动
4641	附	侃大山	MQZ	341	kǎn dàshān	
4642	三	砍		3	kǎn	动
4643	一①	看		4	kàn	动
4644	一①	看病	MZ	44	kàn // bìng	
4645	二	看不起	MQZ	403	kànbuqǐ	动
4646	二	看成	MZ	42	kànchéng	
4647	二	看出	MZ	41	kànchū	
4648	二	看待	MZ	44	kàndài	动
4649	一①	看到	ZQ	44	kàndào	
4650	三	看得出	MQZ	401	kàndechū	
4651	二	看得见	MQZ	401	kàndejiàn	
4652	二	看得起	MQZ	403	kàndeqǐ	动
4653	一②	看法	ZQ	43	kàn·fǎ	名
4654	二	看好	MZ	43	kànhǎo	动
4655	一①	看见	ZQ	44	kàn·jiàn	

4656	一②	看来	ZQ	42	kànlái	
4657	二	看起来	ZQQ	432	kàn·qǐ·lái	
4658	三	看热闹	MZQ	440	kàn rènao	
4659	一③	看上去	ZQQ	444	kàn·shàng·qù	
4660	附	看似	MZ	44	kànsì	动
4661	三	看台	MZ	42	kàntái	名
4662	二	看望	ZQ	44	kànwàng	动
4663	三	看样子	MZQ	440	kàn yàngzi	
4664	三	看中	MZ	44	kànzhòng	
4665	三	看重	MZ	44	kàn//zhòng	动
4666	二	看作	ZQ	44	kànzuò	动
4667	二	康复	MZ	14	kāngfù	动
4668	三	慷慨	MZ	13	kāngkǎi	形
4669	三	扛		2	káng	动
4670	三	抗衡	MZ	42	kànghéng	动
4671	三	抗拒	MZ	44	kàngjù	动
4672	三	抗生素	MQZ	414	kàngshēngsù	名
4673	二	抗议	MZ	44	kàngyì	动
4674	附	抗争	MZ	41	kàngzhēng	动
4675	一②	考		3	kǎo	动
4676	一③	考察	MZ	32	kǎochá	动、名
4677	二	考场	MZ	33	kǎochǎng	名
4678	二	考核	MZ	32	kǎohé	动
4679	三	考量	ZQ	32	kǎo·liáng	动
4680	二	考虑	MZ	34	kǎolǜ	动
4681	一③	考生	MZ	31	kǎoshēng	名
4682	一②	考试	MZ	34	kǎo//shì	
4683	二	考题	MZ	32	kǎotí	名
4684	一③	考验	MZ	34	kǎoyàn	动
4685	三	烤		3	kǎo	动
4686	三	烤肉	MZ	34	kǎoròu	名
4687	三	烤鸭	MZ	31	kǎoyā	名
4688	一②	靠		4	kào	动
4689	二	靠近	MZ	44	kàojìn	动
4690	附	靠拢	MZ	43	kàolǒng	动
4691	三	苛刻	MZ	14	kēkè	形
4692	一②	科		1	kē	名
4693	附	科幻	MZ	14	kēhuàn	名
4694	一③	科技	MZ	14	kējì	名
4695	三	科目	MZ	14	kēmù	名
4696	三	科普	MZ	13	kēpǔ	动
4697	一②	科学	MZ	12	kēxué	名、形
4698	一③	科研	MZ	12	kēyán	动、名
4699	二	棵		1	kē	量

4700	二	颗		1	kē	量
4701	三	磕		1	kē	动
4702	三	壳		2	ké	名
4703	二	咳		2	ké	动
4704	三	咳嗽	ZQ	20	késou	动
4705	二	可		3	kě	副、连
4706	一②	可爱	MZ	34	kě'ài	形
4707	三	可悲	MZ	31	kěbēi	形
4708	三	可不是	MQZ	304	kěbushì	副
4709	附	可乘之机	MQMZ	3211	kě chéng zhī jī	
4710	三	可耻	MZ	33	kěchǐ	形
4711	附	可歌可泣	MQMZ	3134	kě gē kě qì	
4712	三	可观	MZ	31	kěguān	形
4713	三	可贵	MZ	34	kěguì	形
4714	二	可见	MZ	34	kějiàn	连
4715	一③	可靠	MZ	34	kěkào	形
4716	三	可口	MZ	33	kěkǒu	形
4717	二	可怜	MZ	32	kělián	形、动
4718	一①	可能	MZ	32	kěnéng	形、动、名
4719	一②	可怕	MZ	34	kěpà	形
4720	一①	可是	MZ	34	kěshì	连
4721	三	可谓	MZ	34	kěwèi	动
4722	三	可恶	MZ	34	kěwù	形
4723	二	可惜	MZ	31	kěxī	形
4724	附	可想而知	MQMZ	3321	kě xiǎng ér zhī	
4725	三	可笑	MZ	34	kěxiào	形
4726	三	可信	MZ	34	kě xìn	
4727	三	可行	MZ	32	kěxíng	形
4728	三	可疑	MZ	32	kěyí	形
4729	一①	可以	MZ	33	kěyǐ	动
4730	一①	渴		3	kě	形
4731	二	渴望	MZ	34	kěwàng	动
4732	一②	克		4	kè	量
4733	一③	克服	MZ	42	kèfú	动
4734	三	克隆	MZ	42	kèlóng	动
4735	三	克制	MZ	44	kèzhì	动
4736	一②	刻		4	kè	量
4737	一③	刻		4	kè	动
4738	三	刻苦	MZ	43	kèkǔ	形
4739	三	刻意	MZ	44	kèyì	副
4740	附	刻舟求剑	MQMZ	4124	kè zhōu qiú jiàn	
4741	二	客车	MZ	41	kèchē	名
4742	三	客房	MZ	42	kèfáng	名
4743	一③	客观	MZ	41	kèguān	形

4744	二	客户	MZ	44	kèhù	名
4745	三	客机	MZ	41	kèjī	名
4746	三	客流	MZ	42	kèliú	名
4747	二	客气	ZQ	40	kèqi	形、动
4748	一②	客人	ZQ	42	kè·rén	名
4749	二	客厅	MZ	41	kètīng	名
4750	三	客运	MZ	44	kèyùn	名
4751	一①	课		4	kè	名
4752	一①	课本	MZ	43	kèběn	名
4753	一③	课程	MZ	42	kèchéng	名
4754	一②	课堂	MZ	42	kètáng	名
4755	二	课题	MZ	42	kètí	名
4756	一②	课文	MZ	42	kèwén	名
4757	二	肯		3	kěn	动
4758	一②	肯定	MZ	34	kěndìng	动、形
4759	三	恳求	MZ	32	kěnqiú	动
4760	三	啃		3	kěn	动
4761	三	坑		1	kēng	动、名
4762	一③	空		1	kōng	形、副
4763	附	空荡荡	MQZ	144	kōngdàngdàng	形
4764	二	空间	MZ	11	kōngjiān	名
4765	二	空军	MZ	11	kōngjūn	名
4766	附	空难	MZ	14	kōngnàn	名
4767	一②	空气	MZ	14	kōngqì	名
4768	三	空前	MZ	12	kōngqián	动
4769	一②	空调	MZ	12	kōngtiáo	名
4770	附	空想	MZ	13	kōngxiǎng	动、名
4771	三	空虚	MZ	11	kōngxū	形
4772	二	空中	MZ	11	kōngzhōng	名
4773	三	恐怖	MZ	34	kǒngbù	形
4774	三	恐吓	MZ	34	kǒnghè	动
4775	三	恐慌	MZ	31	kǒnghuāng	形
4776	三	恐惧	MZ	34	kǒngjù	形
4777	三	恐龙	MZ	32	kǒnglóng	名
4778	二	恐怕	MZ	34	kǒngpà	副
4779	二	空		4	kòng	动、形
4780	三	空白	MZ	42	kòngbái	名
4781	三	空地	MZ	44	kòngdì	名
4782	一③	空儿		4	kòngr	名
4783	三	空隙	MZ	44	kòngxì	名
4784	附	控告	MZ	44	kònggào	动
4785	二	控制	MZ	44	kòngzhì	动
4786	三	抠		1	kōu	动、形
4787	一①	口		3	kǒu	量、名

4788	三	口碑	MZ	31	kǒubēi	名
4789	三	口才	MZ	32	kǒucái	名
4790	附	口吃	MZ	31	kǒuchī	动
4791	二	口袋	ZQ	30	kǒudai	名
4792	三	口感	MZ	33	kǒugǎn	名
4793	二	口号	MZ	34	kǒuhào	名
4794	三	口径	MZ	34	kǒujìng	名
4795	附	口令	MZ	34	kǒulìng	名
4796	三	口气	ZQ	34	kǒu·qì	名
4797	三	口腔	MZ	31	kǒuqiāng	名
4798	三	口哨儿	MZ	34	kǒushàor	名
4799	二	口试	MZ	34	kǒushì	动
4800	三	口水	MZ	33	kǒushuǐ	名
4801	三	口头	MZ	32	kǒutóu	名、形
4802	三	口味	MZ	34	kǒuwèi	名
4803	三	口香糖	MQZ	312	kǒuxiāngtáng	名
4804	三	口音	ZQ	31	kǒu·yīn	名
4805	二	口语	MZ	33	kǒuyǔ	名
4806	三	口罩儿	MZ	34	kǒuzhàor	名
4807	三	口子	ZQ	30	kǒuzi	名
4808	二	扣		4	kòu	动
4809	三	扣除	MZ	42	kòuchú	动
4810	附	扣留	MZ	42	kòuliú	动
4811	附	扣人心弦	MQMZ	4212	kòu rén xīnxián	
4812	三	扣押	MZ	41	kòuyā	动
4813	三	枯燥	MZ	14	kūzào	形
4814	一②	哭		1	kū	动
4815	三	哭泣	MZ	14	kūqì	动
4816	附	哭笑不得	MQMZ	1442	kū xiào bù dé	
4817	三	窟窿	ZQ	10	kūlong	名
4818	一②	苦		3	kǔ	形
4819	附	苦力	MZ	34	kǔlì	名
4820	附	苦练	MZ	34	kǔ liàn	
4821	三	苦难	MZ	34	kǔnàn	名
4822	三	苦恼	MZ	33	kǔnǎo	形
4823	三	苦笑	MZ	34	kǔxiào	动
4824	附	苦心	MZ	31	kǔxīn	名、副
4825	二	库		4	kù	名
4826	二	裤子	ZQ	40	kùzi	名
4827	二	酷		4	kù	形
4828	附	酷似	MZ	44	kùsì	动
4829	三	夸		1	kuā	动
4830	三	夸大	MZ	14	kuādà	动
4831	附	夸奖	ZQ	13	kuājiǎng	动

4832	附	夸夸其谈	MQMZ	1122	kuākuā qí tán	
4833	附	夸耀	MZ	14	kuāyào	动
4834	三	夸张	MZ	11	kuāzhāng	形、名
4835	三	垮		3	kuǎ	动
4836	三	挎		4	kuà	动
4837	二	跨		4	kuà	动
4838	三	跨国	MZ	42	kuà guó	
4839	三	跨越	MZ	44	kuàyuè	动
4840	二	会计	ZQ	44	kuài·jì	名
4841	一①	块		4	kuài	名、量
4842	一①	快		4	kuài	形、副
4843	一②	快餐	MZ	41	kuàicān	名
4844	二	快车	MZ	41	kuàichē	名
4845	三	快递	MZ	44	kuàidì	名
4846	二	快点儿	MZ	43	kuài diǎnr	
4847	二	快活	ZQ	40	kuàihuo	形
4848	三	快捷	MZ	42	kuàijié	形
4849	一②	快乐	MZ	44	kuàilè	形
4850	一③	快速	MZ	44	kuàisù	形
4851	一②	快要	MZ	44	kuàiyào	副
4852	一②	筷子	ZQ	40	kuàizi	名
4853	二	宽		1	kuān	形
4854	三	宽敞	ZQ	10	kuānchang	形
4855	三	宽度	MZ	14	kuāndù	名
4856	附	宽泛	MZ	14	kuānfàn	形
4857	二	宽广	MZ	13	kuānguǎng	形
4858	附	宽厚	MZ	14	kuānhòu	形
4859	二	宽阔	MZ	14	kuānkuò	形
4860	三	宽容	MZ	12	kuānróng	动
4861	三	宽恕	MZ	14	kuānshù	动
4862	三	宽松	MZ	11	kuān·sōng	形
4863	三	款式	MZ	34	kuǎnshì	名
4864	附	款项	MZ	34	kuǎnxiàng	名
4865	三	筐		1	kuāng	名
4866	二	狂		2	kuáng	形
4867	三	狂欢	MZ	21	kuánghuān	动
4868	三	狂欢节	MQZ	212	kuánghuānjié	名
4869	三	狂热	MZ	24	kuángrè	形
4870	三	旷课	MZ	44	kuàng // kè	
4871	三	况且	MZ	43	kuàngqiě	连
4872	二	矿		4	kuàng	名
4873	附	矿藏	MZ	42	kuàngcáng	名
4874	二	矿泉水	MQZ	423	kuàngquánshuǐ	名
4875	三	框		4	kuàng	名、动

4876	附	框架	MZ	44	kuàngjià	名
4877	二	亏		1	kuī	动
4878	附	亏本	MZ	13	kuī // běn	
4879	三	亏损	MZ	13	kuīsǔn	动
4880	三	昆虫	MZ	12	kūnchóng	名
4881	三	捆		3	kǔn	动、量
4882	一③	困		4	kùn	形、动
4883	三	困惑	MZ	44	kùnhuò	形、动
4884	三	困境	MZ	44	kùnjìng	名
4885	一②	困难	ZQ	40	kùnnan	名、形
4886	二	困扰	MZ	43	kùnrǎo	动
4887	三	扩		4	kuò	动
4888	二	扩大	MZ	44	kuòdà	动
4889	三	扩建	MZ	44	kuòjiàn	动
4890	三	扩散	MZ	44	kuòsàn	动
4891	二	扩展	MZ	43	kuòzhǎn	动
4892	三	扩张	MZ	41	kuòzhāng	动
4893	二	括号	MZ	44	kuòhào	名
4894	三	括弧	MZ	42	kuòhú	名
4895	二	阔		4	kuò	形
4896	附	阔绰	MZ	44	kuòchuò	形
4897	二	垃圾	MZ	11	lājī	名
4898	一②	拉		1	lā	动
4899	三	拉动	MZ	14	lādòng	动
4900	二	拉开	MZ	11	lākāi	
4901	三	拉拉队	MQZ	114	lālāduì	名
4902	三	拉拢	ZQ	13	lā·lǒng	动
4903	三	拉锁	MZ	13	lāsuǒ	名
4904	三	喇叭	ZQ	30	lǎba	名
4905	二	落		4	là	动
4906	三	腊月	MZ	44	làyuè	名
4907	三	蜡		4	là	名
4908	三	蜡烛	MZ	42	làzhú	名
4909	二	辣		4	là	形
4910	三	辣椒	MZ	41	làjiāo	名
4911	二	啦		0	la	助
4912	一①	来		2	lái	动
4913	三	来宾	MZ	21	láibīn	名
4914	二	来不及	MQZ	202	láibují	动
4915	一②	来到	MZ	24	láidào	
4916	二	来得及	MQZ	202	láidejí	动
4917	三	来电	MZ	24	láidiàn	动、名
4918	三	来访	MZ	23	láifǎng	动
4919	三	来回	MZ	22	láihuí	副、名

112

4920	三	来历	MZ	24	láilì	名
4921	三	来临	MZ	22	láilín	动
4922	附	来龙去脉	MQMZ	2244	lái lóng qù mài	
4923	三	来年	MZ	22	láinián	名
4924	二	来往	MZ	23	láiwǎng	动
4925	二	来信	MZ	24	láixìn	名
4926	二	来源	MZ	22	láiyuán	名
4927	三	来源于	MQZ	222	láiyuán yú	
4928	一③	来自	MZ	24	láizì	动
4929	二	赖		4	lài	动、形
4930	三	拦		2	lán	动
4931	三	栏		2	lán	名
4932	三	栏杆	MZ	21	lángān	名
4933	二	栏目	MZ	24	lánmù	名
4934	一②	蓝		2	lán	形
4935	二	蓝领	MZ	23	lánlǐng	名
4936	一③	蓝色	MZ	24	lánsè	名
4937	二	蓝天	MZ	21	lán tiān	
4938	三	蓝图	MZ	22	lántú	名
4939	一②	篮球	MZ	22	lánqiú	名
4940	三	揽		3	lǎn	动
4941	三	缆车	MZ	31	lǎnchē	名
4942	二	懒		3	lǎn	形
4943	三	懒得	ZQ	30	lǎnde	动
4944	三	懒惰	MZ	34	lǎnduò	形
4945	二	烂		4	làn	形
4946	三	滥用	MZ	44	lànyòng	动
4947	三	狼		2	láng	名
4948	附	狼狈	MZ	24	lángbèi	形
4949	二	朗读	MZ	32	lǎngdú	动
4950	三	朗诵	MZ	34	lǎngsòng	动
4951	三	浪		4	làng	名
4952	一②	浪费	MZ	44	làngfèi	动
4953	二	浪漫	MZ	44	làngmàn	形
4954	三	捞		1	lāo	动
4955	一②	劳动	MZ	24	láodòng	动、名
4956	三	劳动力	MQZ	244	láodònglì	名
4957	附	劳累	MZ	24	láolèi	形
4958	三	劳务	MZ	24	láowù	名
4959	二	牢		2	láo	形
4960	三	牢固	MZ	24	láogù	形
4961	三	牢记	MZ	24	láojì	动
4962	三	牢牢	MZ	22	láoláo	
4963	附	唠叨	ZQ	20	láodao	动

4964	一①	老		3	lǎo	形
4965	一②	老		3	lǎo	副
4966	一③	老（老王）		3（32）	lǎo（Lǎo Wáng）	前缀
4967	一③	老百姓	MQZ	334	lǎobǎixìng	名
4968	一②	老板	MZ	33	lǎobǎn	名
4969	附	老伴儿	MZ	34	lǎobànr	名
4970	附	老大	MZ	34	lǎodà	名、副
4971	二	老公	MZ	31	lǎogōng	名
4972	三	老汉	MZ	34	lǎohàn	名
4973	三	老化	MZ	34	lǎohuà	动
4974	二	老家	MZ	31	lǎojiā	名
4975	一③	老年	MZ	32	lǎonián	名
4976	二	老朋友	MZQ	320	lǎo péngyou	
4977	二	老婆	ZQ	30	lǎopo	名
4978	一①	老人	MZ	32	lǎorén	名
4979	三	老人家	ZQQ	300	lǎorenjia	名
4980	一①	老师	MZ	31	lǎoshī	名
4981	二	老实	ZQ	30	lǎoshi	形
4982	附	老实说	MQZ	301	lǎoshi shuō	
4983	一③	老是	ZQ	34	lǎo·shì	副
4984	一③	老太太	MZQ	340	lǎotàitai	名
4985	一③	老头儿	MZ	32	lǎotóur	名
4986	二	老乡	MZ	31	lǎoxiāng	名
4987	三	老远	MZ	33	lǎo yuǎn	
4988	三	老字号	MZQ	340	lǎozìhao	名
4989	三	姥姥	ZQ	30	lǎolao	名
4990	三	姥爷	ZQ	30	lǎoye	名
4991	附	涝		4	lào	形
4992	一③	乐		4	lè	动
4993	一③	乐观	MZ	41	lèguān	形
4994	二	乐趣	MZ	44	lèqù	名
4995	三	乐意	MZ	44	lèyì	动、形
4996	三	乐园	MZ	42	lèyuán	名
4997	一①	了		0	le	助
4998	三	勒		1	lēi	动
4999	三	雷同	MZ	22	léitóng	形
5000	三	累积	MZ	31	lěijī	动
5001	三	累计	MZ	34	lěijì	动
5002	二	泪		4	lèi	名
5003	二	泪水	MZ	43	lèishuǐ	
5004	一③	类		4	lèi	名、量
5005	三	类别	MZ	42	lèibié	名
5006	一③	类似	MZ	44	lèisì	动、形
5007	二	类型	MZ	42	lèixíng	名

5008	一①	累		4	lèi	形
5009	附	棱角	MZ	23	léngjiǎo	名
5010	一①	冷		3	lěng	形
5011	附	冷淡	MZ	34	lěngdàn	形、动
5012	附	冷冻	MZ	34	lěngdòng	动
5013	二	冷静	MZ	34	lěngjìng	形
5014	三	冷酷	MZ	34	lěngkù	形
5015	附	冷酷无情	MQMZ	3422	lěngkù wúqíng	
5016	附	冷落	MZ	34	lěngluò	形、动
5017	三	冷门	MZ	32	lěngmén	名
5018	三	冷漠	MZ	34	lěngmò	形
5019	二	冷气	MZ	34	lěngqì	名
5020	二	冷水	MZ	33	lěngshuǐ	名
5021	三	冷笑	MZ	34	lěngxiào	动
5022	三	冷战	MZ	34	lěngzhàn	名
5023	三	愣		4	lèng	动、形
5024	二	厘米	MZ	23	límǐ	量
5025	一②	离		2	lí	动
5026	二	离不开	MQZ	201	lí bu kāi	
5027	一③	离婚	MZ	21	lí // hūn	
5028	一②	离开	MZ	21	lí // kāi	
5029	附	离谱儿	MZ	23	lí // pǔr	
5030	三	离奇	MZ	22	líqí	形
5031	三	离职	MZ	22	lí // zhí	
5032	三	梨		2	lí	名
5033	三	黎明	MZ	22	límíng	名
5034	二	礼		3	lǐ	名
5035	二	礼拜	MZ	34	lǐbài	名、动
5036	附	礼服	MZ	32	lǐfú	名
5037	二	礼貌	MZ	34	lǐmào	名、形
5038	三	礼品	MZ	33	lǐpǐn	名
5039	二	礼堂	MZ	32	lǐtáng	名
5040	一②	礼物	MZ	34	lǐwù	名
5041	三	礼仪	MZ	32	lǐyí	名
5042	一①	里		3	lǐ	名
5043	一①	里边	ZQ	30	lǐbian	名
5044	三	里程碑	MQZ	321	lǐchéngbēi	名
5045	一①	里面	ZQ	34	lǐ·miàn	名
5046	一②	里头	ZQ	30	lǐtou	名
5047	二	理		3	lǐ	动、名
5048	二	理财	MZ	32	lǐ // cái	
5049	附	理睬	MZ	33	lǐcǎi	动
5050	二	理发	MZ	34	lǐ // fà	
5051	三	理会	MZ	34	lǐhuì	动

5052	一③	理解	MZ	33	lǐjiě	动
5053	一③	理论	MZ	34	lǐlùn	名
5054	三	理念	MZ	34	lǐniàn	名
5055	三	理事	MZ	34	lǐshì	名、动
5056	附	理所当然	MQMZ	3312	lǐ suǒ dāngrán	
5057	一②	理想	MZ	33	lǐxiǎng	名
5058	三	理性	MZ	34	lǐxìng	形、名
5059	一②	理由	MZ	32	lǐyóu	名
5060	附	理直气壮	MQMZ	3244	lǐ zhí qì zhuàng	
5061	二	理智	MZ	34	lǐzhì	名、形
5062	一③	力		4	lì	名
5063	二	力（影响力）		4（334）	lì (yǐngxiǎnglì)	后缀
5064	附	力不从心	MQMZ	4421	lì bù cóng xīn	
5065	三	力度	ZQ	44	lìdù	名
5066	一③	力量	ZQ	44	lì·liàng	名
5067	二	力气	ZQ	40	lìqi	名
5068	三	力求	MZ	42	lìqiú	动
5069	附	力所能及	MQMZ	4322	lì suǒ néng jí	
5070	三	力争	MZ	41	lìzhēng	动
5071	三	历程	MZ	42	lìchéng	名
5072	三	历届	MZ	44	lìjiè	形
5073	三	历经	MZ	41	lìjīng	动
5074	三	历来	MZ	42	lìlái	副
5075	三	历时	MZ	42	lìshí	动、形
5076	一②	历史	MZ	43	lìshǐ	名
5077	二	厉害	ZQ	40	lìhai	形
5078	二	立		4	lì	动
5079	二	立场	MZ	43	lìchǎng	名
5080	三	立方	MZ	41	lìfāng	名、量
5081	三	立方米	MQZ	413	lìfāngmǐ	量
5082	附	立功	MZ	41	lì // gōng	
5083	二	立即	MZ	42	lìjí	副
5084	三	立交桥	MQZ	412	lìjiāoqiáo	名
5085	一②	立刻	MZ	44	lìkè	副
5086	三	立体	MZ	43	lìtǐ	形
5087	三	立足	MZ	42	lìzú	动
5088	附	励志	MZ	44	lìzhì	动
5089	二	利		4	lì	名
5090	三	利害	MZ	44	lìhài	名
5091	三	利率	MZ	44	lìlǜ	名
5092	二	利润	ZQ	44	lìrùn	名
5093	附	利索	ZQ	40	lìsuo	形
5094	二	利息	ZQ	41	lìxī	名
5095	二	利益	ZQ	44	lìyì	名

5096	一②	利用	MZ	44	lìyòng	动	
5097	一②	例如	MZ	42	lìrú	动	
5098	二	例外	MZ	44	lìwài	动、名	
5099	一②	例子	ZQ	40	lìzi	名	
5100	三	粒		4	lì	量	
5101	二	俩		3	liǎ		
5102	一②	连		2	lián	动、副	
5103	附	连滚带爬	MQMZ	2342	lián gǔn dài pá		
5104	二	连接	MZ	21	liánjiē	动	
5105	一③	连忙	MZ	22	liánmáng	副	
5106	三	连绵	MZ	22	liánmián	动	
5107	三	连任	MZ	24	liánrèn	动	
5108	三	连锁	MZ	23	liánsuǒ	形	
5109	三	连锁店	MQZ	234	liánsuǒdiàn	名	
5110	一③	连续	MZ	24	liánxù	动	
5111	一③	连续剧	MQZ	244	liánxùjù	名	
5112	三	连夜	MZ	24	liányè	副	
5113	附	怜惜	MZ	21	liánxī	动	
5114	附	帘子	ZQ	20	liánzi	名	
5115	三	莲子	MZ	23	liánzǐ	名	
5116	三	联邦	MZ	21	liánbāng	名	
5117	一③	联合	MZ	22	liánhé	动	
5118	一③	联合国	MQZ	222	Liánhéguó	名	
5119	三	联欢	MZ	21	liánhuān	动	
5120	二	联络	MZ	24	liánluò	动	
5121	二	联盟	MZ	22	liánméng	名	
5122	二	联赛	MZ	24	liánsài	名	
5123	二	联手	MZ	23	liánshǒu	动	
5124	三	联网	MZ	23	lián // wǎng		
5125	一②	联系	ZQ	24	liánxì	动、名	
5126	二	联想	MZ	23	liánxiǎng	动	
5127	三	廉价	MZ	24	liánjià	形	
5128	三	廉洁	MZ	22	liánjié	形	
5129	三	廉正	MZ	24	liánzhèng	形	
5130	三	廉政	MZ	24	liánzhèng	动	
5131	一②	脸		3	liǎn	名	
5132	附	脸颊	MZ	32	liǎnjiá	名	
5133	二	脸盆	MZ	32	liǎnpén	名	
5134	二	脸色	MZ	34	liǎnsè	名	
5135	二	脸上	ZQ	30	liǎn shang		
5136	一②	练		4	liàn	动	
5137	一②	练习	MZ	42	liànxí	动、名	
5138	三	炼		4	liàn	动	
5139	二	恋爱	MZ	44	liàn'ài	动、名	

5140	附	恋恋不舍	MQMZ	4443	liàn liàn bù shě	
5141	三	良		2	liáng	形
5142	二	良好	MZ	23	liánghǎo	形
5143	三	良心	MZ	21	liángxīn	名
5144	三	良性	MZ	24	liángxìng	形
5145	一②	凉		2	liáng	形
5146	一②	凉快	ZQ	20	liángkuai	形
5147	三	凉爽	MZ	23	liángshuǎng	形
5148	二	凉水	MZ	23	liángshuǐ	名
5149	二	凉鞋	MZ	22	liángxié	名
5150	一②	量		2	liáng	动
5151	二	粮食	ZQ	20	liángshi	名
5152	一①	两		3	liǎng	数
5153	一②	两		3	liǎng	量
5154	二	两岸	MZ	34	liǎng'àn	名
5155	二	两边	MZ	31	liǎngbiān	名
5156	二	两侧	MZ	34	liǎngcè	名
5157	三	两口子	MZQ	330	liǎngkǒuzi	名
5158	三	两栖	MZ	31	liǎngqī	动
5159	二	两手	MZ	33	liǎngshǒu	名
5160	一②	亮		4	liàng	形、动
5161	三	亮点	MZ	43	liàngdiǎn	名
5162	三	亮丽	MZ	44	liànglì	形
5163	三	亮相	MZ	44	liàng // xiàng	
5164	三	谅解	MZ	43	liàngjiě	动
5165	一②	辆		4	liàng	量
5166	三	辽阔	MZ	24	liáokuò	形
5167	三	疗法	MZ	23	liáofǎ	名
5168	三	疗效	MZ	24	liáoxiào	名
5169	二	疗养	MZ	23	liáoyǎng	动
5170	二	聊		2	liáo	动
5171	二	聊天儿	MZ	21	liáo // tiānr	
5172	附	寥寥无几	MQMZ	2223	liáoliáo wú jǐ	
5173	附	潦草	MZ	23	liáocǎo	形
5174	二	了不起	MQZ	303	liǎobuqǐ	形
5175	附	了结	MZ	32	liǎojié	动
5176	一②	了解	MZ	33	liǎojiě	动
5177	附	了却	MZ	34	liǎoquè	动
5178	二	料		4	liào	名
5179	三	料到	MZ	44	liàodào	
5180	三	料理	MZ	43	liàolǐ	动、名
5181	附	咧嘴	MZ	33	liě // zuǐ	
5182	二	列		4	liè	动、量
5183	二	列车	MZ	41	lièchē	名

5184	三	列举	MZ	43	lièjǔ	动
5185	二	列入	MZ	44	lièrù	动
5186	二	列为	MZ	42	lièwéi	
5187	三	劣势	MZ	44	lièshì	名
5188	三	劣质	MZ	44	lièzhì	形
5189	三	烈士	ZQ	44	lièshì	名
5190	三	猎犬	MZ	43	lièquǎn	名
5191	三	猎人	MZ	42	lièrén	名
5192	二	裂		4	liè	动
5193	三	裂缝	MZ	44	lièfèng	名
5194	附	裂痕	MZ	42	lièhén	名
5195	三	拎		1	līn	动
5196	三	邻国	MZ	22	línguó	名
5197	二	邻居	MZ	21	línjū	名
5198	三	临		2	lín	动、介
5199	三	临床	MZ	22	línchuáng	动
5200	附	临街	MZ	21	línjiē	动
5201	三	临近	MZ	24	línjìn	动
5202	二	临时	MZ	22	línshí	形、副
5203	三	淋		2	lín	动
5204	三	灵		2	líng	形
5205	三	灵感	MZ	23	línggǎn	名
5206	三	灵魂	MZ	22	línghún	名
5207	二	灵活	MZ	22	línghuó	形
5208	附	灵机一动	MQMZ	2124	língjī yí dòng	
5209	三	灵敏	MZ	23	língmǐn	形
5210	三	灵巧	MZ	23	língqiǎo	形
5211	三	灵通	MZ	21	língtōng	形
5212	二	铃		2	líng	名
5213	二	铃声	MZ	21	língshēng	名
5214	三	凌晨	MZ	22	língchén	名
5215	一①	零｜○		2|2	líng | líng	数
5216	三	零花钱	MQZ	212	línghuāqián	名
5217	三	零件	MZ	24	língjiàn	名
5218	三	零钱	MZ	22	língqián	名
5219	二	零食	MZ	22	língshí	名
5220	三	零售	MZ	24	língshòu	动
5221	二	零下	MZ	24	líng xià	
5222	一③	领		3	lǐng	动
5223	三	领带	MZ	34	lǐngdài	名
5224	一③	领导	MZ	33	lǐngdǎo	动、名
5225	三	领队	MZ	34	lǐngduì	动、名
5226	三	领会	MZ	34	lǐnghuì	动
5227	三	领军	MZ	31	lǐngjūn	动

5228	三	领略	MZ	34	lǐnglüè	动
5229	二	领取	MZ	33	lǐngqǔ	动
5230	三	领事	MZ	34	lǐngshì	名
5231	三	领事馆	MQZ	343	lǐngshìguǎn	名
5232	三	领土	MZ	33	lǐngtǔ	名
5233	附	领悟	MZ	34	lǐngwù	动
5234	一③	领先	MZ	31	lǐng // xiān	
5235	二	领袖	MZ	34	lǐngxiù	名
5236	附	领养	MZ	33	lǐngyǎng	动
5237	三	领域	MZ	34	lǐngyù	名
5238	二	另		4	lìng	代、副
5239	一②	另外	MZ	44	lìngwài	代、副
5240	一③	另一方面	MQZQ	4414	lìng yì fāngmiàn	
5241	二	令		4	lìng	动
5242	三	溜		1	liū	动
5243	附	溜达	ZQ	10	liūda	动
5244	三	浏览	MZ	23	liúlǎn	动
5245	三	浏览器	MQZ	234	liúlǎnqì	名
5246	一②	留		2	liú	动
5247	附	留恋	MZ	24	liúliàn	动
5248	三	留念	MZ	24	liúniàn	动
5249	三	留神	MZ	22	liú // shén	
5250	一②	留下	ZQ	20	liúxia	
5251	三	留心	MZ	21	liú // xīn	
5252	一③	留学	MZ	22	liú // xué	
5253	一②	留学生	MQZ	221	liúxuéshēng	名
5254	二	留言	MZ	22	liú // yán	
5255	三	留意	MZ	24	liú // yì	
5256	一②	流		2	liú	动
5257	三	流畅	MZ	24	liúchàng	形
5258	三	流程	MZ	22	liúchéng	名
5259	二	流传	MZ	22	liúchuán	动
5260	二	流动	MZ	24	liúdòng	动
5261	二	流感	MZ	23	liúgǎn	名
5262	三	流浪	MZ	24	liúlàng	动
5263	三	流泪	MZ	24	liú lèi	
5264	一②	流利	MZ	24	liúlì	形
5265	三	流量	MZ	24	liúliàng	名
5266	三	流露	MZ	24	liúlù	动
5267	附	流氓	MZ	22	liúmáng	名
5268	三	流入	MZ	24	liúrù	
5269	三	流失	MZ	21	liúshī	动
5270	三	流水	MZ	23	liúshuǐ	名
5271	附	流淌	MZ	23	liútǎng	动

5272	二	流通	MZ	21	liútōng	动
5273	三	流向	MZ	24	liúxiàng	名
5274	一②	流行	MZ	22	liúxíng	动、形
5275	三	流血	MZ	24	liúxuè	动
5276	三	流域	MZ	24	liúyù	名
5277	附	流转	MZ	23	liúzhuǎn	动
5278	三	柳树	MZ	34	liǔshù	名
5279	一①	六		4	liù	数
5280	附	遛		4	liù	动
5281	一③	龙		2	lóng	名
5282	三	龙舟	MZ	21	lóngzhōu	名
5283	三	聋		2	lóng	形
5284	三	聋子	ZQ	20	lóngzi	名
5285	三	笼子	ZQ	20	lóngzi	名
5286	三	隆重	MZ	24	lóngzhòng	形
5287	三	垄断	MZ	34	lǒngduàn	动
5288	附	笼统	MZ	33	lǒngtǒng	形
5289	三	笼罩	MZ	34	lǒngzhào	动
5290	一①	楼		2	lóu	名
5291	二	楼道	MZ	24	lóudào	名
5292	二	楼房	MZ	22	lóufáng	名
5293	一②	楼上	MZ	24	lóu shàng	
5294	二	楼梯	MZ	21	lóutī	名
5295	一②	楼下	MZ	24	lóu xià	
5296	三	搂		3	lǒu	动
5297	二	漏		4	lòu	动
5298	二	漏洞	ZQ	44	lòudòng	名
5299	二	露		4	lòu	动
5300	三	露面	MZ	44	lòu // miàn	
5301	附	芦花	MZ	21	lúhuā	名
5302	三	炉灶	MZ	24	lúzào	名
5303	三	炉子	ZQ	20	lúzi	名
5304	附	卤味	MZ	34	lǔwèi	名
5305	附	鲁莽	MZ	33	lǔmǎng	形
5306	二	陆地	MZ	44	lùdì	名
5307	二	陆军	MZ	41	lùjūn	名
5308	二	陆续	MZ	44	lùxù	副
5309	一③	录		4	lù	动
5310	二	录取	MZ	43	lùqǔ	动
5311	二	录像	MZ	44	lù // xiàng	
5312	一③	录音	MZ	41	lùyīn	动、名
5313	二	录音机	MQZ	411	lùyīnjī	名
5314	三	录制	MZ	44	lùzhì	动
5315	三	鹿		4	lù	名

5316	一①	路		4	lù	名
5317	二	路边	MZ	41	lù biān	
5318	三	路程	MZ	42	lùchéng	名
5319	三	路灯	MZ	41	lùdēng	名
5320	附	路段	MZ	44	lùduàn	名
5321	二	路过	MZ	44	lùguò	动
5322	一①	路口	MZ	43	lùkǒu	名
5323	三	路况	MZ	44	lùkuàng	名
5324	三	路面	MZ	44	lùmiàn	名
5325	三	路人	MZ	42	lùrén	名
5326	一①	路上	ZQ	40	lùshang	名
5327	三	路途	MZ	42	lùtú	名
5328	一③	路线	MZ	44	lùxiàn	名
5329	三	路子	ZQ	40	lùzi	名
5330	二	露		4	lù	动
5331	三	露天	MZ	41	lùtiān	名、形
5332	三	旅程	MZ	32	lǚchéng	名
5333	二	旅店	MZ	34	lǚdiàn	名
5334	二	旅馆	MZ	33	lǚguǎn	名
5335	一②	旅客	MZ	34	lǚkè	名
5336	三	旅途	MZ	32	lǚtú	名
5337	一②	旅行	MZ	32	lǚxíng	动
5338	二	旅行社	MQZ	324	lǚxíngshè	名
5339	一②	旅游	MZ	32	lǚyóu	动
5340	附	铝		3	lǚ	名
5341	三	屡		3	lǚ	副
5342	附	屡次	MZ	34	lǚcì	副
5343	三	缕		3	lǚ	量
5344	三	履行	MZ	32	lǚxíng	动
5345	二	律师	MZ	41	lǜshī	名
5346	三	率（成功率）		4（214）	lǜ（chénggōnglǜ）	后缀
5347	一②	绿		4	lǜ	形
5348	一②	绿茶	MZ	42	lǜchá	名
5349	三	绿灯	MZ	41	lǜdēng	名
5350	附	绿地	MZ	44	lǜdì	名
5351	二	绿化	MZ	44	lǜhuà	动
5352	一③	绿色	MZ	44	lǜsè	名
5353	附	孪生	MZ	21	luánshēng	形
5354	三	卵		3	luǎn	名
5355	一②	乱		4	luàn	形
5356	三	乱七八糟	MQMZ	4111	luàn qī bā zāo	
5357	三	掠夺	MZ	42	lüèduó	动
5358	三	略		4	lüè	动、形
5359	附	略微	MZ	41	lüèwēi	副

5360	附	抡		1	lūn	动
5361	三	伦理	MZ	23	lúnlǐ	名
5362	二	轮		2	lún	动、量
5363	二	轮船	MZ	22	lúnchuán	名
5364	附	轮换	MZ	24	lúnhuàn	动
5365	三	轮廓	MZ	24	lúnkuò	名
5366	三	轮流	MZ	22	lúnliú	动
5367	三	轮胎	MZ	21	lúntāi	名
5368	二	轮椅	MZ	23	lúnyǐ	名
5369	二	轮子	ZQ	20	lúnzi	名
5370	三	论述	MZ	44	lùnshù	动
5371	三	论坛	MZ	42	lùntán	名
5372	二	论文	MZ	42	lùnwén	名
5373	三	论证	MZ	44	lùnzhèng	动
5374	三	罗		2	luó	名、动
5375	三	萝卜	ZQ	20	luóbo	名
5376	二	逻辑	ZQ	22	luó·jí	名
5377	三	螺丝	MZ	21	luósī	名
5378	三	裸		3	luǒ	动
5379	三	裸露	MZ	34	luǒlù	动
5380	附	络绎不绝	MQMZ	4442	luòyì bù jué	
5381	二	落		4	luò	动
5382	附	落差	MZ	41	luòchā	名
5383	三	落地	MZ	44	luò // dì	
5384	一③	落后	MZ	44	luò // hòu	
5385	三	落户	MZ	44	luò // hù	
5386	二	落实	MZ	42	luòshí	动
5387	三	落下	ZQ	40	luòxia	
5388	一①	妈妈｜妈	ZQ	10｜1	māma｜mā	名
5389	三	麻		2	má	名
5390	三	麻		2	má	形
5391	附	麻痹	MZ	24	mábì	动
5392	一②	麻烦	ZQ	20	máfan	动、形
5393	附	麻将	MZ	24	májiàng	名
5394	附	麻辣	MZ	24	málà	形
5395	三	麻木	MZ	24	mámù	形
5396	三	麻醉	MZ	24	mázuì	动
5397	一①	马		3	mǎ	名
5398	二	马车	MZ	31	mǎchē	名
5399	附	马后炮	MQZ	344	mǎhòupào	名
5400	三	马虎	ZQ	30	mǎhu	形
5401	三	马力	MZ	34	mǎlì	量
5402	一①	马路	MZ	34	mǎlù	名
5403	一①	马上	MZ	34	mǎshàng	副

5404	三	马桶	MZ	33	mǎtǒng	名
5405	附	马戏	MZ	34	mǎxì	名
5406	三	码		3	mǎ	动
5407	三	码		3	mǎ	量
5408	二	码头	ZQ	32	mǎ·tóu	名
5409	二	骂		4	mà	动
5410	一①	吗		0	ma	助
5411	二	嘛		0	ma	助
5412	二	埋		2	mái	动
5413	三	埋藏	MZ	22	máicáng	动
5414	三	埋伏	ZQ	22	mái·fú	动
5415	附	埋没	MZ	24	máimò	动
5416	一①	买		3	mǎi	动
5417	三	买不起	MQZ	303	mǎi bu qǐ	
5418	二	买卖	ZQ	30	mǎimai	名
5419	三	迈		4	mài	动
5420	三	迈进	MZ	44	màijìn	动
5421	一②	卖		4	mài	动
5422	附	卖弄	ZQ	40	màinong	动
5423	三	脉搏	MZ	42	màibó	名
5424	附	脉络	MZ	44	màiluò	名
5425	三	埋怨	ZQ	24	mányuàn	动
5426	三	蛮		2	mán	副
5427	二	馒头	ZQ	20	mántou	名
5428	三	瞒		2	mán	动
5429	一②	满		3	mǎn	形
5430	三	满怀	MZ	32	mǎnhuái	动
5431	一②	满意	MZ	34	mǎnyì	动
5432	一③	满足	MZ	32	mǎnzú	动
5433	三	蔓延	MZ	42	mànyán	动
5434	三	漫		4	màn	动
5435	二	漫长	MZ	42	màncháng	形
5436	二	漫画	MZ	44	mànhuà	名
5437	三	漫游	MZ	42	mànyóu	动
5438	一①	慢		4	màn	形
5439	二	慢车	MZ	41	mànchē	名
5440	二	慢慢	MZ	44	mànmàn	
5441	附	慢慢来	MQZ	442	mànmàn lái	
5442	三	慢性	MZ	44	mànxìng	形
5443	一①	忙		2	máng	形
5444	三	忙活	ZQ	20	mánghuo	动
5445	三	忙碌	MZ	24	mánglù	形
5446	附	忙乱	MZ	24	mángluàn	形
5447	三	盲目	MZ	24	mángmù	形

5448	二	盲人	MZ	22	mángrén	名
5449	三	茫然	MZ	22	mángrán	形
5450	二	猫		1	māo	名
5451	一②	毛		2	máo	量
5452	一③	毛		2	máo	名
5453	一②	毛病	ZQ	24	máo·bìng	名
5454	二	毛巾	MZ	21	máojīn	名
5455	二	毛衣	MZ	21	máoyī	名
5456	二	矛盾	MZ	24	máodùn	名、形
5457	附	矛头	MZ	22	máotóu	名
5458	三	茅台（酒）	MZ	22（3）	máotái (jiǔ)	名
5459	三	茂密	MZ	44	màomì	形
5460	三	茂盛	MZ	44	màoshèng	形
5461	二	冒		4	mào	动
5462	三	冒充	MZ	41	màochōng	动
5463	附	冒犯	ZQ	44	màofàn	动
5464	附	冒昧	ZQ	44	màomèi	形
5465	三	冒险	MZ	43	mào // xiǎn	
5466	二	贸易	ZQ	44	màoyì	名
5467	二	帽子	ZQ	40	màozi	名
5468	一①	没		2	méi	副、动
5469	二	没错	MZ	24	méi cuò	
5470	二	没法儿	MZ	23	méi fǎr	
5471	一①	没关系	MZQ	210	méi guānxi	
5472	三	没劲	MZ	24	méi // jìn	
5473	一①	没什么	ZQQ	220	méi shénme	
5474	一②	没事儿	MZ	24	méi // shìr	
5475	三	没说的	MZQ	210	méishuōde	
5476	三	没完没了	MQMZ	2223	méi wán méi liǎo	
5477	二	没想到	MQZ	234	méi xiǎngdào	
5478	三	没意思	MZQ	240	méi yìsi	
5479	一①	没用	MZ	24	méi yòng	
5480	一①	没有	ZQ	23	méi·yǒu	动、副
5481	附	没辙	MZ	22	méi // zhé	
5482	三	没准儿	MZ	23	méi // zhǔnr	
5483	三	玫瑰	ZQ	20	méigui	名
5484	三	枚		2	méi	量
5485	附	眉开眼笑	MQMZ	2134	méi kāi yǎn xiào	
5486	三	眉毛	ZQ	20	méimao	名
5487	二	梅花	MZ	21	méihuā	名
5488	一③	媒体	MZ	23	méitǐ	名
5489	二	煤		2	méi	名
5490	三	煤矿	MZ	24	méikuàng	名
5491	二	煤气	MZ	24	méiqì	名

5492	三	煤炭	MZ	24	méitàn	名
5493	一②	每		3	měi	代
5494	一③	每		3	měi	副
5495	三	每当	MZ	31	měi dāng	
5496	三	每逢	MZ	32	měi féng	
5497	一③	美		3	měi	形
5498	三	美德	MZ	32	měidé	名
5499	三	美观	MZ	31	měiguān	形
5500	一③	美好	MZ	33	měihǎo	形
5501	三	美化	MZ	34	měihuà	动
5502	二	美金	MZ	31	měijīn	名
5503	三	美景	MZ	33	měijǐng	名
5504	二	美丽	MZ	34	měilì	形
5505	三	美满	MZ	33	měimǎn	形
5506	三	美妙	MZ	34	měimiào	形
5507	二	美女	MZ	33	měinǚ	名
5508	三	美人	MZ	32	měirén	名
5509	二	美容	MZ	32	měiróng	动
5510	二	美食	MZ	32	měishí	名
5511	一③	美术	MZ	34	měishù	名
5512	三	美味	MZ	34	měiwèi	名
5513	一②	美元	MZ	32	měiyuán	名
5514	附	美中不足	MQMZ	3142	měi zhōng bùzú	
5515	附	美滋滋	MQZ	311	měizīzī	形
5516	一②	妹妹｜妹	ZQ	40｜4	mèimei｜mèi	名
5517	三	魅力	MZ	44	mèilì	名
5518	三	闷		1	mēn	形、动
5519	一①	门		2	mén	名、量
5520	附	门当户对	MQMZ	2144	mén dāng hù duì	
5521	三	门槛	MZ	23	ménkǎn	名
5522	一①	门口	MZ	23	ménkǒu	名
5523	三	门铃	MZ	22	ménlíng	名
5524	附	门路	ZQ	20	ménlu	名
5525	一②	门票	MZ	24	ménpiào	名
5526	二	门诊	MZ	23	ménzhěn	动
5527	三	闷		4	mèn	形
5528	一①	们（朋友们）		0（200）	men（péngyoumen）	后缀
5529	二	蒙		1	mēng	动
5530	附	萌发	MZ	21	méngfā	动
5531	三	萌芽	MZ	22	méngyá	动、名
5532	二	蒙		2	méng	动
5533	三	盟友	MZ	23	méngyǒu	名
5534	附	朦胧	MZ	22	ménglóng	形
5535	二	猛		3	měng	形

5536	三	猛烈	MZ	34	měngliè	形
5537	三	猛然	MZ	32	měngrán	副
5538	二	梦		4	mèng	名、动
5539	三	梦幻	MZ	44	mènghuàn	名
5540	二	梦见	ZQ	44	mèng·jiàn	
5541	二	梦想	MZ	43	mèngxiǎng	动、名
5542	三	弥补	MZ	23	míbǔ	动
5543	三	弥漫	MZ	24	mímàn	动
5544	一③	迷		2	mí	动
5545	三	迷惑	ZQ	24	mí·huò	形、动
5546	附	迷惑不解	MQMZ	2443	mí·huò bù jiě	
5547	附	迷恋	MZ	24	míliàn	动
5548	三	迷路	MZ	24	mí // lù	
5549	二	迷人	MZ	22	mírén	形
5550	三	迷失	MZ	21	míshī	动
5551	二	迷信	MZ	24	míxìn	动、名
5552	三	谜		2	mí	名
5553	附	谜底	MZ	23	mídǐ	名
5554	附	谜团	MZ	22	mítuán	名
5555	附	谜语	MZ	23	míyǔ	名
5556	一②	米		3	mǐ	名
5557	一②	米		3	mǐ	量
5558	一②	米饭	MZ	34	mǐfàn	名
5559	附	秘方	MZ	41	mìfāng	名
5560	三	秘诀	MZ	42	mìjué	名
5561	二	秘密	ZQ	44	mìmì	形、名
5562	二	秘书	ZQ	41	mìshū	名
5563	二	密		4	mì	形
5564	附	密不可分	MQMZ	4431	mì bù kě fēn	
5565	三	密度	ZQ	44	mìdù	名
5566	附	密封	MZ	41	mìfēng	动
5567	三	密集	MZ	42	mìjí	动、形
5568	二	密码	MZ	43	mìmǎ	名
5569	二	密切	MZ	44	mìqiè	形、动
5570	三	蜜		4	mì	名
5571	三	蜜蜂	MZ	41	mìfēng	名
5572	附	蜜月	MZ	44	mìyuè	名
5573	二	棉		2	mián	名
5574	三	棉花	ZQ	21	mián·huā	名
5575	三	免		3	miǎn	动
5576	三	免不了	MQZ	303	miǎnbuliǎo	动
5577	三	免除	MZ	32	miǎnchú	动
5578	二	免得	ZQ	30	miǎnde	连
5579	二	免费	MZ	34	miǎn // fèi	

5580	三	免疫	MZ	34	miǎnyì	动
5581	附	免职	MZ	32	miǎn // zhí	
5582	三	勉强	MZ	33	miǎnqiǎng	形、动
5583	附	缅怀	MZ	32	miǎnhuái	动
5584	一②	面		4	miàn	名
5585	一③	面		4	miàn	量
5586	一①	面包	MZ	41	miànbāo	名
5587	三	面部	MZ	44	miànbù	名
5588	一③	面对	MZ	44	miànduì	动
5589	二	面对面	MQZ	444	miànduìmiàn	
5590	三	面粉	MZ	43	miànfěn	名
5591	附	面红耳赤	MQMZ	4234	miàn hóng ěr chì	
5592	一③	面积	ZQ	41	miànjī	名
5593	二	面临	MZ	42	miànlín	动
5594	二	面貌	ZQ	44	miànmào	名
5595	附	面面俱到	MQMZ	4444	miàn miàn jù dào	
5596	附	面目全非	MQMZ	4421	miànmù quán fēi	
5597	一③	面前	MZ	42	miànqián	名
5598	二	面试	MZ	44	miànshì	动
5599	一②	面条儿	MZ	42	miàntiáor	名
5600	二	面向	MZ	44	miànxiàng	
5601	二	面子	ZQ	40	miànzi	名
5602	三	苗		2	miáo	名
5603	附	苗条	ZQ	20	miáotiao	形
5604	附	苗头	ZQ	20	miáotou	名
5605	三	描绘	MZ	24	miáohuì	动
5606	二	描述	MZ	24	miáoshù	动
5607	二	描写	MZ	23	miáoxiě	动
5608	附	瞄准	MZ	23	miáozhǔn	
5609	二	秒		3	miǎo	量
5610	三	渺小	MZ	33	miǎoxiǎo	形
5611	二	妙		4	miào	形
5612	三	庙		4	miào	名
5613	附	庙会	MZ	44	miàohuì	名
5614	二	灭		4	miè	动
5615	附	灭绝	MZ	42	mièjué	动
5616	三	灭亡	MZ	42	mièwáng	动
5617	三	民办	MZ	24	mínbàn	形
5618	二	民歌	MZ	21	míngē	名
5619	二	民工	MZ	21	míngōng	名
5620	一③	民间	MZ	21	mínjiān	名
5621	二	民警	MZ	23	mínjǐng	名
5622	三	民俗	MZ	22	mínsú	名
5623	二	民意	MZ	24	mínyì	名

5624	三	民用	MZ	24	mínyòng	形
5625	二	民众	MZ	24	mínzhòng	名
5626	一③	民主	MZ	23	mínzhǔ	名、形
5627	一③	民族	MZ	22	mínzú	名
5628	二	敏感	MZ	33	mǐngǎn	形
5629	三	敏捷	MZ	32	mǐnjié	形
5630	三	敏锐	MZ	34	mǐnruì	形
5631	一③	名		2	míng	名、量
5632	一③	名称	MZ	21	míngchēng	名
5633	一③	名单	MZ	21	míngdān	名
5634	二	名额	MZ	22	míng'é	名
5635	附	名副其实	MQMZ	2422	míng fù qí shí	
5636	三	名贵	MZ	24	míngguì	形
5637	附	名利	MZ	24	mínglì	名
5638	二	名牌儿	MZ	22	míngpáir	名
5639	二	名片	MZ	24	míngpiàn	名
5640	三	名气	ZQ	20	míngqi	名
5641	二	名人	MZ	22	míngrén	名
5642	三	名声	MZ	21	míngshēng	名
5643	二	名胜	MZ	24	míngshèng	名
5644	三	名言	MZ	22	míngyán	名
5645	二	名义	MZ	24	míngyì	名
5646	二	名誉	MZ	24	míngyù	名、形
5647	三	名著	MZ	24	míngzhù	名
5648	一①	名字	ZQ	20	míngzi	名
5649	一①	明白	ZQ	20	míngbai	形、动
5650	三	明朗	MZ	23	mínglǎng	形
5651	二	明亮	MZ	24	míngliàng	形
5652	三	明媚	MZ	24	míngmèi	形
5653	二	明明	MZ	22	míngmíng	副
5654	一①	明年	MZ	22	míngnián	名
5655	一③	明确	MZ	24	míngquè	形、动
5656	二	明日	MZ	24	míngrì	名
5657	一①	明天	MZ	21	míngtiān	名
5658	一③	明显	MZ	23	míngxiǎn	形
5659	一②	明星	MZ	21	míngxīng	名
5660	三	明智	MZ	24	míngzhì	形
5661	附	铭记	MZ	24	míngjì	动
5662	二	命		4	mìng	名
5663	三	命		4	mìng	动
5664	二	命令	ZQ	44	mìnglìng	名、动
5665	三	命名	MZ	42	mìng // míng	
5666	三	命题	MZ	42	mìng // tí	
5667	一③	命运	ZQ	44	mìngyùn	名

5668	二	摸		1	mō	动
5669	三	摸索	ZQ	13	mō·suǒ	动
5670	二	模范	MZ	24	mófàn	名
5671	二	模仿	MZ	23	mófǎng	动
5672	二	模糊	ZQ	20	móhu	形
5673	三	模拟	MZ	23	mónǐ	动
5674	二	模式	MZ	24	móshì	名
5675	二	模特儿	MZ	24	mótèr	名
5676	二	模型	MZ	22	móxíng	名
5677	二	膜		2	mó	名
5678	二	摩擦（磨擦）	MZ	21	mócā	动、名
5679	二	摩托	ZQ	21	mótuō	名
5680	二	磨		2	mó	动
5681	三	磨合	MZ	22	móhé	动
5682	三	磨难	MZ	24	mónàn	名
5683	三	磨损	MZ	23	mósǔn	动
5684	三	蘑菇	ZQ	20	mógu	名
5685	三	魔鬼	MZ	23	móguǐ	名
5686	二	魔术	MZ	24	móshù	名
5687	三	抹		3	mǒ	动
5688	二	末		4	mò	名
5689	三	末日	MZ	44	mòrì	名
5690	附	没落	ZQ	44	mòluò	动
5691	二	没收	MZ	41	mòshōu	动
5692	三	陌生	MZ	41	mòshēng	形
5693	三	莫非	MZ	41	mòfēi	副
5694	三	莫过于	MQZ	442	mò guò yú	
5695	附	莫名其妙	MQMZ	4224	mò míng qí miào	
5696	附	漠然	MZ	42	mòrán	形
5697	三	墨		4	mò	名
5698	二	墨水	MZ	43	mòshuǐ	名
5699	附	默读	MZ	42	mòdú	动
5700	二	默默	MZ	44	mòmò	副
5701	附	默默无闻	MQMZ	4422	mòmò wú wén	
5702	三	默契	ZQ	44	mòqì	形、名
5703	附	谋害	MZ	24	móuhài	动
5704	三	谋求	MZ	22	móuqiú	动
5705	三	谋生	MZ	21	móushēng	动
5706	一③	某		3	mǒu	代
5707	二	模样	ZQ	24	múyàng	名
5708	二	母		3	mǔ	形、名
5709	二	母鸡	MZ	31	mǔjī	名
5710	二	母女	MZ	33	mǔnǚ	名
5711	一③	母亲	ZQ	31	mǔ·qīn	名

5712	二	母子	MZ	33	mǔzǐ	名
5713	三	牡丹	ZQ	30	mǔdan	名
5714	三	亩		3	mǔ	量
5715	二	木		4	mù	形
5716	三	木板	MZ	43	mùbǎn	名
5717	三	木材	MZ	42	mùcái	名
5718	三	木匠	ZQ	44	mù·jiàng	名
5719	三	木偶	MZ	43	mù'ǒu	名
5720	一②	目标	MZ	41	mùbiāo	名
5721	附	目不转睛	MQMZ	4431	mù bù zhuǎn jīng	
5722	一②	目的	ZQ	44	mùdì	名
5723	三	目的地	MQZ	444	mùdìdì	名
5724	附	目瞪口呆	MQMZ	4431	mù dèng kǒu dāi	
5725	三	目睹	MZ	43	mùdǔ	动
5726	二	目光	MZ	41	mùguāng	名
5727	三	目录	MZ	44	mùlù	名
5728	一③	目前	MZ	42	mùqián	名
5729	附	目中无人	MQMZ	4122	mù zhōng wú rén	
5730	三	沐浴露	MQZ	444	mùyùlù	名
5731	三	牧场	MZ	43	mùchǎng	名
5732	三	牧民	MZ	42	mùmín	名
5733	三	募捐	MZ	41	mù//juān	
5734	二	墓		4	mù	名
5735	附	墓碑	MZ	41	mùbēi	名
5736	附	墓地	MZ	44	mùdì	名
5737	三	幕		4	mù	名
5738	三	幕后	MZ	44	mùhòu	名
5739	三	穆斯林	MQZ	412	mùsīlín	名
5740	一①	拿		2	ná	动
5741	二	拿出	MZ	21	náchū	
5742	二	拿到	MZ	24	nádào	
5743	三	拿手	MZ	23	náshǒu	形
5744	二	拿走	MZ	23	názǒu	
5745	一①	哪		3	nǎ	代
5746	一①	哪里	ZQ	30	nǎli	代
5747	二	哪怕	MZ	34	nǎpà	连
5748	一①	哪儿		3	nǎr	代
5749	一②	哪些	MZ	31	nǎxiē	代
5750	三	哪知道	ZQQ	314	nǎ zhī·dào	
5751	一①	那		4	nà / nèi	代
5752	一③	那		4	nà	连
5753	一②	那边	ZQ	41	nàbiān	代
5754	二	那个	ZQ	44	nà·ge	代
5755	一③	那会儿	ZQ	44	nàhuìr	代

5756	一①	那里	ZQ	40	nàli	代
5757	一①	那么	ZQ	40	nàme	代
5758	一①	那儿		4	nàr	代
5759	一②	那时候｜那时	ZQQ｜MZ	420｜42	nà shíhou｜nà shí	
5760	一①	那些	MZ	41	nàxiē	代
5761	一①	那样	MZ	44	nàyàng	代
5762	三	呐喊	MZ	43	nàhǎn	动
5763	三	纳闷儿	MZ	44	nà // mènr	
5764	三	纳入	MZ	44	nàrù	动
5765	二	纳税	MZ	44	nà // shuì	
5766	三	纳税人	MQZ	442	nàshuìrén	名
5767	二	哪		0	na	助
5768	三	乃		3	nǎi	副
5769	三	乃至	MZ	34	nǎizhì	连
5770	一①	奶		3	nǎi	名
5771	二	奶茶	MZ	32	nǎichá	名
5772	二	奶粉	MZ	33	nǎifěn	名
5773	一②	奶奶	ZQ	30	nǎinai	名
5774	二	奶牛	MZ	32	nǎiniú	名
5775	三	耐		4	nài	动
5776	附	耐人寻味	MQMZ	4224	nài rén xún wèi	
5777	二	耐心	MZ	41	nàixīn	形、名
5778	附	耐性	ZQ	44	nàixìng	名
5779	一①	男		2	nán	形
5780	一①	男孩儿	MZ	22	nánháir	名
5781	二	男女	MZ	23	nánnǚ	名
5782	一①	男朋友	MZQ	220	nánpéngyou	名
5783	一②	男人	ZQ	22	nánrén	名
5784	一①	男生	MZ	21	nánshēng	名
5785	三	男士	MZ	24	nánshì	名
5786	二	男性	MZ	24	nánxìng	名
5787	一③	男子	MZ	23	nánzǐ	名
5788	一①	南		2	nán	名
5789	二	南北	MZ	23	nánběi	名
5790	一①	南边	ZQ	20	nánbian	名
5791	一③	南部	MZ	24	nánbù	名
5792	一③	南方	MZ	21	nánfāng	名
5793	三	南瓜	ZQ	21	nán·guā	名
5794	二	南极	MZ	22	nánjí	名
5795	一①	难		2	nán	形
5796	三	难处	ZQ	24	nánchù	名
5797	一②	难道	MZ	24	nándào	副
5798	二	难得	MZ	22	nándé	形
5799	附	难得一见	MQMZ	2224	nándé yí jiàn	

5800	三	难点	MZ	23	nándiǎn	名
5801	一③	难度	MZ	24	nándù	名
5802	三	难怪	MZ	24	nánguài	副、动
5803	三	难关	MZ	21	nánguān	名
5804	一②	难过	MZ	24	nánguò	形
5805	三	难堪	MZ	21	nánkān	动、形
5806	二	难看	MZ	24	nánkàn	形
5807	二	难免	MZ	23	nánmiǎn	形
5808	一②	难受	MZ	24	nánshòu	形
5809	附	难说	MZ	21	nánshuō	动
5810	二	难题	MZ	22	nántí	名
5811	二	难听	MZ	21	nántīng	形
5812	二	难忘	MZ	24	nánwàng	形
5813	三	难为情	MQZ	222	nánwéiqíng	形
5814	二	难以	MZ	23	nányǐ	动
5815	三	难以想象	MQMZ	2334	nányǐ xiǎngxiàng	
5816	附	难以置信	MQMZ	2344	nányǐ zhìxìn	
5817	附	挠		2	náo	动
5818	附	恼羞成怒	MQMZ	3124	nǎo xiū chéng nù	
5819	二	脑袋	ZQ	30	nǎodai	名
5820	三	脑海	MZ	33	nǎohǎi	名
5821	三	脑筋	MZ	31	nǎojīn	名
5822	一②	脑子	ZQ	30	nǎozi	名
5823	二	闹		4	nào	形、动
5824	附	闹事	MZ	44	nào // shì	
5825	三	闹着玩儿	MQZ	402	nàozhe wánr	
5826	二	闹钟	MZ	41	nàozhōng	名
5827	一①	呢		0	ne	助
5828	一③	内		4	nèi	名
5829	二	内部	MZ	44	nèibù	名
5830	附	内存	MZ	42	nèicún	名
5831	二	内地	MZ	44	nèidì	名
5832	三	内阁	MZ	42	nèigé	名
5833	三	内涵	MZ	42	nèihán	名
5834	附	内行	MZ	42	nèiháng	形
5835	二	内科	MZ	41	nèikē	名
5836	三	内幕	MZ	44	nèimù	名
5837	一③	内容	MZ	42	nèiróng	名
5838	二	内外	MZ	44	nèiwài	名
5839	三	内向	ZQ	44	nèixiàng	形
5840	一③	内心	MZ	41	nèixīn	名
5841	三	内需	MZ	41	nèixū	名
5842	二	内衣	MZ	41	nèiyī	名
5843	二	内在	ZQ	44	nèizài	形

5844	三	嫩		4	nèn	形
5845	一①	能		2	néng	动
5846	二	能不能	MQZ	202	néng bu néng	
5847	二	能否	MZ	23	néng fǒu	
5848	二	能干	MZ	24	nénggàn	形
5849	一③	能够	MZ	24	nénggòu	动
5850	三	能耗	MZ	24	nénghào	名
5851	一②	能力	MZ	24	nénglì	名
5852	二	能量	MZ	24	néngliàng	名
5853	三	能耐	ZQ	20	néngnai	名、形
5854	三	能人	MZ	22	néngrén	名
5855	三	能源	MZ	22	néngyuán	名
5856	三	尼龙	MZ	22	nílóng	名
5857	二	泥		2	ní	名
5858	附	泥潭	MZ	22	nítán	名
5859	三	泥土	MZ	23	nítǔ	名
5860	三	拟		3	nǐ	动
5861	三	拟定	MZ	34	nǐdìng	动
5862	一①	你		3	nǐ	代
5863	一①	你们	ZQ	30	nǐmen	代
5864	附	逆		4	nì	动
5865	附	匿名	MZ	42	nìmíng	动
5866	一①	年		2	nián	名
5867	一③	年初	MZ	21	niánchū	名
5868	一②	年代	MZ	24	niándài	名
5869	一③	年底	MZ	23	niándǐ	名
5870	二	年度	MZ	24	niándù	名
5871	三	年画	MZ	24	niánhuà	名
5872	一②	年级	MZ	22	niánjí	名
5873	一②	年纪	ZQ	24	niánjì	名
5874	二	年龄	MZ	22	niánlíng	名
5875	附	年迈	MZ	24	niánmài	形
5876	二	年前	MZ	22	nián qián	
5877	一②	年轻	MZ	21	niánqīng	形
5878	三	年限	MZ	24	niánxiàn	名
5879	三	年薪	MZ	21	niánxīn	名
5880	三	年夜饭	MQZ	244	niányèfàn	名
5881	三	年终	MZ	21	niánzhōng	名
5882	附	黏		2	nián	形
5883	一②	念		4	niàn	动
5884	附	念念不忘	MQMZ	4424	niàn niàn bú wàng	
5885	三	念书	MZ	41	niàn // shū	
5886	三	念头	ZQ	40	niàntou	名
5887	三	娘		2	niáng	名

5888	三	酿造	MZ	44	niàngzào	动
5889	一②	鸟		3	niǎo	名
5890	三	鸟巢	MZ	32	niǎocháo	名
5891	三	尿		4	niào	动、名
5892	三	捏		1	niē	动
5893	一②	您		2	nín	代
5894	二	宁静	MZ	24	níngjìng	形
5895	三	拧		2	níng	动
5896	三	凝固	MZ	24	nínggù	动
5897	三	凝聚	MZ	24	níngjù	动
5898	三	拧		3	nǐng	动
5899	三	宁可	MZ	43	nìngkě	副
5900	三	宁愿	MZ	44	nìngyuàn	副
5901	一①	牛		2	niú	名
5902	二	牛		2	niú	形
5903	一①	牛奶	MZ	23	niúnǎi	名
5904	二	牛仔裤	MQZ	234	niúzǎikù	名
5905	二	扭		3	niǔ	动
5906	三	扭曲	MZ	31	niǔqū	动
5907	三	扭头	MZ	32	niǔ // tóu	
5908	三	扭转	MZ	33	niǔzhuǎn	动
5909	三	纽带	MZ	34	niǔdài	名
5910	三	纽扣	MZ	34	niǔkòu	名
5911	二	农产品	MQZ	233	nóngchǎnpǐn	名
5912	三	农场	MZ	23	nóngchǎng	名
5913	一②	农村	MZ	21	nóngcūn	名
5914	三	农历	MZ	24	nónglì	名
5915	一②	农民	MZ	22	nóngmín	名
5916	一③	农业	MZ	24	nóngyè	名
5917	三	农作物	MQZ	244	nóngzuòwù	名
5918	二	浓		2	nóng	形
5919	三	浓厚	MZ	24	nónghòu	形
5920	三	浓缩	MZ	21	nóngsuō	动
5921	三	浓郁	MZ	24	nóngyù	形
5922	附	浓重	MZ	24	nóngzhòng	形
5923	一②	弄		4	nòng	动
5924	附	弄虚作假	MQMZ	4143	nòng xū zuò jiǎ	
5925	三	奴隶	MZ	24	núlì	名
5926	一①	努力	MZ	34	nǔlì	形
5927	一①	女		3	nǚ	形
5928	一①	女儿	ZQ	32	nǚ'ér	名
5929	一①	女孩儿	MZ	32	nǚháir	名
5930	一①	女朋友	MZQ	320	nǚpéngyou	名
5931	一②	女人	MZ	32	nǚrén	名

5932	一①	女生	MZ	31	nǚshēng	名
5933	一③	女士	MZ	34	nǚshì	名
5934	二	女性	MZ	34	nǚxìng	名
5935	三	女婿	ZQ	30	nǚxu	名
5936	一③	女子	MZ	33	nǚzǐ	名
5937	二	暖		3	nuǎn	形、动
5938	附	暖烘烘	MQZ	311	nuǎnhōnghōng	形
5939	一②	暖和	ZQ	30	nuǎnhuo	形
5940	二	暖气	MZ	34	nuǎnqì	名
5941	三	虐待	MZ	44	nüèdài	动
5942	三	挪		2	nuó	动
5943	三	诺言	MZ	42	nuòyán	名
5944	三	哦		4	ò	叹
5945	三	殴打	MZ	13	ōudǎ	动
5946	三	呕吐	MZ	34	ǒutù	动
5947	二	偶尔	MZ	33	ǒu'ěr	副
5948	二	偶然	MZ	32	ǒurán	形
5949	二	偶像	MZ	34	ǒuxiàng	名
5950	三	趴		1	pā	动
5951	一②	爬		2	pá	动
5952	一②	爬山	MZ	21	pá shān	
5953	一①	怕		4	pà	动
5954	一③	怕		4	pà	副
5955	一②	拍		1	pāi	动
5956	附	拍板	MZ	13	pāi // bǎn	
5957	三	拍卖	MZ	14	pāimài	动
5958	二	拍摄	MZ	14	pāishè	动
5959	三	拍戏	MZ	14	pāi // xì	
5960	二	拍照	MZ	14	pāi // zhào	
5961	一②	排		2	pái	名、量
5962	一③	排		2	pái	动
5963	三	排斥	MZ	24	páichì	动
5964	二	排除	MZ	22	páichú	动
5965	一②	排队	MZ	24	pái // duì	
5966	三	排放	MZ	24	páifàng	动
5967	二	排行榜	MQZ	223	páihángbǎng	名
5968	三	排练	MZ	24	páiliàn	动
5969	二	排列	MZ	24	páiliè	动
5970	一③	排名	MZ	22	pái // míng	
5971	一②	排球	MZ	22	páiqiú	名
5972	附	徘徊	MZ	22	páihuái	动
5973	一②	牌		2	pái	名
5974	三	牌照	MZ	24	páizhào	名
5975	一②	牌子	ZQ	20	páizi	名

5976	一③	派		4	pài	动、名
5977	三	派别	MZ	42	pàibié	名
5978	二	派出	MZ	41	pàichū	
5979	三	派遣	MZ	43	pàiqiǎn	动
5980	三	攀		1	pān	动
5981	三	攀升	MZ	11	pānshēng	动
5982	二	盘		2	pán	名、量
5983	三	盘		2	pán	动
5984	三	盘算	ZQ	20	pánsuan	动
5985	二	盘子	ZQ	20	pánzi	名
5986	二	判		4	pàn	动
5987	三	判处	MZ	43	pànchǔ	动
5988	附	判定	MZ	44	pàndìng	动
5989	一③	判断	MZ	44	pànduàn	动
5990	三	判决	MZ	42	pànjué	动
5991	三	盼		4	pàn	动
5992	二	盼望	MZ	44	pànwàng	动
5993	三	叛逆	MZ	44	pànnì	动、名
5994	三	庞大	MZ	24	pángdà	形
5995	二	旁		2	páng	名、代
5996	一①	旁边	MZ	21	pángbiān	名
5997	附	旁观	MZ	21	pángguān	动
5998	二	胖		4	pàng	形
5999	二	胖子	ZQ	40	pàngzi	名
6000	三	抛		1	pāo	动
6001	三	抛开	MZ	11	pāokāi	
6002	三	抛弃	MZ	14	pāoqì	动
6003	三	刨		2	páo	动
6004	一①	跑		3	pǎo	动
6005	二	跑步	MZ	34	pǎo // bù	
6006	三	跑车	MZ	31	pǎochē	名
6007	三	跑道	MZ	34	pǎodào	名
6008	附	跑龙套	MQZ	324	pǎo lóngtào	
6009	二	泡		4	pào	动、名
6010	三	泡沫	MZ	44	pàomò	名
6011	二	炮		4	pào	名
6012	三	胚胎	MZ	11	pēitāi	名
6013	二	陪		2	péi	动
6014	三	陪伴	MZ	24	péibàn	动
6015	二	陪同	MZ	22	péitóng	动
6016	附	陪葬	MZ	24	péizàng	动
6017	二	培训	MZ	24	péixùn	动、名
6018	二	培训班	MQZ	241	péixùnbān	名
6019	二	培养	MZ	23	péiyǎng	动

137

6020	二	培育	MZ	24	péiyù	动
6021	二	赔		2	péi	动
6022	二	赔偿	MZ	22	péicháng	动
6023	三	赔钱	MZ	22	péi // qián	
6024	三	佩服	ZQ	42	pèi·fú	动
6025	一③	配		4	pèi	动
6026	二	配备	MZ	44	pèibèi	动
6027	一③	配合	MZ	42	pèihé	动
6028	三	配件	MZ	44	pèijiàn	名
6029	三	配偶	MZ	43	pèi'ǒu	名
6030	二	配套	MZ	44	pèi // tào	
6031	三	配音	MZ	41	pèi // yīn	
6032	二	配置	MZ	44	pèizhì	动
6033	二	喷		1	pēn	动
6034	三	喷泉	MZ	12	pēnquán	名
6035	二	盆		2	pén	名
6036	附	抨击	MZ	11	pēngjī	动
6037	附	烹调	MZ	12	pēngtiáo	动
6038	一①	朋友	ZQ	20	péngyou	名
6039	三	蓬勃	MZ	22	péngbó	形
6040	附	鹏程万里	MQMZ	2243	péng chéng wàn lǐ	
6041	三	膨胀	MZ	24	péngzhàng	动
6042	三	捧		3	pěng	动
6043	三	捧场	MZ	33	pěng // chǎng	
6044	一②	碰		4	pèng	动
6045	一②	碰到	ZQ	44	pèngdào	
6046	附	碰钉子	MZQ	410	pèng dīngzi	
6047	一②	碰见	ZQ	44	pèng·jiàn	
6048	三	碰巧	MZ	43	pèngqiǎo	副
6049	三	碰上	ZQ	40	pèngshang	
6050	三	碰撞	MZ	44	pèngzhuàng	动
6051	二	批		1	pī	动
6052	二	批		1	pī	量
6053	三	批发	MZ	11	pīfā	动
6054	三	批判	MZ	14	pīpàn	动
6055	一②	批评	MZ	12	pīpíng	动
6056	一③	批准	MZ	13	pīzhǔn	动
6057	二	披		1	pī	动
6058	三	披露	MZ	14	pīlù	动
6059	附	劈		1	pī	动
6060	一③	皮		2	pí	名
6061	一③	皮包	MZ	21	píbāo	名
6062	三	皮带	MZ	24	pídài	名
6063	二	皮肤	MZ	21	pífū	名

6064	二	皮球	MZ	22	píqiú	名
6065	一②	皮鞋	MZ	22	píxié	名
6066	三	疲惫	MZ	24	píbèi	形
6067	附	疲惫不堪	MQMZ	2441	píbèi bù kān	
6068	三	疲倦	MZ	24	píjuàn	形
6069	三	疲劳	MZ	22	píláo	形
6070	二	啤酒	MZ	23	píjiǔ	名
6071	三	脾		2	pí	名
6072	二	脾气	ZQ	20	píqi	名
6073	二	匹		3	pǐ	量
6074	三	匹配	MZ	34	pǐpèi	动
6075	三	媲美	MZ	43	pìměi	动
6076	附	僻静	MZ	44	pìjìng	形
6077	三	譬如	MZ	42	pìrú	动
6078	三	譬如说	MQZ	421	pìrú shuō	
6079	三	片子	ZQ	10	piānzi	名
6080	二	偏		1	piān	副
6081	二	偏		1	piān	形
6082	三	偏差	MZ	11	piānchā	名
6083	附	偏方	MZ	11	piānfāng	名
6084	三	偏见	MZ	14	piānjiàn	名
6085	三	偏僻	MZ	14	piānpì	形
6086	三	偏偏	MZ	11	piānpiān	副
6087	三	偏向	MZ	14	piānxiàng	动、名
6088	三	偏远	MZ	13	piānyuǎn	形
6089	一②	篇		1	piān	量
6090	三	篇幅	ZQ	12	piān·fú	名
6091	一②	便宜	ZQ	20	piányi	形、名
6092	一②	片		4	piàn	量
6093	三	片段	MZ	44	piànduàn	名
6094	二	片面	ZQ	44	piànmiàn	形
6095	二	骗		4	piàn	动
6096	三	骗人	MZ	42	piàn rén	
6097	二	骗子	ZQ	40	piànzi	名
6098	三	漂		1	piāo	动
6099	三	飘		1	piāo	动、形
6100	一①	票		4	piào	名
6101	三	票房	MZ	42	piàofáng	名
6102	二	票价	MZ	44	piàojià	名
6103	一②	漂亮	ZQ	40	piàoliang	形
6104	附	撇		3	piě	动、名
6105	二	拼		1	pīn	动
6106	三	拼搏	MZ	12	pīnbó	动
6107	三	拼命	MZ	14	pīn // mìng	

139

6108	三	贫富	MZ	24	pín fù	
6109	二	贫困	MZ	24	pínkùn	形
6110	三	贫穷	MZ	22	pínqióng	形
6111	二	频道	MZ	24	píndào	名
6112	二	频繁	MZ	22	pínfán	形
6113	三	频率	MZ	24	pínlǜ	名
6114	三	频频	MZ	22	pínpín	副
6115	二	品		3	pǐn	动
6116	二	品（工艺品）		3（143）	pǐn (gōngyìpǐn)	后缀
6117	三	品尝	MZ	32	pǐncháng	动
6118	三	品德	MZ	32	pǐndé	名
6119	二	品牌	MZ	32	pǐnpái	名
6120	三	品位	MZ	34	pǐnwèi	名
6121	附	品行	MZ	32	pǐnxíng	名
6122	二	品质	MZ	34	pǐnzhì	名
6123	二	品种	MZ	33	pǐnzhǒng	名
6124	三	聘		4	pìn	动
6125	二	聘请	MZ	43	pìnqǐng	动
6126	附	聘任	MZ	44	pìnrèn	动
6127	三	聘用	MZ	44	pìnyòng	动
6128	三	乒乓球	MQZ	112	pīngpāngqiú	名
6129	一②	平		2	píng	形
6130	一①	平安	MZ	21	píng'ān	形
6131	一②	平常	MZ	22	píngcháng	名、形
6132	附	平常心	MQZ	221	píngchángxīn	名
6133	三	平淡	MZ	24	píngdàn	形
6134	一②	平等	MZ	23	píngděng	形
6135	二	平凡	MZ	22	píngfán	形
6136	二	平方	MZ	21	píngfāng	名、量
6137	二	平方米	MQZ	213	píngfāngmǐ	量
6138	三	平和	MZ	22	pínghé	形、动
6139	二	平衡	MZ	22	pínghéng	形
6140	三	平价	MZ	24	píngjià	动、名
6141	二	平静	MZ	24	píngjìng	形
6142	二	平均	MZ	21	píngjūn	动、形
6143	三	平面	MZ	24	píngmiàn	名
6144	三	平民	MZ	22	píngmín	名
6145	三	平日	MZ	24	píngrì	名
6146	一②	平时	MZ	22	píngshí	名
6147	二	平台	MZ	22	píngtái	名
6148	二	平坦	MZ	23	píngtǎn	形
6149	二	平稳	MZ	23	píngwěn	形
6150	三	平息	MZ	21	píngxī	动
6151	二	平原	MZ	22	píngyuán	名

6152	二	评		2	píng	动
6153	三	评定	MZ	24	píngdìng	动
6154	二	评估	MZ	21	pínggū	动、名
6155	一③	评价	MZ	24	píngjià	动、名
6156	二	评论	MZ	24	pínglùn	动、名
6157	三	评论员	MQZ	242	pínglùnyuán	名
6158	三	评判	MZ	24	píngpàn	动
6159	三	评审	MZ	23	píngshěn	动
6160	三	评委	MZ	23	píngwěi	名
6161	二	评选	MZ	23	píngxuǎn	动
6162	二	苹果	MZ	23	píngguǒ	名
6163	二	凭		2	píng	动、介
6164	三	凭借	MZ	24	píngjiè	动
6165	三	凭着	ZQ	20	píngzhe	
6166	三	凭证	MZ	24	píngzhèng	名
6167	二	屏幕	MZ	24	píngmù	名
6168	一②	瓶		2	píng	名、量
6169	三	瓶颈	MZ	23	píngjǐng	名
6170	一②	瓶子	ZQ	20	píngzi	名
6171	附	萍水相逢	MQMZ	2312	píng shuǐ xiāng féng	
6172	二	坡		1	pō	名
6173	二	泼		1	pō	动
6174	附	泼冷水	MQZ	133	pō lěngshuǐ	
6175	三	颇		1	pō	副
6176	附	迫不及待	MQMZ	4424	pò bù jí dài	
6177	三	迫害	MZ	44	pòhài	动
6178	二	迫切	MZ	44	pòqiè	形
6179	三	迫使	MZ	43	pòshǐ	动
6180	一②	破		4	pò	形、动
6181	三	破案	MZ	44	pò // àn	
6182	二	破产	MZ	43	pò // chǎn	
6183	附	破除	MZ	42	pòchú	动
6184	一③	破坏	MZ	44	pòhuài	动
6185	三	破解	MZ	43	pòjiě	动
6186	三	破旧	MZ	44	pòjiù	形
6187	三	破裂	MZ	44	pòliè	动
6188	三	破灭	MZ	44	pòmiè	动
6189	三	破碎	MZ	44	pòsuì	动
6190	三	魄力	MZ	44	pòlì	名
6191	二	扑		1	pū	动
6192	三	扑克	MZ	14	pūkè	名
6193	附	扑面而来	MQMZ	1422	pūmiàn ér lái	
6194	二	铺		1	pū	动
6195	三	铺路	MZ	14	pū // lù	

6196	附	菩萨	ZQ	24	pú·sà	名
6197	二	葡萄	ZQ	20	pútao	名
6198	二	葡萄酒	MQZ	203	pútaojiǔ	名
6199	三	朴实	MZ	32	pǔshí	形
6200	三	朴素	MZ	34	pǔsù	形
6201	一③	普遍	MZ	34	pǔbiàn	形
6202	一③	普及	MZ	32	pǔjí	动、形
6203	一②	普通	MZ	31	pǔtōng	形
6204	一②	普通话	MQZ	314	pǔtōnghuà	名
6205	三	普通人	MQZ	312	pǔtōng rén	
6206	三	谱		3	pǔ	动、名
6207	三	瀑布	MZ	44	pùbù	名
6208	一①	七		1	qī	数
6209	附	七嘴八舌	MQMZ	1312	qī zuǐ bā shé	
6210	附	沏		1	qī	动
6211	二	妻子	ZQ	10	qīzi	名
6212	三	凄凉	MZ	12	qīliáng	形
6213	一②	期		1	qī	量
6214	二	期待	MZ	14	qīdài	动
6215	二	期间	MZ	11	qījiān	名
6216	三	期盼	MZ	14	qīpàn	动
6217	二	期望	MZ	14	qīwàng	动
6218	二	期限	MZ	14	qīxiàn	名
6219	二	欺负	ZQ	10	qīfu	动
6220	三	欺骗	MZ	14	qīpiàn	动
6221	三	欺诈	MZ	14	qīzhà	动
6222	三	漆		1	qī	名、动
6223	一③	齐		2	qí	形、动
6224	二	齐全	MZ	22	qíquán	形
6225	附	齐心协力	MQMZ	2124	qí xīn xié lì	
6226	二	其		2	qí	代
6227	一③	其次	MZ	24	qícì	代
6228	三	其后	MZ	24	qí hòu	
6229	三	其间	MZ	21	qíjiān	名
6230	一③	其实	MZ	22	qíshí	副
6231	一②	其他（其它）	MZ	21	qítā	代
6232	二	其余	MZ	22	qíyú	代
6233	一②	其中	MZ	21	qízhōng	名
6234	一②	奇怪	MZ	24	qíguài	形
6235	附	奇花异草	MQMZ	2143	qí huā yì cǎo	
6236	二	奇迹	MZ	24	qíjì	名
6237	二	奇妙	MZ	24	qímiào	形
6238	三	奇特	MZ	24	qítè	形
6239	三	歧视	MZ	24	qíshì	动

6240	三	祈祷	MZ	23	qídǎo	动
6241	一②	骑		2	qí	动
6242	一②	骑车	MZ	21	qí chē	
6243	三	棋		2	qí	名
6244	附	棋子	MZ	23	qízǐ	名
6245	附	旗袍	MZ	22	qípáo	名
6246	三	旗帜	MZ	24	qízhì	名
6247	三	乞丐	MZ	34	qǐgài	名
6248	三	乞求	MZ	32	qǐqiú	动
6249	三	乞讨	MZ	33	qǐtǎo	动
6250	附	岂有此理	MQMZ	3333	qǐ yǒu cǐ lǐ	
6251	二	企图	MZ	32	qǐtú	动、名
6252	二	企业	MZ	34	qǐyè	名
6253	三	启迪	MZ	32	qǐdí	动
6254	二	启动	MZ	34	qǐdòng	动
6255	二	启发	MZ	31	qǐfā	动、名
6256	三	启蒙	MZ	32	qǐméng	动
6257	三	启示	MZ	34	qǐshì	动、名
6258	二	启事	MZ	34	qǐshì	名
6259	一①	起		3	qǐ	动
6260	附	起步	MZ	34	qǐbù	动
6261	三	起草	MZ	33	qǐ // cǎo	
6262	三	起程（启程）	MZ	32	qǐchéng	动
6263	三	起初	MZ	31	qǐchū	名
6264	一②	起床	MZ	32	qǐ // chuáng	
6265	二	起到	MZ	34	qǐdào	
6266	二	起点	MZ	33	qǐdiǎn	名
6267	一③	起飞	MZ	31	qǐfēi	动
6268	三	起伏	MZ	32	qǐfú	动
6269	附	起劲	MZ	34	qǐjìn	形
6270	一①	起来	ZQ	30	qǐlai	
6271	二	起码	MZ	33	qǐmǎ	形
6272	附	起跑线	MQZ	334	qǐpǎoxiàn	名
6273	二	起诉	MZ	34	qǐsù	动
6274	三	起源	MZ	32	qǐyuán	动、名
6275	一③	气		4	qì	名
6276	一③	气		4	qì	动
6277	二	气氛	ZQ	41	qì·fēn	名
6278	三	气愤	ZQ	44	qìfèn	形
6279	三	气管	MZ	43	qìguǎn	名
6280	一③	气候	ZQ	44	qìhòu	名
6281	三	气馁	MZ	43	qìněi	形
6282	三	气派	ZQ	44	qìpài	名、形
6283	三	气泡	MZ	44	qìpào	名

6284	三	气魄	MZ	44	qìpò	名
6285	二	气球	MZ	42	qìqiú	名
6286	三	气势	ZQ	44	qìshì	名
6287	二	气体	MZ	43	qìtǐ	名
6288	三	气味	MZ	44	qìwèi	名
6289	一③	气温	MZ	41	qìwēn	名
6290	三	气息	MZ	41	qìxī	名
6291	二	气象	MZ	44	qìxiàng	名
6292	三	气质	ZQ	44	qìzhì	名
6293	三	迄今	MZ	41	qìjīn	动
6294	附	迄今为止	MQMZ	4123	qìjīn wéi zhǐ	
6295	一①	汽车	MZ	41	qìchē	名
6296	二	汽水	MZ	43	qìshuǐ	名
6297	二	汽油	MZ	42	qìyóu	名
6298	三	契机	MZ	41	qìjī	名
6299	三	契约	MZ	41	qìyuē	名
6300	三	器材	MZ	42	qìcái	名
6301	二	器官	MZ	41	qìguān	名
6302	三	器械	MZ	44	qìxiè	名
6303	三	掐		1	qiā	动
6304	二	卡		3	qiǎ	动
6305	二	卡子	ZQ	30	qiǎzi	名
6306	三	洽谈	MZ	42	qiàtán	动
6307	二	恰当	ZQ	44	qiàdàng	形
6308	附	恰到好处	MQMZ	4434	qià dào hǎo chù	
6309	二	恰好	MZ	43	qiàhǎo	副
6310	二	恰恰	MZ	44	qiàqià	副
6311	附	恰恰相反	MQMZ	4413	qiàqià xiāngfǎn	
6312	三	恰巧	MZ	43	qiàqiǎo	副
6313	附	恰如其分	MQMZ	4224	qià rú qí fèn	
6314	一②	千		1	qiān	数
6315	三	千变万化	MQMZ	1444	qiān biàn wàn huà	
6316	三	千方百计	MQMZ	1134	qiān fāng bǎi jì	
6317	附	千家万户	MQMZ	1144	qiān jiā wàn hù	
6318	附	千军万马	MQMZ	1143	qiān jūn wàn mǎ	
6319	附	千钧一发	MQMZ	1124	qiān jūn yí fà	
6320	二	千克	MZ	14	qiānkè	量
6321	一③	千万	MZ	14	qiānwàn	副
6322	三	迁		1	qiān	动
6323	附	迁就	MZ	14	qiānjiù	动
6324	三	迁移	MZ	12	qiānyí	动
6325	二	牵		1	qiān	动
6326	三	牵扯	MZ	13	qiānchě	动
6327	三	牵挂	MZ	14	qiānguà	动

6328	三	牵涉	MZ	14	qiānshè	动
6329	三	牵头	MZ	12	qiān // tóu	
6330	附	牵制	MZ	14	qiānzhì	动
6331	三	铅		1	qiān	名
6332	二	铅笔	MZ	13	qiānbǐ	名
6333	二	谦虚	MZ	11	qiānxū	形
6334	三	谦逊	MZ	14	qiānxùn	形
6335	二	签		1	qiān	动
6336	二	签		1	qiān	名
6337	二	签订	MZ	14	qiāndìng	动
6338	二	签名	MZ	12	qiān // míng	
6339	三	签署	MZ	13	qiānshǔ	动
6340	二	签约	MZ	11	qiān // yuē	
6341	二	签证	MZ	14	qiānzhèng	动、名
6342	二	签字	MZ	14	qiān // zì	
6343	一①	前		2	qián	名
6344	三	前辈	MZ	24	qiánbèi	名
6345	一①	前边	ZQ	20	qiánbian	名
6346	三	前不久	MQZ	243	qián bùjiǔ	
6347	二	前方	MZ	21	qiánfāng	名
6348	附	前赴后继	MQMZ	2444	qián fù hòu jì	
6349	一③	前后	MZ	24	qiánhòu	名
6350	一③	前进	MZ	24	qiánjìn	动
6351	二	前景	MZ	23	qiánjǐng	名
6352	二	前来	MZ	22	qiánlái	
6353	一①	前面	ZQ	24	qián·miàn	名
6354	二	前年	MZ	22	qiánnián	名
6355	三	前期	MZ	21	qiánqī	名
6356	附	前任	MZ	24	qiánrèn	名
6357	附	前所未有	MQMZ	2343	qián suǒ wèi yǒu	
6358	三	前台	MZ	22	qiántái	名
6359	二	前提	MZ	22	qiántí	名
6360	一②	前天	MZ	21	qiántiān	名
6361	二	前头	ZQ	20	qiántou	名
6362	二	前途	MZ	22	qiántú	名
6363	一③	前往	MZ	23	qiánwǎng	动
6364	附	前无古人	MQMZ	2232	qián wú gǔrén	
6365	三	前夕	MZ	21	qiánxī	名
6366	三	前线	MZ	24	qiánxiàn	名
6367	三	前沿	MZ	22	qiányán	名
6368	附	前仰后合	MQMZ	2342	qián yǎng hòu hé	
6369	三	前者	MZ	23	qiánzhě	名
6370	附	虔诚	MZ	22	qiánchéng	形
6371	一①	钱		2	qián	名

6372	一①	钱包	MZ	21	qiánbāo	名
6373	三	钱财	MZ	22	qiáncái	名
6374	三	钳子	ZQ	20	qiánzi	名
6375	二	潜力	ZQ	24	qiánlì	名
6376	附	潜能	MZ	22	qiánnéng	名
6377	三	潜水	MZ	23	qiánshuǐ	动
6378	三	潜艇	MZ	23	qiántǐng	名
6379	附	潜移默化	MQMZ	2244	qián yí mò huà	
6380	三	潜在	MZ	24	qiánzài	形
6381	二	浅		3	qiǎn	形
6382	三	谴责	MZ	32	qiǎnzé	动
6383	二	欠		4	qiàn	动
6384	附	欠缺	MZ	41	qiànquē	动、名
6385	三	欠条	MZ	42	qiàntiáo	名
6386	附	歉意	ZQ	44	qiànyì	名
6387	附	呛		1	qiāng	动
6388	二	枪		1	qiāng	名
6389	三	枪毙	MZ	14	qiāngbì	动
6390	三	腔		1	qiāng	名
6391	一②	强		2	qiáng	形
6392	一③	强大	MZ	24	qiángdà	形
6393	二	强盗	MZ	24	qiángdào	名
6394	一③	强调	MZ	24	qiángdiào	动
6395	二	强度	MZ	24	qiángdù	名
6396	二	强化	MZ	24	qiánghuà	动
6397	附	强加	MZ	21	qiángjiā	动
6398	三	强劲	MZ	24	qiángjìng	形
6399	一③	强烈	MZ	24	qiángliè	形
6400	二	强势	MZ	24	qiángshì	名
6401	附	强项	MZ	24	qiángxiàng	名
6402	三	强行	MZ	22	qiángxíng	副
6403	三	强硬	MZ	24	qiángyìng	形
6404	附	强占	MZ	24	qiángzhàn	动
6405	三	强制	MZ	24	qiángzhì	动
6406	二	强壮	MZ	24	qiángzhuàng	形、动
6407	一②	墙		2	qiáng	名
6408	二	墙壁	MZ	24	qiángbì	名
6409	二	墙上	ZQ	20	qiáng shang	
6410	二	抢		3	qiǎng	动
6411	三	抢夺	MZ	32	qiǎngduó	动
6412	三	抢劫	MZ	32	qiǎngjié	动
6413	二	抢救	MZ	34	qiǎngjiù	动
6414	三	抢眼	MZ	33	qiǎngyǎn	形
6415	二	强迫	MZ	34	qiǎngpò	动

6416	二	悄悄	MZ	11	qiāoqiāo	副
6417	二	敲		1	qiāo	动
6418	附	敲边鼓	MQZ	113	qiāo biāngǔ	
6419	二	敲门	MZ	12	qiāo mén	
6420	三	敲诈	MZ	14	qiāozhà	动
6421	三	乔装	MZ	21	qiáozhuāng	动
6422	一②	桥		2	qiáo	名
6423	二	桥梁	MZ	22	qiáoliáng	名
6424	二	瞧		2	qiáo	动
6425	三	瞧不起	MQZ	203	qiáobuqǐ	动
6426	二	巧		3	qiǎo	形
6427	三	巧合	MZ	32	qiǎohé	形
6428	二	巧克力	MQZ	344	qiǎokèlì	名
6429	二	巧妙	MZ	34	qiǎomiào	形
6430	三	窍门	MZ	42	qiàomén	名
6431	三	翘		4	qiào	动
6432	附	撬		4	qiào	动
6433	二	切		1	qiē	动
6434	附	切除	MZ	12	qiēchú	动
6435	三	切断	MZ	14	qiēduàn	
6436	附	切割	MZ	11	qiēgē	动
6437	二	茄子	ZQ	20	qiézi	名
6438	三	且		3	qiě	副
6439	三	且		3	qiě	连
6440	附	切身	MZ	41	qièshēn	形
6441	二	切实	MZ	42	qièshí	形
6442	附	窃取	MZ	43	qièqǔ	动
6443	三	钦佩	MZ	14	qīnpèi	动
6444	二	侵犯	MZ	14	qīnfàn	动
6445	三	侵害	MZ	14	qīnhài	动
6446	三	侵略	MZ	14	qīnlüè	动
6447	附	侵权	MZ	12	qīnquán	动
6448	三	侵占	MZ	14	qīnzhàn	动
6449	一③	亲		1	qīn	形
6450	二	亲爱	MZ	14	qīn'ài	形
6451	附	亲和力	MQZ	124	qīnhélì	名
6452	三	亲近	MZ	14	qīnjìn	形、动
6453	二	亲密	MZ	14	qīnmì	形
6454	三	亲朋好友	MQMZ	1233	qīnpéng hǎoyǒu	
6455	三	亲戚	ZQ	10	qīnqi	名
6456	一③	亲切	MZ	14	qīnqiè	形
6457	三	亲情	MZ	12	qīnqíng	名
6458	三	亲热	MZ	14	qīnrè	形、动
6459	一③	亲人	MZ	12	qīnrén	名

6460	三	亲身	MZ	11	qīnshēn	形
6461	三	亲生	MZ	11	qīnshēng	形
6462	三	亲手	MZ	13	qīnshǒu	副
6463	二	亲属	MZ	13	qīnshǔ	名
6464	二	亲眼	MZ	13	qīnyǎn	副
6465	三	亲友	MZ	13	qīnyǒu	名
6466	一③	亲自	MZ	14	qīnzì	副
6467	二	琴		2	qín	名
6468	二	勤奋	MZ	24	qínfèn	形
6469	附	勤工俭学	MQMZ	2132	qín gōng jiǎn xué	
6470	三	勤快	ZQ	20	qínkuai	形
6471	三	勤劳	MZ	22	qínláo	形
6472	附	寝室	MZ	34	qǐnshì	名
6473	二	青		1	qīng	形
6474	二	青春	MZ	11	qīngchūn	名
6475	三	青春期	MQZ	111	qīngchūnqī	名
6476	一②	青年	MZ	12	qīngnián	名
6477	二	青年人	MQZ	122	qīngniánrén	名
6478	一③	青少年	MQZ	142	qīng-shàonián	名
6479	附	青蛙	MZ	11	qīngwā	名
6480	一②	轻		1	qīng	形
6481	附	轻而易举	MQMZ	1243	qīng ér yì jǔ	
6482	附	轻蔑	MZ	14	qīngmiè	动
6483	二	轻松	MZ	11	qīngsōng	形
6484	三	轻微	MZ	11	qīngwēi	形
6485	附	轻型	MZ	12	qīngxíng	形
6486	二	轻易	MZ	14	qīngyì	形、副
6487	附	倾家荡产	MQMZ	1143	qīng jiā dàng chǎn	
6488	三	倾诉	MZ	14	qīngsù	动
6489	三	倾听	MZ	11	qīngtīng	动
6490	二	倾向	MZ	14	qīngxiàng	动、名
6491	三	倾销	MZ	11	qīngxiāo	动
6492	三	倾斜	MZ	12	qīngxié	动
6493	二	清		1	qīng	形、动
6494	二	清晨	MZ	12	qīngchén	名
6495	三	清除	MZ	12	qīngchú	动
6496	一②	清楚	ZQ	10	qīngchu	形
6497	三	清脆	MZ	14	qīngcuì	形
6498	附	清单	MZ	11	qīngdān	名
6499	附	清淡	MZ	14	qīngdàn	形
6500	二	清洁	MZ	12	qīngjié	形
6501	二	清洁工	MQZ	121	qīngjiégōng	名
6502	附	清静	MZ	14	qīngjìng	形
6503	二	清理	MZ	13	qīnglǐ	动

6504	三	清凉	MZ	12	qīngliáng	形
6505	三	清明	MZ	12	qīngmíng	形
6506	二	清明节	MQZ	122	Qīngmíng Jié	名
6507	三	清晰	MZ	11	qīngxī	形
6508	二	清洗	MZ	13	qīngxǐ	动
6509	三	清新	MZ	11	qīngxīn	形
6510	二	清醒	MZ	13	qīngxǐng	形、动
6511	三	清真寺	MQZ	114	qīngzhēnsì	名
6512	三	情		2	qíng	名
6513	三	情报	MZ	24	qíngbào	名
6514	附	情不自禁	MQMZ	2241	qíng bú zì jīn	
6515	附	情调	MZ	24	qíngdiào	名
6516	一③	情感	MZ	23	qínggǎn	名
6517	附	情怀	MZ	22	qínghuái	名
6518	二	情节	MZ	22	qíngjié	名
6519	三	情结	MZ	22	qíngjié	名
6520	二	情景	MZ	23	qíngjǐng	名
6521	一②	情况	MZ	24	qíngkuàng	名
6522	三	情侣	MZ	23	qínglǚ	名
6523	三	情人	ZQ	22	qíngrén	名
6524	二	情形	ZQ	20	qíngxing	名
6525	二	情绪	MZ	24	qíngxù	名
6526	附	情谊	MZ	24	qíngyì	名
6527	三	情愿	MZ	24	qíngyuàn	动、副
6528	二	晴		2	qíng	形
6529	二	晴朗	MZ	23	qínglǎng	形
6530	二	晴天	MZ	21	qíngtiān	
6531	一①	请		3	qǐng	动
6532	一①	请假	MZ	34	qǐng // jià	
6533	三	请柬	MZ	33	qǐngjiǎn	名
6534	一③	请教	MZ	34	qǐngjiào	动
6535	一①	请进	MZ	34	qǐng jìn	
6536	一②	请客	MZ	34	qǐng // kè	
6537	一②	请求	MZ	32	qǐngqiú	动、名
6538	三	请帖	MZ	33	qǐngtiě	名
6539	一①	请问	MZ	34	qǐngwèn	动
6540	一①	请坐	MZ	34	qǐng zuò	
6541	三	庆典	MZ	43	qìngdiǎn	名
6542	三	庆贺	MZ	44	qìnghè	动
6543	三	庆幸	MZ	44	qìngxìng	动
6544	一②	庆祝	MZ	44	qìngzhù	动
6545	二	穷		2	qióng	形
6546	二	穷人	MZ	22	qióngrén	名
6547	三	丘陵	MZ	12	qiūlíng	名

6548	二	秋季	MZ	14	qiūjì	名
6549	一②	秋天	MZ	11	qiūtiān	名
6550	三	囚犯	MZ	24	qiúfàn	名
6551	一②	求		2	qiú	动
6552	附	求婚	MZ	21	qiú // hūn	
6553	三	求救	MZ	24	qiújiù	动
6554	三	求学	MZ	22	qiúxué	动
6555	附	求医	MZ	21	qiúyī	动
6556	附	求证	MZ	24	qiúzhèng	动
6557	二	求职	MZ	22	qiúzhí	动
6558	三	求助	MZ	24	qiúzhù	动
6559	一①	球		2	qiú	名
6560	一②	球场	MZ	23	qiúchǎng	名
6561	一②	球队	MZ	24	qiúduì	名
6562	一③	球迷	MZ	22	qiúmí	名
6563	二	球拍	MZ	21	qiúpāi	名
6564	一②	球鞋	MZ	22	qiúxié	名
6565	二	球星	MZ	21	qiúxīng	名
6566	二	球员	MZ	22	qiúyuán	名
6567	一③	区		1	qū	名
6568	一③	区别	MZ	12	qūbié	名、动
6569	三	区分	MZ	11	qūfēn	动
6570	二	区域	MZ	14	qūyù	名
6571	三	曲线	MZ	14	qūxiàn	名
6572	三	曲折	MZ	12	qūzhé	形
6573	三	驱动	MZ	14	qūdòng	动
6574	三	驱逐	MZ	12	qūzhú	动
6575	三	屈服	MZ	12	qūfú	动
6576	二	趋势	MZ	14	qūshì	名
6577	三	趋于	MZ	12	qūyú	
6578	二	渠道	MZ	24	qúdào	名
6579	三	曲		3	qǔ	名
6580	一②	取		3	qǔ	动
6581	三	取代	MZ	34	qǔdài	动
6582	一②	取得	MZ	32	qǔdé	动
6583	三	取缔	MZ	34	qǔdì	动
6584	附	取而代之	MQMZ	3241	qǔ ér dài zhī	
6585	附	取经	MZ	31	qǔ // jīng	
6586	三	取决于	MQZ	322	qǔjué yú	
6587	二	取款	MZ	33	qǔ kuǎn	
6588	二	取款机	MQZ	331	qǔkuǎnjī	名
6589	三	取暖	MZ	33	qǔnuǎn	动
6590	三	取胜	MZ	34	qǔshèng	动
6591	一③	取消	MZ	31	qǔxiāo	动

6592	三	取笑	MZ	34	qǔxiào	动
6593	三	娶		3	qǔ	动
6594	一①	去		4	qù	动
6595	附	去除	MZ	42	qùchú	动
6596	三	去处	ZQ	44	qùchù	名
6597	二	去掉	ZQ	44	qùdiào	
6598	一①	去年	ZQ	42	qùnián	名
6599	一③	去世	MZ	44	qùshì	动
6600	三	去向	ZQ	44	qùxiàng	名
6601	三	趣味	ZQ	44	qùwèi	名
6602	二	圈		1	quān	名、动
6603	附	圈套	MZ	14	quāntào	名
6604	三	圈子	ZQ	10	quānzi	名
6605	二	权		2	quán	名
6606	附	权衡	MZ	22	quánhéng	动
6607	二	权力	MZ	24	quánlì	名
6608	二	权利	MZ	24	quánlì	名
6609	三	权威	MZ	21	quánwēi	名
6610	附	权益	MZ	24	quányì	名
6611	一①	全		2	quán	副、形
6612	一②	全部	MZ	24	quánbù	名
6613	三	全长	MZ	22	quán cháng	
6614	一③	全场	MZ	23	quán chǎng	
6615	三	全程	MZ	22	quánchéng	名
6616	二	全都	MZ	21	quándōu	副
6617	三	全方位	MQZ	214	quánfāngwèi	名
6618	一③	全国	MZ	22	quán guó	
6619	一③	全家	MZ	21	quán jiā	
6620	三	全局	MZ	22	quánjú	名
6621	二	全力	MZ	24	quánlì	名
6622	附	全力以赴	MQMZ	2434	quánlì yǐ fù	
6623	一③	全面	MZ	24	quánmiàn	形
6624	三	全能	MZ	22	quánnéng	形
6625	一③	全年	MZ	22	quán nián	
6626	一③	全球	MZ	22	quánqiú	名
6627	一②	全身	MZ	21	quánshēn	名
6628	二	全世界	MQZ	244	quán shìjiè	
6629	一②	全体	MZ	23	quántǐ	名
6630	三	全文	MZ	22	quánwén	名
6631	附	全心全意	MQMZ	2124	quán xīn quán yì	
6632	二	全新	MZ	21	quán xīn	
6633	二	泉		2	quán	名
6634	三	拳		2	quán	名、动
6635	三	拳头	ZQ	22	quán·tóu	名

6636	二	劝		4	quàn	动
6637	三	劝告	MZ	44	quàngào	动、名
6638	三	劝说	MZ	41	quànshuō	动
6639	三	劝阻	MZ	43	quànzǔ	动
6640	二	券		4	quàn	名
6641	一③	缺		1	quē	动
6642	一②	缺点	MZ	13	quēdiǎn	名
6643	二	缺乏	MZ	12	quēfá	动
6644	三	缺口	MZ	13	quēkǒu	名
6645	一③	缺少	MZ	13	quēshǎo	动
6646	三	缺失	MZ	11	quēshī	名、动
6647	三	缺席	MZ	12	quē // xí	动
6648	二	缺陷	MZ	14	quēxiàn	名
6649	二	却		4	què	副
6650	二	却是	ZQ	44	què shì	
6651	一③	确保	MZ	43	quèbǎo	动
6652	一③	确定	MZ	44	quèdìng	形、动
6653	二	确立	MZ	44	quèlì	动
6654	三	确切	ZQ	44	quèqiè	形
6655	二	确认	MZ	44	quèrèn	动
6656	一②	确实	MZ	42	quèshí	形、副
6657	三	确信	MZ	44	quèxìn	动
6658	附	确凿	MZ	42	quèzáo	形
6659	三	确诊	MZ	43	quèzhěn	动
6660	三	裙子	ZQ	20	qúnzi	名
6661	一③	群		2	qún	量
6662	二	群体	MZ	23	qúntǐ	名
6663	一③	群众	MZ	24	qúnzhòng	名
6664	二	然而	MZ	22	rán'ér	连
6665	一①	然后	MZ	24	ránhòu	连
6666	三	燃放	MZ	24	ránfàng	动
6667	二	燃料	MZ	24	ránliào	名
6668	附	燃气	MZ	24	ránqì	名
6669	二	燃烧	MZ	21	ránshāo	动
6670	三	燃油	MZ	22	rányóu	名
6671	二	染		3	rǎn	动
6672	三	嚷		3	rǎng	动
6673	一①	让		4	ràng	介、动
6674	三	让步	MZ	44	ràng // bù	
6675	二	让座	MZ	44	ràng // zuò	
6676	三	饶		2	ráo	动
6677	附	饶恕	MZ	24	ráoshù	动
6678	三	扰乱	MZ	34	rǎoluàn	动
6679	二	绕		4	rào	动

6680	三	绕行	MZ	42	rào xíng	
6681	三	惹		3	rě	动
6682	一①	热		4	rè	形、动
6683	一③	热爱	MZ	44	rè'ài	动
6684	三	热潮	MZ	42	rècháo	名
6685	三	热带	ZQ	44	rèdài	名
6686	二	热点	MZ	43	rèdiǎn	名
6687	二	热量	MZ	44	rèliàng	名
6688	一②	热烈	MZ	44	rèliè	形
6689	二	热门	MZ	42	rèmén	名
6690	二	热闹	ZQ	40	rènao	形、动
6691	三	热气	MZ	44	rèqì	名
6692	附	热气球	MQZ	442	rèqìqiú	名
6693	一②	热情	MZ	42	rèqíng	名、形
6694	二	热水	MZ	43	rè shuǐ	
6695	二	热水器	MQZ	434	rèshuǐqì	名
6696	附	热腾腾	MQZ	411	rètēngtēng	形
6697	二	热线	MZ	44	rèxiàn	名
6698	二	热心	MZ	41	rèxīn	形
6699	附	热衷	MZ	41	rèzhōng	动
6700	一①	人		2	rén	名
6701	一③	人才（人材）	MZ	22	réncái	名
6702	三	人次	MZ	24	réncì	量
6703	附	人道	MZ	24	réndào	名、形
6704	三	人格	MZ	22	réngé	名
6705	一③	人工	MZ	21	réngōng	名、形
6706	一③	人家	ZQ	20	rénjia	代
6707	二	人间	MZ	21	rénjiān	名
6708	三	人均	MZ	21	rénjūn	动
6709	一③	人口	MZ	23	rénkǒu	名
6710	一③	人类	MZ	24	rénlèi	名
6711	二	人力	MZ	24	rénlì	名
6712	一③	人们	ZQ	20	rénmen	名
6713	一②	人民	MZ	22	rénmín	名
6714	一②	人民币	MQZ	224	rénmínbì	名
6715	三	人品	MZ	23	rénpǐn	名
6716	三	人气	MZ	24	rénqì	名
6717	三	人情	MZ	22	rénqíng	名
6718	二	人权	MZ	22	rénquán	名
6719	二	人群	MZ	22	rénqún	名
6720	三	人身	MZ	21	rénshēn	名
6721	一③	人生	MZ	21	rénshēng	名
6722	二	人士	MZ	24	rénshì	名
6723	三	人事	MZ	24	rénshì	名

6724	三	人手	MZ	23	rénshǒu	名
6725	一②	人数	MZ	24	rénshù	名
6726	三	人体	MZ	23	réntǐ	名
6727	三	人为	MZ	22	rénwéi	形
6728	三	人文	MZ	22	rénwén	名
6729	一③	人物	MZ	24	rénwù	名
6730	三	人行道	MQZ	224	rénxíngdào	名
6731	三	人性	ZQ	24	rén·xìng	名
6732	三	人选	MZ	23	rénxuǎn	名
6733	一③	人员	MZ	22	rényuán	名
6734	附	人缘儿	MZ	22	rényuánr	名
6735	三	人造	MZ	24	rénzào	形
6736	三	人质	MZ	24	rénzhì	名
6737	三	仁慈	MZ	22	réncí	形
6738	二	忍		3	rěn	动
6739	二	忍不住	MQZ	304	rěn bu zhù	
6740	附	忍饥挨饿	MQMZ	3124	rěn jī ái è	
6741	三	忍耐	MZ	34	rěnnài	动
6742	二	忍受	MZ	34	rěnshòu	动
6743	三	忍心	MZ	31	rěn // xīn	
6744	二	认		4	rèn	动
6745	二	认出	MZ	41	rènchū	
6746	三	认错	MZ	44	rèn // cuò	
6747	二	认得	ZQ	40	rènde	动
6748	二	认定	MZ	44	rèndìng	动
6749	一③	认可	MZ	43	rènkě	动
6750	一①	认识	ZQ	40	rènshi	动、名
6751	二	认同	MZ	42	rèntóng	动
6752	一①	认为	MZ	42	rènwéi	动
6753	一①	认真	MZ	41	rènzhēn	形
6754	三	认证	MZ	44	rènzhèng	动
6755	三	认知	MZ	41	rènzhī	动
6756	一③	任		4	rèn	动
6757	一③	任		4	rèn	连
6758	一③	任何	MZ	42	rènhé	代
6759	三	任命	MZ	44	rènmìng	动
6760	附	任期	MZ	41	rènqī	名
6761	附	任人宰割	MQMZ	4231	rèn rén zǎi gē	
6762	一③	任务	ZQ	40	rènwu	名
6763	三	任意	MZ	44	rènyì	副
6764	三	任职	MZ	42	rèn // zhí	
6765	附	韧性	MZ	44	rènxìng	名
6766	二	扔		1	rēng	动
6767	二	扔掉	ZQ	14	rēngdiào	

6768	一③	仍		2	réng	副
6769	二	仍旧	MZ	24	réngjiù	副
6770	一③	仍然	MZ	22	réngrán	副
6771	一①	日		4	rì	名
6772	一③	日报	MZ	44	rìbào	名
6773	一③	日常	MZ	42	rìcháng	形
6774	三	日程	MZ	42	rìchéng	名
6775	附	日复一日	MQMZ	4424	rì fù yí rì	
6776	三	日后	MZ	44	rìhòu	名
6777	二	日记	MZ	44	rìjì	名
6778	二	日历	MZ	44	rìlì	名
6779	一①	日期	MZ	41	rìqī	名
6780	三	日前	MZ	42	rìqián	名
6781	三	日趋	MZ	41	rìqū	副
6782	附	日新月异	MQMZ	4144	rì xīn yuè yì	
6783	二	日夜	MZ	44	rìyè	名
6784	三	日益	MZ	44	rìyì	副
6785	二	日语	MZ	43	Rìyǔ	名
6786	一②	日子	ZQ	40	rìzi	名
6787	三	荣获	MZ	24	rónghuò	动
6788	三	荣幸	MZ	24	róngxìng	形
6789	三	荣誉	MZ	24	róngyù	名
6790	附	容光焕发	MQMZ	2141	róngguāng huànfā	
6791	三	容量	MZ	24	róngliàng	名
6792	三	容纳	MZ	24	róngnà	动
6793	三	容忍	MZ	23	róngrěn	动
6794	三	容许	MZ	23	róngxǔ	动
6795	附	容颜	MZ	22	róngyán	名
6796	一②	容易	ZQ	24	róngyì	形
6797	附	溶解	MZ	23	róngjiě	动
6798	三	融		2	róng	动
6799	二	融合	MZ	22	rónghé	动
6800	三	融化	MZ	24	rónghuà	动
6801	三	融洽	MZ	24	róngqià	形
6802	二	融入	MZ	24	róngrù	动
6803	附	冗长	MZ	32	rǒngcháng	形
6804	三	柔和	MZ	22	róuhé	形
6805	三	柔软	MZ	23	róuruǎn	形
6806	三	揉		2	róu	动
6807	一①	肉		4	ròu	名
6808	二	如		2	rú	动
6809	三	如		2	rú	连
6810	二	如此	MZ	23	rúcǐ	代
6811	一②	如果	MZ	23	rúguǒ	连

6812	三	如果说	MQZ	231	rúguǒ shuō	
6813	一③	如何	MZ	22	rúhé	代
6814	二	如今	MZ	21	rújīn	名
6815	三	如实	MZ	22	rúshí	副
6816	二	如同	MZ	22	rútóng	动
6817	二	如下	MZ	24	rúxià	动
6818	二	如一	MZ	21	rúyī	动
6819	三	如意	MZ	24	rú // yì	
6820	附	如愿以偿	MQMZ	2432	rú yuàn yǐ cháng	
6821	附	如醉如痴	MQMZ	2421	rú zuì rú chī	
6822	三	儒家	MZ	21	Rújiā	名
6823	三	儒学	MZ	22	rúxué	名
6824	二	乳制品	MQZ	343	rǔzhìpǐn	名
6825	二	入		4	rù	动
6826	三	入场	MZ	43	rù // chǎng	
6827	三	入场券	MQZ	434	rùchǎngquàn	名
6828	三	入境	MZ	44	rù // jìng	
6829	一②	入口	MZ	43	rùkǒu	名
6830	一③	入门	MZ	42	rù // mén	
6831	三	入侵	MZ	41	rùqīn	动
6832	三	入手	MZ	43	rùshǒu	动
6833	三	入选	MZ	43	rùxuǎn	动
6834	二	入学	MZ	42	rù // xué	
6835	二	软		3	ruǎn	形
6836	二	软件	MZ	34	ruǎnjiàn	名
6837	三	软弱	MZ	34	ruǎnruò	形
6838	三	软实力	MQZ	324	ruǎnshílì	名
6839	附	瑞雪	MZ	43	ruìxuě	名
6840	三	润		4	rùn	形、动
6841	二	若		4	ruò	连
6842	三	若干	MZ	41	ruògān	代
6843	二	弱		4	ruò	形
6844	三	弱点	MZ	43	ruòdiǎn	名
6845	三	弱势	MZ	44	ruòshì	名
6846	三	撒		1	sā	动
6847	三	撒谎	MZ	13	sā // huǎng	
6848	二	洒		3	sǎ	动
6849	二	塞		1	sāi	动
6850	二	赛		4	sài	动
6851	二	赛场	MZ	43	sàichǎng	名
6852	三	赛车	MZ	41	sàichē	名
6853	三	赛跑	MZ	43	sàipǎo	动
6854	一①	三		1	sān	数
6855	附	三番五次	MQMZ	1134	sān fān wǔ cì	

6856	三	三角	MZ	13	sānjiǎo	名、形
6857	二	三明治	MQZ	124	sānmíngzhì	名
6858	三	三维	MZ	12	sānwéi	形
6859	二	伞		3	sǎn	名
6860	二	散		3	sǎn	动
6861	二	散文	MZ	32	sǎnwén	名
6862	二	散		4	sàn	动
6863	三	散布	MZ	44	sànbù	动
6864	二	散步	MZ	44	sàn // bù	
6865	三	散发	MZ	41	sànfā	动
6866	三	桑拿	MZ	12	sāngná	名
6867	三	嗓子	ZQ	30	sǎngzi	名
6868	三	丧生	MZ	41	sàng // shēng	
6869	二	丧失	MZ	41	sàngshī	动
6870	三	骚乱	MZ	14	sāoluàn	动
6871	三	骚扰	MZ	13	sāorǎo	动
6872	二	扫		3	sǎo	动
6873	三	扫除	MZ	32	sǎochú	动
6874	三	扫描	MZ	32	sǎomiáo	动
6875	三	扫墓	MZ	34	sǎo // mù	
6876	三	扫兴	MZ	34	sǎo // xìng	
6877	三	嫂子	ZQ	30	sǎozi	名
6878	二	色		4	sè	名
6879	二	色彩	MZ	43	sècǎi	名
6880	二	森林	MZ	12	sēnlín	名
6881	附	僧人	MZ	12	sēngrén	名
6882	二	杀		1	shā	动
6883	三	杀毒	MZ	12	shā // dú	
6884	三	杀害	MZ	14	shāhài	动
6885	三	杀手	MZ	13	shāshǒu	名
6886	一②	沙发	MZ	11	shāfā	名
6887	三	沙龙	MZ	12	shālóng	名
6888	二	沙漠	MZ	14	shāmò	名
6889	三	沙滩	MZ	11	shātān	名
6890	一③	沙子	ZQ	10	shāzi	名
6891	三	纱		1	shā	名
6892	三	刹车	MZ	11	shāchē	名
6893	三	砂糖	MZ	12	shātáng	名
6894	附	鲨鱼	MZ	12	shāyú	名
6895	二	傻		3	shǎ	形
6896	三	傻瓜	MZ	31	shǎguā	名
6897	三	筛		1	shāi	动
6898	三	筛选	MZ	13	shāixuǎn	动
6899	二	晒		4	shài	动

6900	三	晒太阳	MZQ	442	shài tài·yáng	
6901	一①	山		1	shān	名
6902	三	山川	MZ	11	shānchuān	名
6903	三	山顶	MZ	13	shāndǐng	名
6904	二	山峰	MZ	11	shānfēng	名
6905	三	山冈	MZ	11	shāngāng	名
6906	二	山谷	MZ	13	shāngǔ	名
6907	三	山岭	MZ	13	shānlǐng	名
6908	三	山路	MZ	14	shānlù	名
6909	二	山坡	MZ	11	shānpō	名
6910	二	山区	MZ	11	shānqū	名
6911	二	山上	ZQ	10	shān shang	
6912	三	山寨	MZ	14	shānzhài	名
6913	三	删		1	shān	动
6914	三	删除	MZ	12	shānchú	动
6915	二	扇		1	shān	动
6916	附	煽动	MZ	14	shāndòng	动
6917	二	闪		3	shǎn	动
6918	二	闪电	MZ	34	shǎndiàn	名
6919	三	闪烁	MZ	34	shǎnshuò	动
6920	二	扇		4	shàn	量
6921	二	扇子	ZQ	40	shànzi	名
6922	三	善		4	shàn	形
6923	二	善良	MZ	42	shànliáng	形
6924	三	善意	ZQ	44	shànyì	名
6925	二	善于	MZ	42	shànyú	动
6926	三	擅长	MZ	42	shàncháng	动
6927	三	擅自	MZ	44	shànzì	副
6928	附	膳食	MZ	42	shànshí	名
6929	附	赡养	MZ	43	shànyǎng	动
6930	一③	伤		1	shāng	动、名
6931	附	伤残	MZ	12	shāngcán	动
6932	附	伤感	MZ	13	shānggǎn	形
6933	二	伤害	MZ	14	shānghài	动
6934	三	伤痕	MZ	12	shānghén	名
6935	二	伤口	MZ	13	shāngkǒu	名
6936	附	伤脑筋	MQZ	131	shāng nǎojīn	
6937	三	伤势	MZ	14	shāngshì	名
6938	二	伤亡	MZ	12	shāngwáng	动、名
6939	一③	伤心	MZ	11	shāng // xīn	
6940	二	伤员	MZ	12	shāngyuán	名
6941	二	商标	MZ	11	shāngbiāo	名
6942	一②	商场	MZ	13	shāngchǎng	名
6943	二	商城	MZ	12	shāngchéng	名

6944	一②	商店	MZ	14	shāngdiàn	名
6945	三	商贩	MZ	14	shāngfàn	名
6946	附	商贾	MZ	13	shānggǔ	名
6947	一②	商量	ZQ	10	shāngliang	动
6948	一③	商品	MZ	13	shāngpǐn	名
6949	一③	商人	MZ	12	shāngrén	名
6950	三	商讨	MZ	13	shāngtǎo	动
6951	二	商务	MZ	14	shāngwù	名
6952	一③	商业	MZ	14	shāngyè	名
6953	二	赏		3	shǎng	动
6954	一①	上		4	shàng	动
6955	一①	上		4	shàng	名
6956	一①	上班	MZ	41	shàng // bān	
6957	三	上报	MZ	44	shàngbào	动
6958	一①	上边	ZQ	40	shàngbian	名
6959	三	上场	MZ	43	shàng // chǎng	
6960	一①	上车	MZ	41	shàng chē	
6961	一①	上次	ZQ	44	shàng cì	
6962	二	上当	MZ	44	shàng // dàng	
6963	二	上帝	MZ	44	Shàngdì	名
6964	三	上方	MZ	41	shàngfāng	名
6965	三	上岗	MZ	43	shàng // gǎng	
6966	二	上个月	ZQQ	404	shàng ge yuè	
6967	三	上火	MZ	43	shàng // huǒ	
6968	二	上级	MZ	42	shàngjí	名
6969	一③	上街	MZ	41	shàng jiē	
6970	一①	上课	MZ	44	shàng // kè	
6971	三	上空	MZ	41	shàngkōng	名
6972	一①	上来	ZQ	40	shànglai	
6973	附	上流	MZ	42	shàngliú	名
6974	二	上楼	MZ	42	shàng lóu	
6975	二	上门	MZ	42	shàng // mén	
6976	一①	上面	ZQ	44	shàng·miàn	名
6977	三	上期	MZ	41	shàng qī	
6978	一①	上去	ZQ	40	shàngqu	
6979	三	上任	MZ	44	shàng // rèn	
6980	三	上山	MZ	41	shàng // shān	
6981	一③	上升	MZ	41	shàngshēng	动
6982	二	上市	MZ	44	shàng // shì	
6983	三	上述	MZ	44	shàngshù	形
6984	附	上司	ZQ	40	shàngsi	名
6985	三	上诉	MZ	44	shàngsù	动
6986	二	上台	MZ	42	shàng // tái	
6987	三	上调	MZ	42	shàngtiáo	动

6988	三	上头	ZQ	40	shàngtou	名	
6989	一①	上网	MZ	43	shàng // wǎng		
6990	一①	上午	MZ	43	shàngwǔ	名	
6991	二	上下	MZ	44	shàngxià	名	
6992	附	上限	MZ	44	shàngxiàn	名	
6993	一②	上学	MZ	42	shàng // xué		
6994	三	上旬	MZ	42	shàngxún	名	
6995	二	上演	MZ	43	shàngyǎn	动	
6996	二	上衣	MZ	41	shàngyī	名	
6997	三	上瘾	MZ	43	shàng // yǐn		
6998	三	上映	MZ	44	shàngyìng	动	
6999	三	上游	MZ	42	shàngyóu	名	
7000	二	上涨	MZ	43	shàngzhǎng	动	
7001	一②	上周	MZ	41	shàng zhōu		
7002	三	尚		4	shàng	副、连	
7003	三	尚未	MZ	44	shàng wèi		
7004	附	捎		1	shāo	动	
7005	二	烧		1	shāo	动	
7006	三	烧毁	MZ	13	shāohuǐ	动	
7007	三	烧烤	MZ	13	shāokǎo	名	
7008	二	稍		1	shāo	副	
7009	三	稍后	MZ	14	shāohòu	副	
7010	三	稍候	MZ	14	shāo hòu		
7011	三	稍稍	MZ	11	shāoshāo	副	
7012	二	稍微	MZ	11	shāowēi	副	
7013	二	勺		2	sháo	名	
7014	一①	少		3	shǎo	形、动	
7015	三	少不了	MQZ	303	shǎobuliǎo	动	
7016	三	少见	MZ	34	shǎojiàn	动、形	
7017	三	少量	MZ	34	shǎoliàng	形	
7018	一②	少数	MZ	34	shǎoshù	名	
7019	三	少有	MZ	33	shǎoyǒu		
7020	三	少儿	MZ	42	shào'ér	名	
7021	三	少林寺	MQZ	424	Shàolín Sì	名	
7022	一③	少年	MZ	42	shàonián	名	
7023	三	少女	MZ	43	shàonǚ	名	
7024	三	奢侈	MZ	13	shēchǐ	形	
7025	附	奢望	MZ	14	shēwàng	动、名	
7026	二	舌头	ZQ	20	shétou	名	
7027	二	蛇		2	shé	名	
7028	二	舍不得	ZQQ	300	shěbude	动	
7029	二	舍得	ZQ	30	shěde	动	
7030	三	设		4	shè	动	
7031	一③	设备	ZQ	44	shèbèi	名	

7032	三	设定	MZ	44	shèdìng	动
7033	三	设法	MZ	43	shèfǎ	动
7034	一③	设计	ZQ	44	shèjì	动、名
7035	二	设计师	MQZ	441	shèjìshī	名
7036	一③	设立	MZ	44	shèlì	动
7037	二	设施	MZ	41	shèshī	名
7038	二	设想	MZ	43	shèxiǎng	动、名
7039	二	设置	MZ	44	shèzhì	动
7040	二	社		4	shè	名
7041	一②	社会	MZ	44	shèhuì	名
7042	三	社会主义	MQMZ	4434	shèhuì zhǔyì	
7043	三	社交	MZ	41	shèjiāo	名
7044	三	社论	MZ	44	shèlùn	名
7045	二	社区	MZ	41	shèqū	名
7046	三	社团	MZ	42	shètuán	名
7047	二	射		4	shè	动
7048	二	射击	MZ	41	shèjī	动、名
7049	二	涉及	MZ	42	shèjí	动
7050	附	涉嫌	MZ	42	shèxián	动
7051	三	摄氏度	MQZ	444	shèshìdù	量
7052	二	摄像	MZ	44	shèxiàng	动
7053	二	摄像机	MQZ	441	shèxiàngjī	名
7054	二	摄影	MZ	43	shèyǐng	动
7055	二	摄影师	MQZ	431	shèyǐngshī	名
7056	一①	谁		2	shéi / shuí	代
7057	三	谁知道	ZQQ	214	shéi zhī·dào	
7058	三	申办	MZ	14	shēnbàn	动
7059	三	申报	MZ	14	shēnbào	动
7060	附	申领	MZ	13	shēnlǐng	动
7061	二	申请	MZ	13	shēnqǐng	动
7062	二	伸		1	shēn	动
7063	三	伸手	MZ	13	shēn // shǒu	
7064	附	伸缩	MZ	11	shēnsuō	动
7065	附	伸张	MZ	11	shēnzhāng	动
7066	二	身边	MZ	11	shēnbiān	名
7067	附	身不由己	MQMZ	1423	shēn bù yóu jǐ	
7068	二	身材	MZ	12	shēncái	名
7069	二	身份	ZQ	14	shēn·fèn	名
7070	一③	身份证	MQZ	144	shēnfènzhèng	名
7071	二	身高	MZ	11	shēngāo	名
7072	三	身价	MZ	14	shēnjià	名
7073	三	身躯	MZ	11	shēnqū	名
7074	一①	身上	ZQ	10	shēnshang	名
7075	一①	身体	MZ	13	shēntǐ	名

7076	三	身心	MZ	11	shēnxīn	名
7077	三	身影	MZ	13	shēnyǐng	名
7078	三	身子	ZQ	10	shēnzi	名
7079	三	绅士	MZ	14	shēnshì	名
7080	一②	深		1	shēn	形
7081	三	深奥	MZ	14	shēn'ào	形
7082	二	深处	MZ	14	shēnchù	名
7083	二	深度	MZ	14	shēndù	名
7084	二	深厚	MZ	14	shēnhòu	形
7085	二	深化	MZ	14	shēnhuà	动
7086	一③	深刻	MZ	14	shēnkè	形
7087	三	深切	MZ	14	shēnqiè	形
7088	三	深情	MZ	12	shēnqíng	名、形
7089	一③	深入	MZ	14	shēnrù	动、形
7090	附	深入人心	MQMZ	1421	shēnrù rénxīn	
7091	二	深深	MZ	11	shēnshēn	
7092	三	深受	MZ	14	shēn shòu	
7093	三	深思	MZ	11	shēnsī	动
7094	三	深信	MZ	14	shēnxìn	动
7095	三	深夜	MZ	14	shēnyè	名
7096	三	深远	MZ	13	shēnyuǎn	形
7097	一①	什么	ZQ	20	shénme	代
7098	一②	什么样	MQZ	204	shénmeyàng	代
7099	二	神		2	shén	名
7100	二	神话	MZ	24	shénhuà	名
7101	二	神经	MZ	21	shénjīng	名
7102	二	神秘	MZ	24	shénmì	形
7103	二	神奇	MZ	22	shénqí	形
7104	三	神气	ZQ	24	shén·qì	名、形
7105	二	神情	MZ	22	shénqíng	名
7106	三	神圣	MZ	24	shénshèng	形
7107	三	神态	MZ	24	shéntài	名
7108	三	神仙	ZQ	21	shén·xiān	名
7109	三	审		3	shěn	动
7110	二	审查	MZ	32	shěnchá	动
7111	附	审定	MZ	34	shěndìng	动
7112	三	审核	MZ	32	shěnhé	动
7113	三	审美	MZ	33	shěnměi	动
7114	附	审判	MZ	34	shěnpàn	动
7115	三	审批	MZ	31	shěnpī	动
7116	三	审视	MZ	34	shěnshì	动
7117	三	肾		4	shèn	名
7118	二	甚至	MZ	44	shènzhì	连
7119	三	甚至于	MQZ	442	shènzhì yú	

7120	三	渗		4	shèn	动
7121	三	渗透	MZ	44	shèntòu	动
7122	三	慎重	MZ	44	shènzhòng	形
7123	一③	升		1	shēng	动
7124	二	升高	MZ	11	shēng gāo	
7125	二	升级	MZ	12	shēng // jí	
7126	附	升温	MZ	11	shēngwēn	动
7127	三	升学	MZ	12	shēng // xué	
7128	二	升值	MZ	12	shēngzhí	动
7129	一②	生		1	shēng	动
7130	一③	生		1	shēng	形
7131	一②	生病	MZ	14	shēng // bìng	
7132	一③	生产	MZ	13	shēngchǎn	动
7133	二	生成	MZ	12	shēngchéng	动
7134	一③	生存	MZ	12	shēngcún	动
7135	一③	生动	MZ	14	shēngdòng	形
7136	一①	生活	MZ	12	shēnghuó	名、动
7137	二	生活费	MQZ	124	shēnghuófèi	名
7138	三	生机	MZ	11	shēngjī	名
7139	三	生理	MZ	13	shēnglǐ	名
7140	一③	生命	MZ	14	shēngmìng	名
7141	附	生命线	MQZ	144	shēngmìngxiàn	名
7142	三	生怕	MZ	14	shēngpà	动
7143	附	生平	MZ	12	shēngpíng	名
7144	一①	生气	MZ	14	shēng // qì	
7145	三	生前	MZ	12	shēngqián	名
7146	一①	生日	ZQ	14	shēngrì	名
7147	三	生死	MZ	13	shēngsǐ	名、形
7148	三	生态	MZ	14	shēngtài	名
7149	三	生物	MZ	14	shēngwù	名
7150	三	生效	MZ	14	shēng // xiào	
7151	三	生涯	MZ	12	shēngyá	名
7152	一③	生意	ZQ	10	shēngyi	名
7153	附	生硬	MZ	14	shēngyìng	形
7154	三	生育	MZ	14	shēngyù	动
7155	一③	生长	MZ	13	shēngzhǎng	动
7156	二	声		1	shēng	名、量
7157	三	声称	MZ	11	shēngchēng	动
7158	一③	声明	MZ	12	shēngmíng	动、名
7159	三	声望	MZ	14	shēngwàng	名
7160	一②	声音	MZ	11	shēngyīn	名
7161	三	声誉	MZ	14	shēngyù	名
7162	三	牲畜	MZ	14	shēngchù	名
7163	三	绳子	ZQ	20	shéngzi	名

7164	一②	省		3	shěng	名
7165	一②	省		3	shěng	动
7166	三	省略	MZ	34	shěnglüè	动
7167	二	省钱	MZ	32	shěng qián	
7168	三	省事	MZ	34	shěng // shì	
7169	二	圣诞节	MQZ	442	Shèngdàn Jié	名
7170	三	圣贤	MZ	42	shèngxián	名
7171	一③	胜		4	shèng	动
7172	三	胜出	MZ	41	shèngchū	动
7173	二	胜负	MZ	44	shèngfù	名
7174	一②	胜利	MZ	44	shènglì	动、名
7175	三	胜任	MZ	44	shèngrèn	动
7176	三	盛大	MZ	44	shèngdà	形
7177	三	盛会	MZ	44	shènghuì	名
7178	三	盛开	MZ	41	shèngkāi	动
7179	附	盛气凌人	MQMZ	4422	shèng qì líng rén	
7180	二	盛行	MZ	42	shèngxíng	动
7181	二	剩		4	shèng	动
7182	二	剩下	ZQ	40	shèngxia	
7183	三	剩余	MZ	42	shèngyú	动
7184	三	尸体	MZ	13	shītǐ	名
7185	二	失败	MZ	14	shībài	动、名
7186	附	失传	MZ	12	shīchuán	动
7187	三	失控	MZ	14	shīkòng	动
7188	三	失利	MZ	14	shī // lì	
7189	附	失恋	MZ	14	shī // liàn	
7190	附	失灵	MZ	12	shīlíng	动
7191	三	失落	MZ	14	shīluò	动、形
7192	三	失眠	MZ	12	shī // mián	
7193	三	失明	MZ	12	shī // míng	
7194	一②	失去	MZ	14	shīqù	动
7195	二	失望	MZ	14	shīwàng	形
7196	二	失误	MZ	14	shīwù	动、名
7197	三	失效	MZ	14	shī // xiào	
7198	二	失业	MZ	14	shī // yè	
7199	三	失业率	MQZ	144	shīyèlǜ	名
7200	三	失踪	MZ	11	shī // zōng	
7201	三	师范	MZ	14	shīfàn	名
7202	二	师父	ZQ	10	shīfu	名
7203	二	师傅	ZQ	10	shīfu	名
7204	二	师生	MZ	11	shī shēng	
7205	三	师长	MZ	13	shīzhǎng	名
7206	三	师资	MZ	11	shīzī	名
7207	二	诗		1	shī	名

7208	二	诗歌	MZ	11	shīgē	名
7209	二	诗人	MZ	12	shīrén	名
7210	三	狮子	ZQ	10	shīzi	名
7211	三	施工	MZ	11	shī // gōng	
7212	三	施加	MZ	11	shījiā	动
7213	三	施行	MZ	12	shīxíng	动
7214	三	施压	MZ	11	shīyā	动
7215	二	湿		1	shī	形
7216	三	湿度	MZ	14	shīdù	名
7217	三	湿润	MZ	14	shīrùn	形
7218	一①	十		2	shí	数
7219	一③	十分	MZ	21	shífēn	副
7220	三	十字路口	MQMZ	2443	shízì lùkǒu	
7221	二	十足	MZ	22	shízú	形
7222	一②	石头	ZQ	20	shítou	名
7223	一③	石油	MZ	22	shíyóu	名
7224	一③	时		2	shí	名
7225	附	时不时	MQZ	242	shíbùshí	副
7226	二	时常	MZ	22	shícháng	副
7227	一③	时代	MZ	24	shídài	名
7228	三	时段	MZ	24	shíduàn	名
7229	二	时而	MZ	22	shí'ér	副
7230	三	时隔	MZ	22	shí gé	
7231	二	时光	MZ	21	shíguāng	名
7232	三	时好时坏	MQMZ	2324	shí hǎo shí huài	
7233	一①	时候	ZQ	20	shíhou	名
7234	二	时机	MZ	21	shíjī	名
7235	一①	时间	MZ	21	shíjiān	名
7236	三	时间表	MQZ	213	shíjiānbiǎo	名
7237	二	时节	MZ	22	shíjié	名
7238	一③	时刻	MZ	24	shíkè	名
7239	三	时空	MZ	21	shíkōng	名
7240	三	时髦	MZ	22	shímáo	形
7241	一②	时期	MZ	21	shíqī	名
7242	二	时时	MZ	22	shíshí	副
7243	二	时事	MZ	24	shíshì	名
7244	三	时速	MZ	24	shísù	名
7245	二	时装	MZ	21	shízhuāng	名
7246	二	识		2	shí	动
7247	三	识别	MZ	22	shíbié	动
7248	二	识字	MZ	24	shí // zì	
7249	三	实地	MZ	24	shídì	副
7250	三	实话	MZ	24	shíhuà	名
7251	三	实话实说	MQMZ	2421	shíhuà shí shuō	

7252	二	实惠	MZ	24	shíhuì	形、名
7253	一②	实际	MZ	24	shíjì	名、形
7254	一③	实际上	MZQ	240	shíjìshang	副
7255	二	实践	MZ	24	shíjiàn	动、名
7256	三	实况	MZ	24	shíkuàng	名
7257	一③	实力	MZ	24	shílì	名
7258	二	实施	MZ	21	shíshī	动
7259	三	实事求是	MQMZ	2424	shí shì qiú shì	
7260	三	实体	MZ	23	shítǐ	名
7261	三	实物	MZ	24	shíwù	名
7262	一②	实习	MZ	22	shíxí	动、名
7263	一②	实现	MZ	24	shíxiàn	动
7264	一③	实行	MZ	22	shíxíng	动
7265	一③	实验	MZ	24	shíyàn	动、名
7266	一③	实验室	MQZ	244	shíyànshì	名
7267	二	实用	MZ	24	shíyòng	形
7268	一②	实在	MZ	24	shízài	副
7269	一②	实在	ZQ	20	shízai	形
7270	三	实质	MZ	24	shízhì	名
7271	二	拾		2	shí	动
7272	一③	食品	MZ	23	shípǐn	名
7273	附	食宿	MZ	24	shísù	名
7274	二	食堂	MZ	22	shítáng	名
7275	一②	食物	MZ	24	shíwù	名
7276	三	食用	MZ	24	shíyòng	动
7277	二	食欲	MZ	24	shíyù	名
7278	附	史无前例	MQMZ	3224	shǐ wú qián lì	
7279	一③	使		3	shǐ	动
7280	二	使得	ZQ	30	shǐde	动
7281	附	使唤	ZQ	30	shǐhuan	动
7282	二	使劲	MZ	34	shǐ // jìn	
7283	三	使命	MZ	34	shǐmìng	名
7284	一②	使用	MZ	34	shǐyòng	动
7285	三	使者	MZ	33	shǐzhě	名
7286	一③	始终	MZ	31	shǐzhōng	副
7287	二	士兵	MZ	41	shìbīng	名
7288	三	士气	ZQ	44	shìqì	名
7289	二	示范	MZ	44	shìfàn	动
7290	三	示威	MZ	41	shìwēi	动
7291	三	示意	MZ	44	shìyì	动
7292	三	世代	MZ	44	shìdài	名
7293	附	世故	ZQ	40	shìgu	形
7294	一③	世纪	MZ	44	shìjì	名
7295	一②	世界	MZ	44	shìjiè	名

7296	一③	世界杯	MQZ	441	shìjièbēi	名
7297	三	世界级	MQZ	442	shìjiè jí	
7298	附	世袭	MZ	42	shìxí	动
7299	一②	市		4	shì	名
7300	一③	市场	MZ	43	shìchǎng	名
7301	附	市场经济	MQMZ	4314	shìchǎng jīngjì	
7302	二	市民	MZ	42	shìmín	名
7303	二	市区	MZ	41	shìqū	名
7304	一②	市长	MZ	43	shìzhǎng	名
7305	二	式		4	shì	名
7306	二	似的	ZQ	40	shìde	助
7307	三	势必	MZ	44	shìbì	副
7308	附	势不可当	MQMZ	4431	shì bù kě dāng	
7309	二	势力	ZQ	44	shìlì	名
7310	三	势头	ZQ	42	shì·tóu	名
7311	一①	事		4	shì	名
7312	一③	事故	ZQ	44	shìgù	名
7313	二	事后	MZ	44	shìhòu	名
7314	三	事迹	MZ	44	shìjì	名
7315	一③	事件	MZ	44	shìjiàn	名
7316	一②	事情	ZQ	40	shìqing	名
7317	一③	事实	MZ	42	shìshí	名
7318	一③	事实上	MZQ	420	shìshí shang	
7319	三	事态	ZQ	44	shìtài	名
7320	二	事务	ZQ	44	shìwù	名
7321	三	事务所	MQZ	443	shìwùsuǒ	名
7322	二	事物	ZQ	44	shìwù	名
7323	二	事先	MZ	41	shìxiān	名
7324	三	事项	MZ	44	shìxiàng	名
7325	一②	事业	ZQ	44	shìyè	名
7326	三	事宜	MZ	42	shìyí	名
7327	三	侍候	ZQ	44	shìhòu	动
7328	一②	试		4	shì	动
7329	二	试点	MZ	43	shìdiǎn	动、名
7330	二	试卷	MZ	44	shìjuàn	名
7331	三	试探	ZQ	44	shìtàn	动
7332	二	试题	MZ	42	shìtí	名
7333	二	试图	MZ	42	shìtú	动
7334	三	试行	MZ	42	shìxíng	动
7335	一③	试验	MZ	44	shìyàn	动
7336	三	试用	MZ	44	shìyòng	动
7337	附	试用期	MQZ	441	shìyòngqī	名
7338	三	视察	MZ	42	shìchá	动
7339	三	视角	MZ	43	shìjiǎo	名

7340	三	视觉	MZ	42	shìjué	名
7341	三	视力	ZQ	44	shìlì	名
7342	二	视频	MZ	42	shìpín	名
7343	二	视为	MZ	42	shìwéi	
7344	三	视线	MZ	44	shìxiàn	名
7345	三	视野	MZ	43	shìyě	名
7346	三	柿子	ZQ	40	shìzi	名
7347	一①	是		4	shì	动
7348	一①	是不是	ZQQ	404	shì bu shì	
7349	三	是非	MZ	41	shìfēi	名
7350	二	是否	MZ	43	shìfǒu	副
7351	二	适当	MZ	44	shìdàng	形
7352	三	适度	MZ	44	shìdù	形
7353	一②	适合	MZ	42	shìhé	动
7354	三	适量	MZ	44	shìliàng	形
7355	三	适时	MZ	42	shìshí	形
7356	三	适宜	MZ	42	shìyí	形
7357	一③	适应	ZQ	44	shìyìng	动
7358	一③	适用	MZ	44	shìyòng	形
7359	一③	室		4	shì	名
7360	三	逝世	MZ	44	shìshì	动
7361	二	释放	MZ	44	shìfàng	动
7362	附	嗜好	MZ	44	shìhào	名
7363	一②	收		1	shōu	动
7364	二	收藏	MZ	12	shōucáng	动
7365	一②	收到	ZQ	14	shōudào	
7366	一②	收费	MZ	14	shōu fèi	
7367	附	收复	MZ	14	shōufù	动
7368	二	收购	MZ	14	shōugòu	动
7369	二	收回	MZ	12	shōuhuí	
7370	二	收获	MZ	14	shōuhuò	动、名
7371	二	收集	MZ	12	shōují	动
7372	三	收据	MZ	14	shōujù	名
7373	一③	收看	MZ	14	shōukàn	动
7374	附	收敛	MZ	13	shōuliǎn	动
7375	附	收留	MZ	12	shōuliú	动
7376	附	收买	MZ	13	shōumǎi	动
7377	二	收取	MZ	13	shōuqǔ	动
7378	一②	收入	MZ	14	shōurù	动、名
7379	二	收拾	ZQ	10	shōushi	动
7380	三	收视率	MQZ	144	shōushìlǜ	名
7381	三	收缩	MZ	11	shōusuō	动
7382	一③	收听	MZ	11	shōutīng	动
7383	二	收养	MZ	13	shōuyǎng	动

7384	二	收益	MZ	14	shōuyì	名
7385	一③	收音机	MQZ	111	shōuyīnjī	名
7386	三	收支	MZ	11	shōuzhī	名
7387	一①	手		3	shǒu	名
7388	三	手臂	MZ	34	shǒubì	名
7389	一②	手表	MZ	33	shǒubiǎo	名
7390	三	手册	MZ	34	shǒucè	名
7391	三	手动	MZ	34	shǒudòng	形
7392	二	手段	MZ	34	shǒuduàn	名
7393	二	手法	MZ	33	shǒufǎ	名
7394	二	手工	MZ	31	shǒugōng	名
7395	一①	手机	MZ	31	shǒujī	名
7396	三	手脚	MZ	33	shǒujiǎo	名
7397	二	手里	ZQ	30	shǒuli	
7398	三	手帕	MZ	34	shǒupà	名
7399	三	手枪	MZ	31	shǒuqiāng	名
7400	三	手势	MZ	34	shǒushì	名
7401	二	手术	MZ	34	shǒushù	名
7402	三	手术室	MQZ	344	shǒushùshì	名
7403	二	手套	MZ	34	shǒutào	名
7404	三	手头	MZ	32	shǒutóu	名
7405	三	手腕	MZ	34	shǒuwàn	名
7406	一③	手续	MZ	34	shǒuxù	名
7407	二	手续费	MQZ	344	shǒuxùfèi	名
7408	三	手艺	ZQ	34	shǒuyì	名
7409	三	手掌	MZ	33	shǒuzhǎng	名
7410	二	手指头	MZQ	320	shǒuzhítou	名
7411	一③	手指	MZ	33	shǒuzhǐ	名
7412	二	守		3	shǒu	动
7413	三	守候	MZ	34	shǒuhòu	动
7414	三	守护	MZ	34	shǒuhù	动
7415	附	守株待兔	MQMZ	3144	shǒu zhū dài tù	
7416	二	首		3	shǒu	量
7417	三	首创	MZ	34	shǒuchuàng	动
7418	二	首次	MZ	34	shǒucì	
7419	二	首都	MZ	31	shǒudū	名
7420	三	首府	MZ	33	shǒufǔ	名
7421	二	首脑	MZ	33	shǒunǎo	名
7422	三	首批	MZ	31	shǒu pī	
7423	三	首饰	ZQ	34	shǒu·shì	名
7424	二	首席	MZ	32	shǒuxí	名、形
7425	一③	首先	MZ	31	shǒuxiān	副
7426	二	首相	MZ	34	shǒuxiàng	名
7427	三	首要	MZ	34	shǒuyào	形

7428	三	寿命	ZQ	44	shòumìng	名
7429	二	寿司	MZ	41	shòusī	名
7430	一③	受		4	shòu	动
7431	二	受不了	MQZ	403	shòu bu liǎo	
7432	一②	受到	MZ	44	shòudào	
7433	三	受过	MZ	44	shòu // guò	
7434	三	受害	MZ	44	shòu // hài	
7435	三	受害人	MQZ	442	shòuhàirén	名
7436	三	受贿	MZ	44	shòu // huì	
7437	附	受惊	MZ	41	shòu // jīng	
7438	三	受苦	MZ	43	shòu // kǔ	
7439	三	受理	MZ	43	shòulǐ	动
7440	三	受骗	MZ	44	shòu // piàn	
7441	一②	受伤	MZ	41	shòu // shāng	
7442	三	受益	MZ	44	shòuyì	动
7443	二	受灾	MZ	41	shòu // zāi	
7444	三	授权	MZ	42	shòuquán	动
7445	三	授予	MZ	43	shòuyǔ	动
7446	二	售货员	MQZ	442	shòuhuòyuán	名
7447	三	售价	MZ	44	shòujià	名
7448	三	售票	MZ	44	shòu piào	
7449	二	瘦		4	shòu	形
7450	一①	书		1	shū	名
7451	一①	书包	MZ	11	shūbāo	名
7452	三	书橱	MZ	12	shūchú	名
7453	一①	书店	MZ	14	shūdiàn	名
7454	二	书法	MZ	13	shūfǎ	名
7455	二	书房	MZ	12	shūfáng	名
7456	二	书柜	MZ	14	shūguì	名
7457	三	书籍	MZ	12	shūjí	名
7458	三	书记	ZQ	14	shūjì	名
7459	一②	书架	MZ	14	shūjià	名
7460	三	书面	MZ	14	shūmiàn	形
7461	三	书写	MZ	13	shūxiě	动
7462	二	书桌	MZ	11	shūzhuō	名
7463	三	抒情	MZ	12	shūqíng	动
7464	三	枢纽	MZ	13	shūniǔ	名
7465	二	叔叔	ZQ	10	shūshu	名
7466	三	梳		1	shū	动
7467	三	梳理	MZ	13	shūlǐ	动
7468	三	梳子	ZQ	10	shūzi	名
7469	三	舒畅	MZ	14	shūchàng	形
7470	一②	舒服	ZQ	10	shūfu	形
7471	二	舒适	MZ	14	shūshì	形

7472	三	疏导	MZ	13	shūdǎo	动
7473	三	疏忽	ZQ	10	shūhu	动
7474	三	疏散	MZ	14	shūsàn	形、动
7475	三	疏通	MZ	11	shūtōng	动
7476	一②	输		1	shū	动
7477	二	输出	MZ	11	shūchū	动
7478	附	输家	MZ	11	shūjiā	名
7479	一③	输入	MZ	14	shūrù	动
7480	三	输送	MZ	14	shūsòng	动
7481	三	输血	MZ	14	shū // xuè	
7482	三	输液	MZ	14	shū // yè	
7483	二	蔬菜	MZ	14	shūcài	名
7484	附	赎		2	shú	动
7485	一②	熟		2	shú / shóu	形
7486	二	熟练	MZ	24	shúliàn	形
7487	一③	熟人	MZ	22	shúrén	名
7488	二	熟悉	ZQ	20	shúxi	动
7489	二	暑假	MZ	34	shǔjià	名
7490	三	暑期	MZ	31	shǔqī	名
7491	一③	属		3	shǔ	动
7492	三	属性	MZ	34	shǔxìng	名
7493	一②	属于	MZ	32	shǔyú	动
7494	二	鼠		3	shǔ	名
7495	三	鼠标	MZ	31	shǔbiāo	名
7496	一②	数		3	shǔ	动
7497	三	薯片	MZ	34	shǔpiàn	名
7498	三	薯条	MZ	32	shǔtiáo	名
7499	附	曙光	MZ	31	shǔguāng	名
7500	一③	束		4	shù	量
7501	三	束缚	ZQ	44	shùfù	动
7502	一①	树		4	shù	名
7503	三	树立	MZ	44	shùlì	动
7504	一③	树林	MZ	42	shùlín	名
7505	三	树木	MZ	44	shùmù	名
7506	三	树梢	MZ	41	shùshāo	名
7507	三	树叶	MZ	44	shùyè	名
7508	附	树荫	MZ	41	shùyīn	名
7509	三	树枝	MZ	41	shùzhī	名
7510	三	竖		4	shù	动、形
7511	三	数额	MZ	42	shù'é	名
7512	二	数据	MZ	44	shùjù	名
7513	三	数据库	MQZ	444	shùjùkù	名
7514	一③	数量	MZ	44	shùliàng	名
7515	二	数码	MZ	43	shùmǎ	名

7516	二	数目	MZ	44	shùmù	名
7517	一③	数字	MZ	44	shùzì	名
7518	二	刷		1	shuā	动
7519	三	刷新	MZ	11	shuāxīn	动
7520	二	刷牙	MZ	12	shuā yá	
7521	二	刷子	ZQ	10	shuāzi	名
7522	三	耍		3	shuǎ	动
7523	三	耍赖	MZ	34	shuǎlài	动
7524	附	衰减	MZ	13	shuāijiǎn	动
7525	三	衰竭	MZ	12	shuāijié	动
7526	三	衰老	MZ	13	shuāilǎo	形
7527	三	衰弱	MZ	14	shuāiruò	形
7528	三	衰退	MZ	14	shuāituì	动
7529	二	摔		1	shuāi	动
7530	二	摔倒	MZ	13	shuāidǎo	
7531	附	摔跤	MZ	11	shuāi // jiāo	
7532	三	甩		3	shuǎi	动
7533	二	帅		4	shuài	形
7534	二	帅哥	MZ	41	shuàigē	名
7535	三	率		4	shuài	动
7536	二	率领	MZ	43	shuàilǐng	动
7537	二	率先	MZ	41	shuàixiān	副
7538	三	拴		1	shuān	动
7539	附	涮		4	shuàn	动
7540	一②	双		1	shuāng	量、形
7541	三	双胞胎	MQZ	111	shuāngbāotāi	名
7542	三	双边	MZ	11	shuāngbiān	形
7543	三	双重	MZ	12	shuāngchóng	形
7544	二	双打	MZ	13	shuāngdǎ	名
7545	一③	双方	MZ	11	shuāngfāng	名
7546	二	双手	MZ	13	shuāng shǒu	
7547	三	双向	MZ	14	shuāngxiàng	形
7548	附	双赢	MZ	12	shuāngyíng	动
7549	三	霜		1	shuāng	名
7550	二	爽		3	shuǎng	形
7551	附	爽快	ZQ	30	shuǎngkuai	形
7552	一①	水		3	shuǐ	名
7553	附	水槽	MZ	32	shuǐcáo	名
7554	三	水产品	MQZ	333	shuǐchǎnpǐn	名
7555	二	水稻	MZ	34	shuǐdào	名
7556	二	水分	MZ	34	shuǐfèn	名
7557	三	水管	MZ	33	shuǐguǎn	名
7558	一①	水果	MZ	33	shuǐguǒ	名
7559	三	水壶	MZ	32	shuǐhú	名

7560	附	水货	MZ	34	shuǐhuò	名
7561	附	水晶	MZ	31	shuǐjīng	名
7562	二	水库	MZ	34	shuǐkù	名
7563	三	水利	MZ	34	shuǐlì	名
7564	附	水灵灵	MQZ	322	shuǐlínglíng	形
7565	三	水龙头	MQZ	322	shuǐlóngtóu	名
7566	附	水落石出	MQMZ	3421	shuǐ luò shí chū	
7567	三	水面	MZ	34	shuǐmiàn	名
7568	二	水泥	MZ	32	shuǐní	名
7569	一②	水平	MZ	32	shuǐpíng	名
7570	三	水手	MZ	33	shuǐshǒu	名
7571	三	水温	MZ	31	shuǐwēn	名
7572	附	水域	MZ	34	shuǐyù	名
7573	三	水源	MZ	32	shuǐyuán	名
7574	二	水灾	MZ	31	shuǐzāi	名
7575	附	水涨船高	MQMZ	3321	shuǐ zhǎng chuán gāo	
7576	三	水准	MZ	33	shuǐzhǔn	名
7577	二	税		4	shuì	名
7578	三	税收	MZ	41	shuìshōu	名
7579	三	税务	ZQ	44	shuìwù	名
7580	一①	睡		4	shuì	动
7581	附	睡袋	MZ	44	shuìdài	名
7582	一①	睡觉	MZ	44	shuì // jiào	
7583	二	睡眠	MZ	42	shuìmián	名
7584	一②	睡着	MZ	42	shuìzháo	
7585	二	顺		4	shùn	形、动、介
7586	三	顺便	MZ	44	shùnbiàn	副
7587	三	顺差	MZ	41	shùnchā	名
7588	三	顺畅	MZ	44	shùnchàng	形
7589	三	顺从	MZ	42	shùncóng	动
7590	附	顺理成章	MQMZ	4321	shùn lǐ chéng zhāng	
7591	一②	顺利	ZQ	44	shùnlì	形
7592	三	顺路	MZ	44	shùnlù	形、副
7593	附	顺其自然	MQMZ	4242	shùn qí zìrán	
7594	附	顺势	MZ	44	shùnshì	副
7595	三	顺手	MZ	43	shùnshǒu	形、副
7596	三	顺心	MZ	41	shùn // xīn	
7597	二	顺序	ZQ	44	shùnxù	名
7598	三	顺应	MZ	44	shùnyìng	动
7599	三	顺着	ZQ	40	shùnzhe	
7600	三	瞬间	MZ	41	shùnjiān	名
7601	一①	说		1	shuō	动
7602	三	说白了	MZQ	120	shuō bái le	
7603	二	说不定	MQZ	104	shuōbudìng	动、副

7604	三	说不上	MQZ	104	shuōbushàng	动
7605	三	说到底	MQZ	143	shuō dào dǐ	
7606	三	说道	ZQ	10	shuōdao	动、名
7607	二	说法	ZQ	13	shuō·fǎ	名
7608	二	说服	MZ	12	shuōfú	
7609	三	说干就干	MQMZ	1444	shuō gàn jiù gàn	
7610	一①	说话	MZ	14	shuō // huà	
7611	三	说谎	MZ	13	shuō // huǎng	
7612	附	说老实话	MMQZ	1304	shuō lǎoshi huà	
7613	一②	说明	MZ	12	shuōmíng	动、名
7614	二	说明书	MQZ	121	shuōmíngshū	名
7615	三	说起来	ZQQ	132	shuō·qǐ·lái	
7616	附	说情	MZ	12	shuō // qíng	
7617	二	说实话	MQZ	124	shuō shíhuà	
7618	三	说闲话	MQZ	124	shuō xiánhuà	
7619	三	说真的	MZQ	110	shuō zhēnde	
7620	附	硕果	MZ	43	shuòguǒ	名
7621	三	硕士	ZQ	44	shuòshì	名
7622	三	司法	MZ	13	sīfǎ	名
7623	一②	司机	MZ	11	sījī	名
7624	附	司空见惯	MQMZ	1144	sī kōng jiàn guàn	
7625	三	司令	MZ	14	sīlìng	名
7626	二	司长	MZ	13	sīzhǎng	名
7627	二	丝		1	sī	名
7628	三	丝绸	MZ	12	sīchóu	名
7629	二	丝毫	MZ	12	sīháo	形
7630	附	私房钱	ZQQ	102	sīfangqián	名
7631	三	私家车	MQZ	111	sījiāchē	名
7632	三	私立	MZ	14	sīlì	动、形
7633	二	私人	MZ	12	sīrén	名
7634	三	私事	MZ	14	sīshì	名
7635	三	私下	MZ	14	sīxià	名
7636	三	私营	MZ	12	sīyíng	形
7637	三	私有	MZ	13	sīyǒu	动
7638	三	私自	MZ	14	sīzì	副
7639	二	思考	MZ	13	sīkǎo	动
7640	三	思路	MZ	14	sīlù	名
7641	三	思念	MZ	14	sīniàn	动
7642	附	思前想后	MQMZ	1234	sī qián xiǎng hòu	
7643	三	思索	MZ	13	sīsuǒ	动
7644	二	思维	MZ	12	sīwéi	名
7645	一③	思想	MZ	13	sīxiǎng	名
7646	三	撕		1	sī	动
7647	一①	死		3	sǐ	动、形

7648	二	死亡	MZ	32	sǐwáng	动
7649	附	死心	MZ	31	sǐ // xīn	
7650	附	死心塌地	MQMZ	3114	sǐ xīn tā dì	
7651	一①	四		4	sì	数
7652	二	四处	MZ	44	sìchù	名
7653	三	四合院	MQZ	424	sìhéyuàn	名
7654	三	四季	MZ	44	sìjì	名
7655	三	四面八方	MQMZ	4411	sìmiàn bāfāng	
7656	二	四周	MZ	41	sìzhōu	名
7657	二	寺		4	sì	名
7658	三	寺庙	MZ	44	sìmiào	名
7659	附	似曾相识	MQMZ	4212	sì céng xiāngshí	
7660	二	似乎	MZ	41	sìhū	副
7661	附	似是而非	MQMZ	4421	sì shì ér fēi	
7662	附	伺机	MZ	41	sìjī	动
7663	三	饲料	MZ	44	sìliào	名
7664	三	饲养	MZ	43	sìyǎng	动
7665	二	松		1	sōng	形、动
7666	附	松绑	MZ	13	sōng // bǎng	
7667	附	松弛	MZ	12	sōngchí	形
7668	二	松树	MZ	14	sōngshù	名
7669	三	耸立	MZ	34	sǒnglì	动
7670	一①	送		4	sòng	动
7671	附	送别	MZ	42	sòng // bié	
7672	一②	送到	MZ	44	sòngdào	
7673	一②	送给	MZ	43	sònggěi	
7674	二	送礼	MZ	43	sòng // lǐ	
7675	二	送行	MZ	42	sòng // xíng	
7676	二	搜		1	sōu	动
7677	三	搜查	MZ	12	sōuchá	动
7678	三	搜集	MZ	12	sōují	动
7679	三	搜救	MZ	14	sōujiù	动
7680	二	搜索	MZ	13	sōusuǒ	动
7681	三	搜寻	MZ	12	sōuxún	动
7682	三	艘		1	sōu	量
7683	三	苏醒	MZ	13	sūxǐng	动
7684	附	酥		1	sū	形
7685	三	俗		2	sú	形
7686	三	俗话	MZ	24	súhuà	名
7687	三	俗话说	MQZ	241	súhuà shuō	
7688	附	俗语	MZ	23	súyǔ	名
7689	三	诉苦	MZ	43	sù // kǔ	动
7690	附	诉说	MZ	41	sùshuō	动
7691	三	诉讼	MZ	44	sùsòng	动

7692	三	素		4	sù	形、名
7693	附	素不相识	MQMZ	4412	sù bù xiāng shí	
7694	附	素材	MZ	42	sùcái	名
7695	附	素描	MZ	42	sùmiáo	名
7696	三	素食	MZ	42	sùshí	名
7697	三	素养	MZ	43	sùyǎng	名
7698	二	素质	ZQ	44	sùzhì	名
7699	一③	速度	ZQ	44	sùdù	名
7700	二	宿舍	MZ	44	sùshè	名
7701	二	塑料	MZ	44	sùliào	名
7702	二	塑料袋	MQZ	444	sùliàodài	名
7703	三	塑造	MZ	44	sùzào	动
7704	二	酸		1	suān	形
7705	二	酸奶	MZ	13	suānnǎi	名
7706	二	酸甜苦辣	MQMZ	1234	suān tián kǔ là	
7707	三	蒜		4	suàn	名
7708	一②	算		4	suàn	动
7709	附	算计	ZQ	44	suàn·jì	动
7710	二	算了	ZQ	40	suàn le	
7711	附	算盘	ZQ	42	suàn·pán	名
7712	二	算是	ZQ	44	suànshì	副
7713	附	算账	MZ	44	suàn // zhàng	
7714	二	虽		1	suī	连
7715	一②	虽然	MZ	12	suīrán	连
7716	三	虽说	MZ	11	suīshuō	连
7717	一③	随		2	suí	动
7718	一②	随便	MZ	24	suíbiàn	形
7719	三	随处可见	MQMZ	2434	suíchù kě jiàn	
7720	附	随大溜	MQZ	244	suí dàliù	
7721	二	随后	MZ	24	suíhòu	副
7722	三	随机	MZ	21	suíjī	形
7723	三	随即	MZ	22	suíjí	副
7724	三	随身	MZ	21	suíshēn	形
7725	一②	随时	MZ	22	suíshí	副
7726	附	随时随地	MQMZ	2224	suíshí suídì	
7727	二	随手	MZ	23	suíshǒu	副
7728	附	随心所欲	MQMZ	2134	suí xīn suǒ yù	
7729	二	随意	MZ	24	suí // yì	
7730	二	随着	ZQ	20	suízhe	介
7731	一①	岁		4	suì	量
7732	二	岁数	ZQ	40	suìshu	名
7733	二	岁月	MZ	44	suìyuè	名
7734	三	遂心	MZ	41	suì // xīn	
7735	二	碎		4	suì	形

7736	三	隧道	MZ	44	suìdào	名
7737	二	孙女	ZQ	13	sūn·nǚ	名
7738	二	孙子	ZQ	10	sūnzi	名
7739	三	损		3	sǔn	动
7740	二	损害	MZ	34	sǔnhài	动
7741	三	损坏	MZ	34	sǔnhuài	动
7742	附	损人利己	MQMZ	3243	sǔnrén lìjǐ	
7743	三	损伤	MZ	31	sǔnshāng	动
7744	二	损失	MZ	31	sǔnshī	动、名
7745	三	缩		1	suō	动
7746	二	缩短	MZ	13	suōduǎn	动
7747	三	缩水	MZ	13	suō∥shuǐ	
7748	二	缩小	MZ	13	suōxiǎo	动
7749	附	缩影	MZ	13	suōyǐng	名
7750	一③	所		3	suǒ	名、量
7751	三	所属	MZ	33	suǒshǔ	形
7752	三	所谓	MZ	34	suǒwèi	形
7753	一①	所以	MZ	33	suǒyǐ	连
7754	一②	所有	MZ	33	suǒyǒu	形
7755	二	所在	MZ	34	suǒzài	名
7756	一③	所长	MZ	33	suǒzhǎng	名
7757	附	所作所为	MQMZ	3432	suǒ zuò suǒ wéi	
7758	三	索赔	MZ	32	suǒpéi	动
7759	三	索取	MZ	33	suǒqǔ	动
7760	三	索性	MZ	34	suǒxìng	副
7761	二	锁		3	suǒ	名、动
7762	三	锁定	MZ	34	suǒdìng	动
7763	一①	他		1	tā	代
7764	一①	他们	ZQ	10	tāmen	代
7765	三	他人	MZ	12	tārén	代
7766	一②	它		1	tā	代
7767	一②	它们	ZQ	10	tāmen	代
7768	一①	她		1	tā	代
7769	一①	她们	ZQ	10	tāmen	代
7770	三	塌		1	tā	动
7771	二	踏实	ZQ	10	tāshi	形
7772	二	塔		3	tǎ	名
7773	二	踏		4	tà	动
7774	三	踏上	ZQ	40	tàshang	
7775	三	胎		1	tāi	名、量
7776	三	胎儿	MZ	12	tāi'ér	名
7777	一③	台		2	tái	名、量
7778	二	台灯	MZ	21	táidēng	名
7779	二	台风	MZ	21	táifēng	名

7780	二	台阶	MZ	21	táijiē	名
7781	附	台球	MZ	22	táiqiú	名
7782	二	台上	ZQ	20	tái shang	
7783	二	抬		2	tái	动
7784	二	抬头	MZ	22	tái // tóu	
7785	一①	太		4	tài	副
7786	附	太极	MZ	42	tàijí	名
7787	三	太极拳	MQZ	422	tàijíquán	名
7788	二	太空	MZ	41	tàikōng	名
7789	三	太平	MZ	42	tàipíng	形
7790	一②	太太	ZQ	40	tàitai	名
7791	一②	太阳	ZQ	42	tài·yáng	名
7792	二	太阳能	MQZ	422	tàiyángnéng	名
7793	一②	态度	ZQ	44	tài·dù	名
7794	三	泰斗	MZ	43	tàidǒu	名
7795	三	贪		1	tān	动
7796	三	贪婪	MZ	12	tānlán	形
7797	三	贪玩	MZ	12	tān wán	
7798	三	贪污	MZ	11	tānwū	动
7799	三	摊		1	tān	动、名、量
7800	三	瘫		1	tān	动
7801	三	瘫痪	MZ	14	tānhuàn	动
7802	三	坛		2	tán	名
7803	一②	谈		2	tán	动
7804	三	谈不上	MQZ	204	tán bu shàng	
7805	三	谈到	MZ	24	tándào	
7806	一③	谈话	MZ	24	tán // huà	
7807	三	谈论	MZ	24	tánlùn	动
7808	一③	谈判	MZ	24	tánpàn	动、名
7809	三	谈起	MZ	23	tánqǐ	
7810	二	弹		2	tán	动
7811	三	弹性	MZ	24	tánxìng	名
7812	附	痰		2	tán	名
7813	三	坦白	MZ	32	tǎnbái	形、动
7814	三	坦诚	MZ	32	tǎnchéng	形
7815	三	坦克	MZ	34	tǎnkè	名
7816	附	坦然	MZ	32	tǎnrán	形
7817	三	坦率	MZ	34	tǎnshuài	形
7818	三	毯子	ZQ	30	tǎnzi	名
7819	二	叹气	MZ	44	tàn // qì	
7820	三	炭		4	tàn	名
7821	三	探		4	tàn	动
7822	三	探测	MZ	44	tàncè	动
7823	三	探亲	MZ	41	tàn // qīn	

7824	三	探求	MZ	42	tànqiú	动
7825	二	探索	MZ	43	tànsuǒ	动
7826	二	探讨	MZ	43	tàntǎo	动
7827	三	探望	MZ	44	tànwàng	动
7828	三	探险	MZ	43	tàn // xiǎn	
7829	三	碳		4	tàn	名
7830	一②	汤		1	tāng	名
7831	附	汤圆	MZ	12	tāngyuán	名
7832	三	堂		2	táng	量
7833	一②	糖		2	táng	名
7834	三	糖果	MZ	23	tángguǒ	名
7835	三	糖尿病	MQZ	244	tángniàobìng	名
7836	三	倘若	MZ	34	tǎngruò	连
7837	三	淌		3	tǎng	动
7838	二	躺		3	tǎng	动
7839	三	烫		4	tàng	动、形
7840	二	趟		4	tàng	量
7841	二	掏		1	tāo	动
7842	三	掏钱	MZ	12	tāo qián	
7843	附	滔滔不绝	MQMZ	1142	tāotāo bù jué	
7844	二	逃		2	táo	动
7845	三	逃避	MZ	24	táobì	动
7846	二	逃跑	MZ	23	táopǎo	动
7847	三	逃生	MZ	21	táoshēng	动
7848	三	逃亡	MZ	22	táowáng	动
7849	二	逃走	MZ	23	táozǒu	动
7850	二	桃		2	táo	名
7851	二	桃花	MZ	21	táohuā	名
7852	二	桃树	MZ	24	táoshù	名
7853	三	陶瓷	MZ	22	táocí	名
7854	三	陶冶	MZ	23	táoyě	动
7855	三	陶醉	MZ	24	táozuì	动
7856	三	淘		2	táo	动
7857	三	淘气	MZ	24	táo // qì	
7858	三	淘汰	MZ	24	táotài	动
7859	三	讨		3	tǎo	动
7860	三	讨好	MZ	33	tǎo // hǎo	
7861	三	讨价还价	MQMZ	3424	tǎo jià huán jià	
7862	一②	讨论	MZ	34	tǎolùn	动
7863	三	讨人喜欢	MQZQ	3230	tǎo rén xǐhuan	
7864	二	讨厌	MZ	34	tǎo // yàn	
7865	一②	套		4	tào	量
7866	二	套餐	MZ	41	tàocān	名
7867	二	特		4	tè	副

7868	一②	特别	MZ	42	tèbié	形、副
7869	三	特产	MZ	43	tèchǎn	名
7870	三	特长	MZ	42	tècháng	名
7871	二	特大	MZ	44	tè dà	
7872	二	特地	MZ	44	tèdì	副
7873	一②	特点	MZ	43	tèdiǎn	名
7874	二	特定	MZ	44	tèdìng	形
7875	三	特价	MZ	44	tèjià	名
7876	二	特快	MZ	44	tèkuài	形
7877	附	特例	MZ	44	tèlì	名
7878	三	特权	MZ	42	tèquán	名
7879	一③	特色	MZ	44	tèsè	名
7880	二	特殊	MZ	41	tèshū	形
7881	二	特性	MZ	44	tèxìng	名
7882	附	特邀	MZ	41	tèyāo	动
7883	二	特意	MZ	44	tèyì	副
7884	二	特有	MZ	43	tèyǒu	形
7885	二	特征	MZ	41	tèzhēng	名
7886	三	特制	MZ	44	tèzhì	动
7887	三	特质	MZ	44	tèzhì	名
7888	一②	疼		2	téng	动
7889	二	疼痛	MZ	24	téngtòng	形
7890	三	腾		2	téng	动
7891	三	藤椅	MZ	23	téngyǐ	名
7892	附	剔除	MZ	12	tīchú	动
7893	三	梯子	ZQ	10	tīzi	名
7894	二	踢		1	tī	动
7895	一②	提		2	tí	动
7896	三	提拔	MZ	22	tíbá	动
7897	二	提倡	MZ	24	tíchàng	动
7898	一②	提出	MZ	21	tíchū	动
7899	一②	提到	MZ	24	tídào	
7900	一②	提高	MZ	21	tígāo	
7901	二	提供	MZ	21	tígōng	动
7902	二	提交	MZ	21	tíjiāo	动
7903	三	提炼	MZ	24	tíliàn	动
7904	三	提名	MZ	22	tí // míng	
7905	二	提起	MZ	23	tíqǐ	动
7906	一③	提前	MZ	22	tíqián	动
7907	二	提升	MZ	21	tíshēng	动
7908	二	提示	MZ	24	tíshì	动
7909	三	提速	MZ	24	tí // sù	
7910	一③	提问	MZ	24	tíwèn	动
7911	三	提心吊胆	MQMZ	2143	tí xīn diào dǎn	

7912	二	提醒	MZ	23	tí // xǐng	
7913	三	提议	MZ	24	tíyì	动、名
7914	三	提早	MZ	23	tízǎo	动
7915	一②	题		2	tí	名
7916	二	题材	MZ	22	tícái	名
7917	二	题目	MZ	24	tímù	名
7918	二	体操	MZ	31	tǐcāo	名
7919	一③	体会	MZ	34	tǐhuì	动、名
7920	二	体积	MZ	31	tǐjī	名
7921	二	体检	MZ	33	tǐjiǎn	动
7922	二	体力	MZ	34	tǐlì	名
7923	三	体谅	MZ	34	tǐliàng	动
7924	三	体面	ZQ	34	tǐmiàn	名、形
7925	三	体能	MZ	32	tǐnéng	名
7926	附	体贴	MZ	31	tǐtiē	动
7927	三	体温	MZ	31	tǐwēn	名
7928	三	体系	MZ	34	tǐxì	名
7929	一③	体现	MZ	34	tǐxiàn	动
7930	一③	体验	MZ	34	tǐyàn	动
7931	一②	体育	MZ	34	tǐyù	名
7932	一②	体育场	MQZ	343	tǐyùchǎng	名
7933	一②	体育馆	MQZ	343	tǐyùguǎn	名
7934	三	体制	MZ	34	tǐzhì	名
7935	三	体质	MZ	34	tǐzhì	名
7936	二	体重	MZ	34	tǐzhòng	名
7937	三	剃		4	tì	动
7938	二	替		4	tì	动、介
7939	二	替代	MZ	44	tìdài	动
7940	三	替换	MZ	44	tìhuàn	动
7941	附	替身	MZ	41	tìshēn	名
7942	一①	天		1	tiān	名
7943	二	天才	MZ	12	tiāncái	名
7944	附	天长地久	MQMZ	1243	tiān cháng dì jiǔ	
7945	三	天地	MZ	14	tiāndì	名
7946	三	天鹅	MZ	12	tiān'é	名
7947	附	天分	MZ	14	tiānfèn	名
7948	三	天赋	MZ	14	tiānfù	动、名
7949	附	天经地义	MQMZ	1144	tiān jīng dì yì	
7950	一③	天空	MZ	11	tiānkōng	名
7951	附	天平	MZ	12	tiānpíng	名
7952	一①	天气	MZ	14	tiānqì	名
7953	三	天桥	MZ	12	tiānqiáo	名
7954	二	天然	MZ	12	tiānrán	形
7955	二	天然气	MQZ	124	tiānránqì	名

7956	一②	天上	ZQ	14	tiānshàng	名
7957	三	天生	MZ	11	tiānshēng	形
7958	三	天使	MZ	13	tiānshǐ	名
7959	二	天堂	MZ	12	tiāntáng	名
7960	二	天文	MZ	12	tiānwén	名
7961	二	天下	MZ	14	tiānxià	名
7962	三	天线	MZ	14	tiānxiàn	名
7963	三	天性	MZ	14	tiānxìng	名
7964	二	天真	MZ	11	tiānzhēn	形
7965	三	天主教	MQZ	134	Tiānzhǔjiào	名
7966	二	添		1	tiān	动
7967	三	添加	MZ	11	tiānjiā	动
7968	二	田		2	tián	名
7969	二	田径	MZ	24	tiánjìng	名
7970	二	甜		2	tián	形
7971	附	甜美	MZ	23	tiánměi	形
7972	三	甜蜜	MZ	24	tiánmì	形
7973	三	甜头	ZQ	20	tiántou	名
7974	二	填		2	tián	动
7975	三	填补	MZ	23	tiánbǔ	动
7976	附	填充	MZ	21	tiánchōng	动
7977	三	填写	MZ	23	tiánxiě	动
7978	三	舔		3	tiǎn	动
7979	二	挑		1	tiāo	动
7980	三	挑剔	ZQ	10	tiāoti	动
7981	二	挑选	MZ	13	tiāoxuǎn	动
7982	一②	条		2	tiáo	量
7983	一②	条件	MZ	24	tiáojiàn	名
7984	三	条款	MZ	23	tiáokuǎn	名
7985	二	条约	MZ	21	tiáoyuē	名
7986	一②	调		2	tiáo	动
7987	二	调节	MZ	22	tiáojié	动
7988	二	调解	MZ	23	tiáojiě	动
7989	三	调侃	MZ	23	tiáokǎn	动
7990	三	调控	MZ	24	tiáokòng	动
7991	三	调料	MZ	24	tiáoliào	名
7992	二	调皮	MZ	22	tiáopí	形
7993	三	调试	MZ	24	tiáoshì	动
7994	一③	调整	MZ	23	tiáozhěng	动
7995	二	挑		3	tiǎo	动
7996	三	挑起	MZ	33	tiǎoqǐ	
7997	三	挑衅	MZ	34	tiǎoxìn	动
7998	二	挑战	MZ	34	tiǎo // zhàn	
7999	一②	跳		4	tiào	动

8000	附	跳槽	MZ	42	tiào // cáo	
8001	三	跳动	MZ	44	tiàodòng	动
8002	一③	跳高	MZ	41	tiàogāo	动
8003	三	跳伞	MZ	43	tiào // sǎn	
8004	二	跳水	MZ	43	tiàoshuǐ	动
8005	一②	跳舞	MZ	43	tiào // wǔ	
8006	一③	跳远	MZ	43	tiàoyuǎn	动
8007	三	跳跃	MZ	44	tiàoyuè	动
8008	二	贴		1	tiē	动
8009	三	贴近	MZ	14	tiējìn	动、形
8010	附	贴切	MZ	14	tiēqiè	形
8011	三	帖子	ZQ	30	tiězi	名
8012	一③	铁		3	tiě	名
8013	一③	铁路	MZ	34	tiělù	名
8014	二	厅		1	tīng	名
8015	一①	听		1	tīng	动
8016	三	听从	MZ	12	tīngcóng	动
8017	一②	听到	MZ	14	tīngdào	
8018	三	听话	MZ	14	tīng // huà	
8019	一①	听见	ZQ	14	tīng · jiàn	
8020	一③	听讲	MZ	13	tīng // jiǎng	
8021	一③	听力	MZ	14	tīnglì	名
8022	二	听取	MZ	13	tīngqǔ	动
8023	一①	听说	MZ	11	tīngshuō	动
8024	一③	听众	MZ	14	tīngzhòng	名
8025	一②	停		2	tíng	动
8026	三	停泊	MZ	22	tíngbó	动
8027	一②	停车	MZ	21	tíng // chē	
8028	一②	停车场	MQZ	213	tíngchēchǎng	名
8029	三	停车位	MQZ	214	tíngchēwèi	名
8030	三	停电	MZ	24	tíng diàn	
8031	附	停顿	MZ	24	tíngdùn	动
8032	三	停放	MZ	24	tíngfàng	动
8033	二	停留	MZ	22	tíngliú	动
8034	二	停下	ZQ	20	tíngxia	
8035	三	停业	MZ	24	tíng // yè	
8036	一②	停止	MZ	23	tíngzhǐ	动
8037	一②	挺		3	tǐng	副
8038	二	挺		3	tǐng	动
8039	一②	挺好	MZ	33	tǐng hǎo	
8040	一②	通		1	tōng	动、形
8041	二	通报	MZ	14	tōngbào	动、名
8042	一③	通常	MZ	12	tōngcháng	形
8043	三	通畅	MZ	14	tōngchàng	形

8044	三	通车	MZ	11	tōng // chē	
8045	二	通道	MZ	14	tōngdào	名
8046	三	通风	MZ	11	tōng // fēng	
8047	三	通告	MZ	14	tōnggào	动、名
8048	一②	通过	MZ	14	tōngguò	介、动
8049	二	通红	MZ	12	tōnghóng	形
8050	二	通话	MZ	14	tōng // huà	
8051	附	通缉	MZ	11	tōngjī	动
8052	三	通顺	MZ	14	tōngshùn	形
8053	三	通俗	MZ	12	tōngsú	形
8054	三	通通	MZ	11	tōngtōng	副
8055	三	通往	MZ	13	tōngwǎng	
8056	附	通宵	MZ	11	tōngxiāo	名
8057	一③	通信	MZ	14	tōng // xìn	
8058	二	通行	MZ	12	tōngxíng	动
8059	三	通行证	MQZ	124	tōngxíngzhèng	名
8060	二	通讯	MZ	14	tōngxùn	名
8061	二	通用	MZ	14	tōngyòng	动
8062	一②	通知	MZ	11	tōngzhī	动、名
8063	二	通知书	MQZ	111	tōngzhīshū	名
8064	二	同		2	tóng	形、副、介
8065	三	同伴	MZ	24	tóngbàn	名
8066	二	同胞	MZ	21	tóngbāo	名
8067	三	同步	MZ	24	tóngbù	动
8068	三	同等	MZ	23	tóngděng	形
8069	附	同感	MZ	23	tónggǎn	名
8070	二	同行	MZ	22	tóngháng	名
8071	三	同伙	MZ	23	tónghuǒ	动、名
8072	三	同类	MZ	24	tónglèi	形、名
8073	三	同盟	MZ	22	tóngméng	动、名
8074	附	同年	MZ	22	tóngnián	名
8075	二	同期	MZ	21	tóngqī	名
8076	二	同情	MZ	22	tóngqíng	动
8077	附	同仁	MZ	22	tóngrén	名
8078	一②	同时	MZ	22	tóngshí	连、名
8079	一②	同事	MZ	24	tóngshì	名
8080	一①	同学	MZ	22	tóngxué	名
8081	一②	同样	MZ	24	tóngyàng	形、连
8082	二	同一	MZ	21	tóngyī	形
8083	一①	同意	MZ	24	tóngyì	动
8084	一③	同志	MZ	24	tóngzhì	名
8085	附	同舟共济	MQMZ	2144	tóng zhōu gòng jì	
8086	三	铜		2	tóng	名
8087	二	铜牌	MZ	22	tóngpái	名

8088	二	童话	MZ	24	tónghuà	名
8089	二	童年	MZ	22	tóngnián	名
8090	三	统筹	MZ	32	tǒngchóu	动
8091	二	统计	MZ	34	tǒngjì	动
8092	三	统统	MZ	33	tǒngtǒng	副
8093	二	统一	MZ	31	tǒngyī	动、形
8094	二	统治	MZ	34	tǒngzhì	动
8095	附	捅		3	tǒng	动
8096	三	桶		3	tǒng	名
8097	三	筒		3	tǒng	名
8098	一③	痛		4	tòng	形
8099	三	痛		4	tòng	副
8100	一③	痛苦	MZ	43	tòngkǔ	形
8101	二	痛快	ZQ	44	tòng·kuài	形
8102	三	痛心	MZ	41	tòngxīn	形
8103	二	偷		1	tōu	动、副
8104	三	偷看	MZ	14	tōukàn	
8105	附	偷窥	MZ	11	tōukuī	动
8106	三	偷懒	MZ	13	tōu // lǎn	
8107	二	偷偷	MZ	11	tōutōu	副
8108	一②	头		2	tóu	名、量
8109	一③	头		2	tóu	形
8110	一②	头（木头）		0（40）	tou（mùtou）	后缀
8111	三	头部	MZ	24	tóubù	名
8112	附	头顶	MZ	23	tóudǐng	名
8113	二	头发	ZQ	20	tóufa	名
8114	三	头号	MZ	24	tóuhào	形
8115	一③	头脑	MZ	23	tóunǎo	名
8116	二	头疼	MZ	22	tóuténg	形
8117	三	头条	MZ	22	tóutiáo	名
8118	附	头头是道	MQMZ	2244	tóu tóu shì dào	
8119	三	头衔	MZ	22	tóuxián	名
8120	三	头晕	MZ	21	tóu yūn	
8121	二	投		2	tóu	动
8122	附	投奔	MZ	24	tóubèn	动
8123	附	投稿	MZ	23	tóu // gǎo	
8124	三	投机	MZ	21	tóujī	形、动
8125	三	投票	MZ	24	tóu // piào	
8126	二	投入	MZ	24	tóurù	动、名
8127	附	投射	MZ	24	tóushè	动
8128	三	投身	MZ	21	tóushēn	动
8129	二	投诉	MZ	24	tóusù	动
8130	三	投降	MZ	22	tóuxiáng	动
8131	二	投资	MZ	21	tóuzī	名

8132	二	透		4	tòu	动、形
8133	附	透彻	MZ	44	tòuchè	形
8134	三	透过	MZ	44	tòuguò	动、介
8135	二	透露	MZ	44	tòulù	动
8136	二	透明	MZ	42	tòumíng	形
8137	附	透气	MZ	44	tòu // qì	
8138	三	透支	MZ	41	tòuzhī	动
8139	三	凸		1	tū	形
8140	三	凸显	MZ	13	tūxiǎn	动
8141	三	秃		1	tū	形
8142	一③	突出	MZ	11	tūchū	形、动
8143	三	突发	MZ	11	tūfā	动
8144	三	突击	MZ	11	tūjī	动
8145	二	突破	MZ	14	tūpò	动、名
8146	三	突破口	MQZ	143	tūpòkǒu	名
8147	一②	突然	MZ	12	tūrán	形
8148	附	突如其来	MQMZ	1222	tū rú qí lái	
8149	一③	图		2	tú	名
8150	二	图案	MZ	24	tú'àn	名
8151	三	图表	MZ	23	túbiǎo	名
8152	一③	图画	MZ	24	túhuà	名
8153	二	图片	MZ	24	túpiàn	名
8154	二	图书	MZ	21	túshū	名
8155	一②	图书馆	MQZ	213	túshūguǎn	名
8156	三	图像	MZ	24	túxiàng	名
8157	附	图形	MZ	22	túxíng	名
8158	三	图纸	MZ	23	túzhǐ	名
8159	三	徒步	MZ	24	túbù	副
8160	二	徒弟	ZQ	24	tú·dì	名
8161	二	途径	MZ	24	tújìng	名
8162	二	途中	MZ	21	tú zhōng	
8163	三	涂		2	tú	动
8164	三	屠杀	MZ	21	túshā	动
8165	一③	土		3	tǔ	名
8166	二	土		3	tǔ	形
8167	二	土地	MZ	34	tǔdì	名
8168	二	土豆	MZ	34	tǔdòu	名
8169	三	土匪	MZ	33	tǔfěi	名
8170	三	土壤	MZ	33	tǔrǎng	名
8171	附	土生土长	MQMZ	3133	tǔ shēng tǔ zhǎng	
8172	二	吐		3	tǔ	动
8173	二	吐		4	tù	动
8174	二	兔		4	tù	名
8175	一③	团		2	tuán	名、量

8176	二	团队	MZ	24	tuánduì	名
8177	一③	团结	MZ	22	tuánjié	动
8178	三	团聚	MZ	24	tuánjù	动
8179	一③	团体	MZ	23	tuántǐ	名
8180	三	团员	MZ	22	tuányuán	名
8181	三	团圆	MZ	22	tuányuán	动
8182	二	团长	MZ	23	tuánzhǎng	名
8183	一②	推		1	tuī	动
8184	三	推测	MZ	14	tuīcè	动
8185	二	推迟	MZ	12	tuīchí	动
8186	二	推出	MZ	11	tuīchū	动
8187	三	推辞	MZ	12	tuīcí	动
8188	一③	推动	MZ	14	tuīdòng	
8189	三	推断	MZ	14	tuīduàn	动
8190	三	推翻	MZ	11	tuīfān	
8191	一③	推广	MZ	13	tuīguǎng	动
8192	三	推荐	MZ	14	tuījiàn	动
8193	一③	推进	MZ	14	tuījìn	动
8194	一③	推开	MZ	11	tuīkāi	
8195	三	推理	MZ	13	tuīlǐ	动
8196	三	推敲	MZ	11	tuīqiāo	动
8197	三	推算	MZ	14	tuīsuàn	动
8198	二	推销	MZ	11	tuīxiāo	动
8199	附	推卸	MZ	14	tuīxiè	动
8200	二	推行	MZ	12	tuīxíng	动
8201	附	推选	MZ	13	tuīxuǎn	动
8202	三	推移	MZ	12	tuīyí	动
8203	附	颓废	MZ	24	tuífèi	形
8204	一②	腿		3	tuǐ	名
8205	一③	退		4	tuì	动
8206	一③	退出	MZ	41	tuìchū	动
8207	三	退回	MZ	42	tuìhuí	动
8208	二	退票	MZ	44	tuì // piào	
8209	附	退却	MZ	44	tuìquè	动
8210	附	退让	MZ	44	tuìràng	动
8211	三	退缩	MZ	41	tuìsuō	动
8212	一②	退休	MZ	41	tuìxiū	动
8213	三	退休金	MQZ	411	tuìxiūjīn	名
8214	三	退学	MZ	42	tuì // xué	
8215	三	退役	MZ	44	tuì // yì	
8216	二	吞		1	tūn	动
8217	附	屯		2	tún	名
8218	一③	托		1	tuō	动
8219	一③	托儿所	MQZ	123	tuō'érsuǒ	名

8220	附	托付	MZ	14	tuōfù	动
8221	二	拖		1	tuō	动
8222	三	拖累	MZ	13	tuōlěi	动
8223	三	拖欠	MZ	14	tuōqiàn	动
8224	二	拖鞋	MZ	12	tuōxié	名
8225	三	拖延	MZ	12	tuōyán	动
8226	二	脱		1	tuō	动
8227	附	脱节	MZ	12	tuō // jié	
8228	附	脱口而出	MQMZ	1321	tuō kǒu ér chū	
8229	二	脱离	MZ	12	tuōlí	动
8230	三	脱落	MZ	14	tuōluò	动
8231	附	脱身	MZ	11	tuō // shēn	
8232	附	脱颖而出	MQMZ	1321	tuō yǐng ér chū	
8233	附	驮		2	tuó	动
8234	附	妥		3	tuǒ	形
8235	三	妥当	ZQ	34	tuǒ·dàng	形
8236	三	妥善	MZ	34	tuǒshàn	形
8237	三	妥协	MZ	32	tuǒxié	动
8238	附	拓宽	MZ	41	tuòkuān	动
8239	三	拓展	MZ	43	tuòzhǎn	动
8240	附	唾液	MZ	44	tuòyè	名
8241	二	挖		1	wā	动
8242	三	挖掘	MZ	12	wājué	动
8243	三	挖苦	ZQ	10	wāku	动
8244	二	娃娃	ZQ	20	wáwa	名
8245	三	瓦		3	wǎ	名
8246	二	袜子	ZQ	40	wàzi	名
8247	二	哇		0	wa	助
8248	三	歪		1	wāi	形
8249	三	歪曲	MZ	11	wāiqū	动
8250	一①	外		4	wài	名
8251	二	外币	MZ	44	wàibì	名
8252	一①	外边	ZQ	40	wàibian	名
8253	三	外表	MZ	43	wàibiǎo	名
8254	二	外部	MZ	44	wàibù	名
8255	二	外出	MZ	41	wàichū	动
8256	一③	外地	MZ	44	wàidì	名
8257	三	外公	MZ	41	wàigōng	名
8258	二	外观	MZ	41	wàiguān	名
8259	一①	外国	MZ	42	wàiguó	名
8260	一②	外国人	MQZ	422	wàiguórén	名
8261	三	外行	MZ	42	wàiháng	形、名
8262	三	外号	MZ	44	wàihào	名
8263	二	外汇	MZ	44	wàihuì	名

8264	三	外籍	MZ	42	wàijí	名	
8265	一③	外交	MZ	41	wàijiāo	名	
8266	二	外交官	MQZ	411	wàijiāoguān	名	
8267	二	外界	MZ	44	wàijiè	名	
8268	二	外科	MZ	41	wàikē	名	
8269	二	外来	MZ	42	wàilái	形	
8270	三	外贸	MZ	44	wàimào	名	
8271	附	外貌	MZ	44	wàimào	名	
8272	一①	外面	ZQ	44	wài·miàn	名	
8273	三	外婆	MZ	42	wàipó	名	
8274	三	外企	MZ	43	wàiqǐ	名	
8275	三	外套	MZ	44	wàitào	名	
8276	二	外头	ZQ	40	wàitou	名	
8277	一③	外文	MZ	42	wàiwén	名	
8278	附	外星人	MQZ	412	wàixīngrén	名	
8279	三	外形	MZ	42	wàixíng	名	
8280	二	外衣	MZ	41	wàiyī	名	
8281	一①	外语	MZ	43	wàiyǔ	名	
8282	附	外援	MZ	42	wàiyuán	名	
8283	二	外资	MZ	41	wàizī	名	
8284	二	弯		1	wān	形、动	
8285	二	弯曲	MZ	11	wānqū	形	
8286	三	丸		2	wán	名、量	
8287	一①	完		2	wán	动	
8288	三	完备	MZ	24	wánbèi	形	
8289	三	完毕	MZ	24	wánbì	动	
8290	一②	完成	MZ	22	wánchéng		
8291	三	完蛋	MZ	24	wán//dàn		
8292	三	完好	MZ	23	wánhǎo	形	
8293	二	完了	ZQ	20	wánle		
8294	一③	完美	MZ	23	wánměi	形	
8295	一②	完全	MZ	22	wánquán	形、副	
8296	一③	完善	MZ	24	wánshàn	形、动	
8297	一③	完整	MZ	23	wánzhěng	形	
8298	一③	玩具	MZ	24	wánjù	名	
8299	一①	玩儿		2	wánr	动	
8300	三	玩耍	MZ	23	wánshuǎ	动	
8301	附	玩意儿	MZ	24	wányìr	名	
8302	三	顽固	MZ	24	wángù	形	
8303	二	顽皮	MZ	22	wánpí	形	
8304	二	顽强	MZ	22	wánqiáng	形	
8305	三	挽		3	wǎn	动	
8306	三	挽回	MZ	32	wǎnhuí	动	
8307	三	挽救	MZ	34	wǎnjiù	动	

8308	一①	晚		3	wǎn	形
8309	一①	晚安	MZ	31	wǎn'ān	动
8310	一③	晚报	MZ	34	wǎnbào	名
8311	二	晚餐	MZ	31	wǎncān	名
8312	二	晚点	MZ	33	wǎn // diǎn	
8313	一①	晚饭	MZ	34	wǎnfàn	名
8314	一②	晚会	MZ	34	wǎnhuì	名
8315	三	晚间	MZ	31	wǎnjiān	名
8316	三	晚年	MZ	32	wǎnnián	名
8317	三	晚期	MZ	31	wǎnqī	名
8318	一①	晚上	ZQ	30	wǎnshang	名
8319	附	惋惜	MZ	31	wǎnxī	形
8320	一②	碗		3	wǎn	名
8321	一②	万		4	wàn	数
8322	三	万分	MZ	41	wànfēn	副
8323	附	万古长青	MQMZ	4321	wàngǔ cháng qīng	
8324	附	万能	MZ	42	wànnéng	形
8325	附	万万	MZ	44	wànwàn	副
8326	附	万无一失	MQMZ	4241	wàn wú yì shī	
8327	一③	万一	MZ	41	wànyī	名、连
8328	三	汪洋	MZ	12	wāngyáng	形
8329	附	亡羊补牢	MQMZ	2232	wáng yáng bǔ láo	
8330	二	王		2	wáng	名
8331	三	王国	MZ	22	wángguó	名
8332	二	王后	MZ	24	wánghòu	名
8333	附	王牌	MZ	22	wángpái	名
8334	二	王子	MZ	23	wángzǐ	名
8335	一②	网		3	wǎng	名
8336	二	网吧	MZ	31	wǎngbā	名
8337	三	网点	MZ	33	wǎngdiǎn	名
8338	一②	网络	MZ	34	wǎngluò	名
8339	三	网民	MZ	32	wǎngmín	名
8340	一②	网球	MZ	32	wǎngqiú	名
8341	一①	网上	ZQ	30	wǎngshang	
8342	二	网页	MZ	34	wǎngyè	名
8343	一③	网友	MZ	33	wǎngyǒu	名
8344	一③	网站	MZ	34	wǎngzhàn	名
8345	二	网址	MZ	33	wǎngzhǐ	名
8346	一②	往		3	wǎng	动、介
8347	三	往常	MZ	32	wǎngcháng	名
8348	三	往返	MZ	33	wǎngfǎn	动
8349	二	往后	MZ	34	wǎnghòu	名
8350	二	往来	MZ	32	wǎnglái	动
8351	二	往年	MZ	32	wǎngnián	名

8352	三	往日	MZ	34	wǎngrì	名
8353	三	往事	MZ	34	wǎngshì	名
8354	一③	往往	MZ	33	wǎngwǎng	副
8355	三	妄想	MZ	43	wàngxiǎng	动、名
8356	一①	忘		4	wàng	动
8357	三	忘不了	MQZ	403	wàng bu liǎo	
8358	三	忘掉	ZQ	44	wàngdiào	
8359	一①	忘记	ZQ	44	wàngjì	动
8360	三	旺		4	wàng	形
8361	三	旺季	MZ	44	wàngjì	名
8362	三	旺盛	MZ	44	wàngshèng	形
8363	三	望		4	wàng	动
8364	二	望见	ZQ	44	wàng·jiàn	
8365	三	望远镜	MQZ	434	wàngyuǎnjìng	名
8366	一③	危害	MZ	14	wēihài	动、名
8367	一③	危机	MZ	11	wēijī	名
8368	三	危及	MZ	12	wēijí	动
8369	三	危急	MZ	12	wēijí	形
8370	一②	危险	MZ	13	wēixiǎn	形、名
8371	附	威风	MZ	11	wēifēng	名、形
8372	三	威力	MZ	14	wēilì	名
8373	附	威慑	MZ	14	wēishè	动
8374	二	威胁	MZ	12	wēixié	动
8375	三	威信	MZ	14	wēixìn	名
8376	二	微波炉	MQZ	112	wēibōlú	名
8377	附	微不足道	MQMZ	1424	wēi bù zú dào	
8378	三	微观	MZ	11	wēiguān	形
8379	三	微妙	MZ	14	wēimiào	形
8380	三	微弱	MZ	14	wēiruò	形
8381	二	微笑	MZ	14	wēixiào	动
8382	一③	为		2	wéi	动、介
8383	二	为难	MZ	22	wéinán	形、动
8384	二	为期	MZ	21	wéiqī	动
8385	三	为人	MZ	22	wéirén	动、名
8386	二	为止	MZ	23	wéizhǐ	动
8387	二	为主	MZ	23	wéi zhǔ	
8388	三	违背	MZ	24	wéibèi	动
8389	二	违法	MZ	23	wéi // fǎ	
8390	二	违反	MZ	23	wéifǎn	动
8391	二	违规	MZ	21	wéi // guī	
8392	三	违约	MZ	21	wéi // yuē	
8393	三	违章	MZ	21	wéi // zhāng	
8394	一③	围		2	wéi	动
8395	二	围巾	MZ	21	wéijīn	名

8396	三	围墙	MZ	22	wéiqiáng	名
8397	二	围绕	MZ	24	wéirào	动
8398	三	唯		2	wéi	副
8399	三	唯独	MZ	22	wéidú	副
8400	二	唯一	MZ	21	wéiyī	形
8401	二	维持	MZ	22	wéichí	动
8402	二	维护	MZ	24	wéihù	动
8403	二	维生素	MQZ	214	wéishēngsù	名
8404	二	维修	MZ	21	wéixiū	动
8405	一③	伟大	MZ	34	wěidà	形
8406	三	伪造	MZ	34	wěizào	动
8407	附	伪装	MZ	31	wěizhuāng	动、名
8408	二	尾巴	ZQ	30	wěiba	名
8409	三	尾气	MZ	34	wěiqì	名
8410	三	尾声	MZ	31	wěishēng	名
8411	附	纬度	MZ	34	wěidù	名
8412	三	委屈	ZQ	30	wěiqu	形、动
8413	二	委托	MZ	31	wěituō	动
8414	三	委婉	MZ	33	wěiwǎn	形
8415	三	委员	MZ	32	wěiyuán	名
8416	三	委员会	MQZ	324	wěiyuánhuì	名
8417	三	萎缩	MZ	31	wěisuō	动
8418	一②	卫生	MZ	41	wèishēng	形、名
8419	二	卫生间	MQZ	411	wèishēngjiān	名
8420	三	卫视	MZ	44	wèishì	名
8421	一③	卫星	MZ	41	wèixīng	名
8422	一②	为		4	wèi	介
8423	二	为此	MZ	43	wèi cǐ	
8424	二	为何	MZ	42	wèihé	副
8425	一①	为了	ZQ	40	wèile	介
8426	一①	为什么	ZQQ	420	wèi shénme	
8427	三	未		4	wèi	副
8428	二	未必	MZ	44	wèibì	副
8429	三	未成年人	MQMZ	4222	wèichéngniánrén	名
8430	三	未经	MZ	41	wèi jīng	
8431	二	未来	MZ	42	wèilái	名
8432	三	未免	MZ	43	wèimiǎn	副
8433	附	未知数	MQZ	414	wèizhīshù	名
8434	一②	位		4	wèi	量
8435	二	位于	MZ	42	wèiyú	动
8436	二	位置	ZQ	44	wèi·zhì	名
8437	三	位子	ZQ	40	wèizi	名
8438	一②	味道	ZQ	44	wèi·dào	名
8439	附	味精	MZ	41	wèijīng	名

8440	二	味儿		4	wèir	名
8441	三	畏惧	MZ	44	wèijù	动
8442	附	畏缩	MZ	41	wèisuō	动
8443	二	胃		4	wèi	名
8444	三	胃口	ZQ	43	wèikǒu	名
8445	二	喂		4	wèi	动
8446	二	喂		4	wèi	叹
8447	三	喂养	MZ	43	wèiyǎng	动
8448	附	慰劳	MZ	42	wèiláo	动
8449	二	慰问	MZ	44	wèiwèn	动
8450	一②	温度	MZ	14	wēndù	名
8451	附	温度计	MQZ	144	wēndùjì	名
8452	二	温和	MZ	12	wēnhé	形
8453	一③	温暖	MZ	13	wēnnuǎn	形、动
8454	三	温泉	MZ	12	wēnquán	名
8455	三	温柔	MZ	12	wēnróu	形
8456	三	温室	MZ	14	wēnshì	名
8457	附	温习	MZ	12	wēnxí	动
8458	三	温馨	MZ	11	wēnxīn	形
8459	附	瘟疫	MZ	14	wēnyì	名
8460	三	文		2	wén	名
8461	一②	文化	MZ	24	wénhuà	名
8462	一③	文件	MZ	24	wénjiàn	名
8463	三	文具	MZ	24	wénjù	名
8464	三	文科	MZ	21	wénkē	名
8465	三	文盲	MZ	22	wénmáng	名
8466	一③	文明	MZ	22	wénmíng	名、形
8467	三	文凭	MZ	22	wénpíng	名
8468	三	文人	MZ	22	wénrén	名
8469	三	文物	MZ	24	wénwù	名
8470	三	文献	MZ	24	wénxiàn	名
8471	一③	文学	MZ	22	wénxué	名
8472	三	文雅	MZ	23	wényǎ	形
8473	二	文艺	MZ	24	wényì	名
8474	二	文娱	MZ	22	wényú	名
8475	一③	文章	MZ	21	wénzhāng	名
8476	一③	文字	MZ	24	wénzì	名
8477	一②	闻		2	wén	动
8478	三	闻名	MZ	22	wénmíng	动
8479	三	蚊帐	MZ	24	wénzhàng	名
8480	三	蚊子	ZQ	20	wénzi	名
8481	三	吻		3	wěn	名、动
8482	三	吻合	MZ	32	wěnhé	形
8483	附	紊乱	MZ	34	wěnluàn	形

8484	二	稳		3	wěn	形
8485	二	稳定	MZ	34	wěndìng	形
8486	三	稳固	MZ	34	wěngù	形、动
8487	三	稳健	MZ	34	wěnjiàn	形
8488	三	稳妥	MZ	33	wěntuǒ	形
8489	三	稳重	MZ	34	wěnzhòng	形
8490	一①	问		4	wèn	动
8491	二	问候	ZQ	44	wènhòu	动
8492	三	问卷	MZ	44	wènjuàn	名
8493	一②	问路	MZ	44	wèn lù	
8494	三	问世	MZ	44	wènshì	动
8495	一②	问题	MZ	42	wèntí	名
8496	三	窝		1	wō	名
8497	一①	我		3	wǒ	代
8498	一①	我们	ZQ	30	wǒmen	代
8499	三	卧		4	wò	动
8500	二	卧铺	MZ	44	wòpù	名
8501	二	卧室	MZ	44	wòshì	名
8502	二	握		4	wò	动
8503	一②	握手	MZ	43	wò // shǒu	
8504	二	乌云	MZ	12	wūyún	名
8505	附	污秽	MZ	14	wūhuì	形、名
8506	二	污染	MZ	13	wūrǎn	动
8507	二	污水	MZ	13	wūshuǐ	名
8508	附	巫婆	MZ	12	wūpó	名
8509	附	呜咽	MZ	14	wūyè	动
8510	二	屋		1	wū	名
8511	三	屋顶	MZ	13	wūdǐng	名
8512	一③	屋子	ZQ	10	wūzi	名
8513	二	无		2	wú	动
8514	二	无比	MZ	23	wúbǐ	动
8515	二	无边	MZ	21	wúbiān	动
8516	三	无不	MZ	24	wúbù	副
8517	三	无偿	MZ	22	wúcháng	形
8518	附	无敌	MZ	22	wúdí	动
8519	附	无恶不作	MQMZ	2424	wú è bú zuò	
8520	一③	无法	MZ	23	wúfǎ	动
8521	三	无非	MZ	21	wúfēi	副
8522	三	无辜	MZ	21	wúgū	形、名
8523	附	无故	MZ	24	wúgù	副
8524	二	无关	MZ	21	wúguān	动
8525	附	无关紧要	MQMZ	2134	wúguān jǐnyào	
8526	附	无话可说	MQMZ	2431	wú huà kě shuō	
8527	附	无济于事	MQMZ	2424	wú jì yú shì	

8528	三	无家可归	MQMZ	2131	wú jiā kě guī	
8529	附	无精打采	MQMZ	2133	wú jīng dǎ cǎi	
8530	附	无可奉告	MQMZ	2344	wú kě fènggào	
8531	附	无可厚非	MQMZ	2341	wú kě hòu fēi	
8532	三	无可奈何	MQMZ	2342	wú kě nàihé	
8533	附	无理	MZ	23	wúlǐ	动
8534	三	无力	MZ	24	wúlì	动
8535	二	无聊	MZ	22	wúliáo	形
8536	一③	无论	MZ	24	wúlùn	连
8537	三	无论如何	MQMZ	2422	wúlùn rúhé	
8538	二	无奈	MZ	24	wúnài	动、连
8539	三	无能	MZ	22	wúnéng	形
8540	附	无能为力	MQMZ	2224	wú néng wéi lì	
8541	三	无情	MZ	22	wúqíng	形
8542	附	无情无义	MQMZ	2224	wú qíng wú yì	
8543	三	无穷	MZ	22	wúqióng	动
8544	二	无数	MZ	24	wúshù	形
8545	三	无私	MZ	21	wúsī	形
8546	附	无所事事	MQMZ	2344	wú suǒ shì shì	
8547	二	无所谓	MQZ	234	wúsuǒwèi	动
8548	附	无所作为	MQMZ	2342	wú suǒ zuòwéi	
8549	三	无条件	MQZ	224	wútiáojiàn	动
8550	附	无微不至	MQMZ	2124	wú wēi bú zhì	
8551	二	无限	MZ	24	wúxiàn	形
8552	三	无线	MZ	24	wúxiàn	形
8553	三	无线电	MQZ	244	wúxiàndiàn	名
8554	二	无效	MZ	24	wúxiào	动
8555	三	无形	MZ	22	wúxíng	形
8556	附	无形中	MQZ	221	wúxíngzhōng	副
8557	附	无须	MZ	21	wúxū	副
8558	二	无疑	MZ	22	wúyí	动
8559	三	无意	MZ	24	wúyì	动、副
8560	附	无忧无虑	MQMZ	2124	wú yōu wú lǜ	
8561	附	无缘	MZ	22	wúyuán	动、副
8562	三	无知	MZ	21	wúzhī	形
8563	附	无足轻重	MQMZ	2214	wú zú qīng zhòng	
8564	一①	五		3	wǔ	数
8565	附	五花八门	MQMZ	3112	wǔ huā bā mén	
8566	三	五星级	MQZ	312	wǔxīngjí	形
8567	二	五颜六色	MQMZ	3244	wǔ yán liù sè	
8568	二	午餐	MZ	31	wǔcān	名
8569	一①	午饭	MZ	34	wǔfàn	名
8570	一③	午睡	MZ	34	wǔshuì	名、动
8571	三	武力	MZ	34	wǔlì	名

8572	一③	武器	MZ	34	wǔqì	名
8573	一②	武术	MZ	34	wǔshù	名
8574	三	武装	MZ	31	wǔzhuāng	名、动
8575	三	侮辱	MZ	33	wǔrǔ	动
8576	三	捂		3	wǔ	动
8577	二	舞		3	wǔ	名、动
8578	二	舞蹈	MZ	33	wǔdǎo	名
8579	一③	舞台	MZ	32	wǔtái	名
8580	三	舞厅	MZ	31	wǔtīng	名
8581	三	勿		4	wù	副
8582	三	务必	MZ	44	wùbì	副
8583	三	务实	MZ	42	wùshí	形
8584	二	物价	MZ	44	wùjià	名
8585	二	物品	MZ	43	wùpǐn	名
8586	三	物体	MZ	43	wùtǐ	名
8587	二	物业	MZ	44	wùyè	名
8588	附	物证	MZ	44	wùzhèng	名
8589	二	物质	MZ	44	wùzhì	名
8590	二	物资	MZ	41	wùzī	名
8591	二	误		4	wù	动
8592	三	误差	MZ	41	wùchā	名
8593	三	误导	MZ	43	wùdǎo	动
8594	二	误会	ZQ	44	wùhuì	动、名
8595	二	误解	MZ	43	wùjiě	动、名
8596	三	误区	MZ	41	wùqū	名
8597	三	雾		4	wù	名
8598	一①	西		1	xī	名
8599	二	西班牙语	MQMZ	1123	Xībānyáyǔ	名
8600	一③	西北	MZ	13	xīběi	名
8601	一①	西边	ZQ	10	xībian	名
8602	一③	西部	MZ	14	xībù	名
8603	一②	西餐	MZ	11	xīcān	名
8604	一③	西方	MZ	11	xīfāng	名
8605	二	西瓜	ZQ	11	xī·guā	名
8606	二	西红柿	MQZ	124	xīhóngshì	名
8607	一③	西南	MZ	12	xīnán	名
8608	一②	西医	MZ	11	xīyī	名
8609	二	西装	MZ	11	xīzhuāng	名
8610	二	吸		1	xī	动
8611	三	吸毒	MZ	12	xī // dú	
8612	二	吸管	MZ	13	xīguǎn	名
8613	三	吸纳	MZ	14	xīnà	动
8614	三	吸取	MZ	13	xīqǔ	动
8615	二	吸收	MZ	11	xīshōu	动

8616	二	吸烟	MZ	11	xī yān	
8617	二	吸引	MZ	13	xīyǐn	动
8618	一②	希望	MZ	14	xīwàng	动、名
8619	三	昔日	MZ	14	xīrì	名
8620	二	牺牲	MZ	11	xīshēng	动、名
8621	附	息息相关	MQMZ	1111	xī xī xiāng guān	
8622	三	稀		1	xī	形
8623	附	稀罕	ZQ	10	xīhan	形、动
8624	三	稀奇	MZ	12	xīqí	形
8625	三	稀少	MZ	13	xīshǎo	形
8626	附	锡		1	xī	名
8627	附	熙熙攘攘	MQMZ	1133	xīxī-rǎngrǎng	形
8628	三	熄火	MZ	13	xī // huǒ	
8629	三	膝盖	MZ	14	xīgài	名
8630	附	嬉笑	MZ	14	xīxiào	动
8631	一②	习惯	MZ	24	xíguàn	名、动
8632	三	习俗	MZ	22	xísú	名
8633	三	席		2	xí	名
8634	附	席位	MZ	24	xíwèi	名
8635	二	袭击	MZ	21	xíjī	动
8636	三	媳妇	ZQ	20	xífu	名
8637	一①	洗		3	xǐ	动
8638	三	洗涤灵	MQZ	322	xǐdílíng	名
8639	附	洗礼	MZ	33	xǐlǐ	名
8640	一①	洗手间	MQZ	331	xǐshǒujiān	名
8641	二	洗衣粉	MQZ	313	xǐyīfěn	名
8642	一②	洗衣机	MQZ	311	xǐyījī	名
8643	一②	洗澡	MZ	33	xǐ // zǎo	
8644	二	喜爱	MZ	34	xǐ'ài	动
8645	附	喜出望外	MQMZ	3144	xǐ chū wàng wài	
8646	三	喜好	MZ	34	xǐhào	动、名
8647	一①	喜欢	ZQ	30	xǐhuan	动
8648	附	喜酒	MZ	33	xǐjiǔ	名
8649	三	喜剧	MZ	34	xǐjù	名
8650	三	喜怒哀乐	MQMZ	3414	xǐ nù āi lè	
8651	三	喜庆	MZ	34	xǐqìng	形、名
8652	三	喜事	MZ	34	xǐshì	名
8653	附	喜糖	MZ	32	xǐtáng	名
8654	附	喜洋洋	MQZ	322	xǐyángyáng	形
8655	三	喜悦	MZ	34	xǐyuè	形
8656	二	戏		4	xì	名
8657	二	戏剧	MZ	44	xìjù	名
8658	二	戏曲	MZ	43	xìqǔ	名
8659	一②	系		4	xì	名

8660	二	系列	MZ	44	xìliè	名
8661	二	系统	MZ	43	xìtǒng	名、形
8662	二	细		4	xì	形
8663	二	细胞	MZ	41	xìbāo	名
8664	二	细节	MZ	42	xìjié	名
8665	二	细菌	MZ	41	xìjūn	名
8666	三	细腻	ZQ	44	xìnì	形
8667	附	细微	MZ	41	xìwēi	形
8668	三	细心	MZ	41	xìxīn	形
8669	二	细致	ZQ	44	xìzhì	形
8670	三	虾		1	xiā	名
8671	三	瞎		1	xiā	动、副
8672	附	侠义	MZ	24	xiáyì	形
8673	三	峡谷	MZ	23	xiágǔ	名
8674	附	狭隘	MZ	24	xiá'ài	形
8675	三	狭小	MZ	23	xiáxiǎo	形
8676	三	狭窄	MZ	23	xiázhǎi	形
8677	一①	下		4	xià	动
8678	一①	下		4	xià	名
8679	一②	下		4	xià	量
8680	一①	下班	MZ	41	xià // bān	
8681	一①	下边	ZQ	40	xiàbian	名
8682	附	下场	MZ	43	xiàchǎng	名
8683	一①	下车	MZ	41	xià chē	
8684	一①	下次	ZQ	44	xià cì	
8685	三	下跌	MZ	41	xiàdiē	动
8686	三	下岗	MZ	43	xià // gǎng	
8687	二	下个月	MQZ	404	xià ge yuè	
8688	三	下功夫	MZQ	410	xià gōngfu	
8689	附	下海	MZ	43	xià // hǎi	
8690	附	下级	MZ	42	xiàjí	名
8691	二	下降	MZ	44	xiàjiàng	动
8692	三	下决心	MQZ	421	xià juéxīn	
8693	一①	下课	MZ	44	xià // kè	
8694	一①	下来	ZQ	40	xiàlai	
8695	三	下令	MZ	44	xià // lìng	
8696	二	下楼	MZ	42	xià lóu	
8697	三	下落	MZ	44	xiàluò	名
8698	一①	下面	ZQ	44	xià·miàn	名
8699	三	下期	MZ	41	xià qī	
8700	三	下棋	MZ	42	xià qí	
8701	一①	下去	ZQ	40	xiàqu	
8702	三	下山	MZ	41	xià shān	
8703	三	下手	MZ	43	xià // shǒu	

8704	三	下属	MZ	43	xiàshǔ	名
8705	三	下台	MZ	42	xià // tái	
8706	附	下调	MZ	42	xiàtiáo	动
8707	一①	下午	MZ	43	xiàwǔ	名
8708	三	下乡	MZ	41	xià // xiāng	
8709	二	下雪	MZ	43	xià xuě	
8710	三	下旬	MZ	42	xiàxún	名
8711	附	下一代	MQZ	424	xià yí dài	
8712	附	下意识	ZQQ	442	xiàyì·shí	名、副
8713	三	下游	MZ	42	xiàyóu	名
8714	二	下雨	MZ	43	xià yǔ	
8715	二	下载	MZ	44	xiàzài	动
8716	一②	下周	MZ	41	xià zhōu	
8717	附	下坠	MZ	44	xiàzhuì	动
8718	二	吓		4	xià	动
8719	三	吓唬	ZQ	40	xiàhu	动
8720	三	吓人	MZ	42	xià // rén	
8721	二	夏季	MZ	44	xiàjì	名
8722	三	夏令营	MQZ	442	xiàlìngyíng	名
8723	一②	夏天	MZ	41	xiàtiān	名
8724	附	仙鹤	MZ	14	xiānhè	名
8725	三	仙女	MZ	13	xiānnǚ	名
8726	一①	先		1	xiān	副、名
8727	二	先锋	MZ	11	xiānfēng	名
8728	一③	先后	MZ	14	xiānhòu	名、副
8729	一③	先进	MZ	14	xiānjìn	形、名
8730	附	先例	MZ	14	xiānlì	名
8731	二	先前	MZ	12	xiānqián	名
8732	一①	先生	ZQ	10	xiānsheng	名
8733	三	先天	MZ	11	xiāntiān	名
8734	三	纤维	MZ	12	xiānwéi	名
8735	三	掀		1	xiān	动
8736	三	掀起	MZ	13	xiānqǐ	动
8737	二	鲜		1	xiān	形
8738	二	鲜花	MZ	11	xiānhuā	名
8739	三	鲜活	MZ	12	xiānhuó	形
8740	附	鲜美	MZ	13	xiānměi	形
8741	二	鲜明	MZ	12	xiānmíng	形
8742	三	鲜血	MZ	14	xiānxuè	名
8743	二	鲜艳	MZ	14	xiānyàn	形
8744	二	闲		2	xián	形
8745	三	弦		2	xián	名
8746	二	咸		2	xián	形
8747	三	衔接	MZ	21	xiánjiē	动

8748	二	嫌		2	xián	动
8749	附	嫌弃	MZ	24	xiánqì	动
8750	三	嫌疑	MZ	22	xiányí	名
8751	二	显		3	xiǎn	动
8752	二	显出	MZ	31	xiǎnchū	
8753	一③	显得	ZQ	30	xiǎnde	动
8754	附	显而易见	MQMZ	3244	xiǎn ér yì jiàn	
8755	三	显赫	MZ	34	xiǎnhè	形
8756	一③	显然	MZ	32	xiǎnrán	形
8757	一③	显示	MZ	34	xiǎnshì	动
8758	三	显示器	MQZ	344	xiǎnshìqì	名
8759	三	显现	MZ	34	xiǎnxiàn	动
8760	三	显眼	MZ	33	xiǎnyǎn	形
8761	二	显著	MZ	34	xiǎnzhù	形
8762	二	险		3	xiǎn	形
8763	二	县		4	xiàn	名
8764	一③	现场	MZ	43	xiànchǎng	名
8765	三	现成	MZ	42	xiànchéng	形
8766	一③	现代	MZ	44	xiàndài	名
8767	一③	现金	MZ	41	xiànjīn	名
8768	三	现任	MZ	44	xiànrèn	动、形
8769	一③	现实	MZ	42	xiànshí	名
8770	一③	现象	MZ	44	xiànxiàng	名
8771	三	现行	MZ	42	xiànxíng	形
8772	二	现有	MZ	43	xiànyǒu	
8773	一①	现在	MZ	44	xiànzài	名
8774	二	现状	MZ	44	xiànzhuàng	名
8775	三	限		4	xiàn	动
8776	三	限定	MZ	44	xiàndìng	动
8777	三	限度	MZ	44	xiàndù	名
8778	三	限于	MZ	42	xiànyú	动
8779	二	限制	ZQ	44	xiànzhì	动、名
8780	一②	线		4	xiàn	名
8781	二	线路	MZ	44	xiànlù	名
8782	二	线索	MZ	43	xiànsuǒ	名
8783	三	线条	MZ	42	xiàntiáo	名
8784	三	宪法	MZ	43	xiànfǎ	名
8785	三	陷		4	xiàn	动
8786	附	陷阱	MZ	43	xiànjǐng	名
8787	二	陷入	MZ	44	xiànrù	动
8788	三	馅儿		4	xiànr	名
8789	三	羡慕	ZQ	44	xiànmù	动
8790	二	献		4	xiàn	动
8791	三	献血	MZ	43	xiàn xiě	

8792	附	腺		4	xiàn	名
8793	二	乡		1	xiāng	名
8794	二	乡村	MZ	11	xiāngcūn	名
8795	三	乡亲	ZQ	11	xiāngqīn	名
8796	三	乡下	ZQ	10	xiāngxia	名
8797	三	相伴	MZ	14	xiāng bàn	
8798	一③	相比	MZ	13	xiāngbǐ	动
8799	三	相比之下	MQMZ	1314	xiāngbǐ zhī xià	
8800	三	相差	MZ	14	xiāngchà	动
8801	二	相处	MZ	13	xiāngchǔ	动
8802	三	相传	MZ	12	xiāngchuán	动
8803	一③	相当	MZ	11	xiāngdāng	副、动
8804	三	相当于	MQZ	112	xiāngdāng yú	
8805	二	相等	MZ	13	xiāngděng	动
8806	三	相对	MZ	14	xiāngduì	动、形
8807	附	相对而言	MQMZ	1422	xiāngduì ér yán	
8808	二	相反	MZ	13	xiāngfǎn	形、连
8809	附	相辅相成	MQMZ	1312	xiāng fǔ xiāng chéng	
8810	一③	相关	MZ	11	xiāngguān	动
8811	一③	相互	MZ	14	xiānghù	副
8812	三	相继	MZ	14	xiāngjì	副
8813	三	相连	MZ	12	xiānglián	动
8814	三	相识	MZ	12	xiāngshí	动
8815	一③	相似	MZ	14	xiāngsì	形
8816	附	相提并论	MQMZ	1244	xiāng tí bìng lùn	
8817	三	相通	MZ	11	xiāngtōng	动
8818	一②	相同	MZ	12	xiāngtóng	形
8819	一②	相信	MZ	14	xiāngxìn	动
8820	附	相依为命	MQMZ	1124	xiāng yī wéi mìng	
8821	二	相应	MZ	14	xiāngyìng	动
8822	三	相遇	MZ	14	xiāngyù	动
8823	三	相约	MZ	11	xiāngyuē	动
8824	一②	香		1	xiāng	形
8825	二	香肠儿	MZ	12	xiāngchángr	名
8826	二	香蕉	MZ	11	xiāngjiāo	名
8827	附	香料	MZ	14	xiāngliào	名
8828	三	香水儿	MZ	13	xiāngshuǐr	名
8829	三	香味	MZ	14	xiāngwèi	名
8830	三	香烟	MZ	11	xiāngyān	名
8831	三	香油	MZ	12	xiāngyóu	名
8832	二	箱		1	xiāng	量
8833	二	箱子	ZQ	10	xiāngzi	名
8834	附	镶		1	xiāng	动
8835	附	镶嵌	MZ	14	xiāngqiàn	动

8836	三	详尽	MZ	24	xiángjìn	形
8837	二	详细	MZ	24	xiángxì	形
8838	三	祥和	MZ	22	xiánghé	形
8839	三	享		3	xiǎng	动
8840	二	享受	MZ	34	xiǎngshòu	动、名
8841	三	享有	MZ	33	xiǎngyǒu	动
8842	一②	响		3	xiǎng	形
8843	三	响亮	MZ	34	xiǎngliàng	形
8844	三	响起	MZ	33	xiǎngqǐ	
8845	二	响声	MZ	31	xiǎngshēng	名
8846	二	响应	MZ	34	xiǎngyìng	动
8847	一①	想		3	xiǎng	动
8848	二	想不到	MQZ	304	xiǎngbudào	动
8849	一②	想到	MZ	34	xiǎngdào	
8850	一②	想法	ZQ	33	xiǎng·fǎ	名
8851	附	想方设法	MQMZ	3143	xiǎng fāng shè fǎ	
8852	二	想念	MZ	34	xiǎngniàn	动
8853	一③	想起	MZ	33	xiǎngqǐ	
8854	二	想象	MZ	34	xiǎngxiàng	名、动
8855	一①	向		4	xiàng	介、动
8856	二	向导	MZ	43	xiàngdǎo	名
8857	三	向来	MZ	42	xiànglái	副
8858	二	向前	MZ	42	xiàng qián	
8859	二	向上	MZ	44	xiàngshàng	动
8860	三	向往	MZ	43	xiàngwǎng	动
8861	三	向着	ZQ	40	xiàngzhe	动
8862	一③	项		4	xiàng	量
8863	三	项链	MZ	44	xiàngliàn	名
8864	一③	项目	ZQ	44	xiàngmù	名
8865	一②	相机	MZ	41	xiàngjī	名
8866	二	相片	MZ	44	xiàngpiàn	名
8867	二	相声	ZQ	40	xiàngsheng	名
8868	二	象征	MZ	41	xiàngzhēng	动、名
8869	一②	像		4	xiàng	动
8870	一③	像		4	xiàng	名
8871	三	像样	MZ	44	xiàng // yàng	
8872	三	橡胶	MZ	41	xiàngjiāo	名
8873	三	橡皮	MZ	42	xiàngpí	名
8874	三	削		1	xiāo	动
8875	三	消		1	xiāo	动
8876	附	消沉	MZ	12	xiāochén	形
8877	二	消除	MZ	12	xiāochú	动
8878	二	消毒	MZ	12	xiāo // dú	
8879	二	消防	MZ	12	xiāofáng	动

8880	一③	消费	MZ	14	xiāofèi	动
8881	二	消耗	MZ	14	xiāohào	动、名
8882	二	消化	MZ	14	xiāohuà	动
8883	二	消极	MZ	12	xiāojí	形
8884	二	消灭	MZ	14	xiāomiè	动
8885	附	消遣	MZ	13	xiāoqiǎn	动
8886	一③	消失	MZ	11	xiāoshī	动
8887	一②	消息	ZQ	10	xiāoxi	名
8888	三	萧条	MZ	12	xiāotiáo	形
8889	三	销		1	xiāo	动
8890	三	销毁	MZ	13	xiāohuǐ	动
8891	三	销量	MZ	14	xiāoliàng	名
8892	二	销售	MZ	14	xiāoshòu	动
8893	三	潇洒	MZ	13	xiāosǎ	形
8894	一①	小		3	xiǎo	形
8895	一②	小（小李）		3（33）	xiǎo（Xiǎo Lǐ）	前缀
8896	二	小吃	MZ	31	xiǎochī	名
8897	三	小丑	MZ	33	xiǎochǒu	名
8898	三	小贩	MZ	34	xiǎofàn	名
8899	二	小费	MZ	34	xiǎofèi	名
8900	一①	小孩儿	MZ	32	xiǎoháir	名
8901	二	小伙子	MZQ	330	xiǎohuǒzi	名
8902	一①	小姐	MZ	33	xiǎojiě	名
8903	三	小看	MZ	34	xiǎokàn	动
8904	三	小康	MZ	31	xiǎokāng	形
8905	三	小路	MZ	34	xiǎo lù	
8906	二	小麦	MZ	34	xiǎomài	名
8907	一①	小朋友	MZQ	323	xiǎopéng·yǒu	名
8908	三	小品	MZ	33	xiǎopǐn	名
8909	三	小气	ZQ	30	xiǎoqi	形
8910	三	小区	MZ	31	xiǎoqū	名
8911	附	小曲儿	MZ	33	xiǎoqǔr	名
8912	三	小人	MZ	32	xiǎorén	名
8913	一②	小声	MZ	31	xiǎo shēng	
8914	一①	小时	MZ	32	xiǎoshí	名
8915	一②	小时候	ZQQ	320	xiǎoshíhou	名
8916	一③	小说	MZ	31	xiǎoshuō	名
8917	三	小提琴	MQZ	322	xiǎotíqín	名
8918	二	小偷	MZ	31	xiǎotōu	名
8919	三	小溪	MZ	31	xiǎoxī	名
8920	一②	小心	MZ	31	xiǎoxīn	形、动
8921	三	小心翼翼	MQMZ	3144	xiǎoxīn yìyì	
8922	二	小型	MZ	32	xiǎoxíng	形
8923	一①	小学	MZ	32	xiǎoxué	名

8924	一①	小学生	MQZ	321	xiǎoxuéshēng	名
8925	二	小于	MZ	32	xiǎoyú	动
8926	附	小卒	MZ	32	xiǎozú	名
8927	一③	小组	MZ	33	xiǎozǔ	名
8928	二	晓得	ZQ	30	xiǎode	动
8929	三	孝敬	ZQ	44	xiàojìng	动
8930	附	孝顺	ZQ	44	xiào·shùn	动
8931	三	肖像	MZ	44	xiàoxiàng	名
8932	一③	校园	MZ	42	xiàoyuán	名
8933	一②	校长	MZ	43	xiàozhǎng	名
8934	一①	笑		4	xiào	动
8935	一③	笑话	ZQ	40	xiàohua	动
8936	一③	笑话儿	ZQ	40	xiàohuar	名
8937	二	笑脸	MZ	43	xiàoliǎn	名
8938	二	笑容	MZ	42	xiàoróng	名
8939	二	笑声	MZ	41	xiàoshēng	名
8940	附	效仿	MZ	43	xiàofǎng	动
8941	一③	效果	MZ	43	xiàoguǒ	名
8942	三	效力	ZQ	44	xiàolì	名
8943	二	效率	ZQ	44	xiàolǜ	名
8944	三	效益	ZQ	44	xiàoyì	名
8945	附	效应	ZQ	44	xiàoyìng	名
8946	二	些		1	xiē	量
8947	二	歇		1	xiē	动
8948	三	协定	MZ	24	xiédìng	名、动
8949	二	协会	MZ	24	xiéhuì	名
8950	二	协商	MZ	21	xiéshāng	动
8951	二	协调	MZ	22	xiétiáo	动、形
8952	三	协同	MZ	22	xiétóng	动
8953	二	协议	MZ	24	xiéyì	动、名
8954	二	协议书	MQZ	241	xiéyìshū	名
8955	二	协助	MZ	24	xiézhù	动
8956	三	协作	MZ	24	xiézuò	动
8957	三	邪		2	xié	形
8958	附	邪恶	MZ	24	xié'è	形
8959	附	挟持	MZ	22	xiéchí	动
8960	二	斜		2	xié	形
8961	三	携带	MZ	24	xiédài	动
8962	三	携手	MZ	23	xiéshǒu	动
8963	一②	鞋		2	xié	名
8964	一①	写		3	xiě	动
8965	附	写照	MZ	34	xiězhào	动、名
8966	二	写字楼	MQZ	342	xiězìlóu	名
8967	二	写字台	MQZ	342	xiězìtái	名

8968	一③	写作	MZ	34	xiězuò	动
8969	一③	血		3	xiě	名
8970	三	泄		4	xiè	动
8971	三	泄漏	MZ	44	xièlòu	动
8972	三	泄露	MZ	44	xièlòu	动
8973	附	泄密	MZ	44	xiè // mì	
8974	附	泄气	MZ	44	xiè // qì	
8975	三	泻		4	xiè	动
8976	三	卸		4	xiè	动
8977	一①	谢谢	ZQ	40	xièxie	动
8978	二	心		1	xīn	名
8979	三	心爱	MZ	14	xīn'ài	动
8980	附	心安理得	MQMZ	1132	xīn ān lǐ dé	
8981	附	心病	MZ	14	xīnbìng	名
8982	附	心肠	MZ	12	xīncháng	名
8983	三	心得	MZ	12	xīndé	名
8984	附	心慌	MZ	11	xīn // huāng	
8985	附	心急如焚	MQMZ	1222	xīn jí rú fén	
8986	一②	心里	ZQ	10	xīnli	名
8987	三	心里话	MQZ	104	xīnli huà	
8988	二	心理	MZ	13	xīnlǐ	名
8989	二	心灵	MZ	12	xīnlíng	名
8990	附	心灵手巧	MQMZ	1233	xīn líng shǒu qiǎo	
8991	三	心目	MZ	14	xīnmù	名
8992	一②	心情	MZ	12	xīnqíng	名
8993	三	心声	MZ	11	xīnshēng	名
8994	三	心事	MZ	14	xīnshì	名
8995	三	心思	ZQ	10	xīnsi	名
8996	附	心酸	MZ	11	xīn // suān	
8997	二	心态	MZ	14	xīntài	名
8998	二	心疼	MZ	12	xīnténg	动
8999	附	心想事成	MQMZ	1342	xīn xiǎng shì chéng	
9000	附	心胸	MZ	11	xīnxiōng	名
9001	三	心血	MZ	14	xīnxuè	名
9002	三	心眼儿	MZ	13	xīnyǎnr	名
9003	三	心意	MZ	14	xīnyì	名
9004	二	心愿	MZ	14	xīnyuàn	名
9005	二	心脏	MZ	14	xīnzàng	名
9006	二	心脏病	MQZ	144	xīnzàngbìng	名
9007	一③	心中	MZ	11	xīnzhōng	名
9008	三	芯片	MZ	14	xīnpiàn	名
9009	二	辛苦	MZ	13	xīnkǔ	形、动
9010	三	辛勤	MZ	12	xīnqín	形
9011	附	辛酸	MZ	11	xīnsuān	形

9012	二	欣赏	MZ	13	xīnshǎng	动
9013	三	欣慰	MZ	14	xīnwèi	形
9014	三	欣喜	MZ	13	xīnxǐ	形
9015	附	欣欣向荣	MQMZ	1142	xīnxīn xiàng róng	
9016	一①	新		1	xīn	形
9017	附	新潮	MZ	12	xīncháo	名、形
9018	附	新陈代谢	MQMZ	1244	xīn chén dàixiè	
9019	三	新房	MZ	12	xīnfáng	名
9020	三	新款	MZ	13	xīnkuǎn	名
9021	二	新郎	MZ	12	xīnláng	名
9022	一①	新年	MZ	12	xīnnián	名
9023	二	新娘	MZ	12	xīnniáng	名
9024	三	新奇	MZ	12	xīnqí	形
9025	二	新人	MZ	12	xīnrén	名
9026	三	新生	MZ	11	xīnshēng	形、名
9027	三	新式	MZ	14	xīnshì	形
9028	三	新手	MZ	13	xīnshǒu	名
9029	一②	新闻	MZ	12	xīnwén	名
9030	二	新鲜	ZQ	11	xīn·xiān	形
9031	二	新兴	MZ	11	xīnxīng	形
9032	二	新型	MZ	12	xīnxíng	形
9033	三	新颖	MZ	13	xīnyǐng	形
9034	二	薪水	ZQ	10	xīnshui	名
9035	一③	信		4	xìn	动
9036	一②	信		4	xìn	名
9037	三	信贷	MZ	44	xìndài	名
9038	二	信封	MZ	41	xìnfēng	名
9039	一③	信号	MZ	44	xìnhào	名
9040	三	信件	MZ	44	xìnjiàn	名
9041	三	信赖	MZ	44	xìnlài	动
9042	二	信念	MZ	44	xìnniàn	名
9043	一③	信任	MZ	44	xìnrèn	动
9044	一③	信息	MZ	41	xìnxī	名
9045	二	信箱	MZ	41	xìnxiāng	名
9046	一②	信心	MZ	41	xìnxīn	名
9047	二	信仰	MZ	43	xìnyǎng	动
9048	二	信用	MZ	44	xìnyòng	名
9049	一③	信用卡	MQZ	443	xìnyòngkǎ	名
9050	三	信誉	MZ	44	xìnyù	名
9051	二	兴奋	MZ	14	xīngfèn	形
9052	三	兴奋剂	MQZ	144	xīngfènjì	名
9053	三	兴建	MZ	14	xīngjiàn	动
9054	三	兴起	MZ	13	xīngqǐ	动
9055	二	兴旺	MZ	14	xīngwàng	形

9056	一①	星期	MZ	11	xīngqī	名
9057	一①	星期日	MQZ	114	xīngqīrì	名
9058	一①	星期天	MQZ	111	xīngqītiān	名
9059	一③	星星	ZQ	10	xīngxing	名
9060	附	星座	MZ	14	xīngzuò	名
9061	附	猩猩	ZQ	10	xīngxing	名
9062	附	腥		1	xīng	形
9063	三	刑法	MZ	23	xíngfǎ	名
9064	一①	行		2	xíng	动、形
9065	二	行程	MZ	22	xíngchéng	名
9066	一③	行动	MZ	24	xíngdòng	动、名
9067	一②	行李	ZQ	20	xíngli	名
9068	一③	行人	MZ	22	xíngrén	名
9069	三	行使	MZ	23	xíngshǐ	动
9070	二	行驶	MZ	23	xíngshǐ	动
9071	一③	行为	MZ	22	xíngwéi	名
9072	三	行政	MZ	24	xíngzhèng	名
9073	三	行走	MZ	23	xíngzǒu	动
9074	二	形		2	xíng	名
9075	一③	形成	MZ	22	xíngchéng	动
9076	二	形容	MZ	22	xíngróng	动
9077	一③	形式	MZ	24	xíngshì	名
9078	二	形势	MZ	24	xíngshì	名
9079	二	形态	MZ	24	xíngtài	名
9080	一③	形象	MZ	24	xíngxiàng	名、形
9081	附	形形色色	MQMZ	2244	xíngxíngsèsè	形
9082	附	形影不离	MQMZ	2342	xíng yǐng bù lí	
9083	一③	形状	MZ	24	xíngzhuàng	名
9084	二	型		2	xíng	名
9085	二	型号	MZ	24	xínghào	名
9086	二	醒		3	xǐng	动
9087	三	醒来	ZQ	30	xǐnglai	
9088	三	醒目	MZ	34	xǐngmù	形
9089	三	醒悟	MZ	34	xǐngwù	动
9090	三	兴高采烈	MQMZ	4134	xìng gāo cǎi liè	
9091	二	兴趣	ZQ	44	xìngqù	名
9092	三	兴致	ZQ	44	xìngzhì	名
9093	附	幸存	MZ	42	xìngcún	动
9094	一②	幸福	MZ	42	xìngfú	形、名
9095	三	幸好	MZ	43	xìnghǎo	副
9096	三	幸亏	MZ	41	xìngkuī	副
9097	附	幸免	MZ	43	xìngmiǎn	动
9098	一③	幸运	MZ	44	xìngyùn	形
9099	一③	性（积极性）		4（124）	xìng (jījíxìng)	后缀

9100	二	性别	MZ	42	xìngbié	名
9101	一③	性格	MZ	42	xìnggé	名
9102	附	性价比	MQZ	443	xìngjiàbǐ	名
9103	三	性命	MZ	44	xìngmìng	名
9104	二	性能	MZ	42	xìngnéng	名
9105	三	性情	MZ	42	xìngqíng	名
9106	二	性质	ZQ	44	xìngzhì	名
9107	一②	姓		4	xìng	名、动
9108	二	姓名	MZ	42	xìngmíng	名
9109	三	姓氏	MZ	44	xìngshì	名
9110	二	凶		1	xiōng	形
9111	附	凶残	MZ	12	xiōngcán	形
9112	附	凶恶	MZ	14	xiōng'è	形
9113	附	凶狠	MZ	13	xiōnghěn	形
9114	三	凶猛	MZ	13	xiōngměng	形
9115	二	凶手	MZ	13	xiōngshǒu	名
9116	二	兄弟	MZ	14	xiōngdì	名
9117	附	汹涌	MZ	13	xiōngyǒng	动
9118	二	胸部	MZ	14	xiōngbù	名
9119	附	胸膛	MZ	12	xiōngtáng	名
9120	附	胸有成竹	MQMZ	1322	xiōng yǒu chéng zhú	
9121	三	雄厚	MZ	24	xiónghòu	形
9122	二	雄伟	MZ	23	xióngwěi	形
9123	二	熊		2	xióng	名
9124	一②	休假	MZ	14	xiū // jià	
9125	附	休克	MZ	14	xiūkè	动
9126	附	休眠	MZ	12	xiūmián	动
9127	一①	休息	ZQ	10	xiūxi	动
9128	二	休闲	MZ	12	xiūxián	动
9129	附	休想	MZ	13	xiūxiǎng	动
9130	附	休养	MZ	13	xiūyǎng	动
9131	一②	修		1	xiū	动
9132	附	修补	MZ	13	xiūbǔ	动
9133	附	修长	MZ	12	xiūcháng	形
9134	二	修车	MZ	11	xiū chē	
9135	三	修订	MZ	14	xiūdìng	动
9136	二	修复	MZ	14	xiūfù	动
9137	一③	修改	MZ	13	xiūgǎi	动
9138	二	修建	MZ	14	xiūjiàn	动
9139	二	修理	MZ	13	xiūlǐ	动
9140	三	修路	MZ	14	xiū lù	
9141	二	修养	MZ	13	xiūyǎng	名
9142	三	修正	MZ	14	xiūzhèng	动
9143	三	羞愧	MZ	14	xiūkuì	形

9144	附	秀丽	MZ	44	xiùlì	形
9145	附	秀美	MZ	43	xiùměi	形
9146	附	袖手旁观	MQMZ	4321	xiù shǒu páng guān	
9147	二	袖珍	MZ	41	xiùzhēn	形
9148	三	绣		4	xiù	动
9149	三	锈		4	xiù	名、动
9150	三	嗅觉	MZ	42	xiùjué	名
9151	三	须		1	xū	动
9152	三	虚		1	xū	形
9153	三	虚		1	xū	副
9154	附	虚构	MZ	14	xūgòu	动
9155	附	虚幻	MZ	14	xūhuàn	形
9156	三	虚假	MZ	13	xūjiǎ	形
9157	三	虚拟	MZ	13	xūnǐ	动、形
9158	三	虚弱	MZ	14	xūruò	形
9159	三	虚伪	MZ	13	xūwěi	形
9160	二	虚心	MZ	11	xūxīn	形
9161	三	需		1	xū	动
9162	一③	需求	MZ	12	xūqiú	名
9163	一②	需要	MZ	14	xūyào	动、名
9164	三	徐徐	MZ	22	xúxú	副
9165	三	许		3	xǔ	动、副
9166	一②	许多	MZ	31	xǔduō	数
9167	二	许可	MZ	33	xǔkě	动
9168	三	许可证	MQZ	334	xǔkězhèng	名
9169	附	旭日	MZ	44	xùrì	名
9170	三	序		4	xù	名
9171	三	序幕	MZ	44	xùmù	名
9172	三	叙述	MZ	44	xùshù	动
9173	附	酗酒	MZ	43	xùjiǔ	动
9174	三	续		4	xù	动
9175	附	絮叨	ZQ	40	xùdao	形
9176	一③	宣布	MZ	14	xuānbù	动
9177	三	宣称	MZ	11	xuānchēng	动
9178	一③	宣传	MZ	12	xuānchuán	动、名
9179	附	宣读	MZ	12	xuāndú	动
9180	三	宣告	MZ	14	xuāngào	动
9181	三	宣誓	MZ	14	xuān//shì	
9182	附	宣泄	MZ	14	xuānxiè	动
9183	三	宣言	MZ	12	xuānyán	名
9184	三	宣扬	MZ	12	xuānyáng	动
9185	附	喧哗	MZ	12	xuānhuá	动、形
9186	三	喧闹	MZ	14	xuānnào	形
9187	三	玄		2	xuán	形

9188	附	玄机	MZ	21	xuánjī	名
9189	二	悬		2	xuán	动
9190	三	悬挂	MZ	24	xuánguà	动
9191	三	悬念	MZ	24	xuánniàn	名
9192	三	悬殊	MZ	21	xuánshū	形
9193	三	悬崖	MZ	22	xuányá	名
9194	三	旋律	MZ	24	xuánlǜ	名
9195	附	旋涡	MZ	21	xuánwō	名
9196	二	旋转	MZ	23	xuánzhuǎn	动
9197	一②	选		3	xuǎn	动
9198	二	选拔	MZ	32	xuǎnbá	动
9199	一③	选举	MZ	33	xuǎnjǔ	动、名
9200	三	选民	MZ	32	xuǎnmín	名
9201	一③	选手	MZ	33	xuǎnshǒu	名
9202	附	选项	MZ	34	xuǎnxiàng	名
9203	二	选修	MZ	31	xuǎnxiū	动
9204	三	选用	MZ	34	xuǎnyòng	动
9205	二	选择	MZ	32	xuǎnzé	动、名
9206	三	炫耀	MZ	44	xuànyào	动
9207	三	削弱	MZ	14	xuēruò	动
9208	附	靴子	ZQ	10	xuēzi	名
9209	三	穴位	MZ	24	xuéwèi	名
9210	一①	学		2	xué	动
9211	一②	学费	MZ	24	xuéfèi	名
9212	二	学分	MZ	21	xuéfēn	名
9213	二	学会	MZ	24	xuéhuì	名
9214	二	学科	MZ	21	xuékē	名
9215	二	学历	MZ	24	xuélì	名
9216	二	学年	MZ	22	xuénián	名
9217	一③	学期	MZ	21	xuéqī	名
9218	一①	学生	ZQ	21	xué·shēng	名
9219	二	学时	MZ	22	xuéshí	名
9220	二	学士	MZ	24	xuéshì	名
9221	二	学术	MZ	24	xuéshù	名
9222	三	学说	MZ	21	xuéshuō	名
9223	三	学堂	MZ	22	xuétáng	名
9224	二	学位	MZ	24	xuéwèi	名
9225	二	学问	ZQ	20	xuéwen	名
9226	一①	学习	MZ	22	xuéxí	动
9227	一②	学校	MZ	24	xuéxiào	名
9228	三	学业	MZ	24	xuéyè	名
9229	附	学艺	MZ	24	xué yì	
9230	二	学员	MZ	22	xuéyuán	名
9231	一①	学院	MZ	24	xuéyuàn	名

9232	二	学者	MZ	23	xuézhě	名
9233	附	学子	MZ	23	xuézǐ	名
9234	一②	雪		3	xuě	名
9235	附	雪山	MZ	31	xuěshān	名
9236	附	雪上加霜	MQMZ	3411	xuě shàng jiā shuāng	
9237	二	血管	MZ	43	xuèguǎn	名
9238	附	血脉	MZ	44	xuèmài	名
9239	附	血栓	MZ	41	xuèshuān	名
9240	三	血压	MZ	41	xuèyā	名
9241	二	血液	MZ	44	xuèyè	名
9242	三	血缘	MZ	42	xuèyuán	名
9243	三	勋章	MZ	11	xūnzhāng	名
9244	三	熏		1	xūn	动
9245	三	熏陶	MZ	12	xūntáo	动
9246	三	寻		2	xún	动
9247	三	寻常	MZ	22	xúncháng	形
9248	三	寻觅	MZ	24	xúnmì	动
9249	二	寻求	MZ	22	xúnqiú	动
9250	二	寻找	MZ	23	xúnzhǎo	动
9251	三	巡逻	MZ	22	xúnluó	动
9252	二	询问	MZ	24	xúnwèn	动
9253	二	循环	MZ	22	xúnhuán	动
9254	附	循序渐进	MQMZ	2444	xúnxù jiànjìn	
9255	三	训		4	xùn	动
9256	一③	训练	MZ	44	xùnliàn	动、名
9257	二	迅速	MZ	44	xùnsù	形
9258	附	驯		4	xùn	动
9259	附	逊色	MZ	44	xùnsè	名、形
9260	三	丫头	ZQ	10	yātou	名
9261	一②	压		1	yā	动
9262	附	压倒	MZ	13	yādǎo	
9263	一③	压力	MZ	14	yālì	名
9264	二	压迫	MZ	14	yāpò	动
9265	三	压缩	MZ	11	yāsuō	动
9266	三	压抑	MZ	14	yāyì	动
9267	附	压制	MZ	14	yāzhì	动
9268	三	押		1	yā	动
9269	二	押金	MZ	11	yājīn	名
9270	三	鸦雀无声	MQMZ	1421	yā què wú shēng	
9271	二	鸭子	ZQ	10	yāzi	名
9272	二	牙		2	yá	名
9273	三	牙齿	MZ	23	yáchǐ	名
9274	三	牙膏	MZ	21	yágāo	名
9275	二	牙刷	MZ	21	yáshuā	名

9276	三	芽		2	yá	名
9277	三	哑		3	yǎ	形
9278	二	亚军	MZ	41	yàjūn	名
9279	二	亚运会	MQZ	444	Yàyùnhuì	名
9280	二	呀		0	ya	助
9281	附	咽喉	MZ	12	yānhóu	名
9282	一③	烟		1	yān	名
9283	附	烟囱	ZQ	11	yāncōng	名
9284	二	烟花	MZ	11	yānhuā	名
9285	附	烟火	MZ	13	yānhuǒ	名
9286	三	淹		1	yān	动
9287	三	延		2	yán	动
9288	二	延长	MZ	22	yáncháng	动
9289	附	延缓	MZ	23	yánhuǎn	动
9290	二	延期	MZ	21	yán // qī	
9291	二	延伸	MZ	21	yánshēn	动
9292	三	延误	MZ	24	yánwù	动
9293	二	延续	MZ	24	yánxù	动
9294	二	严		2	yán	形
9295	二	严格	MZ	22	yángé	形、动
9296	三	严谨	MZ	23	yánjǐn	形
9297	三	严禁	MZ	24	yánjìn	动
9298	三	严峻	MZ	24	yánjùn	形
9299	二	严厉	MZ	24	yánlì	形
9300	三	严密	MZ	24	yánmì	形、动
9301	二	严肃	MZ	24	yánsù	形、动
9302	二	严重	MZ	24	yánzhòng	形
9303	附	言辞	MZ	22	yáncí	名
9304	二	言论	MZ	24	yánlùn	名
9305	附	言行	MZ	22	yánxíng	名
9306	二	言语	MZ	23	yányǔ	名
9307	三	岩石	MZ	22	yánshí	名
9308	三	炎热	MZ	24	yánrè	形
9309	三	炎症	MZ	24	yánzhèng	名
9310	二	沿		2	yán	介
9311	三	沿岸	MZ	24	yán'àn	名
9312	二	沿海	MZ	23	yánhǎi	名
9313	三	沿途	MZ	22	yántú	名、副
9314	三	沿线	MZ	24	yánxiàn	名
9315	二	沿着	ZQ	20	yánzhe	
9316	二	研发	MZ	21	yánfā	动
9317	一②	研究	MZ	21	yánjiū	动
9318	二	研究生	MQZ	211	yánjiūshēng	名
9319	二	研究所	MQZ	213	yánjiūsuǒ	名

9320	三	研讨	MZ	23	yántǎo	动
9321	一③	研制	MZ	24	yánzhì	动
9322	二	盐		2	yán	名
9323	附	阎王	ZQ	20	Yánwang	名
9324	一②	颜色	MZ	24	yánsè	名
9325	三	衍生	MZ	31	yǎnshēng	动
9326	三	掩盖	MZ	34	yǎngài	动
9327	三	掩护	MZ	34	yǎnhù	动
9328	三	掩饰	MZ	34	yǎnshì	动
9329	一②	眼		3	yǎn	名
9330	二	眼光	MZ	31	yǎnguāng	名
9331	三	眼红	MZ	32	yǎnhóng	形
9332	三	眼界	MZ	34	yǎnjiè	名
9333	二	眼镜儿	MZ	34	yǎnjìngr	名
9334	二	眼睛	ZQ	30	yǎnjing	名
9335	二	眼看	MZ	34	yǎnkàn	动、副
9336	二	眼泪	MZ	34	yǎnlèi	名
9337	二	眼里	ZQ	30	yǎnli	
9338	一③	眼前	MZ	32	yǎnqián	名
9339	附	眼色	MZ	34	yǎnsè	名
9340	三	眼神	MZ	32	yǎnshén	名
9341	三	眼下	MZ	34	yǎnxià	名
9342	一②	演		3	yǎn	动
9343	三	演变	MZ	34	yǎnbiàn	动
9344	三	演播室	MQZ	314	yǎnbōshì	名
9345	二	演唱	MZ	34	yǎnchàng	动
9346	一③	演唱会	MQZ	344	yǎnchànghuì	名
9347	一③	演出	MZ	31	yǎnchū	动、名
9348	三	演技	MZ	34	yǎnjì	名
9349	二	演讲	MZ	33	yǎnjiǎng	动
9350	三	演练	MZ	34	yǎnliàn	动
9351	三	演示	MZ	34	yǎnshì	动
9352	三	演说	MZ	31	yǎnshuō	动、名
9353	二	演习	MZ	32	yǎnxí	动
9354	三	演戏	MZ	34	yǎn // xì	
9355	附	演艺圈	MQZ	341	yǎnyìquān	名
9356	附	演绎	MZ	34	yǎnyì	名、动
9357	一②	演员	MZ	32	yǎnyuán	名
9358	二	演奏	MZ	34	yǎnzòu	动
9359	三	厌烦	MZ	42	yànfán	动
9360	附	厌倦	MZ	44	yànjuàn	动
9361	三	咽		4	yàn	动
9362	三	艳丽	MZ	44	yànlì	形
9363	二	宴会	MZ	44	yànhuì	名

9364	三	验		4	yàn	动
9365	三	验收	MZ	41	yànshōu	动
9366	三	验证	MZ	44	yànzhèng	动
9367	三	焰火	MZ	43	yànhuǒ	名
9368	三	燕子	ZQ	40	yànzi	名
9369	附	秧歌	ZQ	10	yāngge	名
9370	三	扬		2	yáng	动
9371	一②	羊		2	yáng	名
9372	一②	阳光	MZ	21	yángguāng	名
9373	二	阳台	MZ	22	yángtái	名
9374	附	阳性	MZ	24	yángxìng	名
9375	三	杨树	MZ	24	yángshù	名
9376	二	洋		2	yáng	形
9377	三	洋溢	MZ	24	yángyì	动
9378	二	仰		3	yǎng	动
9379	一②	养		3	yǎng	动
9380	二	养成	MZ	32	yǎngchéng	
9381	三	养活	ZQ	30	yǎnghuo	动
9382	二	养老	MZ	33	yǎng // lǎo	
9383	三	养老金	MQZ	331	yǎnglǎojīn	名
9384	三	养老院	MQZ	334	yǎnglǎoyuàn	名
9385	三	养生	MZ	31	yǎngshēng	动
9386	三	养殖	MZ	32	yǎngzhí	动
9387	三	氧		3	yǎng	名
9388	二	氧气	MZ	34	yǎngqì	名
9389	三	痒		3	yǎng	形
9390	二	样		4	yàng	名、量
9391	三	样本	MZ	43	yàngběn	名
9392	三	样品	MZ	43	yàngpǐn	名
9393	一②	样子	ZQ	40	yàngzi	名
9394	三	妖怪	ZQ	14	yāoguài	名
9395	一②	要求	MZ	12	yāoqiú	动、名
9396	二	腰		1	yāo	名
9397	三	邀		1	yāo	动
9398	二	邀请	MZ	13	yāoqǐng	动、名
9399	三	窑		2	yáo	名
9400	三	谣言	MZ	22	yáoyán	名
9401	二	摇		2	yáo	动
9402	附	摇摆	MZ	23	yáobǎi	动
9403	三	摇滚	MZ	23	yáogǔn	名
9404	附	摇篮	MZ	22	yáolán	名
9405	二	摇头	MZ	22	yáo // tóu	
9406	附	摇摇欲坠	MQMZ	2244	yáoyáo yù zhuì	
9407	三	遥控	MZ	24	yáokòng	动

9408	三	遥远	MZ	23	yáoyuǎn	形
9409	二	咬		3	yǎo	动
9410	一②	药		4	yào	名
9411	三	药材	MZ	42	yàocái	名
9412	二	药店	MZ	44	yàodiàn	名
9413	三	药方	MZ	41	yàofāng	名
9414	一③	药片	MZ	44	yàopiàn	名
9415	二	药品	MZ	43	yàopǐn	名
9416	一③	药水	MZ	43	yàoshuǐ	名
9417	二	药物	MZ	44	yàowù	名
9418	一①	要		4	yào	动
9419	二	要		4	yào	连
9420	三	要不	ZQ	44	yàobù	连
9421	二	要不然	MQZ	442	yàobùrán	连
9422	三	要不是	MQZ	424	yàobúshì	连
9423	三	要点	MZ	43	yàodiǎn	名
9424	附	要害	MZ	44	yàohài	名
9425	二	要好	MZ	43	yàohǎo	形
9426	三	要紧	MZ	43	yàojǐn	形
9427	附	要领	MZ	43	yàolǐng	名
9428	二	要么	ZQ	40	yàome	连
9429	三	要命	MZ	44	yào // mìng	
9430	附	要强	MZ	42	yàoqiáng	形
9431	一②	要是	ZQ	40	yàoshi	连
9432	二	要素	MZ	44	yàosù	名
9433	三	钥匙	ZQ	40	yàoshi	名
9434	三	耀眼	MZ	43	yàoyǎn	形
9435	附	椰子	ZQ	10	yēzi	名
9436	一②	爷爷	ZQ	20	yéye	名
9437	一①	也		3	yě	副
9438	二	也好	MZ	33	yěhǎo	助
9439	三	也就是说	MQMZ	3441	yě jiùshì shuō	
9440	一②	也许	MZ	33	yěxǔ	副
9441	二	野		3	yě	形
9442	附	野餐	MZ	31	yěcān	动
9443	附	野炊	MZ	31	yěchuī	动
9444	三	野蛮	MZ	32	yěmán	形
9445	二	野生	MZ	31	yěshēng	形
9446	三	野兽	MZ	34	yěshòu	名
9447	三	野外	MZ	34	yěwài	名
9448	三	野心	MZ	31	yěxīn	名
9449	三	野营	MZ	32	yěyíng	动
9450	三	业（服务业）		4（244）	yè（fúwùyè）	后缀
9451	三	业绩	MZ	44	yèjì	名

9452	二	业务	ZQ	44	yèwù	名
9453	二	业余	MZ	42	yèyú	形
9454	二	叶子	ZQ	40	yèzi	名
9455	一②	页		4	yè	量
9456	一③	夜		4	yè	名
9457	三	夜班	MZ	41	yèbān	名
9458	二	夜间	MZ	41	yèjiān	名
9459	一③	夜里	ZQ	40	yèli	名
9460	附	夜市	MZ	44	yèshì	名
9461	三	夜晚	MZ	43	yèwǎn	名
9462	附	夜校	MZ	44	yèxiào	名
9463	附	夜以继日	MQMZ	4344	yè yǐ jì rì	
9464	附	夜总会	MQZ	434	yèzǒnghuì	名
9465	三	液晶	MZ	41	yèjīng	名
9466	三	液体	MZ	43	yètǐ	名
9467	一①	一		1	yī	数
9468	三	一把手	MQZ	133	yībǎshǒu	
9469	二	一流	MZ	12	yīliú	名、形
9470	三	一线	MZ	14	yīxiàn	名
9471	三	一一	MZ	11	yīyī	副
9472	三	伊斯兰教	MQMZ	1124	Yīsīlánjiào	名
9473	一①	衣服	ZQ	10	yīfu	名
9474	一③	衣架	MZ	14	yījià	名
9475	附	衣食住行	MQMZ	1242	yī shí zhù xíng	
9476	二	医疗	MZ	12	yīliáo	动
9477	一①	医生	MZ	11	yīshēng	名
9478	三	医务	MZ	14	yīwù	名
9479	二	医学	MZ	12	yīxué	名
9480	二	医药	MZ	14	yīyào	名
9481	一①	医院	MZ	14	yīyuàn	名
9482	三	依		1	yī	动、介
9483	二	依次	MZ	14	yīcì	副
9484	二	依法	MZ	13	yīfǎ	副
9485	二	依旧	MZ	14	yījiù	动、副
9486	一③	依据	MZ	14	yījù	动、名
9487	一③	依靠	MZ	14	yīkào	动、名
9488	二	依赖	MZ	14	yīlài	动
9489	二	依然	MZ	12	yīrán	副
9490	三	依托	MZ	11	yītuō	动
9491	三	依依不舍	MQMZ	1143	yīyī bù shě	
9492	二	依照	MZ	14	yīzhào	动、介
9493	一①	一半	MZ	24	yíbàn	数
9494	二	一辈子	MZQ	240	yíbèizi	名
9495	附	一不小心	MQMZ	2431	yí bù xiǎoxīn	

9496	一③	一部分	MZQ	240	yí bùfen	
9497	三	一刹那	MQZ	244	yíchànà	名
9498	二	一次性	MQZ	244	yícìxìng	形
9499	三	一大早	MQZ	243	yí dà zǎo	
9500	二	一代	MZ	24	yídài	名
9501	二	一带	MZ	24	yídài	名
9502	二	一旦	MZ	24	yídàn	名、副
9503	二	一道	MZ	24	yídào	副
9504	一②	一定	MZ	24	yídìng	形、副
9505	三	一动不动	MQMZ	2424	yí dòng bú dòng	
9506	二	一度	MZ	24	yídù	副
9507	附	一概	MZ	24	yígài	副
9508	附	一概而论	MQMZ	2424	yígài ér lùn	
9509	三	一个劲儿	MQZ	204	yígejìnr	副
9510	一②	一共	MZ	24	yígòng	副
9511	二	一贯	MZ	24	yíguàn	形
9512	附	一晃	MZ	24	yíhuàng	动
9513	一①	一会儿	MZ	24	yíhuìr	
9514	一②	一会儿	MZ	24	yíhuìr	副
9515	附	一技之长	MQMZ	2412	yí jì zhī cháng	
9516	二	一句话	MQZ	244	yí jù huà	
9517	一①	一块儿	MZ	24	yíkuàir	名、副
9518	一③	一路	MZ	24	yílù	名、副
9519	一②	一路平安	MQMZ	2421	yílù píng'ān	
9520	二	一路上	MZQ	240	yílù shang	
9521	一②	一路顺风	MQMZ	2441	yílù shùnfēng	
9522	二	一律	MZ	24	yílǜ	副
9523	三	一面	MZ	24	yímiàn	名、副
9524	附	一目了然	MQMZ	2432	yí mù liǎorán	
9525	一②	一切	MZ	24	yíqiè	代
9526	三	一事无成	MQMZ	2422	yí shì wú chéng	
9527	附	一瞬间	MQZ	241	yíshùn jiān	
9528	三	一味	MZ	24	yíwèi	副
9529	三	一系列	MQZ	244	yíxìliè	形
9530	一①	一下儿	MZ	24	yíxiàr	
9531	二	一下儿	MZ	24	yíxiàr	副
9532	一③	一下子	MZQ	240	yíxiàzi	副
9533	二	一向	MZ	24	yíxiàng	副
9534	一①	一样	MZ	24	yíyàng	形
9535	二	一再	MZ	24	yízài	副
9536	三	一阵	MZ	24	yízhèn	
9537	一③	一致	MZ	24	yízhì	形、副
9538	三	仪表	MZ	23	yíbiǎo	名
9539	二	仪器	MZ	24	yíqì	名

9540	二	仪式	MZ	24	yíshì	名
9541	附	怡然自得	MQMZ	2242	yí rán zì dé	
9542	三	姨		2	yí	名
9543	二	移		2	yí	动
9544	二	移动	MZ	24	yídòng	动
9545	三	移交	MZ	21	yíjiāo	动
9546	二	移民	MZ	22	yímín	名
9547	三	移植	MZ	22	yízhí	动
9548	二	遗产	MZ	23	yíchǎn	名
9549	二	遗传	MZ	22	yíchuán	动
9550	二	遗憾	MZ	24	yíhàn	形、名
9551	三	遗留	MZ	22	yíliú	动
9552	附	遗弃	MZ	24	yíqì	动
9553	三	遗体	MZ	23	yítǐ	名
9554	三	遗忘	MZ	24	yíwàng	动
9555	附	遗物	MZ	24	yíwù	名
9556	附	遗愿	MZ	24	yíyuàn	名
9557	三	遗址	MZ	23	yízhǐ	名
9558	三	遗嘱	MZ	23	yízhǔ	名
9559	三	疑点	MZ	23	yídiǎn	名
9560	三	疑惑	MZ	24	yíhuò	动
9561	三	疑虑	MZ	24	yílǜ	动
9562	二	疑问	MZ	24	yíwèn	名
9563	二	乙		3	yǐ	名
9564	二	已		3	yǐ	副
9565	一②	已经	MZ	31	yǐjīng	副
9566	三	以		3	yǐ	介、连
9567	二	以便	MZ	34	yǐbiàn	连
9568	一①	以后	MZ	34	yǐhòu	名
9569	二	以及	MZ	32	yǐjí	连
9570	一③	以来	MZ	32	yǐlái	名
9571	三	以免	MZ	33	yǐmiǎn	连
9572	二	以内	MZ	34	yǐnèi	名
9573	一①	以前	MZ	32	yǐqián	名
9574	一③	以上	MZ	34	yǐshàng	名
9575	附	以身作则	MQMZ	3142	yǐ shēn zuò zé	
9576	一③	以外	MZ	34	yǐwài	名
9577	二	以往	MZ	33	yǐwǎng	名
9578	一②	以为	MZ	32	yǐwéi	动
9579	一③	以下	MZ	34	yǐxià	名
9580	三	以至于	MQZ	342	yǐzhìyú	连
9581	三	以致	MZ	34	yǐzhì	连
9582	附	矣		3	yǐ	助
9583	三	倚		3	yǐ	动

9584	一②	椅子	ZQ	30	yǐzi	名
9585	一②	一般	MZ	41	yìbān	形
9586	二	一般来说	MQMZ	4121	yìbān lái shuō	
9587	一①	一边	MZ	41	yìbiān	名、副
9588	三	一长一短	MQMZ	4243	yì cháng yì duǎn	
9589	附	一成不变	MQMZ	4224	yì chéng bú biàn	
9590	附	一筹莫展	MQMZ	4243	yì chóu mò zhǎn	
9591	一①	一点儿	MZ	43	yìdiǎnr	
9592	一③	一点点	MQZ	433	yì diǎndiǎn	
9593	三	一帆风顺	MQMZ	4114	yì fān fēng shùn	
9594	二	一番	MZ	41	yì fān	
9595	一③	一方面	MQZ	414	yì fāngmiàn	
9596	附	一干二净	MQMZ	4144	yì gān èr jìng	
9597	附	一鼓作气	MQMZ	4344	yì gǔ zuò qì	
9598	附	一锅粥	MQZ	411	yìguōzhōu	名
9599	三	一回事	MQZ	424	yì huí shì	
9600	三	一家人	MQZ	412	yì jiā rén	
9601	三	一经	MZ	41	yìjīng	副
9602	三	一举	MZ	43	yìjǔ	名、副
9603	附	一举一动	MQMZ	4324	yì jǔ yí dòng	
9604	三	一卡通	MQZ	431	yìkǎtōng	名
9605	二	一口气	MQZ	434	yìkǒuqì	副
9606	附	一揽子	MZQ	430	yìlǎnzi	形
9607	三	一连	MZ	42	yìlián	副
9608	三	一连串	MQZ	424	yìliánchuàn	形
9609	附	一毛不拔	MQMZ	4242	yì máo bù bá	
9610	二	一模一样	MQMZ	4224	yì mú yí yàng	
9611	三	一年到头	MQMZ	4242	yì nián dào tóu	
9612	三	一旁	MZ	42	yìpáng	名
9613	二	一齐	MZ	42	yìqí	副
9614	一①	一起	MZ	43	yìqǐ	副、名
9615	附	一如既往	MQMZ	4243	yì rú jì wǎng	
9616	二	一身	MZ	41	yìshēn	名
9617	一③	一生	MZ	41	yìshēng	名
9618	附	一声不吭	MQMZ	4141	yì shēng bù kēng	
9619	二	一时	MZ	42	yìshí	名、副
9620	三	一手	MZ	43	yìshǒu	名、副
9621	三	一塌糊涂	MQZQ	4122	yìtāhútú	
9622	三	一体	MZ	43	yìtǐ	名
9623	三	一天到晚	MQMZ	4143	yì tiān dào wǎn	
9624	二	一同	MZ	42	yìtóng	副
9625	三	一头	MZ	42	yìtóu	副、名
9626	附	一无所有	MQMZ	4233	yì wú suǒ yǒu	
9627	附	一无所知	MQMZ	4231	yì wú suǒ zhī	

9628	一①	一些	MZ	41	yìxiē	
9629	三	一心	MZ	41	yìxīn	副
9630	附	一心一意	MQMZ	4124	yì xīn yí yì	
9631	二	一行	MZ	42	yìxíng	名
9632	附	一言不发	MQMZ	4241	yì yán bù fā	
9633	附	一言一行	MQMZ	4242	yì yán yì xíng	
9634	三	一眼	MZ	43	yì yǎn	
9635	附	一应俱全	MQMZ	4142	yìyīng jù quán	
9636	三	一早	MZ	43	yìzǎo	名
9637	一②	一直	MZ	42	yìzhí	副
9638	一②	亿		4	yì	数
9639	三	义工	MZ	41	yìgōng	名
9640	一③	义务	ZQ	44	yìwù	名
9641	二	艺人	MZ	42	yìrén	名
9642	一③	艺术	ZQ	44	yìshù	名
9643	三	议		4	yì	动
9644	三	议程	MZ	42	yìchéng	名
9645	二	议会	MZ	44	yìhuì	名
9646	二	议论	MZ	44	yìlùn	动、名
9647	二	议题	MZ	42	yìtí	名
9648	二	议员	MZ	42	yìyuán	名
9649	附	屹立	MZ	44	yìlì	动
9650	三	亦		4	yì	副
9651	二	异常	MZ	42	yìcháng	形、副
9652	三	异口同声	MQMZ	4321	yì kǒu tóng shēng	
9653	附	异想天开	MQMZ	4311	yì xiǎng tiān kāi	
9654	三	异性	MZ	44	yìxìng	形、名
9655	三	异议	MZ	44	yìyì	名
9656	附	抑扬顿挫	MQMZ	4244	yìyáng dùncuò	
9657	三	抑郁	MZ	44	yìyù	形
9658	三	抑郁症	MQZ	444	yìyùzhèng	名
9659	三	抑制	ZQ	44	yìzhì	动
9660	三	译		4	yì	动
9661	三	易拉罐	MQZ	414	yìlāguàn	名
9662	附	益处	ZQ	44	yìchù	名
9663	一②	意见	ZQ	44	yì·jiàn	名
9664	三	意料	MZ	44	yìliào	动
9665	附	意料之外	MQMZ	4414	yìliào zhī wài	
9666	二	意识	ZQ	42	yì·shí	名、动
9667	一②	意思	ZQ	40	yìsi	名
9668	三	意图	MZ	42	yìtú	名
9669	一③	意外	MZ	44	yìwài	形、名
9670	二	意味着	ZQQ	440	yìwèizhe	动
9671	二	意想不到	MQMZ	4324	yìxiǎng bú dào	

9672	三	意向	MZ	44	yìxiàng	名
9673	一②	意义	ZQ	44	yìyì	名
9674	二	意愿	ZQ	44	yìyuàn	名
9675	二	意志	ZQ	44	yìzhì	名
9676	三	溢		4	yì	动
9677	二	毅力	ZQ	44	yìlì	名
9678	三	毅然	MZ	42	yìrán	副
9679	二	因		1	yīn	介、连
9680	一③	因此	MZ	13	yīncǐ	连
9681	二	因而	MZ	12	yīn'ér	连
9682	附	因人而异	MQMZ	1224	yīn rén ér yì	
9683	二	因素	MZ	14	yīnsù	名
9684	一①	因为	ZQ	14	yīn·wèi	连
9685	二	阴		1	yīn	形
9686	附	阴暗	MZ	14	yīn'àn	形
9687	二	阴谋	MZ	12	yīnmóu	名
9688	二	阴天	MZ	11	yīntiān	名
9689	附	阴性	MZ	14	yīnxìng	名
9690	二	阴影	MZ	13	yīnyǐng	名
9691	二	音量	MZ	14	yīnliàng	名
9692	三	音响	MZ	13	yīnxiǎng	名
9693	二	音像	MZ	14	yīnxiàng	名
9694	一②	音乐	MZ	14	yīnyuè	名
9695	一②	音乐会	MQZ	144	yīnyuèhuì	名
9696	附	殷勤	MZ	12	yīnqín	形
9697	一③	银		2	yín	名
9698	一②	银行	MZ	22	yínháng	名
9699	一③	银行卡	MQZ	223	yínhángkǎ	名
9700	三	银幕	MZ	24	yínmù	名
9701	三	银牌	MZ	22	yínpái	名
9702	二	引		3	yǐn	动
9703	二	引导	MZ	33	yǐndǎo	动
9704	三	引发	MZ	31	yǐnfā	动
9705	二	引进	MZ	34	yǐnjìn	动
9706	附	引经据典	MQMZ	3143	yǐn jīng jù diǎn	
9707	三	引领	MZ	33	yǐnlǐng	动
9708	二	引起	MZ	33	yǐnqǐ	动
9709	附	引擎	MZ	32	yǐnqíng	名
9710	附	引人入胜	MQMZ	3244	yǐn rén rù shèng	
9711	附	引人注目	MQMZ	3244	yǐn rén zhùmù	
9712	三	引入	MZ	34	yǐnrù	动
9713	三	引用	MZ	34	yǐnyòng	动
9714	附	引诱	MZ	34	yǐnyòu	动
9715	二	饮料	MZ	34	yǐnliào	名

9716	二	饮食	MZ	32	yǐnshí	名
9717	三	饮水	MZ	33	yǐn shuǐ	
9718	三	饮用水	MQZ	343	yǐnyòngshuǐ	名
9719	三	隐蔽	MZ	34	yǐnbì	动、形
9720	二	隐藏	MZ	32	yǐncáng	动
9721	三	隐患	MZ	34	yǐnhuàn	名
9722	三	隐瞒	MZ	32	yǐnmán	动
9723	附	隐情	MZ	32	yǐnqíng	名
9724	附	隐身	MZ	31	yǐnshēn	动
9725	二	隐私	MZ	31	yǐnsī	名
9726	附	隐形	MZ	32	yǐnxíng	形
9727	附	隐性	MZ	34	yǐnxìng	形
9728	三	隐约	MZ	31	yǐnyuē	形
9729	三	瘾		3	yǐn	名
9730	二	印		4	yìn	动
9731	二	印刷	MZ	41	yìnshuā	动
9732	附	印刷术	MQZ	414	yìnshuāshù	名
9733	一②	印象	ZQ	44	yìnxiàng	名
9734	附	印章	MZ	41	yìnzhāng	名
9735	三	印证	MZ	44	yìnzhèng	动、名
9736	二	应		1	yīng	动
9737	一③	应当	MZ	11	yīngdāng	动
9738	一①	应该	MZ	11	yīnggāi	动
9739	附	应有尽有	MQMZ	1343	yīng yǒu jìn yǒu	
9740	附	英镑	MZ	14	yīngbàng	名
9741	三	英俊	MZ	14	yīngjùn	形
9742	一③	英文	MZ	12	Yīngwén	名
9743	一③	英雄	MZ	12	yīngxióng	名
9744	二	英勇	MZ	13	yīngyǒng	形
9745	一②	英语	MZ	13	Yīngyǔ	名
9746	三	婴儿	MZ	12	yīng'ér	名
9747	三	鹰		1	yīng	名
9748	三	迎		2	yíng	动
9749	三	迎合	MZ	22	yínghé	动
9750	一③	迎接	MZ	21	yíngjiē	动
9751	二	迎来	ZQ	20	yínglai	
9752	附	荧光	MZ	21	yíngguāng	名
9753	三	盈利	MZ	24	yínglì	动、名
9754	三	营救	MZ	24	yíngjiù	动
9755	一②	营养	MZ	23	yíngyǎng	名
9756	二	营业	MZ	24	yíngyè	动
9757	三	营造	MZ	24	yíngzào	动
9758	二	赢		2	yíng	动
9759	二	赢得	MZ	22	yíngdé	动

9760	附	赢家	MZ	21	yíngjiā	名
9761	二	影迷	MZ	32	yǐngmí	名
9762	一③	影片	MZ	34	yǐngpiàn	名
9763	一③	影视	MZ	34	yǐngshì	名
9764	一②	影响	MZ	33	yǐngxiǎng	动、名
9765	三	影像	MZ	34	yǐngxiàng	名
9766	二	影星	MZ	31	yǐngxīng	名
9767	二	影子	ZQ	30	yǐngzi	名
9768	二	应		4	yìng	动
9769	附	应酬	ZQ	40	yìngchou	动、名
9770	二	应对	MZ	44	yìngduì	动
9771	三	应付	ZQ	40	yìngfu	动
9772	二	应急	MZ	42	yìng // jí	
9773	三	应聘	MZ	44	yìngpìn	动
9774	三	应邀	MZ	41	yìngyāo	动
9775	一③	应用	MZ	44	yìngyòng	动
9776	三	映		4	yìng	动
9777	二	硬		4	yìng	形、副
9778	三	硬币	MZ	44	yìngbì	名
9779	二	硬件	MZ	44	yìngjiàn	名
9780	附	硬朗	ZQ	40	yìnglang	形
9781	三	硬盘	MZ	42	yìngpán	名
9782	二	拥抱	MZ	14	yōngbào	动
9783	二	拥护	MZ	14	yōnghù	动
9784	三	拥挤	MZ	13	yōngjǐ	动、形
9785	二	拥有	MZ	13	yōngyǒu	动
9786	三	庸俗	MZ	12	yōngsú	形
9787	三	永不	MZ	34	yǒng bù	
9788	三	永恒	MZ	32	yǒnghéng	形
9789	三	永久	MZ	33	yǒngjiǔ	形
9790	一②	永远	MZ	33	yǒngyuǎn	副
9791	二	勇敢	MZ	33	yǒnggǎn	形
9792	二	勇气	MZ	34	yǒngqì	名
9793	附	勇往直前	MQMZ	3322	yǒng wǎng zhí qián	
9794	三	勇于	MZ	32	yǒngyú	动
9795	三	涌		3	yǒng	动
9796	附	涌入	MZ	34	yǒngrù	动
9797	三	涌现	MZ	34	yǒngxiàn	动
9798	附	踊跃	MZ	34	yǒngyuè	动、形
9799	一①	用		4	yòng	动
9800	二	用不着	MQZ	402	yòng bu zháo	
9801	三	用餐	MZ	41	yòng // cān	
9802	二	用处	ZQ	44	yòngchù	名
9803	二	用得着	MQZ	402	yòng de zháo	

9804	二	用法	MZ	43	yòngfǎ	名	
9805	三	用功	MZ	41	yònggōng	形	
9806	二	用户	MZ	44	yònghù	名	
9807	二	用来	ZQ	40	yònglai		
9808	三	用力	MZ	44	yòng // lì		
9809	二	用品	MZ	43	yòngpǐn	名	
9810	三	用人	MZ	42	yòng // rén		
9811	二	用途	MZ	42	yòngtú	名	
9812	二	用心	MZ	41	yòngxīn	名	
9813	三	用意	MZ	44	yòngyì	名	
9814	二	用于	MZ	42	yòngyú		
9815	三	优		1	yōu	形	
9816	一②	优点	MZ	13	yōudiǎn	名	
9817	三	优化	MZ	14	yōuhuà	动	
9818	二	优惠	MZ	14	yōuhuì	形	
9819	二	优良	MZ	12	yōuliáng	形	
9820	二	优美	MZ	13	yōuměi	形	
9821	一③	优势	MZ	14	yōushì	名	
9822	二	优先	MZ	11	yōuxiān	动	
9823	二	优秀	MZ	14	yōuxiù	形	
9824	三	优雅	MZ	13	yōuyǎ	形	
9825	三	优异	MZ	14	yōuyì	形	
9826	三	优越	MZ	14	yōuyuè	形	
9827	二	优质	MZ	14	yōuzhì	形	
9828	三	忧愁	MZ	12	yōuchóu	形	
9829	三	忧虑	MZ	14	yōulǜ	动	
9830	三	忧郁	MZ	14	yōuyù	形	
9831	二	幽默	MZ	14	yōumò	形	
9832	三	悠久	MZ	13	yōujiǔ	形	
9833	三	悠闲	MZ	12	yōuxián	形	
9834	二	尤其	MZ	22	yóuqí	副	
9835	附	尤为	MZ	22	yóuwéi	副	
9836	一③	由		2	yóu	介	
9837	二	由此	MZ	23	yóu cǐ		
9838	附	由此看来	MQMZ	2342	yóu cǐ kàn lái		
9839	三	由此可见	MQMZ	2334	yóu cǐ kě jiàn		
9840	附	由来	MZ	22	yóulái	名	
9841	一③	由于	MZ	22	yóuyú	介、连	
9842	附	由衷	MZ	21	yóuzhōng	动	
9843	三	邮编	MZ	21	yóubiān	名	
9844	二	邮件	MZ	24	yóujiàn	名	
9845	一②	邮局	MZ	22	yóujú	名	
9846	一②	邮票	MZ	24	yóupiào	名	
9847	二	邮箱	MZ	21	yóuxiāng	名	

9848	三	邮政	MZ	24	yóuzhèng	名
9849	三	犹如	MZ	22	yóurú	动
9850	二	犹豫	MZ	24	yóuyù	形
9851	三	犹豫不决	MQMZ	2442	yóuyù bù jué	
9852	一②	油		2	yóu	名
9853	三	油画	MZ	24	yóuhuà	名
9854	一②	游		2	yóu	动
9855	附	游船	MZ	22	yóuchuán	名
9856	一③	游客	MZ	24	yóukè	名
9857	三	游览	MZ	23	yóulǎn	动
9858	二	游人	MZ	22	yóurén	名
9859	二	游玩	MZ	22	yóuwán	动
9860	一②	游戏	MZ	24	yóuxì	名
9861	二	游戏机	MQZ	241	yóuxìjī	名
9862	二	游行	MZ	22	yóuxíng	动
9863	一②	游泳	MZ	23	yóu // yǒng	
9864	二	游泳池	MQZ	232	yóuyǒngchí	名
9865	一②	友好	MZ	33	yǒuhǎo	形
9866	三	友情	MZ	32	yǒuqíng	名
9867	三	友人	MZ	32	yǒurén	名
9868	附	友善	MZ	34	yǒushàn	形
9869	二	友谊	MZ	34	yǒuyì	名
9870	一①	有		3	yǒu	动
9871	三	有待	MZ	34	yǒudài	动
9872	一①	有的	ZQ	30	yǒude	代
9873	一③	有的是	MQZ	304	yǒudeshì	
9874	附	有的放矢	MQMZ	3443	yǒu dì fàng shǐ	
9875	三	有毒	MZ	32	yǒu dú	
9876	二	有关	MZ	31	yǒuguān	动
9877	二	有害	MZ	34	yǒu hài	
9878	三	有机	MZ	31	yǒujī	形
9879	二	有劲儿	MZ	34	yǒu // jìnr	
9880	一②	有空儿	MZ	34	yǒu kòngr	
9881	附	有口无心	MQMZ	3321	yǒu kǒu wú xīn	
9882	二	有力	MZ	34	yǒulì	形
9883	一③	有利	MZ	34	yǒulì	形
9884	二	有利于	MQZ	342	yǒulì yú	
9885	附	有两下子	MQZQ	3340	yǒu liǎngxiàzi	
9886	二	有没有	MQZ	323	yǒu méiyǒu	
9887	一①	有名	MZ	32	yǒu // míng	
9888	二	有趣	MZ	34	yǒuqù	形
9889	二	有人	MZ	32	yǒu rén	
9890	附	有声有色	MQMZ	3134	yǒu shēng yǒu sè	
9891	一①	有时候｜有时	ZQQ｜MZ	320｜32	yǒushíhou｜yǒushí	副

9892	二	有事	MZ	34	yǒu shì	
9893	三	有所	MZ	33	yǒu suǒ	
9894	附	有所不同	MQMZ	3342	yǒu suǒ bù tóng	
9895	三	有望	MZ	34	yǒuwàng	动
9896	二	有限	MZ	34	yǒuxiàn	形
9897	一③	有效	MZ	34	yǒuxiào	动
9898	三	有效期	MQZ	341	yǒuxiàoqī	名
9899	一①	有（一）点儿	M（Q）Z	3（4）3	yǒu (yì) diǎnr	副
9900	一①	有（一）些	M（Q）Z	3（4）1	yǒu (yì) xiē	代
9901	三	有幸	MZ	34	yǒuxìng	形
9902	三	有序	MZ	34	yǒuxù	形
9903	三	有益	MZ	34	yǒuyì	形
9904	三	有意	MZ	34	yǒuyì	动、副
9905	一②	有意思	MZQ	340	yǒu yìsi	
9906	一①	有用	MZ	34	yǒu yòng	
9907	附	有朝一日	MQMZ	3124	yǒu zhāo yí rì	
9908	三	有助于	MQZ	342	yǒu zhù yú	
9909	二	有着	ZQ	30	yǒuzhe	动
9910	一①	又		4	yòu	副
9911	一②	右		4	yòu	名
9912	一②	右边	ZQ	40	yòubian	名
9913	二	幼儿园	MQZ	422	yòu'éryuán	名
9914	三	幼稚	MZ	44	yòuzhì	形
9915	附	诱饵	MZ	43	yòu'ěr	名
9916	三	诱发	MZ	41	yòufā	动
9917	三	诱惑	MZ	44	yòuhuò	动
9918	三	诱人	MZ	42	yòurén	形
9919	二	于		2	yú	介
9920	二	于是	MZ	24	yúshì	连
9921	三	余		2	yú	动、数
9922	三	余地	MZ	24	yúdì	名
9923	一②	鱼		2	yú	名
9924	二	娱乐	MZ	24	yúlè	动、名
9925	三	渔船	MZ	22	yúchuán	名
9926	三	渔民	MZ	22	yúmín	名
9927	附	逾期	MZ	21	yú // qī	
9928	二	愉快	MZ	24	yúkuài	形
9929	三	愚蠢	MZ	23	yúchǔn	形
9930	附	愚公移山	MQMZ	2121	yúgōng yí shān	
9931	三	舆论	MZ	24	yúlùn	名
9932	一③	与		3	yǔ	介、连
9933	三	与此同时	MQMZ	3322	yǔ cǐ tóngshí	
9934	三	与否	MZ	33	yǔ fǒu	
9935	三	与其	MZ	32	yǔqí	连

9936	附	与日俱增	MQMZ	3441	yǔ rì jù zēng	
9937	附	与时俱进	MQMZ	3244	yǔ shí jù jìn	
9938	三	与众不同	MQMZ	3442	yǔ zhòng bù tóng	
9939	三	予以	MZ	33	yǔyǐ	动
9940	二	宇航员	MQZ	322	yǔhángyuán	名
9941	三	宇宙	MZ	34	yǔzhòu	名
9942	二	羽毛球	MQZ	322	yǔmáoqiú	名
9943	三	羽绒服	MQZ	322	yǔróngfú	名
9944	一②	雨		3	yǔ	名
9945	二	雨水	MZ	33	yǔshuǐ	名
9946	二	雨衣	MZ	31	yǔyī	名
9947	二	语法	MZ	33	yǔfǎ	名
9948	三	语气	MZ	34	yǔqì	名
9949	一②	语言	MZ	32	yǔyán	名
9950	一③	语音	MZ	31	yǔyīn	名
9951	二	玉		4	yù	名
9952	二	玉米	MZ	43	yùmǐ	名
9953	三	浴室	MZ	44	yùshì	名
9954	一③	预报	MZ	44	yùbào	动、名
9955	二	预备	MZ	44	yùbèi	动
9956	二	预测	MZ	44	yùcè	动
9957	二	预订	MZ	44	yùdìng	动
9958	三	预定	MZ	44	yùdìng	动
9959	一③	预防	MZ	42	yùfáng	动
9960	附	预感	MZ	43	yùgǎn	动、名
9961	三	预告	MZ	44	yùgào	动、名
9962	一③	预计	MZ	44	yùjì	动
9963	三	预见	MZ	44	yùjiàn	动、名
9964	三	预料	MZ	44	yùliào	动、名
9965	二	预期	MZ	41	yùqī	动
9966	三	预赛	MZ	44	yùsài	动、名
9967	三	预示	MZ	44	yùshì	动
9968	三	预售	MZ	44	yùshòu	动
9969	三	预算	MZ	44	yùsuàn	名
9970	三	预先	MZ	41	yùxiān	副
9971	三	预言	MZ	42	yùyán	动、名
9972	二	预约	MZ	41	yùyuē	动
9973	附	预兆	MZ	44	yùzhào	名、动
9974	三	欲望	ZQ	44	yùwàng	名
9975	二	遇		4	yù	动
9976	二	遇到	ZQ	44	yùdào	
9977	二	遇见	ZQ	44	yùjiàn	
9978	三	遇难	MZ	44	yù // nàn	
9979	三	遇上	ZQ	40	yùshang	

9980	附	遇险	MZ	43	yù // xiǎn	
9981	三	寓言	MZ	42	yùyán	名
9982	三	寓意	MZ	44	yùyì	名
9983	附	愈合	MZ	42	yùhé	动
9984	三	愈来愈	MQZ	424	yù lái yù	
9985	附	愈演愈烈	MQMZ	4344	yù yǎn yù liè	
9986	三	冤		1	yuān	名、形
9987	三	冤枉	ZQ	10	yuānwang	动、形
9988	三	渊源	MZ	12	yuānyuán	名
9989	一②	元		2	yuán	量
9990	二	元旦	MZ	24	Yuándàn	名
9991	附	元老	MZ	23	yuánlǎo	名
9992	三	元首	MZ	23	yuánshǒu	名
9993	二	元素	MZ	24	yuánsù	名
9994	三	元宵节	MQZ	212	Yuánxiāo Jié	名
9995	二	园		2	yuán	名
9996	二	园地	MZ	24	yuándì	名
9997	二	园林	MZ	22	yuánlín	名
9998	一③	员（服务员）		2（242）	yuán（fúwùyuán）	后缀
9999	一③	员工	MZ	21	yuángōng	名
10000	二	原		2	yuán	形
10001	三	原本	MZ	23	yuánběn	副
10002	三	原材料	MQZ	224	yuáncáiliào	名
10003	附	原创	MZ	24	yuánchuàng	动
10004	三	原地	MZ	24	yuán dì	
10005	一②	原来	MZ	22	yuánlái	形、副
10006	二	原理	MZ	23	yuánlǐ	名
10007	二	原谅	MZ	24	yuánliàng	动
10008	二	原料	MZ	24	yuánliào	名
10009	二	原始	MZ	23	yuánshǐ	形
10010	二	原先	MZ	21	yuánxiān	名
10011	三	原型	MZ	22	yuánxíng	名
10012	一②	原因	MZ	21	yuányīn	名
10013	二	原有	MZ	23	yuányǒu	
10014	二	原则	MZ	22	yuánzé	名
10015	附	原汁原味	MQMZ	2124	yuán zhī yuán wèi	
10016	附	原装	MZ	21	yuánzhuāng	形
10017	二	圆		2	yuán	形、名
10018	二	圆满	MZ	23	yuánmǎn	形
10019	三	圆形	MZ	22	yuán xíng	
10020	二	圆珠笔	MQZ	213	yuánzhūbǐ	名
10021	二	援助	MZ	24	yuánzhù	动
10022	三	缘分	ZQ	24	yuán·fèn	名
10023	二	缘故	MZ	24	yuángù	名

10024	三	源泉	MZ	22	yuánquán	名
10025	三	源头	MZ	22	yuántóu	名
10026	三	源于	MZ	22	yuányú	
10027	附	源源不断	MQMZ	2224	yuányuán bú duàn	
10028	一①	远		3	yuǎn	形
10029	三	远程	MZ	32	yuǎnchéng	形
10030	二	远处	MZ	34	yuǎnchù	名
10031	二	远方	MZ	31	yuǎnfāng	名
10032	附	远见	MZ	34	yuǎnjiàn	名
10033	附	远近闻名	MQMZ	3422	yuǎnjìn wénmíng	
10034	二	远离	MZ	32	yuǎn lí	
10035	二	远远	MZ	33	yuǎnyuǎn	
10036	二	怨		4	yuàn	动
10037	附	怨恨	MZ	44	yuànhèn	动、名
10038	附	怨气	MZ	44	yuànqì	名
10039	附	怨言	MZ	42	yuànyán	名
10040	一③	院		4	yuàn	名
10041	三	院士	ZQ	44	yuànshì	名
10042	一③	院长	MZ	43	yuànzhǎng	名
10043	一③	院子	ZQ	40	yuànzi	名
10044	二	愿		4	yuàn	动
10045	一②	愿望	ZQ	44	yuànwàng	名
10046	一②	愿意	ZQ	44	yuànyì	动
10047	附	曰		1	yuē	动
10048	一②	约		1	yuē	动
10049	二	约定	MZ	14	yuēdìng	动
10050	附	约定俗成	MQMZ	1422	yuē dìng sú chéng	
10051	二	约会	MZ	14	yuē·huì	动、名
10052	二	约束	MZ	14	yuēshù	动
10053	一①	月		4	yuè	名
10054	二	月饼	ZQ	40	yuèbing	名
10055	三	月初	MZ	41	yuèchū	名
10056	二	月底	MZ	43	yuèdǐ	名
10057	一③	月份	ZQ	44	yuèfèn	名
10058	一②	月亮	ZQ	40	yuèliang	名
10059	三	月票	MZ	44	yuèpiào	名
10060	二	月球	MZ	42	yuèqiú	名
10061	二	乐队	MZ	44	yuèduì	名
10062	三	乐器	MZ	44	yuèqì	名
10063	二	乐曲	MZ	43	yuèqǔ	名
10064	三	岳父	MZ	44	yuèfù	名
10065	三	岳母	MZ	43	yuèmǔ	名
10066	二	阅读	MZ	42	yuèdú	动
10067	二	阅览室	MQZ	434	yuèlǎnshì	名

10068	附	阅历	ZQ	44	yuèlì	动、名
10069	附	悦耳	MZ	43	yuè'ěr	形
10070	一②	越		4	yuè	副
10071	三	越发	MZ	41	yuèfā	副
10072	三	越过	ZQ	44	yuèguò	
10073	一②	越来越	MQZ	424	yuè lái yuè	
10074	二	晕		1	yūn	动、形
10075	三	晕倒	MZ	13	yūndǎo	
10076	二	云		2	yún	名
10077	二	允许	MZ	33	yǔnxǔ	动
10078	附	陨石	MZ	32	yǔnshí	名
10079	三	孕妇	MZ	44	yùnfù	名
10080	附	孕育	MZ	44	yùnyù	动
10081	二	运		4	yùn	动
10082	一②	运动	ZQ	44	yùndòng	动、名
10083	二	运动会	MQZ	444	yùndònghuì	名
10084	二	运动员	MQZ	442	yùndòngyuán	名
10085	三	运河	MZ	42	yùnhé	名
10086	二	运气	ZQ	40	yùnqi	名
10087	一③	运输	MZ	41	yùnshū	动
10088	三	运送	MZ	44	yùnsòng	动
10089	二	运行	MZ	42	yùnxíng	动
10090	三	运营	MZ	42	yùnyíng	动
10091	二	运用	MZ	44	yùnyòng	动
10092	三	运转	MZ	43	yùnzhuǎn	动
10093	二	运作	MZ	44	yùnzuò	动
10094	二	晕车	MZ	41	yùn // chē	
10095	三	酝酿	MZ	44	yùnniàng	动
10096	三	韵味	ZQ	44	yùnwèi	名
10097	三	蕴藏	MZ	42	yùncáng	动
10098	附	蕴涵	MZ	42	yùnhán	动
10099	二	杂		2	zá	形
10100	三	杂技	MZ	24	zájì	名
10101	附	杂交	MZ	21	zájiāo	动
10102	附	杂乱无章	MQMZ	2421	záluàn wú zhāng	
10103	一②	杂志	MZ	24	zázhì	名
10104	三	砸		2	zá	动
10105	二	灾		1	zāi	名
10106	二	灾害	MZ	14	zāihài	名
10107	二	灾难	MZ	14	zāinàn	名
10108	二	灾区	MZ	11	zāiqū	名
10109	三	栽		1	zāi	动
10110	三	栽培	MZ	12	zāipéi	动
10111	三	宰		3	zǎi	动

10112	一①	再		4	zài	副
10113	二	再次	MZ	44	zàicì	副
10114	二	再度	MZ	44	zàidù	副
10115	一①	再见	MZ	44	zàijiàn	动
10116	二	再三	MZ	41	zàisān	副
10117	二	再生	MZ	41	zàishēng	动
10118	二	再说	MZ	41	zàishuō	动、连
10119	三	再现	MZ	44	zàixiàn	动
10120	二	再也	MZ	43	zài yě	
10121	一①	在		4	zài	动、介
10122	一②	在		4	zài	副
10123	二	在场	MZ	43	zàichǎng	动
10124	二	在乎	ZQ	40	zàihu	动
10125	一①	在家	MZ	41	zàijiā	动
10126	二	在内	MZ	44	zàinèi	动
10127	三	在线	MZ	44	zàixiàn	动
10128	三	在意	MZ	44	zài // yì	
10129	二	在于	MZ	42	zàiyú	动
10130	附	在职	MZ	42	zàizhí	动
10131	三	载体	MZ	43	zàitǐ	名
10132	一③	咱		2	zán	代
10133	一②	咱们	ZQ	20	zánmen	代
10134	三	攒		3	zǎn	动
10135	三	暂		4	zàn	副
10136	二	暂时	MZ	42	zànshí	名
10137	二	暂停	MZ	42	zàntíng	动
10138	附	赞不绝口	MQMZ	4423	zàn bù jué kǒu	
10139	二	赞成	MZ	42	zànchéng	动
10140	三	赞美	MZ	43	zànměi	动
10141	二	赞赏	MZ	43	zànshǎng	动
10142	三	赞叹	MZ	44	zàntàn	动
10143	附	赞叹不已	MQMZ	4443	zàntàn bù yǐ	
10144	三	赞同	MZ	42	zàntóng	动
10145	三	赞许	MZ	43	zànxǔ	动
10146	三	赞扬	MZ	42	zànyáng	动
10147	二	赞助	MZ	44	zànzhù	动
10148	一②	脏		1	zāng	形
10149	三	葬		4	zàng	动
10150	附	葬礼	MZ	43	zànglǐ	名
10151	二	遭到	MZ	14	zāodào	
10152	二	遭受	MZ	14	zāoshòu	动
10153	附	遭殃	MZ	11	zāo // yāng	
10154	二	遭遇	MZ	14	zāoyù	动、名
10155	二	糟		1	zāo	形

10156	二	糟糕	MZ	11	zāogāo	形
10157	附	凿		2	záo	动
10158	一①	早		3	zǎo	形
10159	二	早餐	MZ	31	zǎocān	名
10160	一②	早晨	ZQ	30	zǎochen	名
10161	一①	早饭	MZ	34	zǎofàn	名
10162	一③	早就	MZ	34	zǎo jiù	
10163	三	早年	MZ	32	zǎonián	名
10164	二	早期	MZ	31	zǎoqī	名
10165	三	早日	MZ	34	zǎorì	副、名
10166	一①	早上	ZQ	30	zǎoshang	名
10167	二	早晚	MZ	33	zǎowǎn	名、副
10168	一③	早已	MZ	33	zǎoyǐ	副
10169	三	枣		3	zǎo	名
10170	一③	造		4	zào	动
10171	一③	造成	MZ	42	zàochéng	动
10172	三	造福	MZ	42	zàofú	动
10173	三	造假	MZ	43	zàojiǎ	动
10174	三	造价	MZ	44	zàojià	名
10175	三	造就	MZ	44	zàojiù	动、名
10176	二	造型	MZ	42	zàoxíng	名
10177	附	造纸术	MQZ	434	zàozhǐshù	名
10178	三	噪声	MZ	41	zàoshēng	名
10179	三	噪音	MZ	41	zàoyīn	名
10180	三	则		2	zé	连、量
10181	三	责备	MZ	24	zébèi	动
10182	三	责怪	MZ	24	zéguài	动
10183	一③	责任	MZ	24	zérèn	名
10184	三	贼		2	zéi	名
10185	一①	怎么	ZQ	30	zěnme	代
10186	一②	怎么办	MQZ	304	zěnme bàn	
10187	一①	怎么样	MQZ	304	zěnmeyàng	代
10188	一③	怎样	MZ	34	zěnyàng	代
10189	二	增		1	zēng	动
10190	二	增产	MZ	13	zēng // chǎn	
10191	二	增大	MZ	14	zēngdà	
10192	二	增多	MZ	11	zēngduō	动
10193	一②	增加	MZ	11	zēngjiā	动
10194	二	增进	MZ	14	zēngjìn	动
10195	二	增强	MZ	12	zēngqiáng	动
10196	三	增收	MZ	11	zēngshōu	动
10197	三	增添	MZ	11	zēngtiān	动
10198	一③	增长	MZ	13	zēngzhǎng	动
10199	二	增值	MZ	12	zēngzhí	动

10200	三	赠		4	zèng	动
10201	二	赠送	MZ	44	zèngsòng	动
10202	二	扎		1	zhā	动
10203	附	扎根	MZ	11	zhā // gēn	
10204	二	扎实	ZQ	10	zhāshi	形
10205	三	渣子	ZQ	10	zhāzi	名
10206	三	闸		2	zhá	名
10207	三	炸		2	zhá	动
10208	三	眨眼	MZ	33	zhǎ // yǎn	
10209	三	诈骗	MZ	44	zhàpiàn	动
10210	二	炸		4	zhà	动
10211	二	炸弹	MZ	44	zhàdàn	名
10212	二	炸药	MZ	44	zhàyào	名
10213	附	榨		4	zhà	动
10214	二	摘		1	zhāi	动
10215	三	窄		3	zhǎi	形
10216	二	债		4	zhài	名
10217	三	债务	ZQ	44	zhàiwù	名
10218	三	占卜	MZ	13	zhānbǔ	动
10219	三	沾		1	zhān	动
10220	附	沾光	MZ	11	zhān // guāng	
10221	三	粘		1	zhān	动
10222	附	瞻仰	MZ	13	zhānyǎng	动
10223	三	斩		3	zhǎn	动
10224	附	斩草除根	MQMZ	3321	zhǎn cǎo chú gēn	
10225	附	盏		3	zhǎn	量
10226	三	展出	MZ	31	zhǎnchū	动
10227	一③	展开	MZ	31	zhǎnkāi	
10228	二	展览	MZ	33	zhǎnlǎn	动、名
10229	三	展览会	MQZ	334	zhǎnlǎnhuì	名
10230	二	展示	MZ	34	zhǎnshì	动
10231	三	展望	MZ	34	zhǎnwàng	动
10232	二	展现	MZ	34	zhǎnxiàn	动
10233	三	崭新	MZ	31	zhǎnxīn	形
10234	一③	占		4	zhàn	动
10235	二	占据	MZ	44	zhànjù	动
10236	二	占领	MZ	43	zhànlǐng	动
10237	三	占用	MZ	44	zhànyòng	动
10238	二	占有	MZ	43	zhànyǒu	动
10239	二	战场	MZ	43	zhànchǎng	名
10240	二	战斗	MZ	44	zhàndòu	动、名
10241	二	战略	MZ	44	zhànlüè	名
10242	二	战胜	MZ	44	zhànshèng	动
10243	二	战士	ZQ	44	zhànshì	名

10244	二	战术	MZ	44	zhànshù	名
10245	二	战友	MZ	43	zhànyǒu	名
10246	二	战争	MZ	41	zhànzhēng	名
10247	一①	站		4	zhàn	动
10248	一②	站		4	zhàn	名
10249	三	站立	MZ	44	zhànlì	动
10250	二	站台	MZ	42	zhàntái	名
10251	二	站住	ZQ	44	zhànzhù	
10252	附	绽放	MZ	44	zhànfàng	动
10253	附	蘸		4	zhàn	动
10254	一②	张		1	zhāng	量
10255	一③	张		1	zhāng	动
10256	附	张灯结彩	MQMZ	1123	zhāng dēng jié cǎi	
10257	三	张贴	MZ	11	zhāngtiē	动
10258	三	张扬	MZ	12	zhāngyáng	动
10259	二	章		1	zhāng	量
10260	一①	长		3	zhǎng	动
10261	二	长（秘书长）		3（413）	zhǎng (mìshūzhǎng)	后缀
10262	三	长辈	MZ	34	zhǎngbèi	名
10263	一②	长大	MZ	34	zhǎngdà	
10264	三	长相	MZ	34	zhǎngxiàng	名
10265	二	涨		3	zhǎng	动
10266	二	涨价	MZ	34	zhǎng // jià	
10267	附	掌管	MZ	33	zhǎngguǎn	动
10268	二	掌声	MZ	31	zhǎngshēng	名
10269	一②	掌握	MZ	34	zhǎngwò	动
10270	二	丈夫	ZQ	40	zhàngfu	名
10271	三	帐篷	ZQ	40	zhàngpeng	名
10272	三	帐子	ZQ	40	zhàngzi	名
10273	二	账		4	zhàng	名
10274	三	账单	MZ	41	zhàngdān	名
10275	三	账号	MZ	44	zhànghào	名
10276	二	账户	MZ	44	zhànghù	名
10277	三	胀		4	zhàng	动
10278	二	涨		4	zhàng	动
10279	二	障碍	MZ	44	zhàng'ài	名、动
10280	二	招		1	zhāo	动
10281	三	招标	MZ	11	zhāo // biāo	
10282	三	招待	MZ	14	zhāodài	动
10283	三	招待会	MQZ	144	zhāodàihuì	名
10284	二	招呼	ZQ	10	zhāohu	动
10285	附	招揽	MZ	13	zhāolǎn	动
10286	三	招募	MZ	14	zhāomù	动

10287	三	招牌	ZQ	10	zhāopai	名
10288	二	招聘	MZ	14	zhāopìn	动
10289	一③	招生	MZ	11	zhāo // shēng	
10290	三	招收	MZ	11	zhāoshōu	动
10291	一③	招手	MZ	13	zhāo // shǒu	
10292	三	招数	ZQ	14	zhāoshù	名
10293	附	朝气蓬勃	MQMZ	1422	zhāoqì péngbó	
10294	附	朝三暮四	MQMZ	1144	zhāo sān mù sì	
10295	附	朝夕相处	MQMZ	1113	zhāoxī xiāngchǔ	
10296	二	着		2	zháo	动
10297	三	着火	MZ	23	zháo // huǒ	
10298	一②	着急	MZ	22	zháo // jí	
10299	附	着迷	MZ	22	zháo // mí	
10300	一①	找		3	zhǎo	动
10301	二	找出	MZ	31	zhǎochū	
10302	一①	找到	MZ	34	zhǎodào	
10303	三	沼泽	MZ	32	zhǎozé	名
10304	三	召集	MZ	42	zhàojí	动
10305	二	召开	MZ	41	zhàokāi	动
10306	三	兆头	ZQ	40	zhàotou	名
10307	一③	照		4	zhào	动、介
10308	附	照办	MZ	44	zhào // bàn	
10309	三	照常	MZ	42	zhàocháng	动、副
10310	一②	照顾	ZQ	44	zhàogù	动
10311	三	照例	MZ	44	zhàolì	副
10312	三	照料	ZQ	44	zhàoliào	动
10313	三	照明	MZ	42	zhàomíng	动
10314	一②	照片	MZ	44	zhàopiàn	名
10315	一②	照相	MZ	44	zhào // xiàng	
10316	二	照样	MZ	44	zhàoyàng	副
10317	二	照耀	MZ	44	zhàoyào	动
10318	三	罩		4	zhào	动、名
10319	三	肇事	MZ	44	zhàoshì	动
10320	三	折腾	ZQ	10	zhēteng	动
10321	三	遮		1	zhē	动
10322	附	遮盖	MZ	14	zhēgài	动
10323	二	折		2	zhé	动
10324	附	折叠	MZ	22	zhédié	动
10325	三	折合	MZ	22	zhéhé	动
10326	三	折扣	MZ	24	zhékòu	名
10327	三	折磨	ZQ	22	zhé‧mó	动
10328	三	折射	MZ	24	zhéshè	动
10329	二	哲学	MZ	22	zhéxué	名
10330	二	者（劳动者）		3（243）	zhě (láodòngzhě)	后缀

10331	一①	这		4	zhè / zhèi	代
10332	一②	这边	MZ	41	zhèbiān	代
10333	三	这会儿	MZ	44	zhèhuìr	代
10334	二	这就是说	MMQZ	4441	zhè jiùshì shuō	
10335	一①	这里	ZQ	40	zhèli	代
10336	一①	这么	ZQ	40	zhème	代
10337	一①	这儿		4	zhèr	代
10338	一②	这时候｜这时	ZQQ｜MZ	420｜42	zhè shíhou｜zhè shí	
10339	一①	这些	MZ	41	zhèxiē	代
10340	一①	这样	ZQ	44	zhèyàng	代
10341	三	这样一来	MQMZ	4442	zhèyàng yì lái	
10342	一①	着		0	zhe	助
10343	二	针		1	zhēn	名
10344	二	针对	MZ	14	zhēnduì	动
10345	附	针锋相对	MQMZ	1114	zhēn fēng xiāng duì	
10346	三	针灸	MZ	13	zhēnjiǔ	名
10347	三	侦察	MZ	12	zhēnchá	动
10348	三	珍藏	MZ	12	zhēncáng	动、名
10349	二	珍贵	MZ	14	zhēnguì	形
10350	附	珍视	MZ	14	zhēnshì	动
10351	二	珍惜	MZ	11	zhēnxī	动
10352	附	珍重	MZ	14	zhēnzhòng	动
10353	二	珍珠	MZ	11	zhēnzhū	名
10354	一①	真		1	zhēn	副
10355	二	真诚	MZ	12	zhēnchéng	形
10356	一①	真的	ZQ	10	zhēnde	
10357	三	真假	MZ	13	zhēn jiǎ	
10358	三	真空	MZ	11	zhēnkōng	名
10359	二	真理	MZ	13	zhēnlǐ	名
10360	三	真情	MZ	12	zhēnqíng	名
10361	一③	真实	MZ	12	zhēnshí	形
10362	附	真是的	ZQQ	100	zhēnshide	
10363	二	真相	MZ	14	zhēnxiàng	名
10364	三	真心	MZ	11	zhēnxīn	名
10365	一③	真正	MZ	14	zhēnzhèng	形
10366	附	真挚	MZ	14	zhēnzhì	形
10367	二	诊断	MZ	34	zhěnduàn	动
10368	三	诊所	MZ	33	zhěnsuǒ	名
10369	三	枕头	ZQ	30	zhěntou	名
10370	二	阵		4	zhèn	量
10371	三	阵容	MZ	42	zhènróng	名
10372	三	阵营	MZ	42	zhènyíng	名
10373	二	振动	MZ	44	zhèndòng	动

10374	三	振奋	MZ	44	zhènfèn	形、动
10375	三	振兴	MZ	41	zhènxīng	动
10376	附	振作	MZ	44	zhènzuò	形、动
10377	三	震		4	zhèn	动
10378	三	震动	MZ	44	zhèndòng	动
10379	三	震撼	MZ	44	zhènhàn	动
10380	二	震惊	MZ	41	zhènjīng	形、动
10381	二	镇		4	zhèn	名
10382	三	镇		4	zhèn	动
10383	附	镇定	MZ	44	zhèndìng	形、动
10384	一③	争		1	zhēng	动
10385	三	争吵	MZ	13	zhēngchǎo	动
10386	三	争端	MZ	11	zhēngduān	名
10387	二	争夺	MZ	12	zhēngduó	动
10388	附	争分夺秒	MQMZ	1123	zhēng fēn duó miǎo	
10389	附	争光	MZ	11	zhēng // guāng	
10390	二	争论	MZ	14	zhēnglùn	动
10391	附	争气	MZ	14	zhēng // qì	
10392	一③	争取	MZ	13	zhēngqǔ	动
10393	附	争先恐后	MQMZ	1134	zhēng xiān kǒng hòu	
10394	二	争议	MZ	14	zhēngyì	动
10395	三	争执	MZ	12	zhēngzhí	动
10396	三	征		1	zhēng	动
10397	二	征服	MZ	12	zhēngfú	动
10398	三	征集	MZ	12	zhēngjí	动
10399	二	征求	MZ	12	zhēngqiú	动
10400	三	征收	MZ	11	zhēngshōu	动
10401	三	挣扎	MZ	12	zhēngzhá	动
10402	附	症结	MZ	12	zhēngjié	名
10403	三	睁		1	zhēng	动
10404	三	蒸		1	zhēng	动
10405	三	拯救	MZ	34	zhěngjiù	动
10406	一③	整		3	zhěng	形、动
10407	二	整顿	MZ	34	zhěngdùn	动
10408	一②	整个	MZ	34	zhěnggè	形
10409	三	整合	MZ	32	zhěnghé	动
10410	三	整洁	MZ	32	zhěngjié	形
10411	一③	整理	MZ	33	zhěnglǐ	动
10412	一②	整齐	MZ	32	zhěngqí	形
10413	附	整数	MZ	34	zhěngshù	名
10414	一③	整体	MZ	33	zhěngtǐ	名
10415	一③	整天	MZ	31	zhěngtiān	名

10416	一③	整整	MZ	33	zhěngzhěng	副
10417	二	整治	MZ	34	zhěngzhì	动
10418	一①	正		4	zhèng	副
10419	一③	正		4	zhèng	形
10420	二	正版	MZ	43	zhèngbǎn	名
10421	一②	正常	MZ	42	zhèngcháng	形
10422	二	正当	MZ	44	zhèngdàng	形
10423	二	正规	MZ	41	zhèngguī	形
10424	一②	正好	MZ	43	zhènghǎo	形、副
10425	三	正面	MZ	44	zhèngmiàn	名、形
10426	一②	正确	MZ	44	zhèngquè	形
10427	二	正如	MZ	42	zhèng rú	
10428	一③	正式	MZ	44	zhèngshì	形
10429	三	正视	MZ	44	zhèngshì	动
10430	一③	正是	MZ	44	zhèng shì	
10431	二	正义	MZ	44	zhèngyì	名、形
10432	一①	正在	MZ	44	zhèngzài	副
10433	三	正直	MZ	42	zhèngzhí	形
10434	三	正宗	MZ	41	zhèngzōng	名、形
10435	一③	证		4	zhèng	名
10436	一③	证件	ZQ	44	zhèngjiàn	名
10437	一③	证据	ZQ	44	zhèngjù	名
10438	一②	证明	MZ	42	zhèngmíng	动、名
10439	三	证人	ZQ	42	zhèng·rén	名
10440	二	证实	MZ	42	zhèngshí	动
10441	二	证书	MZ	41	zhèngshū	名
10442	三	郑重	MZ	44	zhèngzhòng	形
10443	二	政策	MZ	44	zhèngcè	名
10444	二	政党	MZ	43	zhèngdǎng	名
10445	一③	政府	MZ	43	zhèngfǔ	名
10446	二	政权	MZ	42	zhèngquán	名
10447	一③	政治	MZ	44	zhèngzhì	名
10448	二	挣		4	zhèng	动
10449	二	挣钱	MZ	42	zhèng qián	
10450	二	症状	MZ	44	zhèngzhuàng	名
10451	三	之		1	zhī	代
10452	三	之		1	zhī	助
10453	一②	之后	MZ	14	zhīhòu	名
10454	一②	之间	MZ	11	zhījiān	名
10455	二	之类	MZ	14	zhī lèi	
10456	一③	之内	MZ	14	zhī nèi	
10457	一②	之前	MZ	12	zhīqián	名
10458	三	之所以	MQZ	133	zhīsuǒyǐ	连
10459	一③	之外	MZ	14	zhī wài	

10460	一③	之下	MZ	14	zhī xià	
10461	一②	之一	MZ	11	zhī yī	
10462	一③	之中	MZ	11	zhī zhōng	
10463	一②	支		1	zhī	量
10464	二	支		1	zhī	动
10465	二	支撑	MZ	11	zhīchēng	动
10466	一②	支持	MZ	12	zhīchí	动
10467	二	支出	MZ	11	zhīchū	动
10468	二	支付	MZ	14	zhīfù	动
10469	二	支配	MZ	14	zhīpèi	动
10470	三	支票	MZ	14	zhīpiào	名
10471	二	支援	MZ	12	zhīyuán	动、名
10472	三	支柱	MZ	14	zhīzhù	名
10473	一③	只		1	zhī	量
10474	三	汁		1	zhī	名
10475	三	芝麻	ZQ	10	zhīma	名
10476	三	芝士	MZ	14	zhīshì	名
10477	二	枝		1	zhī	名、量
10478	一①	知道	ZQ	14	zhī·dào	动
10479	三	知己	MZ	13	zhījǐ	形、名
10480	三	知觉	MZ	12	zhījué	名
10481	二	知名	MZ	12	zhīmíng	形
10482	一②	知识	ZQ	10	zhīshi	名
10483	三	知识分子	MQMZ	1043	zhīshi fènzǐ	
10484	三	知足	MZ	12	zhīzú	形
10485	三	肢体	MZ	13	zhītǐ	名
10486	二	织		1	zhī	动
10487	二	指甲	ZQ	10	zhījia	名
10488	三	脂肪	MZ	12	zhīfáng	名
10489	三	执法	MZ	23	zhífǎ	动
10490	二	执行	MZ	22	zhíxíng	动
10491	三	执意	MZ	24	zhíyì	副
10492	三	执照	MZ	24	zhízhào	名
10493	三	执著	MZ	22	zhízhuó	形
10494	一③	直		2	zhí	形、动
10495	一③	直		2	zhí	副
10496	附	直奔	MZ	24	zhí bèn	
10497	一③	直播	MZ	21	zhíbō	动
10498	三	直达	MZ	22	zhídá	动
10499	一③	直到	MZ	24	zhídào	动
10500	三	直观	MZ	21	zhíguān	形
10501	一②	直接	MZ	21	zhíjiē	形
10502	三	直径	MZ	24	zhíjìng	名
10503	三	直觉	MZ	22	zhíjué	名

10504	二	直升机	MQZ	211	zhíshēngjī	名
10505	附	直视	MZ	24	zhíshì	动
10506	二	直线	MZ	24	zhíxiàn	名、形
10507	三	直至	MZ	24	zhízhì	动
10508	二	指头	ZQ	20	zhítou	名
10509	一③	值		2	zhí	动
10510	二	值班	MZ	21	zhí // bān	
10511	一②	值得	ZQ	22	zhí·dé	
10512	三	值钱	MZ	22	zhíqián	形
10513	一③	职工	MZ	21	zhígōng	名
10514	二	职能	MZ	22	zhínéng	名
10515	三	职权	MZ	22	zhíquán	名
10516	二	职位	MZ	24	zhíwèi	名
10517	二	职务	MZ	24	zhíwù	名
10518	一②	职业	MZ	24	zhíyè	名
10519	三	职业病	MQZ	244	zhíyèbìng	名
10520	三	职员	MZ	22	zhíyuán	名
10521	二	职责	MZ	22	zhízé	名
10522	二	植物	MZ	24	zhíwù	名
10523	二	止		3	zhǐ	动
10524	附	止步	MZ	34	zhǐ // bù	
10525	附	止咳	MZ	32	zhǐ ké	
10526	附	止血	MZ	33	zhǐ xiě	
10527	一②	只		3	zhǐ	副
10528	二	只不过	MQZ	324	zhǐ búguò	
10529	二	只得	MZ	32	zhǐdé	副
10530	二	只顾	MZ	34	zhǐgù	副
10531	二	只管	MZ	33	zhǐguǎn	副
10532	一③	只好	MZ	33	zhǐhǎo	副
10533	二	只见	MZ	34	zhǐ jiàn	
10534	一②	只能	MZ	32	zhǐ néng	
10535	一③	只是	MZ	34	zhǐshì	副、连
10536	一②	只要	MZ	34	zhǐyào	连
10537	一②	只有	MZ	33	zhǐyǒu	连
10538	三	旨在	MZ	34	zhǐ zài	
10539	一②	纸		3	zhǐ	名
10540	一③	指		3	zhǐ	动
10541	二	指标	MZ	31	zhǐbiāo	名
10542	一③	指出	MZ	31	zhǐchū	
10543	一③	指导	MZ	33	zhǐdǎo	动
10544	三	指点	MZ	33	zhǐdiǎn	动
10545	二	指定	MZ	34	zhǐdìng	动
10546	二	指挥	MZ	31	zhǐhuī	动、名
10547	附	指教	MZ	34	zhǐjiào	动

10548	三	指令	MZ	34	zhǐlìng	名
10549	三	指南	MZ	32	zhǐnán	名
10550	三	指南针	MQZ	321	zhǐnánzhēn	名
10551	二	指示	MZ	34	zhǐshì	名、动
10552	附	指手画脚	MQMZ	3343	zhǐ shǒu huà jiǎo	
10553	二	指数	MZ	34	zhǐshù	名
10554	三	指望	ZQ	34	zhǐ·wàng	动、名
10555	三	指向	MZ	34	zhǐxiàng	动、名
10556	三	指引	MZ	33	zhǐyǐn	动
10557	二	指责	MZ	32	zhǐzé	动
10558	二	指着	ZQ	30	zhǐzhe	
10559	二	至		4	zhì	动
10560	三	至此	MZ	43	zhìcǐ	动
10561	三	至关重要	MQMZ	4144	zhì guān zhòngyào	
10562	一③	至今	MZ	41	zhìjīn	副
10563	一②	至少	MZ	43	zhìshǎo	副
10564	二	至于	MZ	42	zhìyú	动、介
10565	一③	志愿	ZQ	44	zhìyuàn	名
10566	一③	志愿者	MQZ	443	zhìyuànzhě	名
10567	三	制		4	zhì	动
10568	三	制裁	MZ	42	zhìcái	动
10569	二	制成	MZ	42	zhìchéng	
10570	二	制订	MZ	44	zhìdìng	动
10571	一③	制定	MZ	44	zhìdìng	动
10572	一③	制度	ZQ	44	zhìdù	名
10573	三	制服	MZ	42	zhìfú	名
10574	三	制品	MZ	43	zhìpǐn	名
10575	二	制约	MZ	41	zhìyuē	动
10576	一③	制造	MZ	44	zhìzào	动
10577	三	制止	MZ	43	zhìzhǐ	动
10578	一③	制作	MZ	44	zhìzuò	动
10579	三	质地	ZQ	44	zhìdì	名
10580	二	质量	ZQ	44	zhìliàng	名
10581	附	质朴	MZ	43	zhìpǔ	形
10582	附	质问	MZ	44	zhìwèn	动
10583	三	质疑	MZ	42	zhìyí	动
10584	一③	治		4	zhì	动
10585	二	治安	MZ	41	zhì'ān	名
10586	二	治病	MZ	44	zhì bìng	
10587	二	治理	MZ	43	zhìlǐ	动
10588	二	治疗	MZ	42	zhìliáo	动
10589	附	治学	MZ	42	zhìxué	动
10590	三	治愈	MZ	44	zhìyù	

10591	二	致		4	zhì	动
10592	三	致辞	MZ	42	zhì // cí	
10593	三	致富	MZ	44	zhìfù	动
10594	三	致敬	MZ	44	zhìjìng	动
10595	三	致力于	MQZ	442	zhìlì yú	
10596	三	致命	MZ	44	zhìmìng	动
10597	三	致使	MZ	43	zhìshǐ	动、连
10598	三	秩序	ZQ	44	zhìxù	名
10599	附	窒息	MZ	41	zhìxī	动
10600	二	智慧	ZQ	44	zhìhuì	名
10601	二	智力	ZQ	44	zhìlì	名
10602	二	智能	MZ	42	zhìnéng	名
10603	三	智商	MZ	41	zhìshāng	名
10604	三	滞后	MZ	44	zhìhòu	动
10605	三	滞留	MZ	42	zhìliú	动
10606	三	置		4	zhì	动
10607	一①	中		1	zhōng	名
10608	二	中部	MZ	14	zhōngbù	名
10609	一②	中餐	MZ	11	zhōngcān	名
10610	二	中等	MZ	13	zhōngděng	形
10611	二	中断	MZ	14	zhōngduàn	动
10612	一①	中国	MZ	12	Zhōngguó	名
10613	三	中国画	MQZ	124	zhōngguóhuà	名
10614	二	中华	MZ	12	Zhōnghuá	名
10615	一③	中华民族	MQMZ	1222	Zhōnghuá Mínzú	
10616	一②	中级	MZ	12	zhōngjí	形
10617	一①	中间	MZ	11	zhōngjiān	名
10618	二	中介	MZ	14	zhōngjiè	名
10619	三	中立	MZ	14	zhōnglì	动
10620	一③	中年	MZ	12	zhōngnián	名
10621	二	中期	MZ	11	zhōngqī	名
10622	二	中秋节	MQZ	112	Zhōngqiū Jié	名
10623	三	中途	MZ	12	zhōngtú	名
10624	二	中外	MZ	14	zhōngwài	名
10625	一①	中文	MZ	12	Zhōngwén	名
10626	一①	中午	MZ	13	zhōngwǔ	名
10627	二	中小学	MQZ	132	zhōng-xiǎoxué	
10628	一②	中心	MZ	11	zhōngxīn	名
10629	三	中型	MZ	12	zhōngxíng	形
10630	附	中性	MZ	14	zhōngxìng	名、形
10631	一①	中学	MZ	12	zhōngxué	名
10632	一①	中学生	MQZ	121	zhōngxuéshēng	名
10633	三	中旬	MZ	12	zhōngxún	名
10634	一③	中央	MZ	11	zhōngyāng	名

10635	二	中药	MZ	14	zhōngyào	名
10636	一②	中医	MZ	11	zhōngyī	名
10637	附	中庸	MZ	11	zhōngyōng	名、形
10638	三	中止	MZ	13	zhōngzhǐ	动
10639	三	忠诚	MZ	12	zhōngchéng	形、名
10640	三	忠实	MZ	12	zhōngshí	形
10641	二	忠心	MZ	11	zhōngxīn	名
10642	三	忠于	MZ	12	zhōngyú	动
10643	三	忠贞	MZ	11	zhōngzhēn	形
10644	二	终点	MZ	13	zhōngdiǎn	名
10645	附	终结	MZ	12	zhōngjié	动
10646	三	终究	MZ	11	zhōngjiū	副
10647	二	终身	MZ	11	zhōngshēn	名
10648	三	终生	MZ	11	zhōngshēng	名
10649	一②	终于	MZ	12	zhōngyú	副
10650	二	终止	MZ	13	zhōngzhǐ	动
10651	一③	钟		1	zhōng	名
10652	二	钟头	MZ	12	zhōngtóu	名
10653	三	衷心	MZ	11	zhōngxīn	形
10654	二	肿		3	zhǒng	动
10655	附	肿瘤	MZ	32	zhǒngliú	名
10656	一②	种		3	zhǒng	量
10657	二	种类	MZ	34	zhǒnglèi	名
10658	二	种种	MZ	33	zhǒngzhǒng	代
10659	一③	种子	ZQ	30	zhǒngzi	名
10660	三	种族	MZ	32	zhǒngzú	名
10661	二	中毒	MZ	42	zhòng // dú	
10662	二	中奖	MZ	43	zhòng // jiǎng	
10663	三	仲裁	MZ	42	zhòngcái	动
10664	二	众多	MZ	41	zhòngduō	形
10665	三	众人	MZ	42	zhòngrén	名
10666	附	众所周知	MQMZ	4311	zhòng suǒ zhōu zhī	
10667	附	众志成城	MQMZ	4422	zhòng zhì chéng chéng	
10668	二	种		4	zhòng	动
10669	二	种植	MZ	42	zhòngzhí	动
10670	一①	重		4	zhòng	形
10671	附	重创	MZ	41	zhòngchuāng	动
10672	一③	重大	MZ	44	zhòngdà	形
10673	一③	重点	MZ	43	zhòngdiǎn	名、副
10674	二	重量	ZQ	44	zhòngliàng	名
10675	三	重量级	MQZ	442	zhòngliàngjí	形
10676	三	重任	MZ	44	zhòngrèn	名

10677	三	重伤	MZ	41	zhòngshāng	名
10678	一③	重视	ZQ	44	zhòngshì	动
10679	三	重心	MZ	41	zhòngxīn	名
10680	附	重型	MZ	42	zhòngxíng	形
10681	一①	重要	MZ	44	zhòngyào	形
10682	附	重中之重	MQMZ	4114	zhòng zhōng zhī zhòng	
10683	一②	周		1	zhōu	名
10684	三	周边	MZ	11	zhōubiān	名
10685	三	周到	MZ	14	zhōudào	形
10686	三	周密	MZ	14	zhōumì	形
10687	二	周末	MZ	14	zhōumò	名
10688	一③	周年	MZ	12	zhōunián	名
10689	二	周期	MZ	11	zhōuqī	名
10690	一②	周围	MZ	12	zhōuwéi	名
10691	附	周旋	MZ	12	zhōuxuán	动
10692	二	粥		1	zhōu	名
10693	三	昼夜	MZ	44	zhòuyè	名
10694	三	皱		4	zhòu	动、名
10695	附	骤然	MZ	42	zhòurán	副
10696	三	朱红	MZ	12	zhūhóng	形
10697	二	珠宝	MZ	13	zhūbǎo	名
10698	三	株		1	zhū	量
10699	三	诸多	MZ	11	zhūduō	形
10700	附	诸如此类	MQMZ	1234	zhū rú cǐ lèi	
10701	二	诸位	MZ	14	zhūwèi	代
10702	二	猪		1	zhū	名
10703	三	竹竿	MZ	21	zhúgān	名
10704	二	竹子	ZQ	20	zhúzi	名
10705	二	逐步	MZ	24	zhúbù	副
10706	二	逐渐	MZ	24	zhújiàn	副
10707	三	逐年	MZ	22	zhúnián	副
10708	三	主		3	zhǔ	名
10709	二	主办	MZ	34	zhǔbàn	动
10710	三	主编	MZ	31	zhǔbiān	名、动
10711	一③	主持	MZ	32	zhǔchí	动
10712	二	主持人	MQZ	322	zhǔchírén	名
10713	二	主导	MZ	33	zhǔdǎo	动、名
10714	一③	主动	MZ	34	zhǔdòng	形
10715	三	主妇	MZ	34	zhǔfù	名
10716	二	主观	MZ	31	zhǔguān	形
10717	二	主管	MZ	33	zhǔguǎn	动、名
10718	二	主角儿	MZ	32	zhǔjuér	名
10719	三	主力	MZ	34	zhǔlì	名

10720	二	主流	MZ	32	zhǔliú	名
10721	三	主权	MZ	32	zhǔquán	名
10722	一②	主人	ZQ	32	zhǔ·rén	名
10723	三	主人公	MQZ	321	zhǔréngōng	名
10724	一③	主任	MZ	34	zhǔrèn	名
10725	三	主食	MZ	32	zhǔshí	名
10726	二	主题	MZ	32	zhǔtí	名
10727	附	主题歌	MQZ	321	zhǔtígē	名
10728	二	主体	MZ	33	zhǔtǐ	名
10729	一③	主席	MZ	32	zhǔxí	名
10730	三	主演	MZ	33	zhǔyǎn	动、名
10731	一②	主要	MZ	34	zhǔyào	形
10732	三	主页	MZ	34	zhǔyè	名
10733	三	主义	MZ	34	zhǔyì	名
10734	一③	主意	ZQ	30	zhǔyi	名
10735	三	主宰	MZ	33	zhǔzǎi	动、名
10736	一③	主张	MZ	31	zhǔzhāng	动、名
10737	三	拄		3	zhǔ	动
10738	二	煮		3	zhǔ	动
10739	三	嘱咐	ZQ	34	zhǔ·fù	动
10740	三	瞩目	MZ	34	zhǔmù	动
10741	二	助理	MZ	43	zhùlǐ	名
10742	二	助手	MZ	43	zhùshǒu	名
10743	三	助威	MZ	41	zhù//wēi	
10744	一①	住		4	zhù	动
10745	三	住处	ZQ	44	zhùchù	名
10746	一③	住房	MZ	42	zhùfáng	名
10747	附	住户	MZ	44	zhùhù	名
10748	三	住宿	MZ	44	zhùsù	动
10749	一②	住院	MZ	44	zhù//yuàn	
10750	二	住宅	MZ	42	zhùzhái	名
10751	三	住址	MZ	43	zhùzhǐ	名
10752	附	贮藏	MZ	42	zhùcáng	动
10753	三	注		4	zhù	名、动
10754	二	注册	MZ	44	zhù//cè	
10755	三	注定	MZ	44	zhùdìng	动
10756	三	注入	MZ	44	zhùrù	动
10757	二	注射	MZ	44	zhùshè	动
10758	二	注视	MZ	44	zhùshì	动
10759	一②	注意	MZ	44	zhù//yì	
10760	二	注重	MZ	44	zhùzhòng	动
10761	二	驻		4	zhù	动
10762	二	柱子	ZQ	40	zhùzi	名
10763	一②	祝		4	zhù	动

10764	二	祝福	MZ	42	zhùfú	动
10765	二	祝贺	MZ	44	zhùhè	动
10766	二	祝愿	MZ	44	zhùyuàn	动
10767	二	著名	MZ	42	zhùmíng	形
10768	二	著作	MZ	44	zhùzuò	名
10769	附	铸造	MZ	44	zhùzào	动
10770	三	筑		4	zhù	动
10771	一②	抓		1	zhuā	动
10772	二	抓紧	MZ	13	zhuājǐn	
10773	一②	抓住	MZ	14	zhuāzhù	
10774	三	爪子	ZQ	30	zhuǎzi	名
10775	三	拽		4	zhuài	动
10776	附	专长	MZ	12	zhuāncháng	名
10777	三	专程	MZ	12	zhuānchéng	副
10778	附	专柜	MZ	14	zhuānguì	名
10779	二	专辑	MZ	12	zhuānjí	名
10780	一③	专家	MZ	11	zhuānjiā	名
10781	三	专栏	MZ	12	zhuānlán	名
10782	二	专利	MZ	14	zhuānlì	名
10783	附	专卖店	MQZ	144	zhuānmàidiàn	名
10784	一③	专门	MZ	12	zhuānmén	副
10785	三	专人	MZ	12	zhuānrén	名
10786	一③	专题	MZ	12	zhuāntí	名
10787	二	专心	MZ	11	zhuānxīn	形
10788	一②	专业	MZ	14	zhuānyè	名
10789	二	专用	MZ	14	zhuānyòng	动
10790	三	专职	MZ	12	zhuānzhí	名
10791	附	专制	MZ	14	zhuānzhì	动
10792	三	专注	MZ	14	zhuānzhù	形
10793	附	专著	MZ	14	zhuānzhù	名
10794	三	砖		1	zhuān	名
10795	一②	转		3	zhuǎn	动
10796	一③	转变	MZ	34	zhuǎnbiàn	动
10797	三	转播	MZ	31	zhuǎnbō	动
10798	三	转达	MZ	32	zhuǎndá	动
10799	二	转动	MZ	34	zhuǎndòng	动
10800	附	转告	MZ	34	zhuǎngào	动
10801	二	转化	MZ	34	zhuǎnhuà	动
10802	二	转换	MZ	34	zhuǎnhuàn	动
10803	三	转机	MZ	31	zhuǎnjī	名
10804	附	转交	MZ	31	zhuǎnjiāo	动
10805	二	转让	MZ	34	zhuǎnràng	动
10806	三	转身	MZ	31	zhuǎn // shēn	
10807	三	转弯	MZ	31	zhuǎn // wān	

10808	二	转向	MZ	34	zhuǎnxiàng	动
10809	三	转型	MZ	32	zhuǎnxíng	动
10810	三	转学	MZ	32	zhuǎn // xué	动
10811	三	转眼	MZ	33	zhuǎnyǎn	动
10812	二	转移	MZ	32	zhuǎnyí	动
10813	三	转载	MZ	33	zhuǎnzǎi	动
10814	三	转折	MZ	32	zhuǎnzhé	动
10815	三	转折点	MQZ	323	zhuǎnzhédiǎn	名
10816	三	传		4	zhuàn	名
10817	三	传记	MZ	44	zhuànjì	名
10818	二	转		4	zhuàn	动
10819	二	转动	MZ	44	zhuàndòng	动
10820	附	转悠	ZQ	40	zhuànyou	动
10821	二	赚		4	zhuàn	动
10822	二	赚钱	MZ	42	zhuàn qián	
10823	附	撰写	MZ	43	zhuànxiě	动
10824	三	庄稼	ZQ	10	zhuāngjia	名
10825	三	庄严	MZ	12	zhuāngyán	形
10826	附	庄园	MZ	12	zhuāngyuán	名
10827	三	桩		1	zhuāng	名、量
10828	一②	装		1	zhuāng	动
10829	三	装扮	MZ	14	zhuāngbàn	动
10830	二	装备	MZ	14	zhuāngbèi	动、名
10831	二	装饰	MZ	14	zhuāngshì	动、名
10832	二	装修	MZ	11	zhuāngxiū	动
10833	二	装置	MZ	14	zhuāngzhì	动、名
10834	三	壮		4	zhuàng	形、动
10835	三	壮大	MZ	44	zhuàngdà	动、形
10836	附	壮胆	MZ	43	zhuàng // dǎn	
10837	二	壮观	MZ	41	zhuàngguān	形、名
10838	三	壮丽	MZ	44	zhuànglì	形
10839	附	壮实	ZQ	40	zhuàngshi	形
10840	一③	状况	ZQ	44	zhuàngkuàng	名
10841	一③	状态	ZQ	44	zhuàngtài	名
10842	三	状元	ZQ	40	zhuàngyuan	名
10843	二	撞		4	zhuàng	动
10844	三	撞击	MZ	41	zhuàngjī	动
10845	三	幢		4	zhuàng	量
10846	一②	追		1	zhuī	动
10847	附	追悼会	MQZ	144	zhuīdàohuì	名
10848	三	追赶	MZ	13	zhuīgǎn	动
10849	二	追究	MZ	11	zhuījiū	动
10850	二	追求	MZ	12	zhuīqiú	动
10851	附	追溯	MZ	14	zhuīsù	动

10852	附	追随	MZ	12	zhuīsuí	动
10853	附	追尾	MZ	13	zhuī // wěi	
10854	三	追问	MZ	14	zhuīwèn	动
10855	附	追逐	MZ	12	zhuīzhú	动
10856	三	追踪	MZ	11	zhuīzōng	动
10857	三	坠		4	zhuì	动、名
10858	一③	准		3	zhǔn	形、副
10859	一②	准备	MZ	34	zhǔnbèi	动
10860	一③	准确	MZ	34	zhǔnquè	形
10861	二	准时	MZ	32	zhǔnshí	形
10862	三	准许	MZ	33	zhǔnxǔ	动
10863	三	准则	MZ	32	zhǔnzé	名
10864	附	拙劣	MZ	14	zhuōliè	形
10865	二	捉		1	zhuō	动
10866	三	捉迷藏	MQZ	122	zhuōmícáng	
10867	一①	桌子	ZQ	10	zhuōzi	名
10868	附	灼热	MZ	24	zhuórè	形
10869	三	卓越	MZ	24	zhuóyuè	形
10870	附	酌情	MZ	22	zhuóqíng	动
10871	三	着力	MZ	24	zhuólì	动
10872	附	着落	MZ	24	zhuóluò	名
10873	三	着实	MZ	22	zhuóshí	副
10874	三	着手	MZ	23	zhuóshǒu	动
10875	三	着想	MZ	23	zhuóxiǎng	动
10876	三	着眼	MZ	23	zhuóyǎn	动
10877	三	着眼于	MQZ	232	zhuóyǎn yú	
10878	三	着重	MZ	24	zhuózhòng	动
10879	二	咨询	MZ	12	zīxún	动
10880	三	姿势	ZQ	14	zīshì	名
10881	三	姿态	MZ	14	zītài	名
10882	附	兹		1	zī	代
10883	二	资本	MZ	13	zīběn	名
10884	三	资本主义	MQMZ	1334	zīběn zhǔyì	名
10885	二	资产	MZ	13	zīchǎn	名
10886	一③	资格	MZ	12	zīgé	名
10887	一③	资金	MZ	11	zījīn	名
10888	附	资历	MZ	14	zīlì	名
10889	二	资料	MZ	14	zīliào	名
10890	三	资深	MZ	11	zīshēn	形
10891	三	资讯	MZ	14	zīxùn	名
10892	二	资源	MZ	12	zīyuán	名
10893	二	资助	MZ	14	zīzhù	动
10894	附	滋润	MZ	14	zīrùn	形、动
10895	三	滋味	ZQ	14	zīwèi	名

10896	二	子弹	MZ	34	zǐdàn	名
10897	三	子弟	MZ	34	zǐdì	名
10898	一③	子女	MZ	33	zǐnǚ	名
10899	三	子孙	MZ	31	zǐsūn	名
10900	二	仔细	MZ	34	zǐxì	形
10901	二	紫		3	zǐ	形
10902	二	自		4	zì	介
10903	三	自卑	MZ	41	zìbēi	形
10904	三	自称	MZ	41	zìchēng	动
10905	一③	自从	MZ	42	zìcóng	介
10906	一③	自动	MZ	44	zìdòng	形、副
10907	三	自发	MZ	41	zìfā	形
10908	三	自费	MZ	44	zìfèi	动
10909	附	自负	MZ	44	zìfù	形、动
10910	二	自豪	MZ	42	zìháo	形
10911	一②	自己	MZ	43	zìjǐ	代
10912	一③	自觉	MZ	42	zìjué	形
10913	二	自来水	MQZ	423	zìláishuǐ	名
10914	三	自理	MZ	43	zìlǐ	动
10915	附	自力更生	MQMZ	4411	zì lì gēng shēng	
10916	三	自立	MZ	44	zìlì	动
10917	附	自强不息	MQMZ	4241	zì qiáng bù xī	
10918	一③	自然	MZ	42	zìrán	名、形、副
10919	附	自然而然	MQMZ	4222	zìrán ér rán	
10920	三	自然界	MQZ	424	zìránjiè	名
10921	三	自如	MZ	42	zìrú	形
10922	二	自杀	MZ	41	zìshā	动
10923	一③	自身	MZ	41	zìshēn	名
10924	附	自始至终	MQMZ	4341	zì shǐ zhì zhōng	
10925	三	自私	MZ	41	zìsī	形
10926	附	自私自利	MQMZ	4144	zìsī zìlì	
10927	三	自卫	MZ	44	zìwèi	动
10928	二	自我	MZ	43	zìwǒ	代
10929	附	自相矛盾	MQMZ	4124	zìxiāng máodùn	
10930	二	自信	MZ	44	zìxìn	动
10931	三	自信心	MQZ	441	zìxìnxīn	名
10932	三	自行	MZ	42	zìxíng	副
10933	一②	自行车	MQZ	421	zìxíngchē	名
10934	二	自学	MZ	42	zìxué	动
10935	二	自言自语	MQMZ	4243	zì yán zì yǔ	
10936	附	自以为是	MQMZ	4324	zì yǐ wéi shì	
10937	一②	自由	MZ	42	zìyóu	名、形
10938	三	自由自在	MQMZ	4244	zìyóu zìzài	

10939	二	自愿	MZ	44	zìyuàn	动
10940	二	自在	ZQ	40	zìzai	形
10941	附	自责	MZ	42	zìzé	动
10942	一③	自主	MZ	43	zìzhǔ	动
10943	三	自助	MZ	44	zìzhù	动
10944	附	自尊	MZ	41	zìzūn	动
10945	三	自尊心	MQZ	411	zìzūnxīn	名
10946	一①	字		4	zì	名
10947	一②	字典	MZ	43	zìdiǎn	名
10948	附	字迹	MZ	44	zìjì	名
10949	二	字母	MZ	43	zìmǔ	名
10950	三	字幕	MZ	44	zìmù	名
10951	附	字体	MZ	43	zìtǐ	名
10952	三	字眼	MZ	43	zìyǎn	名
10953	一①	子（刀子）		0（10）	zi (dāozi)	后缀
10954	三	宗		1	zōng	量
10955	二	宗教	MZ	14	zōngjiào	名
10956	三	宗旨	MZ	13	zōngzhǐ	名
10957	二	综合	MZ	12	zōnghé	动
10958	附	综上所述	MQMZ	1434	zōng shàng suǒ shù	
10959	二	总部	MZ	34	zǒngbù	名
10960	二	总裁	MZ	32	zǒngcái	名
10961	三	总的来说	MQMZ	3021	zǒngde lái shuō	
10962	三	总额	MZ	32	zǒng'é	名
10963	附	总而言之	MQMZ	3221	zǒng ér yán zhī	
10964	二	总共	MZ	34	zǒnggòng	副
10965	三	总计	MZ	34	zǒngjì	动
10966	二	总监	MZ	31	zǒngjiān	名
10967	一③	总结	MZ	32	zǒngjié	动、名
10968	二	总经理	MQZ	313	zǒngjīnglǐ	名
10969	一③	总理	MZ	33	zǒnglǐ	名
10970	二	总量	MZ	34	zǒngliàng	名
10971	一②	总（是）		3（4）	zǒng (shì)	副
10972	二	总数	MZ	34	zǒngshù	名
10973	二	总算	MZ	34	zǒngsuàn	副
10974	二	总体	MZ	33	zǒngtǐ	名
10975	二	总统	MZ	33	zǒngtǒng	名
10976	二	总之	MZ	31	zǒngzhī	连
10977	附	纵观	MZ	41	zòngguān	动
10978	附	纵横交错	MQMZ	4214	zònghéng jiāocuò	
10979	三	纵容	MZ	42	zòngróng	动
10980	附	纵深	MZ	41	zòngshēn	名
10981	附	粽子	ZQ	40	zòngzi	名

10982	一①	走		3	zǒu	动
10983	一③	走过	MZ	34	zǒuguò	
10984	附	走过场	MQZ	343	zǒu guòchǎng	
10985	三	走后门儿	MQZ	342	zǒu hòuménr	
10986	一③	走进	MZ	34	zǒujìn	
10987	三	走近	MZ	34	zǒujìn	
10988	一③	走开	MZ	31	zǒukāi	
10989	三	走廊	MZ	32	zǒuláng	名
10990	一①	走路	MZ	34	zǒu // lù	
10991	二	走私	MZ	31	zǒu // sī	
10992	附	走投无路	MQMZ	3224	zǒu tóu wú lù	
10993	附	走弯路	MQZ	314	zǒu wānlù	
10994	二	奏		4	zòu	动
10995	附	奏效	MZ	44	zòu // xiào	
10996	三	揍		4	zòu	动
10997	一②	租		1	zū	动
10998	二	租金	MZ	11	zūjīn	名
10999	三	租赁	MZ	14	zūlìn	动
11000	二	足		2	zú	形、副
11001	一③	足够	MZ	24	zúgòu	动
11002	三	足迹	MZ	24	zújì	名
11003	一②	足球	MZ	22	zúqiú	名
11004	二	足以	MZ	23	zúyǐ	动
11005	附	足智多谋	MQMZ	2412	zú zhì duō móu	
11006	二	族		2	zú	名
11007	二	族（上班族）		2（412）	zú (shàngbānzú)	后缀
11008	二	阻碍	MZ	34	zǔ'ài	动、名
11009	三	阻挡	MZ	33	zǔdǎng	动
11010	三	阻拦	MZ	32	zǔlán	动
11011	三	阻力	MZ	34	zǔlì	名
11012	三	阻挠	MZ	32	zǔnáo	动
11013	二	阻止	MZ	33	zǔzhǐ	动
11014	一②	组		3	zǔ	动、名
11015	一②	组成	MZ	32	zǔchéng	动
11016	一③	组合	MZ	32	zǔhé	动
11017	三	组建	MZ	34	zǔjiàn	动
11018	二	组长	MZ	33	zǔzhǎng	名
11019	一②	组织	MZ	31	zǔzhī	动、名
11020	三	组装	MZ	31	zǔzhuāng	动
11021	附	祖传	MZ	32	zǔchuán	动
11022	二	祖父	MZ	34	zǔfù	名
11023	二	祖国	MZ	32	zǔguó	名
11024	附	祖籍	MZ	32	zǔjí	名
11025	二	祖母	MZ	33	zǔmǔ	名

11026	三	祖先	MZ	31	zǔxiān	名
11027	三	祖宗	ZQ	30	zǔzong	名
11028	二	钻		1	zuān	动
11029	附	钻空子	MZQ	140	zuān kòngzi	
11030	三	钻研	MZ	12	zuānyán	动
11031	三	钻石	MZ	42	zuànshí	名
11032	一②	嘴		3	zuǐ	名
11033	三	嘴巴	ZQ	30	zuǐba	名
11034	三	嘴唇	MZ	32	zuǐchún	名
11035	一①	最		4	zuì	副
11036	二	最初	MZ	41	zuìchū	名
11037	一①	最好	MZ	43	zuìhǎo	副
11038	一①	最后	MZ	44	zuìhòu	名
11039	二	最佳	MZ	41	zuì jiā	
11040	一②	最近	MZ	44	zuìjìn	名
11041	二	最终	MZ	41	zuìzhōng	名
11042	二	罪		4	zuì	名
11043	二	罪恶	MZ	44	zuì'è	名
11044	三	罪犯	MZ	44	zuìfàn	名
11045	附	罪魁祸首	MQMZ	4243	zuìkuí huòshǒu	
11046	二	醉		4	zuì	动
11047	三	尊贵	MZ	14	zūnguì	形
11048	二	尊敬	MZ	14	zūnjìng	动、形
11049	三	尊严	MZ	12	zūnyán	名
11050	二	尊重	MZ	14	zūnzhòng	动
11051	二	遵守	MZ	13	zūnshǒu	动
11052	三	遵循	MZ	12	zūnxún	动
11053	三	遵照	MZ	14	zūnzhào	动
11054	一①	昨天	MZ	21	zuótiān	名
11055	三	琢磨	ZQ	20	zuómo	动
11056	一②	左		3	zuǒ	名
11057	一②	左边	ZQ	30	zuǒbian	名
11058	附	左顾右盼	MQMZ	3444	zuǒ gù yòu pàn	
11059	一②	左右	MZ	34	zuǒyòu	名、动
11060	附	佐料	MZ	34	zuǒliào	名
11061	二	作		4	zuò	动
11062	三	作弊	MZ	44	zuò // bì	
11063	二	做出	MZ	41	zuòchū	
11064	附	作对	MZ	44	zuò // duì	
11065	二	作废	MZ	44	zuòfèi	动
11066	三	作风	MZ	41	zuòfēng	名
11067	一③	作家	MZ	41	zuòjiā	名
11068	三	做客	MZ	44	zuò // kè	
11069	一③	作品	MZ	43	zuòpǐn	名

11070	一③	作为	MZ	42	zuòwéi	介、动
11071	一②	作文	MZ	42	zuòwén	名
11072	三	作物	MZ	44	zuòwù	名
11073	一②	作业	MZ	44	zuòyè	名
11074	一②	作用	ZQ	44	zuòyòng	名
11075	二	作战	MZ	44	zuòzhàn	动
11076	一③	作者	MZ	43	zuòzhě	名
11077	三	做证	MZ	44	zuò zhèng	
11078	一①	坐		4	zuò	动
11079	三	坐落	MZ	44	zuòluò	动
11080	一①	坐下	ZQ	40	zuòxia	
11081	一②	座		4	zuò	量
11082	三	座谈	MZ	42	zuòtán	动
11083	二	座谈会	MQZ	424	zuòtánhuì	名
11084	一②	座位	ZQ	44	zuò·wèi	名
11085	三	座右铭	MQZ	442	zuòyòumíng	名
11086	一①	做		4	zuò	动
11087	一②	做到	MZ	44	zuòdào	
11088	一③	做法	ZQ	43	zuò·fǎ	名
11089	二	做饭	MZ	44	zuò fàn	
11090	二	做客	MZ	44	zuò // kè	
11091	二	做梦	MZ	44	zuò // mèng	
11092	三	做生意	MZQ	410	zuò shēngyi	

表2 按等级及轻重音格式排列的双音节及多音节词汇表

序号	等级	词语	轻重格式	声调组合	拼音	词性
2300	一①	飞机	MZ	11	fēijī	名
2617	一①	刚刚	MZ	11	gānggāng	副
4261	一①	今天	MZ	11	jīntiān	名
4594	一①	开车	MZ	11	kāi // chē	
7451	一①	书包	MZ	11	shūbāo	名
8023	一①	听说	MZ	11	tīngshuō	动
9056	一①	星期	MZ	11	xīngqī	名
9477	一①	医生	MZ	11	yīshēng	名
9738	一①	应该	MZ	11	yīnggāi	动
10617	一①	中间	MZ	11	zhōngjiān	名
38	一①	安全	MZ	12	ānquán	形、名
166	一①	帮忙	MZ	12	bāng // máng	
1615	一①	当然	MZ	12	dāngrán	形、副
2309	一①	非常	MZ	12	fēicháng	副
2616	一①	刚才	MZ	12	gāngcái	名
2765	一①	工人	MZ	12	gōngrén	名
4259	一①	今年	MZ	12	jīnnián	名
7136	一①	生活	MZ	12	shēnghuó	名、动
9022	一①	新年	MZ	12	xīnnián	名
10612	一①	中国	MZ	12	Zhōngguó	名
10625	一①	中文	MZ	12	Zhōngwén	名
10631	一①	中学	MZ	12	zhōngxué	名
3686	一①	机场	MZ	13	jīchǎng	名
7075	一①	身体	MZ	13	shēntǐ	名
10626	一①	中午	MZ	13	zhōngwǔ	名
168	一①	帮助	MZ	14	bāngzhù	动
907	一①	车票	MZ	14	chēpiào	名
914	一①	车站	MZ	14	chēzhàn	名
1019	一①	吃饭	MZ	14	chī fàn	
2244	一①	方便	MZ	14	fāngbiàn	形
2250	一①	方向	MZ	14	fāngxiàng	名
2568	一①	干净	MZ	14	gānjìng	形
2664	一①	高兴	MZ	14	gāoxìng	形
2773	一①	工作	MZ	14	gōngzuò	动、名
3694	一①	机票	MZ	14	jīpiào	名
3704	一①	鸡蛋	MZ	14	jīdàn	名

4605	一①	开会	MZ	14	kāi // huì	
7144	一①	生气	MZ	14	shēng // qì	
7453	一①	书店	MZ	14	shūdiàn	名
7610	一①	说话	MZ	14	shuō // huà	
7952	一①	天气	MZ	14	tiānqì	名
9481	一①	医院	MZ	14	yīyuàn	名
101	一①	白天	MZ	21	báitiān	名
2272	一①	房间	MZ	21	fángjiān	名
3091	一①	国家	MZ	21	guójiā	名
3576	一①	回家	MZ	21	huí jiā	
5657	一①	明天	MZ	21	míngtiān	名
5784	一①	男生	MZ	21	nánshēng	名
5996	一①	旁边	MZ	21	pángbiān	名
6130	一①	平安	MZ	21	píng'ān	形
6372	一①	钱包	MZ	21	qiánbāo	名
7235	一①	时间	MZ	21	shíjiān	名
11054	一①	昨天	MZ	21	zuótiān	名
840	一①	常常	MZ	22	chángcháng	副
1338	一①	从来	MZ	22	cónglái	副
3570	一①	回答	MZ	22	huídá	动、名
5654	一①	明年	MZ	22	míngnián	名
5780	一①	男孩儿	MZ	22	nánháir	名
8080	一①	同学	MZ	22	tóngxué	名
9226	一①	学习	MZ	22	xuéxí	动
3146	一①	还有	MZ	23	hái yǒu	
5522	一①	门口	MZ	23	ménkǒu	名
5903	一①	牛奶	MZ	23	niúnǎi	名
1687	一①	得到	MZ	24	dédào	
3571	一①	回到	MZ	24	huídào	
5479	一①	没用	MZ	24	méi yòng	
6665	一①	然后	MZ	24	ránhòu	连
8083	一①	同意	MZ	24	tóngyì	动
9231	一①	学院	MZ	24	xuéyuàn	名
9493	一①	一半	MZ	24	yíbàn	数
9513	一①	一会儿	MZ	24	yíhuìr	
9517	一①	一块儿	MZ	24	yíkuàir	名、副
9530	一①	一下儿	MZ	24	yíxiàr	
9534	一①	一样	MZ	24	yíyàng	形
1416	一①	打车	MZ	31	dǎ // chē	
3226	一①	好吃	MZ	31	hǎochī	形
3241	一①	好听	MZ	31	hǎotīng	形
3646	一①	火车	MZ	31	huǒchē	名
4980	一①	老师	MZ	31	lǎoshī	名
5932	一①	女生	MZ	31	nǚshēng	名

7395	一①	手机	MZ	31	shǒujī	名	
8309	一①	晚安	MZ	31	wǎn'ān	动	
9900	一①	有(一)些	M(Q)Z	3(4)1	yǒu(yì)xiē	代	
1437	一①	打球	MZ	32	dǎ qiú		
3242	一①	好玩儿	MZ	32	hǎowánr	形	
4718	一①	可能	MZ	32	kěnéng	形、动、名	
4978	一①	老人	MZ	32	lǎorén	名	
5929	一①	女孩儿	MZ	32	nǚháir	名	
8900	一①	小孩儿	MZ	32	xiǎoháir	名	
8914	一①	小时	MZ	32	xiǎoshí	名	
8923	一①	小学	MZ	32	xiǎoxué	名	
9573	一①	以前	MZ	32	yǐqián	名	
9887	一①	有名	MZ	32	yǒu//míng		
4729	一①	可以	MZ	33	kěyǐ	动	
7558	一①	水果	MZ	33	shuǐguǒ	名	
7753	一①	所以	MZ	33	suǒyǐ	连	
8902	一①	小姐	MZ	33	xiǎojiě	名	
9899	一①	有(一)点儿	M(Q)Z	3(4)3	yǒu(yì)diǎnr	副	
3235	一①	好看	MZ	34	hǎokàn	形	
4443	一①	酒店	MZ	34	jiǔdiàn	名	
4720	一①	可是	MZ	34	kěshì	连	
5402	一①	马路	MZ	34	mǎlù	名	
5403	一①	马上	MZ	34	mǎshàng	副	
5926	一①	努力	MZ	34	nǔlì	形	
6532	一①	请假	MZ	34	qǐng//jià		
6535	一①	请进	MZ	34	qǐng jìn		
6539	一①	请问	MZ	34	qǐngwèn	动	
6540	一①	请坐	MZ	34	qǐng zuò		
8313	一①	晚饭	MZ	34	wǎnfàn	名	
8569	一①	午饭	MZ	34	wǔfàn	名	
9568	一①	以后	MZ	34	yǐhòu	名	
9906	一①	有用	MZ	34	yǒu yòng		
10161	一①	早饭	MZ	34	zǎofàn	名	
10302	一①	找到	MZ	34	zhǎodào		
10990	一①	走路	MZ	34	zǒu//lù		
153	一①	半天	MZ	41	bàntiān	名	
869	一①	唱歌	MZ	41	chàng gē		
1477	一①	大家	MZ	41	dàjiā	代	
5586	一①	面包	MZ	41	miànbāo	名	
5760	一①	那些	MZ	41	nàxiē	代	
6295	一①	汽车	MZ	41	qìchē	名	
6753	一①	认真	MZ	41	rènzhēn	形	
6779	一①	日期	MZ	41	rìqī	名	
6956	一①	上班	MZ	41	shàng//bān		

6960	一①	上车	MZ	41	shàng chē	
8680	一①	下班	MZ	41	xià // bān	
8683	一①	下车	MZ	41	xià chē	
9587	一①	一边	MZ	41	yìbiān	名、副
9628	一①	一些	MZ	41	yìxiē	
10125	一①	在家	MZ	41	zàijiā	动
10339	一①	这些	MZ	41	zhèxiē	代
497	一①	病人	MZ	42	bìngrén	名
1520	一①	大学	MZ	42	dàxué	名
6752	一①	认为	MZ	42	rènwéi	动
8259	一①	外国	MZ	42	wàiguó	名
1766	一①	地点	MZ	43	dìdiǎn	名
1828	一①	电脑	MZ	43	diànnǎo	名
3196	一①	汉语	MZ	43	Hànyǔ	名
4752	一①	课本	MZ	43	kèběn	名
5322	一①	路口	MZ	43	lùkǒu	名
6989	一①	上网	MZ	43	shàng // wǎng	
6990	一①	上午	MZ	43	shàngwǔ	名
8281	一①	外语	MZ	43	wàiyǔ	名
8707	一①	下午	MZ	43	xiàwǔ	名
9591	一①	一点儿	MZ	43	yìdiǎnr	
9614	一①	一起	MZ	43	yìqǐ	副、名
11037	一①	最好	MZ	43	zuìhǎo	副
1593	一①	但是	MZ	44	dànshì	连
1825	一①	电话	MZ	44	diànhuà	名
1830	一①	电视	MZ	44	diànshì	名
2234	一①	饭店	MZ	44	fàndiàn	名
2286	一①	放假	MZ	44	fàng // jià	
3197	一①	汉字	MZ	44	Hànzì	名
3981	一①	见面	MZ	44	jiàn // miàn	
4644	一①	看病	MZ	44	kàn // bìng	
5761	一①	那样	MZ	44	nàyàng	代
6970	一①	上课	MZ	44	shàng // kè	
7582	一①	睡觉	MZ	44	shuì // jiào	
8693	一①	下课	MZ	44	xià // kè	
8773	一①	现在	MZ	44	xiànzài	名
10115	一①	再见	MZ	44	zàijiàn	动
10432	一①	正在	MZ	44	zhèngzài	副
10681	一①	重要	MZ	44	zhòngyào	形
11038	一①	最后	MZ	44	zuìhòu	名
1133	一①	出来	ZQ	10	chūlai	
1141	一①	出去	ZQ	10	chūqu	
1910	一①	东边	ZQ	10	dōngbian	名
1915	一①	东西	ZQ	10	dōngxi	名

2071	一①	多少	ZQ	10		duōshao	代
2686	一①	哥哥｜哥	ZQ	10｜1		gēge｜gē	名
3865	一①	家里	ZQ	10		jiāli	
5388	一①	妈妈｜妈	ZQ	10｜1		māma｜mā	名
7074	一①	身上	ZQ	10		shēnshang	名
7764	一①	他们	ZQ	10		tāmen	代
7769	一①	她们	ZQ	10		tāmen	代
8601	一①	西边	ZQ	10		xībian	名
8732	一①	先生	ZQ	10		xiānsheng	名
9127	一①	休息	ZQ	10		xiūxi	动
9473	一①	衣服	ZQ	10		yīfu	名
10356	一①	真的	ZQ	10		zhēnde	
10867	一①	桌子	ZQ	10		zhuōzi	名
7146	一①	生日	ZQ	14		shēngrì	名
8019	一①	听见	ZQ	14		tīng·jiàn	
9684	一①	因为	ZQ	14		yīn·wèi	连
10478	一①	知道	ZQ	14		zhī·dào	动
462	一①	别的	ZQ	20		biéde	代
2111	一①	儿子	ZQ	20		érzi	名
2274	一①	房子	ZQ	20		fángzi	名
3145	一①	还是	ZQ	20		háishi	副、连
3147	一①	孩子	ZQ	20		háizi	名
3579	一①	回来	ZQ	20		huílai	
3581	一①	回去	ZQ	20		huíqu	
4558	一①	觉得	ZQ	20		juéde	动
5648	一①	名字	ZQ	20		míngzi	名
5649	一①	明白	ZQ	20		míngbai	形、动
5790	一①	南边	ZQ	20		nánbian	名
6038	一①	朋友	ZQ	20		péngyou	名
6345	一①	前边	ZQ	20		qiánbian	名
7097	一①	什么	ZQ	20		shénme	代
7233	一①	时候	ZQ	20		shíhou	名
9218	一①	学生	ZQ	21		xué·shēng	名
465	一①	别人	ZQ	22		bié·rén	代
5480	一①	没有	ZQ	23		méi·yǒu	动、副
3635	一①	活动	ZQ	24		huódòng	动、名
6353	一①	前面	ZQ	24		qián·miàn	名
274	一①	北边	ZQ	30		běibian	名
323	一①	本子	ZQ	30		běnzi	名
4217	一①	姐姐｜姐	ZQ	30｜3		jiějie｜jiě	名
5043	一①	里边	ZQ	30		lǐbian	名
5746	一①	哪里	ZQ	30		nǎli	代
5863	一①	你们	ZQ	30		nǐmen	代
6270	一①	起来	ZQ	30		qǐlai	

8318	一①	晚上	ZQ	30	wǎnshang	名
8341	一①	网上	ZQ	30	wǎngshang	
8498	一①	我们	ZQ	30	wǒmen	代
8647	一①	喜欢	ZQ	30	xǐhuan	动
9872	一①	有的	ZQ	30	yǒude	代
10166	一①	早上	ZQ	30	zǎoshang	名
10185	一①	怎么	ZQ	30	zěnme	代
1429	一①	打开	ZQ	31	dǎkāi	
5928	一①	女儿	ZQ	32	nǚ'ér	名
5045	一①	里面	ZQ	34	lǐ·miàn	名
85	一①	爸爸｜爸	ZQ	40｜4	bàba｜bà	名
1769	一①	地方	ZQ	40	dìfang	名
1775	一①	地上	ZQ	40	dìshang	
3125	一①	过来	ZQ	40	guòlai	
3376	一①	后边	ZQ	40	hòubian	名
3794	一①	记得	ZQ	40	jìde	动
4311	一①	进来	ZQ	40	jìnlai	
4312	一①	进去	ZQ	40	jìnqu	
5326	一①	路上	ZQ	40	lùshang	名
5756	一①	那里	ZQ	40	nàli	代
5757	一①	那么	ZQ	40	nàme	代
6750	一①	认识	ZQ	40	rènshi	动、名
6958	一①	上边	ZQ	40	shàngbian	名
6972	一①	上来	ZQ	40	shànglai	
6978	一①	上去	ZQ	40	shàngqu	
8252	一①	外边	ZQ	40	wàibian	名
8425	一①	为了	ZQ	40	wèile	介
8681	一①	下边	ZQ	40	xiàbian	名
8694	一①	下来	ZQ	40	xiàlai	
8701	一①	下去	ZQ	40	xiàqu	
8977	一①	谢谢	ZQ	40	xièxie	动
10335	一①	这里	ZQ	40	zhèli	代
10336	一①	这么	ZQ	40	zhème	代
11080	一①	坐下	ZQ	40	zuòxia	
6598	一①	去年	ZQ	42	qùnián	名
3383	一①	后面	ZQ	44	hòu·miàn	名
3801	一①	记住	ZQ	44	jìzhù	
4649	一①	看到	ZQ	44	kàndào	
4655	一①	看见	ZQ	44	kàn·jiàn	
6961	一①	上次	ZQ	44	shàng cì	
6976	一①	上面	ZQ	44	shàng·miàn	名
8272	一①	外面	ZQ	44	wài·miàn	名
8359	一①	忘记	ZQ	44	wàngjì	动
8684	一①	下次	ZQ	44	xià cì	

8698	一①	下面	ZQ	44	xià·miàn	名	
10340	一①	这样	ZQ	44	zhèyàng	代	
9058	一①	星期天	MQZ	111	xīngqītiān	名	
9057	一①	星期日	MQZ	114	xīngqīrì	名	
10632	一①	中学生	MQZ	121	zhōngxuéshēng	名	
4623	一①	开玩笑	MQZ	124	kāi wánxiào		
2245	一①	方便面	MQZ	144	fāngbiànmiàn	名	
10187	一①	怎么样	MQZ	304	zěnmeyàng	代	
8924	一①	小学生	MQZ	321	xiǎoxuéshēng	名	
8640	一①	洗手间	MQZ	331	xǐshǒujiān	名	
1418	一①	打电话	MQZ	344	dǎ diànhuà		
795	一①	差不多	MQZ	401	chàbuduō	形、副	
2027	一①	对不起	MQZ	403	duìbuqǐ	动	
1521	一①	大学生	MQZ	421	dàxuéshēng	名	
1831	一①	电视机	MQZ	441	diànshìjī	名	
5471	一①	没关系	MZQ	210	méi guānxi		
5782	一①	男朋友	MZQ	220	nánpéngyou	名	
5930	一①	女朋友	MZQ	320	nǚpéngyou	名	
8907	一①	小朋友	MZQ	323	xiǎopéng·yǒu	名	
2613	一①	干什么	MZQ	420	gàn shénme		
5473	一①	没什么	ZQQ	220	méi shénme		
9891	一①	有时候｜有时	ZQQ｜MZ	320｜32	yǒushíhou｜yǒushí	副	
7348	一①	是不是	ZQQ	404	shì bu shì		
8426	一①	为什么	ZQQ	420	wèi shénme		
701	一②	参观	MZ	11	cānguān	动	
702	一②	参加	MZ	11	cānjiā	动	
1121	一②	出发	MZ	11	chūfā	动	
1148	一②	出生	MZ	11	chūshēng	动	
1171	一②	出租	MZ	11	chūzū	动	
1180	一②	初中	MZ	11	chūzhōng	名	
1279	一②	春天	MZ	11	chūntiān	名	
1918	一②	冬天	MZ	11	dōngtiān	名	
2363	一②	分钟	MZ	11	fēnzhōng	名	
2564	一②	干杯	MZ	11	gān//bēi		
2671	一②	高中	MZ	11	gāozhōng	名	
2772	一②	工资	MZ	11	gōngzī	名	
2793	一②	公斤	MZ	11	gōngjīn	量	
2810	一②	公司	MZ	11	gōngsī	名	
2975	一②	关心	MZ	11	guānxīn	动	
3871	一②	家乡	MZ	11	jiāxiāng	名	
4077	一②	交通	MZ	11	jiāotōng	名	
4625	一②	开心	MZ	11	kāixīn	动、形	
6549	一②	秋天	MZ	11	qiūtiān	名	
6886	一②	沙发	MZ	11	shāfā	名	

7160	一②	声音	MZ	11	shēngyīn	名
7623	一②	司机	MZ	11	sījī	名
8062	一②	通知	MZ	11	tōngzhī	动、名
8603	一②	西餐	MZ	11	xīcān	名
8608	一②	西医	MZ	11	xīyī	名
10193	一②	增加	MZ	11	zēngjiā	动
10454	一②	之间	MZ	11	zhījiān	名
10461	一②	之一	MZ	11	zhī yī	
10609	一②	中餐	MZ	11	zhōngcān	名
10628	一②	中心	MZ	11	zhōngxīn	名
10636	一②	中医	MZ	11	zhōngyī	名
1178	一②	初级	MZ	12	chūjí	形
1278	一②	春节	MZ	12	chūnjié	名
2648	一②	高级	MZ	12	gāojí	形
2802	一②	公平	MZ	12	gōngpíng	形
2819	一②	公园	MZ	12	gōngyuán	名
2976	一②	关于	MZ	12	guānyú	介
3409	一②	忽然	MZ	12	hūrán	副
3446	一②	花园	MZ	12	huāyuán	名
3505	一②	欢迎	MZ	12	huānyíng	动
3852	一②	加油	MZ	12	jiā // yóu	
3867	一②	家人	MZ	12	jiārén	名
3869	一②	家庭	MZ	12	jiātíng	名
3912	一②	坚持	MZ	12	jiānchí	动
4027	一②	将来	MZ	12	jiānglái	名
4335	一②	经常	MZ	12	jīngcháng	副
4378	一②	精神	MZ	12	jīngshén	名
4697	一②	科学	MZ	12	kēxué	名、形
4769	一②	空调	MZ	12	kōngtiáo	名
6055	一②	批评	MZ	12	pīpíng	动
6476	一②	青年	MZ	12	qīngnián	名
7613	一②	说明	MZ	12	shuōmíng	动、名
7715	一②	虽然	MZ	12	suīrán	连
8147	一②	突然	MZ	12	tūrán	形
8818	一②	相同	MZ	12	xiāngtóng	形
8992	一②	心情	MZ	12	xīnqíng	名
9029	一②	新闻	MZ	12	xīnwén	名
9395	一②	要求	MZ	12	yāoqiú	动、名
10457	一②	之前	MZ	12	zhīqián	名
10466	一②	支持	MZ	12	zhīchí	动
10616	一②	中级	MZ	12	zhōngjí	形
10649	一②	终于	MZ	12	zhōngyú	副
10690	一②	周围	MZ	12	zhōuwéi	名
125	一②	班长	MZ	13	bānzhǎng	名

1130	一②	出口	MZ	13	chūkǒu	名	
2170	一②	发展	MZ	13	fāzhǎn	动、名	
2246	一②	方法	MZ	13	fāngfǎ	名	
2758	一②	工厂	MZ	13	gōngchǎng	名	
2797	一②	公里	MZ	13	gōnglǐ	量	
2981	一②	观点	MZ	13	guāndiǎn	名	
3324	一②	黑板	MZ	13	hēibǎn	名	
3714	一②	基础	MZ	13	jīchǔ	名	
4063	一②	交给	MZ	13	jiāogěi		
4342	一②	经理	MZ	13	jīnglǐ	名	
4366	一②	精彩	MZ	13	jīngcǎi	形	
4617	一②	开始	MZ	13	kāishǐ	动、名	
6642	一②	缺点	MZ	13	quēdiǎn	名	
6942	一②	商场	MZ	13	shāngchǎng	名	
8370	一②	危险	MZ	13	wēixiǎn	形、名	
9745	一②	英语	MZ	13	Yīngyǔ	名	
9816	一②	优点	MZ	13	yōudiǎn	名	
34	一②	安静	MZ	14	ānjìng	形、动	
879	一②	超过	MZ	14	chāoguò	动	
882	一②	超市	MZ	14	chāoshì	名	
1158	一②	出现	MZ	14	chūxiàn	动	
2160	一②	发现	MZ	14	fāxiàn	动、名	
2248	一②	方面	MZ	14	fāngmiàn	名	
2356	一②	分数	MZ	14	fēnshù	名	
2799	一②	公路	MZ	14	gōnglù	名	
2989	一②	观众	MZ	14	guānzhòng	名	
3055	一②	规定	MZ	14	guīdìng	动、名	
3847	一②	加入	MZ	14	jiārù	动	
4060	一②	交费	MZ	14	jiāo fèi		
4166	一②	接受	MZ	14	jiēshòu	动	
4332	一②	京剧	MZ	14	jīngjù	名	
4339	一②	经过	MZ	14	jīngguò	动、名	
4347	一②	经验	MZ	14	jīngyàn	名	
4767	一②	空气	MZ	14	kōngqì	名	
6944	一②	商店	MZ	14	shāngdiàn	名	
7131	一②	生病	MZ	14	shēng // bìng		
7194	一②	失去	MZ	14	shīqù	动	
7366	一②	收费	MZ	14	shōu fèi		
7378	一②	收入	MZ	14	shōurù	动、名	
7459	一②	书架	MZ	14	shūjià	名	
8017	一②	听到	MZ	14	tīngdào		
8048	一②	通过	MZ	14	tōngguò	介、动	
8450	一②	温度	MZ	14	wēndù	名	
8618	一②	希望	MZ	14	xīwàng	动、名	

8819	一②	相信	MZ	14	xiāngxìn	动
9124	一②	休假	MZ	14	xiū // jià	
9163	一②	需要	MZ	14	xūyào	动、名
9694	一②	音乐	MZ	14	yīnyuè	名
10453	一②	之后	MZ	14	zhīhòu	名
10773	一②	抓住	MZ	14	zhuāzhù	
10788	一②	专业	MZ	14	zhuānyè	名
767	一②	曾经	MZ	21	céngjīng	副
828	一②	长期	MZ	21	chángqī	名
958	一②	成功	MZ	21	chénggōng	动、形
1076	一②	重新	MZ	21	chóngxīn	副
1983	一②	读书	MZ	21	dú // shū	
4193	一②	节约	MZ	21	jiéyuē	动
4204	一②	结婚	MZ	21	jié // hūn	
5028	一②	离开	MZ	21	lí // kāi	
5659	一②	明星	MZ	21	míngxīng	名
5877	一②	年轻	MZ	21	niánqīng	形
5913	一②	农村	MZ	21	nóngcūn	名
5952	一②	爬山	MZ	21	pá shān	
6231	一②	其他（其它）	MZ	21	qítā	代
6233	一②	其中	MZ	21	qízhōng	名
6242	一②	骑车	MZ	21	qí chē	
6360	一②	前天	MZ	21	qiántiān	名
6627	一②	全身	MZ	21	quánshēn	名
7241	一②	时期	MZ	21	shíqī	名
7898	一②	提出	MZ	21	tíchū	
7900	一②	提高	MZ	21	tígāo	
8027	一②	停车	MZ	21	tíng // chē	
9317	一②	研究	MZ	21	yánjiū	动
9372	一②	阳光	MZ	21	yángguāng	名
10012	一②	原因	MZ	21	yuányīn	名
10501	一②	直接	MZ	21	zhíjiē	形
974	一②	成为	MZ	22	chéngwéi	动
3273	一②	合格	MZ	22	hégé	形
3295	一②	和平	MZ	22	hépíng	名
3355	一②	红茶	MZ	22	hóngchá	名
3448	一②	划船	MZ	22	huá chuán	
3452	一②	华人	MZ	22	huárén	名
3735	一②	及时	MZ	22	jíshí	形
4939	一②	篮球	MZ	22	lánqiú	名
5274	一②	流行	MZ	22	liúxíng	动、形
5872	一②	年级	MZ	22	niánjí	名
5915	一②	农民	MZ	22	nóngmín	名
5971	一②	排球	MZ	22	páiqiú	名

6065	一②	皮鞋	MZ	22	píxié	名	
6131	一②	平常	MZ	22	píngcháng	名、形	
6146	一②	平时	MZ	22	píngshí	名	
6564	一②	球鞋	MZ	22	qiúxié	名	
6713	一②	人民	MZ	22	rénmín	名	
7262	一②	实习	MZ	22	shíxí	动、名	
7725	一②	随时	MZ	22	suíshí	副	
8078	一②	同时	MZ	22	tóngshí	连、名	
8290	一②	完成	MZ	22	wánchéng		
8295	一②	完全	MZ	22	wánquán	形、副	
9698	一②	银行	MZ	22	yínháng	名	
9845	一②	邮局	MZ	22	yóujú	名	
10005	一②	原来	MZ	22	yuánlái	形、副	
10298	一②	着急	MZ	22	zháo // jí		
11003	一②	足球	MZ	22	zúqiú	名	
1290	一②	词典	MZ	23	cídiǎn	名	
2113	一②	而且	MZ	23	érqiě	连	
4202	一②	结果	MZ	23	jiéguǒ	名、连	
6134	一②	平等	MZ	23	píngděng	形	
6560	一②	球场	MZ	23	qiúchǎng	名	
6629	一②	全体	MZ	23	quántǐ	名	
6811	一②	如果	MZ	23	rúguǒ	连	
8036	一②	停止	MZ	23	tíngzhǐ	动	
9755	一②	营养	MZ	23	yíngyǎng	名	
9863	一②	游泳	MZ	23	yóu // yǒng		
526	一②	不错	MZ	24	búcuò	形	
529	一②	不但	MZ	24	búdàn	连	
531	一②	不断	MZ	24	búduàn	动、副	
532	一②	不对	MZ	24	bú duì		
533	一②	不够	MZ	24	búgòu	动、副	
546	一②	不太	MZ	24	bú tài		
552	一②	不要	MZ	24	búyào	副	
557	一②	不用	MZ	24	búyòng	副	
842	一②	常见	MZ	24	cháng jiàn		
849	一②	常用	MZ	24	cháng yòng		
999	一②	城市	MZ	24	chéngshì	名	
1405	一②	达到	MZ	24	dádào		
2456	一②	服务	MZ	24	fúwù	动	
3090	一②	国际	MZ	24	guójì	名	
3093	一②	国内	MZ	24	guónèi		
3098	一②	国外	MZ	24	guówài		
3279	一②	合适	MZ	24	héshì	形	
3512	一②	环境	MZ	24	huánjìng	名	
4189	一②	节日	MZ	24	jiérì	名	

4209	一②	结束	MZ	24	jiéshù	动
4550	一②	决定	MZ	24	juédìng	动、名
4915	一②	来到	MZ	24	láidào	
4955	一②	劳动	MZ	24	láodòng	动、名
5264	一②	流利	MZ	24	liúlì	形
5293	一②	楼上	MZ	24	lóu shàng	
5295	一②	楼下	MZ	24	lóu xià	
5474	一②	没事儿	MZ	24	méi // shìr	
5525	一②	门票	MZ	24	ménpiào	名
5797	一②	难道	MZ	24	nándào	副
5804	一②	难过	MZ	24	nánguò	形
5808	一②	难受	MZ	24	nánshòu	形
5851	一②	能力	MZ	24	nénglì	名
5868	一②	年代	MZ	24	niándài	名
5965	一②	排队	MZ	24	pái // duì	
6234	一②	奇怪	MZ	24	qíguài	形
6521	一②	情况	MZ	24	qíngkuàng	名
6561	一②	球队	MZ	24	qiúduì	名
6612	一②	全部	MZ	24	quánbù	名
6725	一②	人数	MZ	24	rénshù	名
7253	一②	实际	MZ	24	shíjì	名、形
7263	一②	实现	MZ	24	shíxiàn	动
7268	一②	实在	MZ	24	shízài	副
7275	一②	食物	MZ	24	shíwù	名
7718	一②	随便	MZ	24	suíbiàn	形
7899	一②	提到	MZ	24	tídào	
7983	一②	条件	MZ	24	tiáojiàn	名
8079	一②	同事	MZ	24	tóngshì	名
8081	一②	同样	MZ	24	tóngyàng	形、连
8461	一②	文化	MZ	24	wénhuà	名
8631	一②	习惯	MZ	24	xíguàn	名、动
9211	一②	学费	MZ	24	xuéfèi	名
9227	一②	学校	MZ	24	xuéxiào	名
9324	一②	颜色	MZ	24	yánsè	名
9504	一②	一定	MZ	24	yídìng	形、副
9510	一②	一共	MZ	24	yígòng	副
9514	一②	一会儿	MZ	24	yíhuìr	副
9525	一②	一切	MZ	24	yíqiè	代
9846	一②	邮票	MZ	24	yóupiào	名
9860	一②	游戏	MZ	24	yóuxì	名
10103	一②	杂志	MZ	24	zázhì	名
10518	一②	职业	MZ	24	zhíyè	名
279	一②	北京	MZ	31	Běijīng	名
1423	一②	打工	MZ	31	dǎ // gōng	

3038	一②	广播	MZ	31	guǎngbō	动、名
3229	一②	好多	MZ	31	hǎoduō	数
3966	一②	简单	MZ	31	jiǎndān	形
4291	一②	紧张	MZ	31	jǐnzhāng	形
5749	一②	哪些	MZ	31	nǎxiē	代
6203	一②	普通	MZ	31	pǔtōng	形
8913	一②	小声	MZ	31	xiǎo shēng	
8920	一②	小心	MZ	31	xiǎoxīn	形、动
9166	一②	许多	MZ	31	xǔduō	数
9565	一②	已经	MZ	31	yǐjīng	副
11019	一②	组织	MZ	31	zǔzhī	动、名
1725	一②	等于	MZ	32	děngyú	动
1812	一②	点头	MZ	32	diǎn // tóu	
2596	一②	感觉	MZ	32	gǎnjué	动、名
3950	一②	检查	MZ	32	jiǎnchá	动、名
4396	一②	警察	MZ	32	jǐngchá	名
4501	一②	举行	MZ	32	jǔxíng	动
5059	一②	理由	MZ	32	lǐyóu	名
5337	一②	旅行	MZ	32	lǚxíng	动
5339	一②	旅游	MZ	32	lǚyóu	动
5513	一②	美元	MZ	32	měiyuán	名
5931	一②	女人	MZ	32	nǚrén	名
6264	一②	起床	MZ	32	qǐ // chuáng	
6537	一②	请求	MZ	32	qǐngqiú	动、名
6582	一②	取得	MZ	32	qǔdé	动
7493	一②	属于	MZ	32	shǔyú	动
7569	一②	水平	MZ	32	shuǐpíng	名
8340	一②	网球	MZ	32	wǎngqiú	名
9357	一②	演员	MZ	32	yǎnyuán	名
9578	一②	以为	MZ	32	yǐwéi	动
9949	一②	语言	MZ	32	yǔyán	名
10412	一②	整齐	MZ	32	zhěngqí	形
10534	一②	只能	MZ	32	zhǐ néng	
11015	一②	组成	MZ	32	zǔchéng	动
456	一②	表演	MZ	33	biǎoyǎn	动、名
2582	一②	赶紧	MZ	33	gǎnjǐn	副
3003	一②	管理	MZ	33	guǎnlǐ	动
3039	一②	广场	MZ	33	guǎngchǎng	名
3234	一②	好久	MZ	33	hǎojiǔ	形
4500	一②	举手	MZ	33	jǔ shǒu	
4968	一②	老板	MZ	33	lǎobǎn	名
5057	一②	理想	MZ	33	lǐxiǎng	名
5176	一②	了解	MZ	33	liǎojiě	动
7389	一②	手表	MZ	33	shǒubiǎo	名

7754	一②	所有	MZ	33	suǒyǒu	形
8039	一②	挺好	MZ	33	tǐng hǎo	
8643	一②	洗澡	MZ	33	xǐ // zǎo	
9440	一②	也许	MZ	33	yěxǔ	副
9764	一②	影响	MZ	33	yǐngxiǎng	动、名
9790	一②	永远	MZ	33	yǒngyuǎn	副
9865	一②	友好	MZ	33	yǒuhǎo	形
10537	一②	只有	MZ	33	zhǐyǒu	连
205	一②	保护	MZ	34	bǎohù	动
343	一②	比较	MZ	34	bǐjiào	副、动
348	一②	比赛	MZ	34	bǐsài	动、名
451	一②	表示	MZ	34	biǎoshì	动、名
1443	一②	打印	MZ	34	dǎyìn	动
2007	一②	短信	MZ	34	duǎnxìn	名
2541	一②	改变	MZ	34	gǎibiàn	动、名
2583	一②	赶快	MZ	34	gǎnkuài	副
2592	一②	感到	MZ	34	gǎndào	动
2593	一②	感动	MZ	34	gǎndòng	形、动
2606	一②	感谢	MZ	34	gǎnxiè	动
3042	一②	广告	MZ	34	guǎnggào	名
3243	一②	好像	MZ	34	hǎoxiàng	动、副
4034	一②	讲话	MZ	34	jiǎng // huà	
4682	一②	考试	MZ	34	kǎo // shì	
4706	一②	可爱	MZ	34	kě'ài	形
4719	一②	可怕	MZ	34	kěpà	形
4758	一②	肯定	MZ	34	kěndìng	动、形
5040	一②	礼物	MZ	34	lǐwù	名
5335	一②	旅客	MZ	34	lǚkè	名
5431	一②	满意	MZ	34	mǎnyì	动
5558	一②	米饭	MZ	34	mǐfàn	名
6536	一②	请客	MZ	34	qǐng // kè	
7018	一②	少数	MZ	34	shǎoshù	名
7284	一②	使用	MZ	34	shǐyòng	动
7862	一②	讨论	MZ	34	tǎolùn	动
7931	一②	体育	MZ	34	tǐyù	名
8314	一②	晚会	MZ	34	wǎnhuì	名
8338	一②	网络	MZ	34	wǎngluò	名
8573	一②	武术	MZ	34	wǔshù	名
8849	一②	想到	MZ	34	xiǎngdào	
9880	一②	有空儿	MZ	34	yǒu kòngr	
10263	一②	长大	MZ	34	zhǎngdà	
10269	一②	掌握	MZ	34	zhǎngwò	动
10408	一②	整个	MZ	34	zhěnggè	形
10536	一②	只要	MZ	34	zhǐyào	连

10731	一②	主要	MZ	34	zhǔyào	形
10859	一②	准备	MZ	34	zhǔnbèi	动
11059	一②	左右	MZ	34	zuǒyòu	名、动
364	一②	必须	MZ	41	bìxū	副
699	一②	菜单	MZ	41	càidān	名
1504	一②	大声	MZ	41	dà shēng	
1529	一②	大约	MZ	41	dàyuē	副
2292	一②	放心	MZ	41	fàng // xīn	
3389	一②	后天	MZ	41	hòutiān	名
3427	一②	互相	MZ	41	hùxiāng	副
4008	一②	健康	MZ	41	jiànkāng	形、名
4131	一②	教师	MZ	41	jiàoshī	名
4843	一②	快餐	MZ	41	kuàicān	名
5720	一②	目标	MZ	41	mùbiāo	名
7001	一②	上周	MZ	41	shàng zhōu	
7441	一②	受伤	MZ	41	shòu // shāng	
8212	一②	退休	MZ	41	tuìxiū	动
8418	一②	卫生	MZ	41	wèishēng	形、名
8716	一②	下周	MZ	41	xià zhōu	
8723	一②	夏天	MZ	41	xiàtiān	名
8865	一②	相机	MZ	41	xiàngjī	名
9046	一②	信心	MZ	41	xìnxīn	名
9585	一②	一般	MZ	41	yìbān	形
10332	一②	这边	MZ	41	zhèbiān	代
151	一②	半年	MZ	42	bàn nián	
236	一②	报名	MZ	42	bào // míng	
400	一②	变成	MZ	42	biànchéng	
616	一②	不如	MZ	42	bùrú	动
622	一②	不同	MZ	42	bù tóng	
627	一②	不行	MZ	42	bùxíng	动、形
1660	一②	到达	MZ	42	dàodá	动
1779	一②	地图	MZ	42	dìtú	名
2021	一②	队员	MZ	42	duìyuán	名
2293	一②	放学	MZ	42	fàng // xué	
2499	一②	负责	MZ	42	fùzé	动、形
2611	一②	干活儿	MZ	42	gàn // huór	
2612	一②	干吗	MZ	42	gànmá	代
3128	一②	过年	MZ	42	guò // nián	
3382	一②	后来	MZ	42	hòulái	名
3889	一②	价格	MZ	42	jiàgé	名
4136	一②	教学	MZ	42	jiàoxué	名
4314	一②	进行	MZ	42	jìnxíng	动
4754	一②	课堂	MZ	42	kètáng	名
4756	一②	课文	MZ	42	kèwén	名

5097	一②	例如	MZ	42	lìrú	动	
5137	一②	练习	MZ	42	liànxí	动、名	
5348	一②	绿茶	MZ	42	lǜchá	名	
5599	一②	面条儿	MZ	42	miàntiáor	名	
6656	一②	确实	MZ	42	quèshí	形、副	
6693	一②	热情	MZ	42	rèqíng	名、形	
6993	一②	上学	MZ	42	shàng // xué		
7353	一②	适合	MZ	42	shìhé	动	
7584	一②	睡着	MZ	42	shuìzháo		
7868	一②	特别	MZ	42	tèbié	形、副	
8495	一②	问题	MZ	42	wèntí	名	
9094	一②	幸福	MZ	42	xìngfú	形、名	
9637	一②	一直	MZ	42	yìzhí	副	
10421	一②	正常	MZ	42	zhèngcháng	形	
10438	一②	证明	MZ	42	zhèngmíng	动、名	
10937	一②	自由	MZ	42	zìyóu	名、形	
11071	一②	作文	MZ	42	zuòwén	名	
138	一②	办法	MZ	43	bànfǎ	名	
240	一②	报纸	MZ	43	bàozhǐ	名	
490	一②	并且	MZ	43	bìngqiě	连	
590	一②	不管	MZ	43	bùguǎn	连	
596	一②	不仅	MZ	43	bùjǐn	连	
600	一②	不久	MZ	43	bùjiǔ	形	
618	一②	不少	MZ	43	bù shǎo		
1516	一②	大小	MZ	43	dàxiǎo	名	
1542	一②	代表	MZ	43	dàibiǎo	名、动	
1777	一②	地铁	MZ	43	dìtiě	名	
1840	一②	电影	MZ	43	diànyǐng	名	
2022	一②	队长	MZ	43	duìzhǎng	名	
2487	一②	父母	MZ	43	fùmǔ	名	
2732	一②	各种	MZ	43	gè zhǒng		
3666	一②	或者	MZ	43	huòzhě	连	
5076	一②	历史	MZ	43	lìshǐ	名	
6829	一②	入口	MZ	43	rùkǒu	名	
7304	一②	市长	MZ	43	shìzhǎng	名	
7673	一②	送给	MZ	43	sònggěi		
7873	一②	特点	MZ	43	tèdiǎn	名	
8005	一②	跳舞	MZ	43	tiào // wǔ		
8503	一②	握手	MZ	43	wò // shǒu		
8933	一②	校长	MZ	43	xiàozhǎng	名	
10424	一②	正好	MZ	43	zhènghǎo	形、副	
10563	一②	至少	MZ	43	zhìshǎo	副	
10911	一②	自己	MZ	43	zìjǐ	代	
10947	一②	字典	MZ	43	zìdiǎn	名	

21	一②	爱好	MZ	44	àihào	动、名
1468	一②	大概	MZ	44	dàgài	形、副
1659	一②	到处	MZ	44	dàochù	副
1680	一②	道路	MZ	44	dàolù	名
2034	一②	对话	MZ	44	duìhuà	动、名
2038	一②	对面	MZ	44	duìmiàn	名
2516	一②	复印	MZ	44	fùyìn	动
2728	一②	各地	MZ	44	gè dì	
2925	一②	故意	MZ	44	gùyì	副
2931	一②	顾客	MZ	44	gùkè	名
3130	一②	过去	MZ	44	guòqù	名
3178	一②	害怕	MZ	44	hài // pà	
3435	一②	护照	MZ	44	hùzhào	名
3788	一②	计划	MZ	44	jìhuà	名
3830	一②	继续	MZ	44	jìxù	动
4001	一②	建议	MZ	44	jiànyì	动、名
4132	一②	教室	MZ	44	jiàoshì	名
4300	一②	进步	MZ	44	jìnbù	动、形
4313	一②	进入	MZ	44	jìnrù	动
4466	一②	就要	MZ	44	jiù yào	
4849	一②	快乐	MZ	44	kuàilè	形
4851	一②	快要	MZ	44	kuàiyào	副
4952	一②	浪费	MZ	44	làngfèi	动
5085	一②	立刻	MZ	44	lìkè	副
5096	一②	利用	MZ	44	lìyòng	动
5239	一②	另外	MZ	44	lìngwài	代、副
6544	一②	庆祝	MZ	44	qìngzhù	动
6688	一②	热烈	MZ	44	rèliè	形
7041	一②	社会	MZ	44	shèhuì	名
7174	一②	胜利	MZ	44	shènglì	动、名
7295	一②	世界	MZ	44	shìjiè	名
7432	一②	受到	MZ	44	shòudào	
7672	一②	送到	MZ	44	sòngdào	
8493	一②	问路	MZ	44	wèn lù	
10314	一②	照片	MZ	44	zhàopiàn	名
10315	一②	照相	MZ	44	zhào // xiàng	
10426	一②	正确	MZ	44	zhèngquè	形
10749	一②	住院	MZ	44	zhù // yuàn	
10759	一②	注意	MZ	44	zhù // yì	
11040	一②	最近	MZ	44	zuìjìn	名
11073	一②	作业	MZ	44	zuòyè	名
11087	一②	做到	MZ	44	zuòdào	
186	一②	包子	ZQ	10	bāozi	名
261	一②	杯子	ZQ	10	bēizi	名

908	一②	车上	ZQ	10	chē shang	
1255	一②	窗子	ZQ	10	chuāngzi	名
1402	一②	答应	ZQ	10	dāying	动
2067	一②	多么	ZQ	10	duōme	副
2892	一②	姑娘	ZQ	10	gūniang	名
2971	一②	关上	ZQ	10	guānshang	
4172	一②	接着	ZQ	10	jiēzhe	动
6496	一②	清楚	ZQ	10	qīngchu	形
6947	一②	商量	ZQ	10	shāngliang	动
7470	一②	舒服	ZQ	10	shūfu	形
7767	一②	它们	ZQ	10	tāmen	代
8887	一②	消息	ZQ	10	xiāoxi	名
8986	一②	心里	ZQ	10	xīnli	名
10482	一②	知识	ZQ	10	zhīshi	名
2974	一②	关系	ZQ	14	guān·xì	名、动
3691	一②	机会	ZQ	14	jī·huì	名
3848	一②	加上	ZQ	14	jiāshàng	连
4155	一②	接到	ZQ	14	jiēdào	
7365	一②	收到	ZQ	14	shōudào	
7956	一②	天上	ZQ	14	tiānshàng	名
1185	一②	除了	ZQ	20	chúle	介
3748	一②	…极了	ZQ	20	…jí le	
5146	一②	凉快	ZQ	20	liángkuai	形
5250	一②	留下	ZQ	20	liúxia	
5392	一②	麻烦	ZQ	20	máfan	动、形
5975	一②	牌子	ZQ	20	páizi	名
6091	一②	便宜	ZQ	20	piányi	形、名
6170	一②	瓶子	ZQ	20	píngzi	名
7222	一②	石头	ZQ	20	shítou	名
7269	一②	实在	ZQ	20	shízai	形
9067	一②	行李	ZQ	20	xíngli	名
9436	一②	爷爷	ZQ	20	yéye	名
10133	一②	咱们	ZQ	20	zánmen	代
5783	一②	男人	ZQ	22	nánrén	名
10511	一②	值得	ZQ	22	zhí·dé	
821	一②	长处	ZQ	24	chángchù	名
960	一②	成绩	ZQ	24	chéngjì	名
4186	一②	节目	ZQ	24	jiémù	名
5125	一②	联系	ZQ	24	liánxì	动、名
5453	一②	毛病	ZQ	24	máo·bìng	名
5873	一②	年纪	ZQ	24	niánjì	名
6796	一②	容易	ZQ	24	róngyì	形
1756	一②	底下	ZQ	30	dǐxia	名
4107	一②	饺子	ZQ	30	jiǎozi	名

5046	一②	里头	ZQ	30		lǐtou	名
5773	一②	奶奶	ZQ	30		nǎinai	名
5822	一②	脑子	ZQ	30		nǎozi	名
5939	一②	暖和	ZQ	30		nuǎnhuo	形
9584	一②	椅子	ZQ	30		yǐzi	名
10160	一②	早晨	ZQ	30		zǎochen	名
11057	一②	左边	ZQ	30		zuǒbian	名
10722	一②	主人	ZQ	32		zhǔ·rén	名
2003	一②	短处	ZQ	33		duǎnchù	名
8850	一②	想法	ZQ	33		xiǎng·fǎ	名
1440	一②	打算	ZQ	34		dǎ·suàn	动、名
657	一②	部分	ZQ	40		bùfen	名
1539	一②	大夫	ZQ	40		dàifu	名
1553	一②	带来	ZQ	40		dàilai	
1790	一②	弟弟|弟	ZQ	40|4		dìdi|dì	名
2682	一②	告诉	ZQ	40		gàosu	动
2923	一②	故事	ZQ	40		gùshi	名
3131	一②	过去	ZQ	40		guòqu	
3434	一②	护士	ZQ	40		hùshi	名
3979	一②	见过	ZQ	40		jiànguo	
4512	一②	句子	ZQ	40		jùzi	名
4852	一②	筷子	ZQ	40		kuàizi	名
4885	一②	困难	ZQ	40		kùnnan	名、形
5099	一②	例子	ZQ	40		lìzi	名
5516	一②	妹妹|妹	ZQ	40|4		mèimei|mèi	名
6103	一②	漂亮	ZQ	40		piàoliang	形
6786	一②	日子	ZQ	40		rìzi	名
7316	一②	事情	ZQ	40		shìqing	名
7790	一②	太太	ZQ	40		tàitai	名
9393	一②	样子	ZQ	40		yàngzi	名
9431	一②	要是	ZQ	40		yàoshi	连
9667	一②	意思	ZQ	40		yìsi	名
9912	一②	右边	ZQ	40		yòubian	名
10058	一②	月亮	ZQ	40		yuèliang	名
5753	一②	那边	ZQ	41		nàbiān	代
4656	一②	看来	ZQ	42		kànlái	
4748	一②	客人	ZQ	42		kè·rén	名
7791	一②	太阳	ZQ	42		tài·yáng	名
1679	一②	道理	ZQ	43		dào·lǐ	名
4653	一②	看法	ZQ	43		kàn·fǎ	名
1395	一②	错误	ZQ	44		cuòwù	形、名
1942	一②	动物	ZQ	44		dòngwù	名
2295	一②	放在	ZQ	44		fàngzài	
3978	一②	见到	ZQ	44		jiàndào	

4122	一②	叫作	ZQ	44	jiàozuò	动
4140	一②	教育	ZQ	44	jiàoyù	动、名
4237	一②	介绍	ZQ	44	jièshào	动
4463	一②	就是	ZQ	44	jiùshì	连
5722	一②	目的	ZQ	44	mùdì	名
6045	一②	碰到	ZQ	44	pèngdào	
6047	一②	碰见	ZQ	44	pèng·jiàn	
7325	一②	事业	ZQ	44	shìyè	名
7591	一②	顺利	ZQ	44	shùnlì	形
7793	一②	态度	ZQ	44	tài·dù	名
8438	一②	味道	ZQ	44	wèi·dào	名
9663	一②	意见	ZQ	44	yì·jiàn	名
9673	一②	意义	ZQ	44	yìyì	名
9733	一②	印象	ZQ	44	yìnxiàng	名
10045	一②	愿望	ZQ	44	yuànwàng	名
10046	一②	愿意	ZQ	44	yuànyì	动
10082	一②	运动	ZQ	44	yùndòng	动、名
10310	一②	照顾	ZQ	44	zhàogù	动
11074	一②	作用	ZQ	44	zuòyòng	名
11084	一②	座位	ZQ	44	zuò·wèi	名
1172	一②	出租车	MQZ	111	chūzūchē	名
2792	一②	公交车	MQZ	111	gōngjiāochē	名
2760	一②	工程师	MQZ	121	gōngchéngshī	名
9695	一②	音乐会	MQZ	144	yīnyuèhuì	名
7098	一②	什么样	MQZ	204	shénmeyàng	代
8028	一②	停车场	MQZ	213	tíngchēchǎng	名
8155	一②	图书馆	MQZ	213	túshūguǎn	名
5253	一②	留学生	MQZ	221	liúxuéshēng	名
6714	一②	人民币	MQZ	224	rénmínbì	名
10186	一②	怎么办	MQZ	304	zěnme bàn	
8642	一②	洗衣机	MQZ	311	xǐyījī	名
6204	一②	普通话	MQZ	314	pǔtōnghuà	名
355	一②	笔记本	MQZ	343	bǐjìběn	名
7932	一②	体育场	MQZ	343	tǐyùchǎng	名
7933	一②	体育馆	MQZ	343	tǐyùguǎn	名
140	一②	办公室	MQZ	414	bàngōngshì	名
10933	一②	自行车	MQZ	421	zìxíngchē	名
8260	一②	外国人	MQZ	422	wàiguórén	名
582	一②	不得不	MQZ	424	bù dé bù	
629	一②	不一定	MQZ	424	bù yídìng	
10073	一②	越来越	MQZ	424	yuè lái yuè	
1841	一②	电影院	MQZ	434	diànyǐngyuàn	名
3792	一②	计算机	MQZ	441	jìsuànjī	名
9905	一②	有意思	MZQ	340	yǒu yìsi	

1465	一②	大多数	MZQ	414	dàduōshù		名
4171	一②	接下来	ZQQ	142	jiē·xià·lái		
8915	一②	小时候	ZQQ	320	xiǎoshíhou		名
5759	一②	那时候｜那时	ZQQ｜MZ	420｜42	nà shíhou｜nà shí		
10338	一②	这时候｜这时	ZQQ｜MZ	420｜42	zhè shíhou｜zhè shí		
1454	一②	大部分	ZQQ	440	dà bùfen		
2787	一②	公共汽车	MQMZ	1441	gōnggòng qìchē		
2816	一②	公用电话	MQMZ	1444	gōngyòng diànhuà		
9519	一②	一路平安	MQMZ	2421	yílù píng'ān		
9521	一②	一路顺风	MQMZ	2441	yílù shùnfēng		
592	一②	不好意思	MQZQ	4340	bù hǎoyìsi		
44	一③	安装	MZ	11	ānzhuāng		动
513	一③	播出	MZ	11	bōchū		
1607	一③	当初	MZ	11	dāngchū		名
1624	一③	当中	MZ	11	dāngzhōng		名
1913	一③	东方	MZ	11	dōngfāng		名
2133	一③	发出	MZ	11	fāchū		动
2157	一③	发生	MZ	11	fāshēng		动
2346	一③	分开	MZ	11	fēnkāi		
2361	一③	…分之…	MZ	11	…fēnzhī…		
2699	一③	歌声	MZ	11	gēshēng		名
2794	一③	公开	MZ	11	gōngkāi		形、动
2967	一③	关机	MZ	11	guān // jī		
3143	一③	哈哈	MZ	11	hāhā		拟声
3840	一③	加工	MZ	11	jiā // gōng		
4598	一③	开发	MZ	11	kāifā		动
4606	一③	开机	MZ	11	kāi // jī		
6939	一③	伤心	MZ	11	shāng // xīn		
7382	一③	收听	MZ	11	shōutīng		动
7545	一③	双方	MZ	11	shuāngfāng		名
7950	一③	天空	MZ	11	tiānkōng		名
8142	一③	突出	MZ	11	tūchū		形、动
8194	一③	推开	MZ	11	tuīkāi		
8367	一③	危机	MZ	11	wēijī		名
8604	一③	西方	MZ	11	xīfāng		名
8803	一③	相当	MZ	11	xiāngdāng		副、动
8810	一③	相关	MZ	11	xiāngguān		动
8886	一③	消失	MZ	11	xiāoshī		动
9007	一③	心中	MZ	11	xīnzhōng		名
9737	一③	应当	MZ	11	yīngdāng		动
10289	一③	招生	MZ	11	zhāo // shēng		
10462	一③	之中	MZ	11	zhī zhōng		
10634	一③	中央	MZ	11	zhōngyāng		名
10780	一③	专家	MZ	11	zhuānjiā		名

10887	一③	资金	MZ	11	zījīn	名	
37	一③	安排	MZ	12	ānpái	动、名	
436	一③	标题	MZ	12	biāotí	名	
880	一③	超级	MZ	12	chāojí	形	
949	一③	称为	MZ	12	chēngwéi		
1125	一③	出国	MZ	12	chū // guó		
1137	一③	出门	MZ	12	chū // mén		
1617	一③	当时	MZ	12	dāngshí	名	
1914	一③	东南	MZ	12	dōngnán	名	
2134	一③	发达	MZ	12	fādá	形	
2148	一③	发明	MZ	12	fāmíng	动、名	
2163	一③	发言	MZ	12	fā // yán		
2304	一③	飞行	MZ	12	fēixíng	动	
2336	一③	分别	MZ	12	fēnbié	动、副	
2697	一③	歌迷	MZ	12	gēmí	名	
2800	一③	公民	MZ	12	gōngmín	名	
2834	一③	功能	MZ	12	gōngnéng	名	
2980	一③	观察	MZ	12	guānchá	动	
3031	一③	光明	MZ	12	guāngmíng	形、名	
3061	一③	规模	MZ	12	guīmó	名	
3327	一③	黑人	MZ	12	Hēirén	名	
3707	一③	积极	MZ	12	jījí	形	
3845	一③	加强	MZ	12	jiāqiáng	动	
3916	一③	坚决	MZ	12	jiānjué	形	
3917	一③	坚强	MZ	12	jiānqiáng	形	
4070	一③	交流	MZ	12	jiāoliú	动、名	
4264	一③	金牌	MZ	12	jīnpái	名	
4348	一③	经营	MZ	12	jīngyíng	动	
4575	一③	军人	MZ	12	jūnrén	名	
4626	一③	开学	MZ	12	kāi // xué		
4698	一③	科研	MZ	12	kēyán	动、名	
6459	一③	亲人	MZ	12	qīnrén	名	
6568	一③	区别	MZ	12	qūbié	名、动	
6949	一③	商人	MZ	12	shāngrén	名	
7134	一③	生存	MZ	12	shēngcún	动	
7158	一③	声明	MZ	12	shēngmíng	动、名	
8042	一③	通常	MZ	12	tōngcháng	形	
8607	一③	西南	MZ	12	xīnán	名	
9162	一③	需求	MZ	12	xūqiú	名	
9178	一③	宣传	MZ	12	xuānchuán	动、名	
9742	一③	英文	MZ	12	Yīngwén	名	
9743	一③	英雄	MZ	12	yīngxióng	名	
10361	一③	真实	MZ	12	zhēnshí	形	
10620	一③	中年	MZ	12	zhōngnián	名	

10688	一③	周年	MZ	12	zhōunián	名	
10784	一③	专门	MZ	12	zhuānmén	副	
10786	一③	专题	MZ	12	zhuāntí	名	
10886	一③	资格	MZ	12	zīgé	名	
440	一③	标准	MZ	13	biāozhǔn	名、形	
916	一③	车主	MZ	13	chēzhǔ	名	
1062	一③	充满	MZ	13	chōngmǎn	动	
1131	一③	出口	MZ	13	chū // kǒu		
1908	一③	东北	MZ	13	dōngběi	名	
2064	一③	多久	MZ	13	duō jiǔ		
2127	一③	发表	MZ	13	fābiǎo	动	
2311	一③	非法	MZ	13	fēifǎ	形	
2416	一③	风险	MZ	13	fēngxiǎn	名	
2700	一③	歌手	MZ	13	gēshǒu	名	
2736	一③	根本	MZ	13	gēnběn	名、形	
2737	一③	根本	MZ	13	gēnběn	副	
3710	一③	基本	MZ	13	jīběn	形	
3868	一③	家属	MZ	13	jiāshǔ	名	
4069	一③	交警	MZ	13	jiāojǐng	名	
4079	一③	交往	MZ	13	jiāowǎng	动	
4629	一③	开展	MZ	13	kāizhǎn	动	
6056	一③	批准	MZ	13	pīzhǔn		
6645	一③	缺少	MZ	13	quēshǎo	动	
6948	一③	商品	MZ	13	shāngpǐn	名	
7132	一③	生产	MZ	13	shēngchǎn	动	
7155	一③	生长	MZ	13	shēngzhǎng	动	
7645	一③	思想	MZ	13	sīxiǎng	名	
8020	一③	听讲	MZ	13	tīng // jiǎng		
8191	一③	推广	MZ	13	tuīguǎng	动	
8453	一③	温暖	MZ	13	wēnnuǎn	形、动	
8600	一③	西北	MZ	13	xīběi	名	
8798	一③	相比	MZ	13	xiāngbǐ	动	
9137	一③	修改	MZ	13	xiūgǎi	动	
9680	一③	因此	MZ	13	yīncǐ	连	
10198	一③	增长	MZ	13	zēngzhǎng	动	
10291	一③	招手	MZ	13	zhāo // shǒu		
10392	一③	争取	MZ	13	zhēngqǔ	动	
514	一③	播放	MZ	14	bōfàng	动	
904	一③	车辆	MZ	14	chēliàng	名	
1165	一③	出院	MZ	14	chū // yuàn		
1175	一③	初步	MZ	14	chūbù	形	
1583	一③	单位	MZ	14	dānwèi	名	
1609	一③	当地	MZ	14	dāngdì	名	
1911	一③	东部	MZ	14	dōngbù	名	

2072	一③	多数	MZ	14	duōshù	名
2137	一③	发动	MZ	14	fādòng	动
2159	一③	发送	MZ	14	fāsòng	动
2249	一③	方式	MZ	14	fāngshì	名
2352	一③	分配	MZ	14	fēnpèi	动
2385	一③	丰富	MZ	14	fēngfù	形
2641	一③	高度	MZ	14	gāodù	名、形
2658	一③	高速	MZ	14	gāosù	形
2739	一③	根据	MZ	14	gēnjù	动、介、名
2764	一③	工具	MZ	14	gōngjù	名
2769	一③	工业	MZ	14	gōngyè	名
2780	一③	公布	MZ	14	gōngbù	动
2785	一③	公共	MZ	14	gōnggòng	形
2830	一③	功课	MZ	14	gōngkè	名
2978	一③	关注	MZ	14	guānzhù	动
2984	一③	观看	MZ	14	guānkàn	动
2986	一③	观念	MZ	14	guānniàn	名
3056	一③	规范	MZ	14	guīfàn	形、名、动
3328	一③	黑色	MZ	14	hēisè	名
3503	一③	欢乐	MZ	14	huānlè	形
3843	一③	加快	MZ	14	jiākuài	动
3864	一③	家具	MZ	14	jiājù	名
4025	一③	将近	MZ	14	jiāngjìn	副
4081	一③	交易	MZ	14	jiāoyì	名
4154	一③	接待	MZ	14	jiēdài	动
4160	一③	接近	MZ	14	jiējìn	动
4258	一③	今后	MZ	14	jīnhòu	名
4333	一③	京戏	MZ	14	jīngxì	名
4340	一③	经济	MZ	14	jīngjì	名、形
4343	一③	经历	MZ	14	jīnglì	动、名
4572	一③	军队	MZ	14	jūnduì	名
4601	一③	开放	MZ	14	kāifàng	动
4627	一③	开业	MZ	14	kāi // yè	
4694	一③	科技	MZ	14	kējì	名
6321	一③	千万	MZ	14	qiānwàn	副
6456	一③	亲切	MZ	14	qīnqiè	形
6466	一③	亲自	MZ	14	qīnzì	副
6952	一③	商业	MZ	14	shāngyè	名
7086	一③	深刻	MZ	14	shēnkè	形
7089	一③	深入	MZ	14	shēnrù	动、形
7135	一③	生动	MZ	14	shēngdòng	形
7140	一③	生命	MZ	14	shēngmìng	名
7373	一③	收看	MZ	14	shōukàn	动
7479	一③	输入	MZ	14	shūrù	动

8021	一③	听力	MZ	14	tīnglì	名	
8024	一③	听众	MZ	14	tīngzhòng	名	
8057	一③	通信	MZ	14	tōng // xìn		
8188	一③	推动	MZ	14	tuīdòng		
8193	一③	推进	MZ	14	tuījìn	动	
8366	一③	危害	MZ	14	wēihài	动、名	
8602	一③	西部	MZ	14	xībù	名	
8728	一③	先后	MZ	14	xiānhòu	名、副	
8729	一③	先进	MZ	14	xiānjìn	形、名	
8811	一③	相互	MZ	14	xiānghù	副	
8815	一③	相似	MZ	14	xiāngsì	形	
8880	一③	消费	MZ	14	xiāofèi	动	
9176	一③	宣布	MZ	14	xuānbù	动	
9263	一③	压力	MZ	14	yālì	名	
9474	一③	衣架	MZ	14	yījià	名	
9486	一③	依据	MZ	14	yījù	动、名	
9487	一③	依靠	MZ	14	yīkào	动、名	
9821	一③	优势	MZ	14	yōushì	名	
10365	一③	真正	MZ	14	zhēnzhèng	形	
10456	一③	之内	MZ	14	zhī nèi		
10459	一③	之外	MZ	14	zhī wài		
10460	一③	之下	MZ	14	zhī xià		
1222	一③	传播	MZ	21	chuánbō	动	
1235	一③	传说	MZ	21	chuánshuō	动、名	
1685	一③	得出	MZ	21	déchū		
1688	一③	得分	MZ	21	défēn	动、名	
2273	一③	房屋	MZ	21	fángwū	名	
2459	一③	服装	MZ	21	fúzhuāng	名	
3777	一③	集中	MZ	21	jízhōng	动、形	
4552	一③	决心	MZ	21	juéxīn	名、动	
5027	一③	离婚	MZ	21	lí // hūn		
5620	一③	民间	MZ	21	mínjiān	名	
5632	一③	名称	MZ	21	míngchēng	名	
5633	一③	名单	MZ	21	míngdān	名	
5792	一③	南方	MZ	21	nánfāng	名	
5867	一③	年初	MZ	21	niánchū	名	
6061	一③	皮包	MZ	21	píbāo	名	
6619	一③	全家	MZ	21	quán jiā		
6705	一③	人工	MZ	21	réngōng	名、形	
6721	一③	人生	MZ	21	rénshēng	名	
7219	一③	十分	MZ	21	shífēn	副	
8475	一③	文章	MZ	21	wénzhāng	名	
9217	一③	学期	MZ	21	xuéqī	名	
9750	一③	迎接	MZ	21	yíngjiē	动	

9999	一③	员工	MZ	21	yuángōng	名
10497	一③	直播	MZ	21	zhíbō	动
10513	一③	职工	MZ	21	zhígōng	名
99	一③	白人	MZ	22	Báirén	名
671	一③	才能	MZ	22	cáinéng	名
820	一③	长城	MZ	22	Chángchéng	名
972	一③	成熟	MZ	22	chéngshú	形
979	一③	成员	MZ	22	chéngyuán	名
1341	一③	从前	MZ	22	cóngqián	名
3099	一③	国王	MZ	22	guówáng	名
4203	一③	结合	MZ	22	jiéhé	动
5105	一③	连忙	MZ	22	liánmáng	副
5117	一③	联合	MZ	22	liánhé	动
5252	一③	留学	MZ	22	liú // xué	
5627	一③	民族	MZ	22	mínzú	名
5970	一③	排名	MZ	22	pái // míng	
6230	一③	其实	MZ	22	qíshí	副
6562	一③	球迷	MZ	22	qiúmí	名
6618	一③	全国	MZ	22	quán guó	
6625	一③	全年	MZ	22	quán nián	
6626	一③	全球	MZ	22	quánqiú	名
6701	一③	人才（人材）	MZ	22	réncái	名
6733	一③	人员	MZ	22	rényuán	名
6770	一③	仍然	MZ	22	réngrán	副
6813	一③	如何	MZ	22	rúhé	代
7223	一③	石油	MZ	22	shíyóu	名
7264	一③	实行	MZ	22	shíxíng	动
7487	一③	熟人	MZ	22	shúrén	名
7906	一③	提前	MZ	22	tíqián	动
8177	一③	团结	MZ	22	tuánjié	动
8466	一③	文明	MZ	22	wénmíng	名、形
8471	一③	文学	MZ	22	wénxué	名
9068	一③	行人	MZ	22	xíngrén	名
9071	一③	行为	MZ	22	xíngwéi	名
9075	一③	形成	MZ	22	xíngchéng	动
9841	一③	由于	MZ	22	yóuyú	介、连
97	一③	白酒	MZ	23	báijiǔ	名
959	一③	成果	MZ	23	chéngguǒ	名
980	一③	成长	MZ	23	chéngzhǎng	动
1347	一③	从小	MZ	23	cóngxiǎo	副
1380	一③	存款	MZ	23	cúnkuǎn	名
1984	一③	读者	MZ	23	dúzhě	名
2265	一③	防止	MZ	23	fángzhǐ	动
3272	一③	合法	MZ	23	héfǎ	形

3277	一③	合理	MZ	23	hélǐ		形
3358	一③	红酒	MZ	23	hóngjiǔ		名
3454	一③	华语	MZ	23	Huáyǔ		名
3510	一③	环保	MZ	23	huánbǎo		名、形
3774	一③	集体	MZ	23	jítǐ		名
5488	一③	媒体	MZ	23	méitǐ		名
5626	一③	民主	MZ	23	mínzhǔ		名、形
5658	一③	明显	MZ	23	míngxiǎn		形
5787	一③	男子	MZ	23	nánzǐ		名
5869	一③	年底	MZ	23	niándǐ		名
6363	一③	前往	MZ	23	qiánwǎng		动
6516	一③	情感	MZ	23	qínggǎn		名
6614	一③	全场	MZ	23	quánchǎng		
6709	一③	人口	MZ	23	rénkǒu		名
7272	一③	食品	MZ	23	shípǐn		名
7994	一③	调整	MZ	23	tiáozhěng		动
8115	一③	头脑	MZ	23	tóunǎo		名
8179	一③	团体	MZ	23	tuántǐ		名
8294	一③	完美	MZ	23	wánměi		形
8297	一③	完整	MZ	23	wánzhěng		形
8520	一③	无法	MZ	23	wúfǎ		动
96	一③	白菜	MZ	24	báicài		名
100	一③	白色	MZ	24	báisè		名
524	一③	不必	MZ	24	búbì		副
527	一③	不大	MZ	24	bú dà		
535	一③	不过	MZ	24	búguò		连
541	一③	不论	MZ	24	búlùn		连
963	一③	成就	MZ	24	chéngjiù		名、动
964	一③	成立	MZ	24	chénglì		动
992	一③	承认	MZ	24	chéngrèn		动
1038	一③	持续	MZ	24	chíxù		动
1071	一③	重复	MZ	24	chóngfù		动
1344	一③	从事	MZ	24	cóngshì		动
1382	一③	存在	MZ	24	cúnzài		动
1697	一③	得意	MZ	24	déyì		形
3096	一③	国庆	MZ	24	guóqìng		名
3284	一③	合作	MZ	24	hézuò		动
3361	一③	红色	MZ	24	hóngsè		名
3552	一③	黄色	MZ	24	huángsè		名
4551	一③	决赛	MZ	24	juésài		动、名
4563	一③	绝对	MZ	24	juéduì		副
4928	一③	来自	MZ	24	láizì		动
4936	一③	蓝色	MZ	24	lánsè		名
5110	一③	连续	MZ	24	liánxù		动

5655	一③	明确	MZ	24	míngquè	形、动
5791	一③	南部	MZ	24	nánbù	名
5801	一③	难度	MZ	24	nándù	名
5849	一③	能够	MZ	24	nénggòu	动
5916	一③	农业	MZ	24	nóngyè	名
6155	一③	评价	MZ	24	píngjià	动、名
6227	一③	其次	MZ	24	qícì	代
6349	一③	前后	MZ	24	qiánhòu	名
6350	一③	前进	MZ	24	qiánjìn	动
6392	一③	强大	MZ	24	qiángdà	形
6394	一③	强调	MZ	24	qiángdiào	动
6399	一③	强烈	MZ	24	qiángliè	形
6623	一③	全面	MZ	24	quánmiàn	形
6663	一③	群众	MZ	24	qúnzhòng	名
6710	一③	人类	MZ	24	rénlèi	名
6729	一③	人物	MZ	24	rénwù	名
7227	一③	时代	MZ	24	shídài	名
7238	一③	时刻	MZ	24	shíkè	名
7257	一③	实力	MZ	24	shílì	名
7265	一③	实验	MZ	24	shíyàn	动、名
7806	一③	谈话	MZ	24	tán // huà	
7808	一③	谈判	MZ	24	tánpàn	动、名
7910	一③	提问	MZ	24	tíwèn	动
8084	一③	同志	MZ	24	tóngzhì	名
8152	一③	图画	MZ	24	túhuà	名
8296	一③	完善	MZ	24	wánshàn	形、动
8298	一③	玩具	MZ	24	wánjù	名
8462	一③	文件	MZ	24	wénjiàn	名
8476	一③	文字	MZ	24	wénzì	名
8536	一③	无论	MZ	24	wúlùn	连
9066	一③	行动	MZ	24	xíngdòng	动、名
9077	一③	形式	MZ	24	xíngshì	名
9080	一③	形象	MZ	24	xíngxiàng	名、形
9083	一③	形状	MZ	24	xíngzhuàng	名
9321	一③	研制	MZ	24	yánzhì	动
9518	一③	一路	MZ	24	yílù	名、副
9537	一③	一致	MZ	24	yízhì	形、副
9856	一③	游客	MZ	24	yóukè	名
10183	一③	责任	MZ	24	zérèn	名
10499	一③	直到	MZ	24	zhídào	动
11001	一③	足够	MZ	24	zúgòu	动
201	一③	保安	MZ	31	bǎo'ān	名
276	一③	北方	MZ	31	běifāng	名
565	一③	补充	MZ	31	bǔchōng	动、名

809	一③	产生	MZ	31	chǎnshēng	动
2005	一③	短期	MZ	31	duǎnqī	名
3156	一③	海关	MZ	31	hǎiguān	名
4681	一③	考生	MZ	31	kǎoshēng	名
5234	一③	领先	MZ	31	lǐng // xiān	
6267	一③	起飞	MZ	31	qǐfēi	动
6591	一③	取消	MZ	31	qǔxiāo	动
7286	一③	始终	MZ	31	shǐzhōng	副
7425	一③	首先	MZ	31	shǒuxiān	副
8916	一③	小说	MZ	31	xiǎoshuō	名
9347	一③	演出	MZ	31	yǎnchū	动、名
9950	一③	语音	MZ	31	yǔyīn	名
10227	一③	展开	MZ	31	zhǎnkāi	
10415	一③	整天	MZ	31	zhěngtiān	名
10542	一③	指出	MZ	31	zhǐchū	
10736	一③	主张	MZ	31	zhǔzhāng	动、名
10988	一③	走开	MZ	31	zǒukāi	
202	一③	保持	MZ	32	bǎochí	动
203	一③	保存	MZ	32	bǎocún	动
207	一③	保留	MZ	32	bǎoliú	动
309	一③	本来	MZ	32	běnlái	形、副
346	一③	比如	MZ	32	bǐrú	动
444	一③	表达	MZ	32	biǎodá	动
449	一③	表明	MZ	32	biǎomíng	动
858	一③	场合	MZ	32	chǎnghé	名
2599	一③	感情	MZ	32	gǎnqíng	名
3104	一③	果然	MZ	32	guǒrán	副
3237	一③	好人	MZ	32	hǎorén	名
3884	一③	假如	MZ	32	jiǎrú	连
3976	一③	简直	MZ	32	jiǎnzhí	副
4226	一③	解决	MZ	32	jiějué	动
4284	一③	紧急	MZ	32	jǐnjí	形
4676	一③	考察	MZ	32	kǎochá	动、名
4975	一③	老年	MZ	32	lǎonián	名
4985	一③	老头儿	MZ	32	lǎotóur	名
5432	一③	满足	MZ	32	mǎnzú	动
6202	一③	普及	MZ	32	pǔjí	动、形
8579	一③	舞台	MZ	32	wǔtái	名
8756	一③	显然	MZ	32	xiǎnrán	形
9338	一③	眼前	MZ	32	yǎnqián	名
9570	一③	以来	MZ	32	yǐlái	名
10711	一③	主持	MZ	32	zhǔchí	动
10729	一③	主席	MZ	32	zhǔxí	名
10967	一③	总结	MZ	32	zǒngjié	动、名

11016	一③	组合	MZ	32	zǔhé	动
214	一③	保险	MZ	33	bǎoxiǎn	形、名
310	一③	本领	MZ	33	běnlǐng	名
690	一③	采取	MZ	33	cǎiqǔ	动
861	一③	场所	MZ	33	chǎngsuǒ	名
1195	一③	处理	MZ	33	chǔlǐ	动、名
1645	一③	导演	MZ	33	dǎoyǎn	动、名
2674	一③	搞好	MZ	33	gǎohǎo	
4276	一③	仅仅	MZ	33	jǐnjǐn	副
5052	一③	理解	MZ	33	lǐjiě	动
5224	一③	领导	MZ	33	lǐngdǎo	动、名
5500	一③	美好	MZ	33	měihǎo	形
5936	一③	女子	MZ	33	nǚzǐ	名
7411	一③	手指	MZ	33	shǒuzhǐ	名
7756	一③	所长	MZ	33	suǒzhǎng	名
8343	一③	网友	MZ	33	wǎngyǒu	名
8354	一③	往往	MZ	33	wǎngwǎng	副
8853	一③	想起	MZ	33	xiǎngqǐ	
8927	一③	小组	MZ	33	xiǎozǔ	名
9199	一③	选举	MZ	33	xuǎnjǔ	动、名
9201	一③	选手	MZ	33	xuǎnshǒu	名
10168	一③	早已	MZ	33	zǎoyǐ	副
10411	一③	整理	MZ	33	zhěnglǐ	动
10414	一③	整体	MZ	33	zhěngtǐ	名
10416	一③	整整	MZ	33	zhěngzhěng	副
10532	一③	只好	MZ	33	zhǐhǎo	副
10543	一③	指导	MZ	33	zhǐdǎo	动
10898	一③	子女	MZ	33	zǐnǚ	名
10969	一③	总理	MZ	33	zǒnglǐ	名
82	一③	把握	MZ	34	bǎwò	动、名
219	一③	保证	MZ	34	bǎozhèng	动、名
275	一③	北部	MZ	34	běibù	名
344	一③	比例	MZ	34	bǐlì	名
447	一③	表面	MZ	34	biǎomiàn	名
455	一③	表现	MZ	34	biǎoxiàn	动、名
691	一③	采用	MZ	34	cǎiyòng	动
695	一③	彩色	MZ	34	cǎisè	名
746	一③	草地	MZ	34	cǎodì	名
807	一③	产量	MZ	34	chǎnliàng	名
1436	一③	打破	MZ	34	dǎpò	
1721	一③	等待	MZ	34	děngdài	动
1722	一③	等到	MZ	34	děngdào	介
2181	一③	法院	MZ	34	fǎyuàn	名
2210	一③	反对	MZ	34	fǎnduì	动

2212	一③	反复	MZ	34	fǎnfù	副、名	
2224	一③	反应	MZ	34	fǎnyìng	动、名	
2280	一③	访问	MZ	34	fǎngwèn	动	
2442	一③	否定	MZ	34	fǒudìng	动、形	
2444	一③	否认	MZ	34	fǒurèn	动	
2545	一③	改进	MZ	34	gǎijìn	动	
2552	一③	改造	MZ	34	gǎizào	动	
2580	一③	赶到	MZ	34	gǎndào		
2603	一③	感受	MZ	34	gǎnshòu	名、动	
2895	一③	古代	MZ	34	gǔdài	名	
3040	一③	广大	MZ	34	guǎngdà	形	
3238	一③	好事	MZ	34	hǎoshì	名	
4104	一③	角度	MZ	34	jiǎodù	名	
4280	一③	尽量	MZ	34	jǐnliàng	副	
4394	一③	景色	MZ	34	jǐngsè	名	
4492	一③	举办	MZ	34	jǔbàn	动	
4684	一③	考验	MZ	34	kǎoyàn	动	
4715	一③	可靠	MZ	34	kěkào	形	
5053	一③	理论	MZ	34	lǐlùn	名	
5511	一③	美术	MZ	34	měishù	名	
5933	一③	女士	MZ	34	nǚshì	名	
6201	一③	普遍	MZ	34	pǔbiàn	形	
6534	一③	请教	MZ	34	qǐngjiào	动	
7406	一③	手续	MZ	34	shǒuxù	名	
7919	一③	体会	MZ	34	tǐhuì	动、名	
7929	一③	体现	MZ	34	tǐxiàn	动	
7930	一③	体验	MZ	34	tǐyàn	动	
8013	一③	铁路	MZ	34	tiělù	名	
8310	一③	晚报	MZ	34	wǎnbào	名	
8344	一③	网站	MZ	34	wǎngzhàn	名	
8405	一③	伟大	MZ	34	wěidà	形	
8570	一③	午睡	MZ	34	wǔshuì	名、动	
8572	一③	武器	MZ	34	wǔqì	名	
8757	一③	显示	MZ	34	xiǎnshì	动	
8968	一③	写作	MZ	34	xiězuò	动	
9574	一③	以上	MZ	34	yǐshàng	名	
9576	一③	以外	MZ	34	yǐwài	名	
9579	一③	以下	MZ	34	yǐxià	名	
9762	一③	影片	MZ	34	yǐngpiàn	名	
9763	一③	影视	MZ	34	yǐngshì	名	
9883	一③	有利	MZ	34	yǒulì	形	
9897	一③	有效	MZ	34	yǒuxiào	动	
10162	一③	早就	MZ	34	zǎo jiù		
10188	一③	怎样	MZ	34	zěnyàng	代	

10535	一③	只是	MZ	34	zhǐshì	副、连
10714	一③	主动	MZ	34	zhǔdòng	形
10724	一③	主任	MZ	34	zhǔrèn	名
10796	一③	转变	MZ	34	zhuǎnbiàn	动
10860	一③	准确	MZ	34	zhǔnquè	形
10983	一③	走过	MZ	34	zǒuguò	
10986	一③	走进	MZ	34	zǒujìn	
28	一③	爱心	MZ	41	àixīn	名
577	一③	不安	MZ	41	bù'ān	形
591	一③	不光	MZ	41	bùguāng	副、连
1264	一③	创新	MZ	41	chuàngxīn	动、名
1490	一③	大妈	MZ	41	dàmā	名
1524	一③	大衣	MZ	41	dàyī	名
1774	一③	地区	MZ	41	dìqū	名
1893	一③	定期	MZ	41	dìngqī	动、形
2032	一③	对方	MZ	41	duìfāng	名
2756	一③	更加	MZ	41	gèngjiā	副
2924	一③	故乡	MZ	41	gùxiāng	名
3476	一③	画家	MZ	41	huàjiā	名
3903	一③	假期	MZ	41	jiàqī	名
4322	一③	近期	MZ	41	jìnqī	名
4529	一③	据说	MZ	41	jùshuō	动
4743	一③	客观	MZ	41	kèguān	形
4993	一③	乐观	MZ	41	lèguān	形
5312	一③	录音	MZ	41	lùyīn	动、名
5840	一③	内心	MZ	41	nèixīn	名
6289	一③	气温	MZ	41	qìwēn	名
6969	一③	上街	MZ	41	shàng jiē	
6981	一③	上升	MZ	41	shàngshēng	动
8002	一③	跳高	MZ	41	tiàogāo	动
8206	一③	退出	MZ	41	tuìchū	动
8265	一③	外交	MZ	41	wàijiāo	名
8327	一③	万一	MZ	41	wànyī	名、连
8421	一③	卫星	MZ	41	wèixīng	名
8767	一③	现金	MZ	41	xiànjīn	名
9044	一③	信息	MZ	41	xìnxī	名
9617	一③	一生	MZ	41	yìshēng	名
10087	一③	运输	MZ	41	yùnshū	动
10562	一③	至今	MZ	41	zhìjīn	副
10923	一③	自身	MZ	41	zìshēn	名
11067	一③	作家	MZ	41	zuòjiā	名
25	一③	爱情	MZ	42	àiqíng	名
362	一③	必然	MZ	42	bìrán	形
408	一③	变为	MZ	42	biànwéi	

659	一③	部门	MZ	42	bùmén	名	
1773	一③	地球	MZ	42	dìqiú	名	
1834	一③	电台	MZ	42	diàntái	名	
1862	一③	调查	MZ	42	diàochá	动、名	
1936	一③	动人	MZ	42	dòngrén	形	
2044	一③	对于	MZ	42	duìyú	介	
2239	一③	范围	MZ	42	fànwéi	名	
2518	一③	复杂	MZ	42	fùzá	形	
2678	一③	告别	MZ	42	gào // bié		
2721	一③	个人	MZ	42	gèrén	名	
2857	一③	共同	MZ	42	gòngtóng	形	
3114	一③	过程	MZ	42	guòchéng	名	
3258	一③	好奇	MZ	42	hàoqí	形	
3485	一③	话题	MZ	42	huàtí	名	
3498	一③	坏人	MZ	42	huàirén	名	
3609	一③	会谈	MZ	42	huìtán	动、名	
3613	一③	会员	MZ	42	huìyuán	名	
3892	一③	价值	MZ	42	jiàzhí	名	
3996	一③	建成	MZ	42	jiànchéng		
4733	一③	克服	MZ	42	kèfú	动	
4753	一③	课程	MZ	42	kèchéng	名	
5597	一③	面前	MZ	42	miànqián	名	
5728	一③	目前	MZ	42	mùqián	名	
5837	一③	内容	MZ	42	nèiróng	名	
6027	一③	配合	MZ	42	pèihé	动	
6758	一③	任何	MZ	42	rènhé	代	
6773	一③	日常	MZ	42	rìcháng	形	
6830	一③	入门	MZ	42	rù // mén		
7022	一③	少年	MZ	42	shàonián	名	
7317	一③	事实	MZ	42	shìshí	名	
7504	一③	树林	MZ	42	shùlín	名	
8277	一③	外文	MZ	42	wàiwén	名	
8769	一③	现实	MZ	42	xiànshí	名	
8932	一③	校园	MZ	42	xiàoyuán	名	
9101	一③	性格	MZ	42	xìnggé	名	
9959	一③	预防	MZ	42	yùfáng	动	
10171	一③	造成	MZ	42	zàochéng	动	
10746	一③	住房	MZ	42	zhùfáng	名	
10905	一③	自从	MZ	42	zìcóng	介	
10912	一③	自觉	MZ	42	zìjué	形	
10918	一③	自然	MZ	42	zìrán	名、形、副	
11070	一③	作为	MZ	42	zuòwéi	介、动	
141	一③	办理	MZ	43	bànlǐ	动	
608	一③	不满	MZ	43	bùmǎn	形	

662	一③	部长	MZ	43	bùzhǎng	名
1482	一③	大姐	MZ	43	dàjiě	名
1554	一③	带领	MZ	43	dàilǐng	动
1661	一③	到底	MZ	43	dàodǐ	副
2039	一③	对手	MZ	43	duìshǒu	名
2861	一③	共有	MZ	43	gòngyǒu	动
3380	一③	后果	MZ	43	hòuguǒ	名
3800	一③	记者	MZ	43	jìzhě	名
4309	一③	进口	MZ	43	jìnkǒu	名
4310	一③	进口	MZ	43	jìn // kǒu	
4317	一③	进展	MZ	43	jìnzhǎn	动
4515	一③	具体	MZ	43	jùtǐ	形
4516	一③	具有	MZ	43	jùyǒu	动
4520	一③	剧场	MZ	43	jùchǎng	名
6651	一③	确保	MZ	43	quèbǎo	动
6749	一③	认可	MZ	43	rènkě	动
7300	一③	市场	MZ	43	shìchǎng	名
8006	一③	跳远	MZ	43	tiàoyuǎn	动
8100	一③	痛苦	MZ	43	tòngkǔ	形
8764	一③	现场	MZ	43	xiànchǎng	名
8941	一③	效果	MZ	43	xiàoguǒ	名
9416	一③	药水	MZ	43	yàoshuǐ	名
10042	一③	院长	MZ	43	yuànzhǎng	名
10445	一③	政府	MZ	43	zhèngfǔ	名
10673	一③	重点	MZ	43	zhòngdiǎn	名、副
10942	一③	自主	MZ	43	zìzhǔ	动
11069	一③	作品	MZ	43	zuòpǐn	名
11076	一③	作者	MZ	43	zuòzhě	名
54	一③	按照	MZ	44	ànzhào	介
156	一③	半夜	MZ	44	bànyè	名
229	一③	报道（报导）	MZ	44（43）	bàodào (bàodǎo)	动、名
228	一③	报到	MZ	44	bào // dào	
232	一③	报告	MZ	44	bàogào	动、名
286	一③	背后	MZ	44	bèihòu	名
366	一③	必要	MZ	44	bìyào	形
1265	一③	创业	MZ	44	chuàngyè	动
1267	一③	创造	MZ	44	chuàngzào	动、名
1268	一③	创作	MZ	44	chuàngzuò	动、名
1457	一③	大大	MZ	44	dàdà	副
1487	一③	大量	MZ	44	dàliàng	形
1515	一③	大象	MZ	44	dàxiàng	名
1531	一③	大众	MZ	44	dàzhòng	名
1551	一③	带动	MZ	44	dàidòng	动
1934	一③	动力	MZ	44	dònglì	名

1948	一③	动作	MZ	44	dòngzuò		名
2030	一③	对待	MZ	44	duìdài		动
2041	一③	对象	MZ	44	duìxiàng		名
2562	一③	概念	MZ	44	gàiniàn		名
2724	一③	个性	MZ	44	gèxìng		名
2731	一③	各位	MZ	44	gè wèi		
2733	一③	各自	MZ	44	gèzì		代
3484	一③	话剧	MZ	44	huàjù		名
3611	一③	会议	MZ	44	huìyì		名
3791	一③	计算	MZ	44	jìsuàn		动
3796	一③	记录	MZ	44	jìlù		名、动
3802	一③	纪录	MZ	44	jìlù		名
3805	一③	纪念	MZ	44	jìniàn		动、名
3998	一③	建立	MZ	44	jiànlì		动
3999	一③	建设	MZ	44	jiànshè		动、名
4130	一③	教练	MZ	44	jiàoliàn		名
4467	一③	就业	MZ	44	jiù // yè		
4850	一③	快速	MZ	44	kuàisù		形
5006	一③	类似	MZ	44	lèisì		动、形
5328	一③	路线	MZ	44	lùxiàn		名
5352	一③	绿色	MZ	44	lǜsè		名
5384	一③	落后	MZ	44	luò // hòu		
5588	一③	面对	MZ	44	miànduì		动
5989	一③	判断	MZ	44	pànduàn		动
6184	一③	破坏	MZ	44	pòhuài		动
6599	一③	去世	MZ	44	qùshì		动
6652	一③	确定	MZ	44	quèdìng		形、动
6683	一③	热爱	MZ	44	rè'ài		动
6772	一③	日报	MZ	44	rìbào		名
7036	一③	设立	MZ	44	shèlì		动
7294	一③	世纪	MZ	44	shìjì		名
7315	一③	事件	MZ	44	shìjiàn		名
7335	一③	试验	MZ	44	shìyàn		动
7358	一③	适用	MZ	44	shìyòng		形
7514	一③	数量	MZ	44	shùliàng		名
7517	一③	数字	MZ	44	shùzì		名
7879	一③	特色	MZ	44	tèsè		名
8256	一③	外地	MZ	44	wàidì		名
8766	一③	现代	MZ	44	xiàndài		名
8770	一③	现象	MZ	44	xiànxiàng		名
9039	一③	信号	MZ	44	xìnhào		名
9043	一③	信任	MZ	44	xìnrèn		动
9098	一③	幸运	MZ	44	xìngyùn		形
9256	一③	训练	MZ	44	xùnliàn		动、名

9414	一③	药片	MZ	44	yàopiàn	名	
9669	一③	意外	MZ	44	yìwài	形、名	
9775	一③	应用	MZ	44	yìngyòng	动	
9954	一③	预报	MZ	44	yùbào	动、名	
9962	一③	预计	MZ	44	yùjì	动	
10428	一③	正式	MZ	44	zhèngshì	形	
10430	一③	正是	MZ	44	zhèng shì		
10447	一③	政治	MZ	44	zhèngzhì	名	
10571	一③	制定	MZ	44	zhìdìng	动	
10576	一③	制造	MZ	44	zhìzào	动	
10578	一③	制作	MZ	44	zhìzuò	动	
10672	一③	重大	MZ	44	zhòngdà	形	
10906	一③	自动	MZ	44	zìdòng	形、副	
2762	一③	工夫	ZQ	10	gōngfu	名	
2829	一③	功夫	ZQ	10	gōngfu	名	
4149	一③	结实	ZQ	10	jiēshi	形	
4380	一③	精神	ZQ	10	jīngshen	形	
6890	一③	沙子	ZQ	10	shāzi	名	
7152	一③	生意	ZQ	10	shēngyi	名	
8512	一③	屋子	ZQ	10	wūzi	名	
9059	一③	星星	ZQ	10	xīngxing	名	
2448	一③	夫人	ZQ	12	fū·rén	名	
3695	一③	机器	ZQ	14	jī·qì	名	
1227	一③	传来	ZQ	20	chuánlai		
6706	一③	人家	ZQ	20	rénjia	代	
6712	一③	人们	ZQ	20	rénmen	名	
1008	一③	程度	ZQ	24	chéngdù	名	
317	一③	本事	ZQ	30	běnshi	名	
341	一③	比方	ZQ	30	bǐfang	名、动	
1441	一③	打听	ZQ	30	dǎting	动	
1923	一③	懂得	ZQ	30	dǒngde	动	
8753	一③	显得	ZQ	30	xiǎnde	动	
10659	一③	种子	ZQ	30	zhǒngzi	名	
10734	一③	主意	ZQ	30	zhǔyi	名	
4227	一③	解开	ZQ	31	jiěkāi		
5711	一③	母亲	ZQ	31	mǔ·qīn	名	
2226	一③	反正	ZQ	34	fǎn·zhèng	副	
3227	一③	好处	ZQ	34	hǎochù	名	
4983	一③	老是	ZQ	34	lǎo·shì	副	
26	一③	爱人	ZQ	40	àiren	名	
299	一③	被子	ZQ	40	bèizi	名	
1501	一③	大人	ZQ	40	dàren	名	
2291	一③	放下	ZQ	40	fàngxia		
2332	一③	费用	ZQ	40	fèiyong	名	

6762	一③	任务	ZQ	40	rènwu	名
8935	一③	笑话	ZQ	40	xiàohua	动
8936	一③	笑话儿	ZQ	40	xiàohuar	名
9459	一③	夜里	ZQ	40	yèli	名
10043	一③	院子	ZQ	40	yuànzi	名
2489	一③	父亲	ZQ	41	fù·qīn	名
5592	一③	面积	ZQ	41	miànjī	名
3890	一③	价钱	ZQ	42	jià·qián	名
11088	一③	做法	ZQ	43	zuò·fǎ	名
404	一③	变化	ZQ	44	biànhuà	动、名
3497	一③	坏处	ZQ	44	huàichù	名
3812	一③	技术	ZQ	44	jìshù	名
5066	一③	力量	ZQ	44	lì·liàng	名
5667	一③	命运	ZQ	44	mìngyùn	名
5755	一③	那会儿	ZQ	44	nàhuìr	代
6280	一③	气候	ZQ	44	qìhòu	名
7031	一③	设备	ZQ	44	shèbèi	名
7034	一③	设计	ZQ	44	shèjì	动、名
7312	一③	事故	ZQ	44	shìgù	名
7357	一③	适应	ZQ	44	shìyìng	动
7699	一③	速度	ZQ	44	sùdù	名
8864	一③	项目	ZQ	44	xiàngmù	名
9640	一③	义务	ZQ	44	yìwù	名
9642	一③	艺术	ZQ	44	yìshù	名
10057	一③	月份	ZQ	44	yuèfèn	名
10436	一③	证件	ZQ	44	zhèngjiàn	名
10437	一③	证据	ZQ	44	zhèngjù	名
10565	一③	志愿	ZQ	44	zhìyuàn	名
10572	一③	制度	ZQ	44	zhìdù	名
10678	一③	重视	ZQ	44	zhòngshì	动
10840	一③	状况	ZQ	44	zhuàngkuàng	名
10841	一③	状态	ZQ	44	zhuàngtài	名
7385	一③	收音机	MQZ	111	shōuyīnjī	名
8219	一③	托儿所	MQZ	123	tuō'érsuǒ	名
2812	一③	公务员	MQZ	142	gōngwùyuán	名
6478	一③	青少年	MQZ	142	qīng-shàonián	名
7070	一③	身份证	MQZ	144	shēnfènzhèng	名
5118	一③	联合国	MQZ	222	Liánhéguó	名
9699	一③	银行卡	MQZ	223	yínhángkǎ	名
4184	一③	节假日	MQZ	244	jiéjiàrì	名
5111	一③	连续剧	MQZ	244	liánxùjù	名
7266	一③	实验室	MQZ	244	shíyànshì	名
9873	一③	有的是	MQZ	304	yǒudeshì	
347	一③	比如说	MQZ	321	bǐrú shuō	

4967	一③	老百姓	MQZ	334	lǎobǎixìng	名	
9346	一③	演唱会	MQZ	344	yǎnchànghuì	名	
1472	一③	大规模	MQZ	412	dà guīmó		
9595	一③	一方面	MQZ	414	yì fāngmiàn		
4137	一③	教学楼	MQZ	422	jiàoxuélóu	名	
3426	一③	互联网	MQZ	423	hùliánwǎng	名	
630	一③	不一会儿	MQZ	424	bù yíhuìr		
4316	一③	进一步	MQZ	424	jìnyíbù	副	
1543	一③	代表团	MQZ	432	dàibiǎotuán	名	
9592	一③	一点点	MQZ	433	yì diǎndiǎn		
1778	一③	地铁站	MQZ	434	dìtiězhàn	名	
7296	一③	世界杯	MQZ	441	shìjièbēi	名	
1532	一③	大自然	MQZ	442	dàzìrán	名	
1833	一③	电视台	MQZ	442	diànshìtái	名	
9049	一③	信用卡	MQZ	443	xìnyòngkǎ	名	
10566	一③	志愿者	MQZ	443	zhìyuànzhě	名	
1832	一③	电视剧	MQZ	444	diànshìjù	名	
3712	一③	基本上	MZQ	130	jīběn shang	副	
7254	一③	实际上	MZQ	240	shíjìshang	副	
9496	一③	一部分	MZQ	240	yí bùfen		
9532	一③	一下子	MZQ	240	yíxiàzi	副	
4984	一③	老太太	MZQ	340	lǎotàitai	名	
7318	一③	事实上	MZQ	420	shìshí shang		
4659	一③	看上去	ZQQ	444	kàn·shàng·qù		
10615	一③	中华民族	MQMZ	1222	Zhōnghuá Mínzú		
2659	一③	高速公路	MQMZ	1414	gāosù gōnglù		
1844	一③	电子邮件	MQMZ	4324	diànzǐ yóujiàn		
5240	一③	另一方面	MQZQ	4414	lìng yì fāngmiàn		
131	二	搬家	MZ	11	bān // jiā		
185	二	包装	MZ	11	bāozhuāng	动、名	
264	二	背包	MZ	11	bēibāo	名	
270	二	悲伤	MZ	11	bēishāng	形	
478	二	冰箱	MZ	11	bīngxiāng	名	
713	二	餐厅	MZ	11	cāntīng	名	
799	二	拆迁	MZ	11	chāiqiān	动	
878	二	超出	MZ	11	chāochū	动	
1021	二	吃惊	MZ	11	chī // jīng		
1052	二	冲击	MZ	11	chōngjī	动、名	
1054	二	冲突	MZ	11	chōngtū	动、名	
1086	二	抽出	MZ	11	chōuchū		
1091	二	抽烟	MZ	11	chōu yān		
1115	二	出差	MZ	11	chū // chāi		
1179	二	初期	MZ	11	chūqī	名	
1360	二	粗心	MZ	11	cūxīn	形	

1377	二	村庄	MZ	11	cūnzhuāng	名	
1572	二	担心	MZ	11	dān // xīn		
1573	二	担忧	MZ	11	dānyōu	动	
1584	二	单一	MZ	11	dānyī	形	
1709	二	灯光	MZ	11	dēngguāng	名	
1717	二	登山	MZ	11	dēng // shān		
1736	二	低温	MZ	11	dīwēn	名	
2142	二	发挥	MZ	11	fāhuī	动	
2155	二	发烧	MZ	11	fā // shāo		
2253	二	方针	MZ	11	fāngzhēn	名	
2342	二	分工	MZ	11	fēn // gōng		
2358	二	分析	MZ	11	fēnxī	动	
2367	二	纷纷	MZ	11	fēnfēn	副	
2390	二	丰收	MZ	11	fēngshōu	动	
2401	二	风光	MZ	11	fēngguāng	名	
2447	二	夫妻	MZ	11	fūqī	名	
2573	二	甘心	MZ	11	gānxīn	动	
2644	二	高峰	MZ	11	gāofēng	名	
2661	二	高温	MZ	11	gāowēn	名	
2703	二	歌星	MZ	11	gēxīng	名	
2751	二	更新	MZ	11	gēngxīn	动	
2766	二	工商	MZ	11	gōng shāng		
2778	二	公安	MZ	11	gōng'ān	名	
2790	二	公鸡	MZ	11	gōngjī	名	
2839	二	攻击	MZ	11	gōngjī	动	
2868	二	沟通	MZ	11	gōutōng	动	
2983	二	观光	MZ	11	guānguāng	动	
2992	二	官方	MZ	11	guānfāng	名	
3027	二	光辉	MZ	11	guānghuī	名、形	
3404	二	呼吸	MZ	11	hūxī	动	
3443	二	花生	MZ	11	huāshēng	名	
3681	二	几乎	MZ	11	jīhū	副	
3690	二	机关	MZ	11	jīguān	名	
3717	二	基金	MZ	11	jījīn	名	
3839	二	加班	MZ	11	jiā // bān		
3878	二	嘉宾	MZ	11	jiābīn	名	
3935	二	监督	MZ	11	jiāndū	动、名	
4082	二	郊区	MZ	11	jiāoqū	名	
4164	二	接收	MZ	11	jiēshōu	动	
4433	二	纠纷	MZ	11	jiūfēn	名	
4584	二	咖啡	MZ	11	kāfēi	名	
4603	二	开关	MZ	11	kāiguān	名	
4604	二	开花	MZ	11	kāi // huā		
4620	二	开通	MZ	11	kāitōng	动	

4631	二	开支	MZ	11	kāizhī	名
4764	二	空间	MZ	11	kōngjiān	名
4765	二	空军	MZ	11	kōngjūn	名
4772	二	空中	MZ	11	kōngzhōng	名
4897	二	垃圾	MZ	11	lājī	名
4900	二	拉开	MZ	11	lākāi	
6215	二	期间	MZ	11	qījiān	名
6333	二	谦虚	MZ	11	qiānxū	形
6340	二	签约	MZ	11	qiān // yuē	
6416	二	悄悄	MZ	11	qiāoqiāo	副
6474	二	青春	MZ	11	qīngchūn	名
6483	二	轻松	MZ	11	qīngsōng	形
6904	二	山峰	MZ	11	shānfēng	名
6909	二	山坡	MZ	11	shānpō	名
6910	二	山区	MZ	11	shānqū	名
6941	二	商标	MZ	11	shāngbiāo	名
7012	二	稍微	MZ	11	shāowēi	副
7066	二	身边	MZ	11	shēnbiān	名
7071	二	身高	MZ	11	shēngāo	名
7091	二	深深	MZ	11	shēnshēn	
7124	二	升高	MZ	11	shēng gāo	
7204	二	师生	MZ	11	shī shēng	
7208	二	诗歌	MZ	11	shīgē	名
7462	二	书桌	MZ	11	shūzhuō	名
7477	二	输出	MZ	11	shūchū	动
7964	二	天真	MZ	11	tiānzhēn	形
8107	二	偷偷	MZ	11	tōutōu	副
8186	二	推出	MZ	11	tuīchū	动
8198	二	推销	MZ	11	tuīxiāo	动
8285	二	弯曲	MZ	11	wānqū	形
8609	二	西装	MZ	11	xīzhuāng	名
8615	二	吸收	MZ	11	xīshōu	动
8616	二	吸烟	MZ	11	xī yān	
8620	二	牺牲	MZ	11	xīshēng	动、名
8727	二	先锋	MZ	11	xiānfēng	名
8738	二	鲜花	MZ	11	xiānhuā	名
8794	二	乡村	MZ	11	xiāngcūn	名
8826	二	香蕉	MZ	11	xiāngjiāo	名
9031	二	新兴	MZ	11	xīnxīng	形
9134	二	修车	MZ	11	xiū chē	
9160	二	虚心	MZ	11	xūxīn	形
9269	二	押金	MZ	11	yājīn	名
9284	二	烟花	MZ	11	yānhuā	名
9688	二	阴天	MZ	11	yīntiān	名

9822	二	优先	MZ	11	yōuxiān	动
10108	二	灾区	MZ	11	zāiqū	名
10156	二	糟糕	MZ	11	zāogāo	形
10192	二	增多	MZ	11	zēngduō	动
10351	二	珍惜	MZ	11	zhēnxī	动
10353	二	珍珠	MZ	11	zhēnzhū	名
10465	二	支撑	MZ	11	zhīchēng	动
10467	二	支出	MZ	11	zhīchū	动
10621	二	中期	MZ	11	zhōngqī	名
10641	二	忠心	MZ	11	zhōngxīn	名
10647	二	终身	MZ	11	zhōngshēn	名
10689	二	周期	MZ	11	zhōuqī	名
10787	二	专心	MZ	11	zhuānxīn	形
10832	二	装修	MZ	11	zhuāngxiū	动
10849	二	追究	MZ	11	zhuījiū	动
10998	二	租金	MZ	11	zūjīn	名
2	二	阿姨	MZ	12	āyí	名
124	二	班级	MZ	12	bānjí	名
180	二	包含	MZ	12	bāohán	动
183	二	包围	MZ	12	bāowéi	动
385	二	边缘	MZ	12	biānyuán	名
389	二	编辑	MZ	12	biānjí	动、名
771	二	差别	MZ	12	chābié	名
798	二	拆除	MZ	12	chāichú	动
906	二	车牌	MZ	12	chēpái	名
1065	二	充足	MZ	12	chōngzú	形
1139	二	出名	MZ	12	chū // míng	
1153	二	出台	MZ	12	chū // tái	
1157	二	出席	MZ	12	chūxí	动
1159	二	出行	MZ	12	chūxíng	动
1164	二	出于	MZ	12	chūyú	动
1577	二	单纯	MZ	12	dānchún	形
1580	二	单独	MZ	12	dāndú	副
1585	二	单元	MZ	12	dānyuán	名
1613	二	当年	MZ	12	dāngnián	名
1614	二	当前	MZ	12	dāngqián	名、动
1735	二	低头	MZ	12	dī // tóu	
1738	二	低于	MZ	12	dīyú	
2069	二	多年	MZ	12	duō nián	
2106	二	恩人	MZ	12	ēnrén	名
2145	二	发觉	MZ	12	fājué	动
2162	二	发行	MZ	12	fāxíng	动
2165	二	发炎	MZ	12	fāyán	动
2187	二	番茄	MZ	12	fānqié	名

2299	二	飞船	MZ	12	fēichuán	名	
2338	二	分成	MZ	12	fēnchéng		
2348	二	分离	MZ	12	fēnlí	动	
2357	二	分为	MZ	12	fēnwéi		
2400	二	风格	MZ	12	fēnggé	名	
2414	二	风俗	MZ	12	fēngsú	名	
2428	二	疯狂	MZ	12	fēngkuáng	形	
2624	二	钢琴	MZ	12	gāngqín	名	
2633	二	高层	MZ	12	gāocéng	名、形	
2635	二	高潮	MZ	12	gāocháo	名	
2668	二	高于	MZ	12	gāoyú		
2669	二	高原	MZ	12	gāoyuán	名	
2745	二	跟前	MZ	12	gēnqián	名	
2747	二	跟随	MZ	12	gēnsuí	动	
2759	二	工程	MZ	12	gōngchéng	名	
2818	二	公元	MZ	12	gōngyuán	名	
2886	二	孤独	MZ	12	gūdú	形	
2887	二	孤儿	MZ	12	gū'ér	名	
2966	二	关怀	MZ	12	guānhuái	动	
2970	二	关联	MZ	12	guānlián	动	
2997	二	官员	MZ	12	guānyuán	名	
3029	二	光临	MZ	12	guānglín	动	
3033	二	光盘	MZ	12	guāngpán	名	
3034	二	光荣	MZ	12	guāngróng	形、名	
3062	二	规则	MZ	12	guīzé	名、形	
3442	二	花瓶	MZ	12	huāpíng	名	
3541	二	慌忙	MZ	12	huāngmáng	形	
3713	二	基层	MZ	12	jīcéng	名	
3730	二	激情	MZ	12	jīqíng	名	
3844	二	加盟	MZ	12	jiāméng	动	
3874	二	家园	MZ	12	jiāyuán	名	
3930	二	艰难	MZ	12	jiānnán	形	
4162	二	接连	MZ	12	jiēlián	副	
4181	二	街头	MZ	12	jiētóu	名	
4263	二	金额	MZ	12	jīn'é	名	
4265	二	金钱	MZ	12	jīnqián	名	
4266	二	金融	MZ	12	jīnróng	名	
4355	二	惊人	MZ	12	jīngrén	形	
4476	二	居民	MZ	12	jūmín	名	
4478	二	居然	MZ	12	jūrán	副	
6338	二	签名	MZ	12	qiān // míng		
6419	二	敲门	MZ	12	qiāo mén		
6494	二	清晨	MZ	12	qīngchén	名	
6500	二	清洁	MZ	12	qīngjié	形	

6643	二	缺乏	MZ	12	quēfá	动
6880	二	森林	MZ	12	sēnlín	名
6938	二	伤亡	MZ	12	shāngwáng	动、名
6940	二	伤员	MZ	12	shāngyuán	名
6943	二	商城	MZ	12	shāngchéng	名
7068	二	身材	MZ	12	shēncái	名
7125	二	升级	MZ	12	shēng // jí	
7128	二	升值	MZ	12	shēngzhí	动
7133	二	生成	MZ	12	shēngchéng	动
7209	二	诗人	MZ	12	shīrén	名
7364	二	收藏	MZ	12	shōucáng	动
7369	二	收回	MZ	12	shōuhuí	
7371	二	收集	MZ	12	shōují	动
7455	二	书房	MZ	12	shūfáng	名
7520	二	刷牙	MZ	12	shuā yá	
7608	二	说服	MZ	12	shuōfú	
7629	二	丝毫	MZ	12	sīháo	形
7633	二	私人	MZ	12	sīrén	名
7644	二	思维	MZ	12	sīwéi	名
7943	二	天才	MZ	12	tiāncái	名
7954	二	天然	MZ	12	tiānrán	形
7959	二	天堂	MZ	12	tiāntáng	名
7960	二	天文	MZ	12	tiānwén	名
8049	二	通红	MZ	12	tōnghóng	形
8058	二	通行	MZ	12	tōngxíng	动
8185	二	推迟	MZ	12	tuīchí	动
8200	二	推行	MZ	12	tuīxíng	动
8224	二	拖鞋	MZ	12	tuōxié	名
8229	二	脱离	MZ	12	tuōlí	动
8374	二	威胁	MZ	12	wēixié	动
8452	二	温和	MZ	12	wēnhé	形
8504	二	乌云	MZ	12	wūyún	名
8731	二	先前	MZ	12	xiānqián	名
8741	二	鲜明	MZ	12	xiānmíng	形
8825	二	香肠儿	MZ	12	xiāngchángr	名
8877	二	消除	MZ	12	xiāochú	动
8878	二	消毒	MZ	12	xiāo // dú	
8879	二	消防	MZ	12	xiāofáng	动
8883	二	消极	MZ	12	xiāojí	形
8989	二	心灵	MZ	12	xīnlíng	名
8998	二	心疼	MZ	12	xīnténg	动
9021	二	新郎	MZ	12	xīnláng	名
9023	二	新娘	MZ	12	xīnniáng	名
9025	二	新人	MZ	12	xīnrén	名

9032	二	新型	MZ	12	xīnxíng	形	
9128	二	休闲	MZ	12	xiūxián	动	
9469	二	一流	MZ	12	yīliú	名、形	
9476	二	医疗	MZ	12	yīliáo	动	
9479	二	医学	MZ	12	yīxué	名	
9489	二	依然	MZ	12	yīrán	副	
9681	二	因而	MZ	12	yīn'ér	连	
9687	二	阴谋	MZ	12	yīnmóu	名	
9819	二	优良	MZ	12	yōuliáng	形	
10195	二	增强	MZ	12	zēngqiáng	动	
10199	二	增值	MZ	12	zēngzhí	动	
10355	二	真诚	MZ	12	zhēnchéng	形	
10387	二	争夺	MZ	12	zhēngduó	动	
10397	二	征服	MZ	12	zhēngfú	动	
10399	二	征求	MZ	12	zhēngqiú	动	
10471	二	支援	MZ	12	zhīyuán	动、名	
10481	二	知名	MZ	12	zhīmíng	形	
10614	二	中华	MZ	12	Zhōnghuá	名	
10652	二	钟头	MZ	12	zhōngtóu	名	
10779	二	专辑	MZ	12	zhuānjí	名	
10850	二	追求	MZ	12	zhuīqiú	动	
10879	二	咨询	MZ	12	zīxún	动	
10892	二	资源	MZ	12	zīyuán	名	
10957	二	综合	MZ	12	zōnghé	动	
33	二	安检	MZ	13	ānjiǎn	动	
266	二	悲惨	MZ	13	bēicǎn	形	
303	二	奔跑	MZ	13	bēnpǎo	动	
471	二	宾馆	MZ	13	bīnguǎn	名	
479	二	冰雪	MZ	13	bīng xuě		
500	二	拨打	MZ	13	bōdǎ	动	
705	二	参考	MZ	13	cānkǎo	动	
709	二	参展	MZ	13	cānzhǎn	动	
712	二	餐馆	MZ	13	cānguǎn	名	
714	二	餐饮	MZ	13	cānyǐn	名	
737	二	操场	MZ	13	cāochǎng	名	
873	二	抄写	MZ	13	chāoxiě	动	
913	二	车展	MZ	13	chēzhǎn	名	
1087	二	抽奖	MZ	13	chōu // jiǎng		
1113	二	出版	MZ	13	chūbǎn	动	
1117	二	出场	MZ	13	chū // chǎng		
1123	二	出访	MZ	13	chūfǎng	动	
1177	二	初等	MZ	13	chūděng	形	
1252	二	窗口	MZ	13	chuāngkǒu	名	
1568	二	担保	MZ	13	dānbǎo	动、名	

1578	二	单打	MZ	13	dāndǎ	名	
1606	二	当场	MZ	13	dāngchǎng	副	
1622	二	当选	MZ	13	dāngxuǎn	动	
2076	二	多种	MZ	13	duō zhǒng		
2152	二	发起	MZ	13	fāqǐ	动	
2345	二	分解	MZ	13	fēnjiě	动	
2355	二	分手	MZ	13	fēn // shǒu		
2359	二	分享	MZ	13	fēnxiǎng	动	
2364	二	分组	MZ	13	fēn zǔ		
2403	二	风景	MZ	13	fēngjǐng	名	
2569	二	干扰	MZ	13	gānrǎo	动	
2618	二	刚好	MZ	13	gānghǎo	副	
2623	二	钢笔	MZ	13	gāngbǐ	名	
2638	二	高等	MZ	13	gāoděng	形	
2650	二	高考	MZ	13	gāokǎo	名	
2657	二	高手	MZ	13	gāoshǒu	名	
2660	二	高铁	MZ	13	gāotiě	名	
2698	二	歌曲	MZ	13	gēqǔ	名	
2825	二	公主	MZ	13	gōngzhǔ	名	
2842	二	供给	MZ	13	gōngjǐ	动	
3621	二	婚礼	MZ	13	hūnlǐ	名	
3708	二	积累	MZ	13	jīlěi	动	
3851	二	加以	MZ	13	jiāyǐ	动、连	
3875	二	家长	MZ	13	jiāzhǎng	名	
3928	二	艰苦	MZ	13	jiānkǔ	形	
4092	二	胶水	MZ	13	jiāoshuǐ	名	
4095	二	焦点	MZ	13	jiāodiǎn	名	
4336	二	经典	MZ	13	jīngdiǎn	名	
4358	二	惊喜	MZ	13	jīngxǐ	形、名	
4372	二	精美	MZ	13	jīngměi	形	
4376	二	精品	MZ	13	jīngpǐn	名	
4539	二	捐款	MZ	13	juānkuǎn	名	
4618	二	开水	MZ	13	kāishuǐ	名	
4637	二	看管	MZ	13	kānguǎn	动	
4857	二	宽广	MZ	13	kuānguǎng	形	
6332	二	铅笔	MZ	13	qiānbǐ	名	
6463	二	亲属	MZ	13	qīnshǔ	名	
6464	二	亲眼	MZ	13	qīnyǎn	副	
6503	二	清理	MZ	13	qīnglǐ	动	
6508	二	清洗	MZ	13	qīngxǐ	动	
6510	二	清醒	MZ	13	qīngxǐng	形、动	
6906	二	山谷	MZ	13	shāngǔ	名	
6935	二	伤口	MZ	13	shāngkǒu	名	
7061	二	申请	MZ	13	shēnqǐng	动	

7377	二	收取	MZ	13	shōuqǔ	动	
7383	二	收养	MZ	13	shōuyǎng	动	
7454	二	书法	MZ	13	shūfǎ	名	
7530	二	摔倒	MZ	13	shuāidǎo		
7544	二	双打	MZ	13	shuāngdǎ	名	
7546	二	双手	MZ	13	shuāng shǒu		
7626	二	司长	MZ	13	sīzhǎng	名	
7639	二	思考	MZ	13	sīkǎo	动	
7680	二	搜索	MZ	13	sōusuǒ	动	
7705	二	酸奶	MZ	13	suānnǎi	名	
7746	二	缩短	MZ	13	suōduǎn	动	
7748	二	缩小	MZ	13	suōxiǎo	动	
7981	二	挑选	MZ	13	tiāoxuǎn	动	
8022	二	听取	MZ	13	tīngqǔ	动	
8506	二	污染	MZ	13	wūrǎn	动	
8507	二	污水	MZ	13	wūshuǐ	名	
8612	二	吸管	MZ	13	xīguǎn	名	
8617	二	吸引	MZ	13	xīyǐn	动	
8801	二	相处	MZ	13	xiāngchǔ	动	
8805	二	相等	MZ	13	xiāngděng	动	
8808	二	相反	MZ	13	xiāngfǎn	形、连	
8988	二	心理	MZ	13	xīnlǐ	名	
9009	二	辛苦	MZ	13	xīnkǔ	形、动	
9012	二	欣赏	MZ	13	xīnshǎng	动	
9115	二	凶手	MZ	13	xiōngshǒu	名	
9139	二	修理	MZ	13	xiūlǐ	动	
9141	二	修养	MZ	13	xiūyǎng	名	
9398	二	邀请	MZ	13	yāoqǐng	动、名	
9484	二	依法	MZ	13	yīfǎ	副	
9690	二	阴影	MZ	13	yīnyǐng	名	
9744	二	英勇	MZ	13	yīngyǒng	形	
9785	二	拥有	MZ	13	yōngyǒu	动	
9820	二	优美	MZ	13	yōuměi	形	
10190	二	增产	MZ	13	zēng // chǎn		
10359	二	真理	MZ	13	zhēnlǐ	名	
10610	二	中等	MZ	13	zhōngděng	形	
10644	二	终点	MZ	13	zhōngdiǎn	名	
10650	二	终止	MZ	13	zhōngzhǐ	动	
10697	二	珠宝	MZ	13	zhūbǎo	名	
10772	二	抓紧	MZ	13	zhuājǐn		
10883	二	资本	MZ	13	zīběn	名	
10885	二	资产	MZ	13	zīchǎn	名	
11051	二	遵守	MZ	13	zūnshǒu	动	
39	二	安慰	MZ	14	ānwèi	动、名	

43	二	安置	MZ	14	ānzhì	动
73	二	巴士	MZ	14	bāshì	名
181	二	包括	MZ	14	bāokuò	动
269	二	悲剧	MZ	14	bēijù	名
384	二	边境	MZ	14	biānjìng	名
394	二	编制	MZ	14	biānzhì	动、名
438	二	标志	MZ	14	biāozhì	动、名
503	二	波动	MZ	14	bōdòng	动
506	二	波浪	MZ	14	bōlàng	名
665	二	猜测	MZ	14	cāicè	动
707	二	参赛	MZ	14	cānsài	动
708	二	参与	MZ	14	cānyù	动
729	二	仓库	MZ	14	cāngkù	名
741	二	操纵	MZ	14	cāozòng	动
742	二	操作	MZ	14	cāozuò	动
774	二	差距	MZ	14	chājù	名
775	二	差异	MZ	14	chāyì	名
817	二	昌盛	MZ	14	chāngshèng	形
884	二	超越	MZ	14	chāoyuè	动
901	二	车号	MZ	14	chēhào	名
947	二	称号	MZ	14	chēnghào	名
950	二	称赞	MZ	14	chēngzàn	动
1024	二	吃力	MZ	14	chīlì	形
1051	二	冲动	MZ	14	chōngdòng	名、形
1059	二	充电	MZ	14	chōng // diàn	
1061	二	充分	MZ	14	chōngfèn	形
1120	二	出动	MZ	14	chūdòng	动
1126	二	出汗	MZ	14	chū hàn	
1134	二	出路	MZ	14	chūlù	名
1138	二	出面	MZ	14	chū // miàn	
1144	二	出入	MZ	14	chūrù	动、名
1145	二	出色	MZ	14	chūsè	形
1150	二	出事	MZ	14	chū // shì	
1152	二	出售	MZ	14	chūshòu	动
1277	二	春季	MZ	14	chūnjì	名
1399	二	搭档	MZ	14	dādàng	动、名
1401	二	搭配	MZ	14	dāpèi	动
1536	二	待会儿	MZ	14	dāi huìr	
1571	二	担任	MZ	14	dānrèn	动
1579	二	单调	MZ	14	dāndiào	形
1608	二	当代	MZ	14	dāngdài	名
1714	二	登记	MZ	14	dēng // jì	
1716	二	登录	MZ	14	dēnglù	动
1917	二	冬季	MZ	14	dōngjì	名

1968	二	都会	MZ	14	dūhuì	名
1969	二	都市	MZ	14	dūshì	名
2059	二	多半	MZ	14	duōbàn	数、副
2061	二	多次	MZ	14	duō cì	
2128	二	发病	MZ	14	fā // bìng	
2129	二	发布	MZ	14	fābù	动
2135	二	发电	MZ	14	fā // diàn	
2139	二	发放	MZ	14	fāfàng	动
2149	二	发怒	MZ	14	fā // nù	
2151	二	发票	MZ	14	fāpiào	名
2156	二	发射	MZ	14	fāshè	动
2243	二	方案	MZ	14	fāng'àn	名
2337	二	分布	MZ	14	fēnbù	动
2347	二	分类	MZ	14	fēn // lèi	
2349	二	分裂	MZ	14	fēnliè	动
2354	二	分散	MZ	14	fēnsàn	动、形
2393	二	风暴	MZ	14	fēngbào	名
2397	二	风度	MZ	14	fēngdù	名
2422	二	封闭	MZ	14	fēngbì	动、形
2431	二	峰会	MZ	14	fēnghuì	名
2446	二	夫妇	MZ	14	fūfù	名
2565	二	干脆	MZ	14	gāncuì	形、副
2570	二	干涉	MZ	14	gānshè	动
2571	二	干预	MZ	14	gānyù	动
2636	二	高大	MZ	14	gāodà	形
2637	二	高档	MZ	14	gāodàng	形
2656	二	高尚	MZ	14	gāoshàng	形
2694	二	歌唱	MZ	14	gēchàng	动
2750	二	更换	MZ	14	gēnghuàn	动
2763	二	工会	MZ	14	gōnghuì	名
2770	二	工艺	MZ	14	gōngyì	名
2784	二	公告	MZ	14	gōnggào	名
2806	二	公认	MZ	14	gōngrèn	动
2808	二	公式	MZ	14	gōngshì	名
2813	二	公益	MZ	14	gōngyì	名
2821	二	公正	MZ	14	gōngzhèng	形
2824	二	公众	MZ	14	gōngzhòng	名
2845	二	供应	MZ	14	gōngyìng	动
2882	二	估计	MZ	14	gūjì	动
2963	二	关爱	MZ	14	guān'ài	动
2964	二	关闭	MZ	14	guānbì	动
2968	二	关键	MZ	14	guānjiàn	名
2979	二	观测	MZ	14	guāncè	动
3035	二	光线	MZ	14	guāngxiàn	名

3058	二	规划	MZ	14	guīhuà	名、动
3060	二	规律	MZ	14	guīlǜ	名
3322	二	黑暗	MZ	14	hēi'àn	形
3331	二	黑夜	MZ	14	hēiyè	名
3408	二	忽略	MZ	14	hūlüè	动
3410	二	忽视	MZ	14	hūshì	动
3440	二	花费	MZ	14	huāfèi	动
3561	二	灰色	MZ	14	huīsè	名、形
3564	二	恢复	MZ	14	huīfù	动
3689	二	机构	MZ	14	jīgòu	名
3697	二	机械	MZ	14	jīxiè	名
3698	二	机遇	MZ	14	jīyù	名
3699	二	机制	MZ	14	jīzhì	名
3702	二	肌肉	MZ	14	jīròu	名
3715	二	基地	MZ	14	jīdì	名
3722	二	激动	MZ	14	jīdòng	形、动
3728	二	激烈	MZ	14	jīliè	形
3846	二	加热	MZ	14	jiā // rè	
3850	二	加速	MZ	14	jiāsù	动
3859	二	家电	MZ	14	jiādiàn	名
3870	二	家务	MZ	14	jiāwù	名
3914	二	坚定	MZ	14	jiāndìng	形、动
3915	二	坚固	MZ	14	jiāngù	形
3933	二	监测	MZ	14	jiāncè	动
4028	二	将要	MZ	14	jiāngyào	副
4059	二	交代	MZ	14	jiāodài	动
4064	二	交换	MZ	14	jiāohuàn	动
4066	二	交际	MZ	14	jiāojì	动、名
4088	二	骄傲	MZ	14	jiāo'ào	形、名
4089	二	胶带	MZ	14	jiāodài	名
4143	二	阶段	MZ	14	jiēduàn	名
4153	二	接触	MZ	14	jiēchù	动
4179	二	街道	MZ	14	jiēdào	名
4260	二	今日	MZ	14	jīnrì	名
4338	二	经费	MZ	14	jīngfèi	名
4370	二	精力	MZ	14	jīnglì	名
4434	二	纠正	MZ	14	jiūzhèng	动
4435	二	究竟	MZ	14	jiūjìng	副
4479	二	居住	MZ	14	jūzhù	动
4541	二	捐赠	MZ	14	juānzèng	动
4542	二	捐助	MZ	14	juānzhù	动
4574	二	军舰	MZ	14	jūnjiàn	名
4576	二	军事	MZ	14	jūnshì	名
4596	二	开创	MZ	14	kāichuàng	动

4611	二	开幕	MZ	14	kāi // mù		
4616	二	开设	MZ	14	kāishè	动	
4667	二	康复	MZ	14	kāngfù	动	
4859	二	宽阔	MZ	14	kuānkuò	形	
5958	二	拍摄	MZ	14	pāishè	动	
5960	二	拍照	MZ	14	pāi // zhào		
6214	二	期待	MZ	14	qīdài	动	
6217	二	期望	MZ	14	qīwàng	动	
6218	二	期限	MZ	14	qīxiàn	名	
6320	二	千克	MZ	14	qiānkè	量	
6337	二	签订	MZ	14	qiāndìng	动	
6341	二	签证	MZ	14	qiānzhèng	动、名	
6342	二	签字	MZ	14	qiān // zì		
6444	二	侵犯	MZ	14	qīnfàn	动	
6450	二	亲爱	MZ	14	qīn'ài	形	
6453	二	亲密	MZ	14	qīnmì	形	
6486	二	轻易	MZ	14	qīngyì	形、副	
6490	二	倾向	MZ	14	qīngxiàng	动、名	
6548	二	秋季	MZ	14	qiūjì	名	
6570	二	区域	MZ	14	qūyù	名	
6576	二	趋势	MZ	14	qūshì	名	
6648	二	缺陷	MZ	14	quēxiàn	名	
6888	二	沙漠	MZ	14	shāmò	名	
6933	二	伤害	MZ	14	shānghài	动	
6951	二	商务	MZ	14	shāngwù	名	
7082	二	深处	MZ	14	shēnchù	名	
7083	二	深度	MZ	14	shēndù	名	
7084	二	深厚	MZ	14	shēnhòu	形	
7085	二	深化	MZ	14	shēnhuà	动	
7185	二	失败	MZ	14	shībài	动、名	
7195	二	失望	MZ	14	shīwàng	形	
7196	二	失误	MZ	14	shīwù	动、名	
7198	二	失业	MZ	14	shī // yè		
7368	二	收购	MZ	14	shōugòu	动	
7370	二	收获	MZ	14	shōuhuò	动、名	
7384	二	收益	MZ	14	shōuyì	名	
7456	二	书柜	MZ	14	shūguì	名	
7471	二	舒适	MZ	14	shūshì	形	
7483	二	蔬菜	MZ	14	shūcài	名	
7668	二	松树	MZ	14	sōngshù	名	
7961	二	天下	MZ	14	tiānxià	名	
8041	二	通报	MZ	14	tōngbào	动、名	
8045	二	通道	MZ	14	tōngdào	名	
8050	二	通话	MZ	14	tōng // huà		

8060	二	通讯	MZ	14	tōngxùn	名	
8061	二	通用	MZ	14	tōngyòng	动	
8145	二	突破	MZ	14	tūpò	动、名	
8381	二	微笑	MZ	14	wēixiào	动	
8743	二	鲜艳	MZ	14	xiānyàn	形	
8821	二	相应	MZ	14	xiāngyìng	动	
8881	二	消耗	MZ	14	xiāohào	动、名	
8882	二	消化	MZ	14	xiāohuà	动	
8884	二	消灭	MZ	14	xiāomiè	动	
8892	二	销售	MZ	14	xiāoshòu	动	
8997	二	心态	MZ	14	xīntài	名	
9004	二	心愿	MZ	14	xīnyuàn	名	
9005	二	心脏	MZ	14	xīnzàng	名	
9051	二	兴奋	MZ	14	xīngfèn	形	
9055	二	兴旺	MZ	14	xīngwàng	形	
9116	二	兄弟	MZ	14	xiōngdì	名	
9118	二	胸部	MZ	14	xiōngbù	名	
9136	二	修复	MZ	14	xiūfù	动	
9138	二	修建	MZ	14	xiūjiàn	动	
9264	二	压迫	MZ	14	yāpò	动	
9480	二	医药	MZ	14	yīyào	名	
9483	二	依次	MZ	14	yīcì	副	
9485	二	依旧	MZ	14	yījiù	动、副	
9488	二	依赖	MZ	14	yīlài	动	
9492	二	依照	MZ	14	yīzhào	动、介	
9683	二	因素	MZ	14	yīnsù	名	
9691	二	音量	MZ	14	yīnliàng	名	
9693	二	音像	MZ	14	yīnxiàng	名	
9782	二	拥抱	MZ	14	yōngbào	动	
9783	二	拥护	MZ	14	yōnghù	动	
9818	二	优惠	MZ	14	yōuhuì	形	
9823	二	优秀	MZ	14	yōuxiù	形	
9827	二	优质	MZ	14	yōuzhì	形	
9831	二	幽默	MZ	14	yōumò	形	
10049	二	约定	MZ	14	yuēdìng	动	
10051	二	约会	MZ	14	yuē·huì	动、名	
10052	二	约束	MZ	14	yuēshù	动	
10106	二	灾害	MZ	14	zāihài	名	
10107	二	灾难	MZ	14	zāinàn	名	
10151	二	遭到	MZ	14	zāodào		
10152	二	遭受	MZ	14	zāoshòu	动	
10154	二	遭遇	MZ	14	zāoyù	动、名	
10191	二	增大	MZ	14	zēngdà		
10194	二	增进	MZ	14	zēngjìn	动	

10288	二	招聘	MZ	14	zhāopìn	动	
10344	二	针对	MZ	14	zhēnduì	动	
10349	二	珍贵	MZ	14	zhēnguì	形	
10363	二	真相	MZ	14	zhēnxiàng	名	
10390	二	争论	MZ	14	zhēnglùn	动	
10394	二	争议	MZ	14	zhēngyì	动	
10455	二	之类	MZ	14	zhī lèi		
10468	二	支付	MZ	14	zhīfù	动	
10469	二	支配	MZ	14	zhīpèi	动	
10608	二	中部	MZ	14	zhōngbù	名	
10611	二	中断	MZ	14	zhōngduàn	动	
10618	二	中介	MZ	14	zhōngjiè	名	
10624	二	中外	MZ	14	zhōngwài	名	
10635	二	中药	MZ	14	zhōngyào	名	
10687	二	周末	MZ	14	zhōumò	名	
10701	二	诸位	MZ	14	zhūwèi	代	
10782	二	专利	MZ	14	zhuānlì	名	
10789	二	专用	MZ	14	zhuānyòng	动	
10830	二	装备	MZ	14	zhuāngbèi	动、名	
10831	二	装饰	MZ	14	zhuāngshì	动、名	
10833	二	装置	MZ	14	zhuāngzhì	动、名	
10889	二	资料	MZ	14	zīliào	名	
10893	二	资助	MZ	14	zīzhù	动	
10955	二	宗教	MZ	14	zōngjiào	名	
11048	二	尊敬	MZ	14	zūnjìng	动、形	
11050	二	尊重	MZ	14	zūnzhòng	动	
785	二	查出	MZ	21	cháchū		
841	二	常规	MZ	21	chángguī	名	
892	二	潮湿	MZ	21	cháoshī	形	
962	二	成交	MZ	21	chéng // jiāo		
990	二	承担	MZ	21	chéngdān	动	
998	二	城区	MZ	21	chéngqū	名	
1000	二	城乡	MZ	21	chéng xiāng		
1003	二	乘车	MZ	21	chéng chē		
1184	二	除非	MZ	21	chúfēi	连、介	
1188	二	除夕	MZ	21	chúxī	名	
1190	二	厨师	MZ	21	chúshī	名	
1224	二	传出	MZ	21	chuánchū		
1234	二	传输	MZ	21	chuánshū	动	
1239	二	传真	MZ	21	chuánzhēn	名、动	
1245	二	船只	MZ	21	chuánzhī	名	
1350	二	从中	MZ	21	cóngzhōng	副	
2108	二	儿科	MZ	21	érkē	名	
2270	二	房东	MZ	21	fángdōng	名	

2275	二	房租	MZ	21	fángzū	名
2706	二	革新	MZ	21	géxīn	动、名
2715	二	隔开	MZ	21	gékāi	
3085	二	国歌	MZ	21	guógē	名
3209	二	航班	MZ	21	hángbān	名
3211	二	航空	MZ	21	hángkōng	动
3219	二	毫升	MZ	21	háoshēng	量
3282	二	合约	MZ	21	héyuē	名
3311	二	核心	MZ	21	héxīn	名
3551	二	黄金	MZ	21	huángjīn	名
3583	二	回收	MZ	21	huíshōu	动
3746	二	极端	MZ	21	jíduān	名、形
3755	二	即将	MZ	21	jíjiāng	副
4197	二	杰出	MZ	21	jiéchū	形
4937	二	蓝天	MZ	21	lán tiān	
5104	二	连接	MZ	21	liánjiē	动
5171	二	聊天儿	MZ	21	liáo // tiānr	
5197	二	邻居	MZ	21	línjū	名
5213	二	铃声	MZ	21	língshēng	名
5272	二	流通	MZ	21	liútōng	动
5294	二	楼梯	MZ	21	lóutī	名
5454	二	毛巾	MZ	21	máojīn	名
5455	二	毛衣	MZ	21	máoyī	名
5487	二	梅花	MZ	21	méihuā	名
5618	二	民歌	MZ	21	míngē	名
5619	二	民工	MZ	21	míngōng	名
5678	二	摩擦（磨擦）	MZ	21	mócā	动、名
5741	二	拿出	MZ	21	náchū	
5811	二	难听	MZ	21	nántīng	形
6063	二	皮肤	MZ	21	pífū	名
6136	二	平方	MZ	21	píngfāng	名、量
6142	二	平均	MZ	21	píngjūn	动、形
6154	二	评估	MZ	21	pínggū	动、名
6347	二	前方	MZ	21	qiánfāng	名
6530	二	晴天	MZ	21	qíngtiān	
6563	二	球拍	MZ	21	qiúpāi	名
6565	二	球星	MZ	21	qiúxīng	名
6616	二	全都	MZ	21	quándōu	副
6632	二	全新	MZ	21	quán xīn	
6669	二	燃烧	MZ	21	ránshāo	动
6707	二	人间	MZ	21	rénjiān	名
6814	二	如今	MZ	21	rújīn	名
6818	二	如一	MZ	21	rúyī	动
7101	二	神经	MZ	21	shénjīng	名

7231	二	时光	MZ	21	shíguāng	名
7234	二	时机	MZ	21	shíjī	名
7245	二	时装	MZ	21	shízhuāng	名
7258	二	实施	MZ	21	shíshī	动
7778	二	台灯	MZ	21	táidēng	名
7779	二	台风	MZ	21	táifēng	名
7780	二	台阶	MZ	21	táijiē	名
7851	二	桃花	MZ	21	táohuā	名
7901	二	提供	MZ	21	tígōng	动
7902	二	提交	MZ	21	tíjiāo	动
7907	二	提升	MZ	21	tíshēng	动
7985	二	条约	MZ	21	tiáoyuē	名
8066	二	同胞	MZ	21	tóngbāo	名
8075	二	同期	MZ	21	tóngqī	名
8082	二	同一	MZ	21	tóngyī	形
8131	二	投资	MZ	21	tóuzī	名
8154	二	图书	MZ	21	túshū	名
8162	二	途中	MZ	21	tú zhōng	
8384	二	为期	MZ	21	wéiqī	动
8391	二	违规	MZ	21	wéi // guī	
8395	二	围巾	MZ	21	wéijīn	名
8400	二	唯一	MZ	21	wéiyī	形
8404	二	维修	MZ	21	wéixiū	动
8515	二	无边	MZ	21	wúbiān	动
8524	二	无关	MZ	21	wúguān	动
8635	二	袭击	MZ	21	xíjī	动
8950	二	协商	MZ	21	xiéshāng	动
9212	二	学分	MZ	21	xuéfēn	名
9214	二	学科	MZ	21	xuékē	名
9275	二	牙刷	MZ	21	yáshuā	名
9290	二	延期	MZ	21	yán // qī	
9291	二	延伸	MZ	21	yánshēn	动
9316	二	研发	MZ	21	yánfā	动
9847	二	邮箱	MZ	21	yóuxiāng	名
10010	二	原先	MZ	21	yuánxiān	名
10510	二	值班	MZ	21	zhí // bān	
102	二	白云	MZ	22	bái yún	
789	二	查询	MZ	22	cháxún	动
831	二	长途	MZ	22	chángtú	形、名
844	二	常年	MZ	22	chángnián	副、名
846	二	常识	MZ	22	chángshí	名
891	二	潮流	MZ	22	cháoliú	名
971	二	成人	MZ	22	chéngrén	名
983	二	诚实	MZ	22	chéng · shí	形

1189	二	厨房	MZ	22	chúfáng		名
1225	二	传达	MZ	22	chuándá		动
1228	二	传媒	MZ	22	chuánméi		名
1238	二	传言	MZ	22	chuányán		名、动
1243	二	船员	MZ	22	chuányuán		名
1300	二	辞职	MZ	22	cí // zhí		
1336	二	从而	MZ	22	cóng'ér		连
1340	二	从没	MZ	22	cóng méi		
1404	二	达成	MZ	22	dáchéng		动
1744	二	敌人	MZ	22	dírén		名
2110	二	儿童	MZ	22	értóng		名
2201	二	繁荣	MZ	22	fánróng		形、动
2203	二	繁殖	MZ	22	fánzhí		动
2454	二	服从	MZ	22	fúcóng		动
2467	二	符合	MZ	22	fúhé		动
3084	二	国防	MZ	22	guófáng		名
3089	二	国籍	MZ	22	guójí		名
3092	二	国民	MZ	22	guómín		名
3094	二	国旗	MZ	22	guóqí		名
3271	二	合成	MZ	22	héchéng		动
3299	二	和谐	MZ	22	héxié		形
3343	二	衡量	MZ	22	héngliáng		动
3492	二	怀疑	MZ	22	huáiyí		动
3511	二	环节	MZ	22	huánjié		名
3575	二	回国	MZ	22	huí guó		
3585	二	回头	MZ	22	huítóu		副
3733	二	及格	MZ	22	jí // gé		
3740	二	吉祥	MZ	22	jíxiáng		形
3749	二	极其	MZ	22	jíqí		副
3761	二	急忙	MZ	22	jímáng		副
3771	二	集合	MZ	22	jíhé		动
3775	二	集团	MZ	22	jítuán		名
4187	二	节能	MZ	22	jiénéng		动
4926	二	来源	MZ	22	láiyuán		名
5121	二	联盟	MZ	22	liánméng		名
5149	二	凉鞋	MZ	22	liángxié		名
5202	二	临时	MZ	22	línshí		形、副
5207	二	灵活	MZ	22	línghuó		形
5219	二	零食	MZ	22	língshí		名
5254	二	留言	MZ	22	liú // yán		
5259	二	流传	MZ	22	liúchuán		动
5292	二	楼房	MZ	22	lóufáng		名
5363	二	轮船	MZ	22	lúnchuán		名
5448	二	盲人	MZ	22	mángrén		名

5549	二	迷人	MZ	22	mírén	形
5634	二	名额	MZ	22	míng'é	名
5638	二	名牌儿	MZ	22	míngpáir	名
5641	二	名人	MZ	22	míngrén	名
5653	二	明明	MZ	22	míngmíng	副
5676	二	模型	MZ	22	móxíng	名
5794	二	南极	MZ	22	nánjí	名
5798	二	难得	MZ	22	nándé	形
5810	二	难题	MZ	22	nántí	名
5874	二	年龄	MZ	22	niánlíng	名
5876	二	年前	MZ	22	nián qián	
5964	二	排除	MZ	22	páichú	动
6015	二	陪同	MZ	22	péitóng	动
6022	二	赔偿	MZ	22	péicháng	动
6064	二	皮球	MZ	22	píqiú	名
6112	二	频繁	MZ	22	pínfán	形
6135	二	平凡	MZ	22	píngfán	形
6139	二	平衡	MZ	22	pínghéng	形
6147	二	平台	MZ	22	píngtái	名
6151	二	平原	MZ	22	píngyuán	名
6224	二	齐全	MZ	22	qíquán	形
6232	二	其余	MZ	22	qíyú	代
6352	二	前来	MZ	22	qiánlái	
6354	二	前年	MZ	22	qiánnián	名
6359	二	前提	MZ	22	qiántí	名
6362	二	前途	MZ	22	qiántú	名
6423	二	桥梁	MZ	22	qiáoliáng	名
6518	二	情节	MZ	22	qíngjié	名
6546	二	穷人	MZ	22	qióngrén	名
6557	二	求职	MZ	22	qiúzhí	动
6566	二	球员	MZ	22	qiúyuán	名
6664	二	然而	MZ	22	rán'ér	连
6718	二	人权	MZ	22	rénquán	名
6719	二	人群	MZ	22	rénqún	名
6799	二	融合	MZ	22	rónghé	动
6816	二	如同	MZ	22	rútóng	动
7103	二	神奇	MZ	22	shénqí	形
7105	二	神情	MZ	22	shénqíng	名
7221	二	十足	MZ	22	shízú	形
7226	二	时常	MZ	22	shícháng	副
7229	二	时而	MZ	22	shí'ér	副
7237	二	时节	MZ	22	shíjié	名
7242	二	时时	MZ	22	shíshí	副
7274	二	食堂	MZ	22	shítáng	名

7784	二	抬头	MZ	22	tái // tóu	
7916	二	题材	MZ	22	tícái	名
7987	二	调节	MZ	22	tiáojié	动
7992	二	调皮	MZ	22	tiáopí	形
8033	二	停留	MZ	22	tíngliú	动
8070	二	同行	MZ	22	tóngháng	名
8076	二	同情	MZ	22	tóngqíng	动
8087	二	铜牌	MZ	22	tóngpái	名
8089	二	童年	MZ	22	tóngnián	名
8116	二	头疼	MZ	22	tóuténg	形
8303	二	顽皮	MZ	22	wánpí	形
8304	二	顽强	MZ	22	wánqiáng	形
8383	二	为难	MZ	22	wéinán	形、动
8401	二	维持	MZ	22	wéichí	动
8474	二	文娱	MZ	22	wényú	名
8535	二	无聊	MZ	22	wúliáo	形
8558	二	无疑	MZ	22	wúyí	动
8951	二	协调	MZ	22	xiétiáo	动、形
9065	二	行程	MZ	22	xíngchéng	名
9076	二	形容	MZ	22	xíngróng	动
9216	二	学年	MZ	22	xuénián	名
9219	二	学时	MZ	22	xuéshí	名
9230	二	学员	MZ	22	xuéyuán	名
9249	二	寻求	MZ	22	xúnqiú	动
9253	二	循环	MZ	22	xúnhuán	动
9288	二	延长	MZ	22	yáncháng	动
9295	二	严格	MZ	22	yángé	形、动
9373	二	阳台	MZ	22	yángtái	名
9405	二	摇头	MZ	22	yáo // tóu	
9546	二	移民	MZ	22	yímín	名
9549	二	遗传	MZ	22	yíchuán	动
9759	二	赢得	MZ	22	yíngdé	动
9834	二	尤其	MZ	22	yóuqí	副
9858	二	游人	MZ	22	yóurén	名
9859	二	游玩	MZ	22	yóuwán	动
9862	二	游行	MZ	22	yóuxíng	动
9997	二	园林	MZ	22	yuánlín	名
10014	二	原则	MZ	22	yuánzé	名
10329	二	哲学	MZ	22	zhéxué	名
10490	二	执行	MZ	22	zhíxíng	动
10514	二	职能	MZ	22	zhínéng	名
10521	二	职责	MZ	22	zhízé	名
11	二	挨打	MZ	23	ái dǎ	
98	二	白领	MZ	23	báilǐng	名

673	二	财产	MZ	23	cáichǎn	名
824	二	长短	MZ	23	chángduǎn	名
826	二	长久	MZ	23	chángjiǔ	形
827	二	长跑	MZ	23	chángpǎo	名
833	二	长远	MZ	23	chángyuǎn	形
955	二	成本	MZ	23	chéngběn	名
968	二	成品	MZ	23	chéngpǐn	名
978	二	成语	MZ	23	chéngyǔ	名
1039	二	持有	MZ	23	chíyǒu	动
1077	二	重组	MZ	23	chóngzǔ	动
1236	二	传统	MZ	23	chuántǒng	名、形
1244	二	船长	MZ	23	chuánzhǎng	名
1292	二	词语	MZ	23	cíyǔ	名
1297	二	辞典	MZ	23	cídiǎn	名
1335	二	从此	MZ	23	cóngcǐ	副
1695	二	得以	MZ	23	déyǐ	动
1702	二	德语	MZ	23	Déyǔ	名
1972	二	毒品	MZ	23	dúpǐn	名
2082	二	夺取	MZ	23	duóqǔ	动
2109	二	儿女	MZ	23	érnǚ	名
2173	二	罚款	MZ	23	fákuǎn	名
2260	二	防守	MZ	23	fángshǒu	动
3083	二	国产	MZ	23	guóchǎn	形
3188	二	含有	MZ	23	hányǒu	动
3193	二	寒冷	MZ	23	hánlěng	形
3218	二	毫米	MZ	23	háomǐ	量
3367	二	洪水	MZ	23	hóngshuǐ	名
3757	二	即使	MZ	23	jíshǐ	连
4190	二	节省	MZ	23	jiéshěng	动
4213	二	截止	MZ	23	jiézhǐ	动
4487	二	局长	MZ	23	júzhǎng	名
4924	二	来往	MZ	23	láiwǎng	动
4935	二	蓝领	MZ	23	lánlǐng	名
5024	二	厘米	MZ	23	límǐ	量
5123	二	联手	MZ	23	liánshǒu	动
5126	二	联想	MZ	23	liánxiǎng	动
5142	二	良好	MZ	23	liánghǎo	形
5148	二	凉水	MZ	23	liángshuǐ	名
5169	二	疗养	MZ	23	liáoyǎng	动
5261	二	流感	MZ	23	liúgǎn	名
5368	二	轮椅	MZ	23	lúnyǐ	名
5470	二	没法儿	MZ	23	méi fǎr	
5526	二	门诊	MZ	23	ménzhěn	动
5607	二	描写	MZ	23	miáoxiě	动

5621	二	民警	MZ	23	mínjǐng	名	
5671	二	模仿	MZ	23	mófǎng	动	
5744	二	拿走	MZ	23	názǒu		
5781	二	男女	MZ	23	nánnǚ	名	
5789	二	南北	MZ	23	nánběi	名	
5807	二	难免	MZ	23	nánmiǎn	形	
5814	二	难以	MZ	23	nányǐ	动	
5847	二	能否	MZ	23	néng fǒu		
6019	二	培养	MZ	23	péiyǎng	动	
6070	二	啤酒	MZ	23	píjiǔ	名	
6148	二	平坦	MZ	23	píngtǎn	形	
6149	二	平稳	MZ	23	píngwěn	形	
6161	二	评选	MZ	23	píngxuǎn	动	
6162	二	苹果	MZ	23	píngguǒ	名	
6351	二	前景	MZ	23	qiánjǐng	名	
6520	二	情景	MZ	23	qíngjǐng	名	
6529	二	晴朗	MZ	23	qínglǎng	形	
6662	二	群体	MZ	23	qúntǐ	名	
6810	二	如此	MZ	23	rúcǐ	代	
7727	二	随手	MZ	23	suíshǒu	副	
7846	二	逃跑	MZ	23	táopǎo	动	
7849	二	逃走	MZ	23	táozǒu	动	
7905	二	提起	MZ	23	tíqǐ	动	
7912	二	提醒	MZ	23	tí // xǐng		
7988	二	调解	MZ	23	tiáojiě	动	
8182	二	团长	MZ	23	tuánzhǎng	名	
8334	二	王子	MZ	23	wángzǐ	名	
8386	二	为止	MZ	23	wéizhǐ	动	
8387	二	为主	MZ	23	wéi zhǔ		
8389	二	违法	MZ	23	wéi // fǎ		
8390	二	违反	MZ	23	wéifǎn	动	
8514	二	无比	MZ	23	wúbǐ	动	
9070	二	行驶	MZ	23	xíngshǐ	动	
9122	二	雄伟	MZ	23	xióngwěi	形	
9196	二	旋转	MZ	23	xuánzhuǎn	动	
9232	二	学者	MZ	23	xuézhě	名	
9250	二	寻找	MZ	23	xúnzhǎo	动	
9306	二	言语	MZ	23	yányǔ	名	
9312	二	沿海	MZ	23	yánhǎi	名	
9548	二	遗产	MZ	23	yíchǎn	名	
9837	二	由此	MZ	23	yóu cǐ		
10006	二	原理	MZ	23	yuánlǐ	名	
10009	二	原始	MZ	23	yuánshǐ	形	
10013	二	原有	MZ	23	yuányǒu		

10018	二	圆满	MZ	23	yuánmǎn		形
11004	二	足以	MZ	23	zúyǐ		动
518	二	博客	MZ	24	bókè		名
520	二	博士	MZ	24	bóshì		名
523	二	薄弱	MZ	24	bóruò		形
525	二	不便	MZ	24	búbiàn		形、动
534	二	不顾	MZ	24	búgù		动
536	二	不见	MZ	24	bújiàn		动
538	二	不利	MZ	24	búlì		形
540	二	不料	MZ	24	búliào		连
550	二	不幸	MZ	24	búxìng		形
555	二	不易	MZ	24	bú yì		
559	二	不再	MZ	24	bú zài		
672	二	材料	MZ	24	cáiliào		名
674	二	财富	MZ	24	cáifù		名
683	二	裁判	MZ	24	cáipàn		动、名
719	二	残酷	MZ	24	cánkù		形
764	二	层次	MZ	24	céngcì		名
765	二	层面	MZ	24	céngmiàn		名
783	二	茶叶	MZ	24	cháyè		名
787	二	查看	MZ	24	chákàn		动
823	二	长度	MZ	24	chángdù		名
825	二	长假	MZ	24	chángjià		名
830	二	长寿	MZ	24	chángshòu		形
838	二	尝试	MZ	24	chángshì		动、名
931	二	沉默	MZ	24	chénmò		形、动
934	二	沉重	MZ	24	chénzhòng		形
957	二	成分（成份）	MZ	24	chéngfèn		名
976	二	成效	MZ	24	chéngxiào		名
985	二	诚信	MZ	24	chéngxìn		形
988	二	承办	MZ	24	chéngbàn		动
991	二	承诺	MZ	24	chéngnuò		动
993	二	承受	MZ	24	chéngshòu		动
1001	二	城镇	MZ	24	chéngzhèn		名
1004	二	乘客	MZ	24	chéngkè		名
1006	二	乘坐	MZ	24	chéngzuò		动
1033	二	迟到	MZ	24	chídào		动
1073	二	重建	MZ	24	chóngjiàn		动
1078	二	崇拜	MZ	24	chóngbài		动
1226	二	传递	MZ	24	chuándì		动
1291	二	词汇	MZ	24	cíhuì		名
1334	二	从不	MZ	24	cóng bù		
1407	二	答案	MZ	24	dá'àn		名
1743	二	的确	MZ	24	díquè		副

1976	二	独立	MZ	24	dúlì		动
1979	二	独特	MZ	24	dútè		形
1981	二	独自	MZ	24	dúzì		副
2114	二	而是	MZ	24	ér shì		
2194	二	凡是	MZ	24	fánshì		副
2257	二	防范	MZ	24	fángfàn		动
2266	二	防治	MZ	24	fángzhì		动
2441	二	佛教	MZ	24	Fójiào		名
2466	二	符号	MZ	24	fúhào		名
2469	二	幅度	MZ	24	fúdù		名
2472	二	福利	MZ	24	fúlì		名
2705	二	革命	MZ	24	gémìng		名
2711	二	格外	MZ	24	géwài		副
2713	二	隔壁	MZ	24	gébì		名
3088	二	国会	MZ	24	guóhuì		名
3185	二	含量	MZ	24	hánliàng		名
3187	二	含义	MZ	24	hányì		名
3192	二	寒假	MZ	24	hánjià		名
3208	二	行业	MZ	24	hángyè		名
3269	二	合并	MZ	24	hébìng		动
3313	二	盒饭	MZ	24	héfàn		名
3363	二	宏大	MZ	24	hóngdà		形
3415	二	胡同儿	MZ	24	hútòngr		名
3491	二	怀念	MZ	24	huáiniàn		动
3543	二	皇帝	MZ	24	huángdì		名
3568	二	回报	MZ	24	huíbào		动
3569	二	回避	MZ	24	huíbì		动
3572	二	回复	MZ	24	huífù		动
3573	二	回顾	MZ	24	huígù		动
3589	二	回信	MZ	24	huíxìn		名
3590	二	回忆	MZ	24	huíyì		动
3592	二	回应	MZ	24	huíyìng		动
3637	二	活力	MZ	24	huólì		名
3641	二	活跃	MZ	24	huóyuè		形、动
3737	二	吉利	MZ	24	jílì		形
3759	二	急救	MZ	24	jíjiù		动
3768	二	疾病	MZ	24	jíbìng		名
4194	二	节奏	MZ	24	jiézòu		名
4201	二	结构	MZ	24	jiégòu		名
4207	二	结论	MZ	24	jiélùn		名
4214	二	截至	MZ	24	jiézhì		动
4484	二	局面	MZ	24	júmiàn		名
4548	二	决不	MZ	24	jué bù		
4549	二	决策	MZ	24	juécè		动、名

4556	二	角色	MZ	24	juésè	名
4559	二	觉悟	MZ	24	juéwù	动、名
4565	二	绝望	MZ	24	jué // wàng	
4925	二	来信	MZ	24	láixìn	名
4933	二	栏目	MZ	24	lánmù	名
5120	二	联络	MZ	24	liánluò	动
5122	二	联赛	MZ	24	liánsài	名
5221	二	零下	MZ	24	líng xià	
5260	二	流动	MZ	24	liúdòng	动
5291	二	楼道	MZ	24	lóudào	名
5456	二	矛盾	MZ	24	máodùn	名、形
5469	二	没错	MZ	24	méi cuò	
5491	二	煤气	MZ	24	méiqì	名
5551	二	迷信	MZ	24	míxìn	动、名
5606	二	描述	MZ	24	miáoshù	动
5623	二	民意	MZ	24	mínyì	名
5625	二	民众	MZ	24	mínzhòng	名
5639	二	名片	MZ	24	míngpiàn	名
5643	二	名胜	MZ	24	míngshèng	名
5645	二	名义	MZ	24	míngyì	名
5646	二	名誉	MZ	24	míngyù	名、形
5651	二	明亮	MZ	24	míngliàng	形
5656	二	明日	MZ	24	míngrì	名
5670	二	模范	MZ	24	mófàn	名
5674	二	模式	MZ	24	móshì	名
5675	二	模特儿	MZ	24	mótèr	名
5686	二	魔术	MZ	24	móshù	名
5742	二	拿到	MZ	24	nádào	
5786	二	男性	MZ	24	nánxìng	名
5806	二	难看	MZ	24	nánkàn	形
5812	二	难忘	MZ	24	nánwàng	
5848	二	能干	MZ	24	nénggàn	形
5852	二	能量	MZ	24	néngliàng	名
5870	二	年度	MZ	24	niándù	名
5894	二	宁静	MZ	24	níngjìng	形
5969	二	排列	MZ	24	páiliè	动
6017	二	培训	MZ	24	péixùn	动、名
6020	二	培育	MZ	24	péiyù	动
6109	二	贫困	MZ	24	pínkùn	形
6111	二	频道	MZ	24	píndào	名
6141	二	平静	MZ	24	píngjìng	形
6156	二	评论	MZ	24	pínglùn	动、名
6167	二	屏幕	MZ	24	píngmù	名
6236	二	奇迹	MZ	24	qíjì	名

6237	二	奇妙	MZ	24	qímiào		形
6393	二	强盗	MZ	24	qiángdào		名
6395	二	强度	MZ	24	qiángdù		名
6396	二	强化	MZ	24	qiánghuà		动
6400	二	强势	MZ	24	qiángshì		名
6406	二	强壮	MZ	24	qiángzhuàng		形、动
6408	二	墙壁	MZ	24	qiángbì		名
6468	二	勤奋	MZ	24	qínfèn		形
6525	二	情绪	MZ	24	qíngxù		名
6578	二	渠道	MZ	24	qúdào		名
6607	二	权力	MZ	24	quánlì		名
6608	二	权利	MZ	24	quánlì		名
6621	二	全力	MZ	24	quánlì		名
6667	二	燃料	MZ	24	ránliào		名
6711	二	人力	MZ	24	rénlì		名
6722	二	人士	MZ	24	rénshì		名
6769	二	仍旧	MZ	24	réngjiù		副
6802	二	融入	MZ	24	róngrù		
6817	二	如下	MZ	24	rúxià		动
7100	二	神话	MZ	24	shénhuà		名
7102	二	神秘	MZ	24	shénmì		形
7243	二	时事	MZ	24	shíshì		名
7248	二	识字	MZ	24	shí // zì		
7252	二	实惠	MZ	24	shíhuì		形、名
7255	二	实践	MZ	24	shíjiàn		动、名
7267	二	实用	MZ	24	shíyòng		形
7277	二	食欲	MZ	24	shíyù		名
7486	二	熟练	MZ	24	shúliàn		形
7721	二	随后	MZ	24	suíhòu		副
7729	二	随意	MZ	24	suí // yì		
7852	二	桃树	MZ	24	táoshù		名
7889	二	疼痛	MZ	24	téngtòng		形
7897	二	提倡	MZ	24	tíchàng		动
7908	二	提示	MZ	24	tíshì		动
7917	二	题目	MZ	24	tímù		名
7969	二	田径	MZ	24	tiánjìng		名
8088	二	童话	MZ	24	tónghuà		名
8126	二	投入	MZ	24	tóurù		动、名
8129	二	投诉	MZ	24	tóusù		动
8150	二	图案	MZ	24	tú'àn		名
8153	二	图片	MZ	24	túpiàn		名
8161	二	途径	MZ	24	tújìng		名
8176	二	团队	MZ	24	tuánduì		名
8332	二	王后	MZ	24	wánghòu		名

8397	二	围绕	MZ	24	wéirào	动
8402	二	维护	MZ	24	wéihù	动
8473	二	文艺	MZ	24	wényì	名
8538	二	无奈	MZ	24	wúnài	动、连
8544	二	无数	MZ	24	wúshù	形
8551	二	无限	MZ	24	wúxiàn	形
8554	二	无效	MZ	24	wúxiào	动
8837	二	详细	MZ	24	xiángxì	形
8949	二	协会	MZ	24	xiéhuì	名
8953	二	协议	MZ	24	xiéyì	动、名
8955	二	协助	MZ	24	xiézhù	动
9078	二	形势	MZ	24	xíngshì	名
9079	二	形态	MZ	24	xíngtài	名
9085	二	型号	MZ	24	xínghào	名
9213	二	学会	MZ	24	xuéhuì	名
9215	二	学历	MZ	24	xuélì	名
9220	二	学士	MZ	24	xuéshì	名
9221	二	学术	MZ	24	xuéshù	名
9224	二	学位	MZ	24	xuéwèi	名
9252	二	询问	MZ	24	xúnwèn	动
9293	二	延续	MZ	24	yánxù	动
9299	二	严厉	MZ	24	yánlì	形
9301	二	严肃	MZ	24	yánsù	形、动
9302	二	严重	MZ	24	yánzhòng	形
9304	二	言论	MZ	24	yánlùn	名
9500	二	一代	MZ	24	yídài	名
9501	二	一带	MZ	24	yídài	名
9502	二	一旦	MZ	24	yídàn	名、副
9503	二	一道	MZ	24	yídào	副
9506	二	一度	MZ	24	yídù	副
9511	二	一贯	MZ	24	yíguàn	形
9522	二	一律	MZ	24	yílǜ	副
9531	二	一下儿	MZ	24	yíxiàr	副
9533	二	一向	MZ	24	yíxiàng	副
9535	二	一再	MZ	24	yízài	副
9539	二	仪器	MZ	24	yíqì	名
9540	二	仪式	MZ	24	yíshì	名
9544	二	移动	MZ	24	yídòng	动
9550	二	遗憾	MZ	24	yíhàn	形、名
9562	二	疑问	MZ	24	yíwèn	名
9756	二	营业	MZ	24	yíngyè	动
9844	二	邮件	MZ	24	yóujiàn	名
9850	二	犹豫	MZ	24	yóuyù	形
9920	二	于是	MZ	24	yúshì	连

9924	二	娱乐	MZ	24	yúlè	动、名	
9928	二	愉快	MZ	24	yúkuài	形	
9990	二	元旦	MZ	24	Yuándàn	名	
9993	二	元素	MZ	24	yuánsù	名	
9996	二	园地	MZ	24	yuándì	名	
10007	二	原谅	MZ	24	yuánliàng	动	
10008	二	原料	MZ	24	yuánliào	名	
10021	二	援助	MZ	24	yuánzhù	动	
10023	二	缘故	MZ	24	yuángù	名	
10506	二	直线	MZ	24	zhíxiàn	名、形	
10516	二	职位	MZ	24	zhíwèi	名	
10517	二	职务	MZ	24	zhíwù	名	
10522	二	植物	MZ	24	zhíwù	名	
10705	二	逐步	MZ	24	zhúbù	副	
10706	二	逐渐	MZ	24	zhújiàn	副	
115	二	摆脱	MZ	31	bǎituō	动	
277	二	北风	MZ	31	běi fēng		
308	二	本科	MZ	31	běnkē	名	
312	二	本期	MZ	31	běn qī		
316	二	本身	MZ	31	běnshēn	代	
342	二	比分	MZ	31	bǐfēn	名	
570	二	补贴	MZ	31	bǔtiē	动、名	
853	二	厂商	MZ	31	chǎngshāng	名	
1414	二	打包	MZ	31	dǎ // bāo		
1425	二	打击	MZ	31	dǎjī	动	
1449	二	打针	MZ	31	dǎ // zhēn		
1653	二	倒车	MZ	31	dǎo // chē		
1814	二	点钟	MZ	31	diǎnzhōng	名	
1986	二	堵车	MZ	31	dǔ // chē		
2118	二	耳机	MZ	31	ěrjī	名	
2176	二	法官	MZ	31	fǎguān	名	
2177	二	法规	MZ	31	fǎguī	名	
2373	二	粉丝	MZ	31	fěnsī	名	
2554	二	改装	MZ	31	gǎizhuāng	动	
2905	二	股东	MZ	31	gǔdōng	名	
3109	二	果汁	MZ	31	guǒzhī	名	
3152	二	海边	MZ	31	hǎi biān		
3157	二	海军	MZ	31	hǎijūn	名	
3167	二	海湾	MZ	31	hǎiwān	名	
3169	二	海鲜	MZ	31	hǎixiān	名	
3231	二	好好儿	MZ	31	hǎohāor	形、副	
3658	二	火灾	MZ	31	huǒzāi	名	
3957	二	减轻	MZ	31	jiǎnqīng	动	
3963	二	剪刀	MZ	31	jiǎndāo	名	

4043	二	奖金	MZ	31	jiǎngjīn	名	
4231	二	解说	MZ	31	jiěshuō	动	
4442	二	酒吧	MZ	31	jiǔbā	名	
4723	二	可惜	MZ	31	kěxī	形	
4971	二	老公	MZ	31	lǎogōng	名	
4974	二	老家	MZ	31	lǎojiā	名	
4986	二	老乡	MZ	31	lǎoxiāng	名	
5155	二	两边	MZ	31	liǎngbiān	名	
5398	二	马车	MZ	31	mǎchē	名	
5502	二	美金	MZ	31	měijīn	名	
5709	二	母鸡	MZ	31	mǔjī	名	
6255	二	启发	MZ	31	qǐfā	动、名	
7394	二	手工	MZ	31	shǒugōng	名	
7419	二	首都	MZ	31	shǒudū	名	
7574	二	水灾	MZ	31	shuǐzāi	名	
7744	二	损失	MZ	31	sǔnshī	动、名	
7918	二	体操	MZ	31	tǐcāo	名	
7920	二	体积	MZ	31	tǐjī	名	
8093	二	统一	MZ	31	tǒngyī	动、形	
8311	二	晚餐	MZ	31	wǎncān	名	
8336	二	网吧	MZ	31	wǎngbā	名	
8413	二	委托	MZ	31	wěituō	动	
8568	二	午餐	MZ	31	wǔcān	名	
8752	二	显出	MZ	31	xiǎnchū		
8845	二	响声	MZ	31	xiǎngshēng	名	
8896	二	小吃	MZ	31	xiǎochī	名	
8918	二	小偷	MZ	31	xiǎotōu	名	
9203	二	选修	MZ	31	xuǎnxiū	动	
9330	二	眼光	MZ	31	yǎnguāng	名	
9445	二	野生	MZ	31	yěshēng	形	
9725	二	隐私	MZ	31	yǐnsī	名	
9766	二	影星	MZ	31	yǐngxīng	名	
9876	二	有关	MZ	31	yǒuguān	动	
9946	二	雨衣	MZ	31	yǔyī	名	
10031	二	远方	MZ	31	yuǎnfāng	名	
10159	二	早餐	MZ	31	zǎocān	名	
10164	二	早期	MZ	31	zǎoqī	名	
10268	二	掌声	MZ	31	zhǎngshēng	名	
10301	二	找出	MZ	31	zhǎochū		
10541	二	指标	MZ	31	zhǐbiāo	名	
10546	二	指挥	MZ	31	zhǐhuī	动、名	
10716	二	主观	MZ	31	zhǔguān	形	
10966	二	总监	MZ	31	zǒngjiān	名	
10976	二	总之	MZ	31	zǒngzhī	连	

10991	二	走私	MZ	31	zǒu // sī		
198	二	宝石	MZ	32	bǎoshí	名	
278	二	北极	MZ	32	běijí	名	
314	二	本人	MZ	32	běnrén	代	
445	二	表格	MZ	32	biǎogé	名	
450	二	表情	MZ	32	biǎoqíng	名	
457	二	表扬	MZ	32	biǎoyáng	动	
564	二	补偿	MZ	32	bǔcháng	动	
571	二	补习	MZ	32	bǔxí	动	
748	二	草原	MZ	32	cǎoyuán	名	
1191	二	处罚	MZ	32	chǔfá	动、名	
1196	二	处于	MZ	32	chǔyú	动	
1200	二	储存	MZ	32	chǔcún	动	
1312	二	此前	MZ	32	cǐqián	名	
1313	二	此时	MZ	32	cǐshí	名	
1431	二	打雷	MZ	32	dǎ // léi		
1435	二	打牌	MZ	32	dǎ pái		
1448	二	打折	MZ	32	dǎ // zhé		
1646	二	导游	MZ	32	dǎoyóu	动、名	
1724	二	等级	MZ	32	děngjí	名	
1747	二	抵达	MZ	32	dǐdá	动	
1805	二	典型	MZ	32	diǎnxíng	名、形	
1809	二	点名	MZ	32	diǎn // míng		
1811	二	点燃	MZ	32	diǎnrán	动	
1989	二	赌博	MZ	32	dǔbó	动	
2179	二	法庭	MZ	32	fǎtíng	名	
2211	二	反而	MZ	32	fǎn'ér	副	
2228	二	返回	MZ	32	fǎnhuí	动	
2277	二	仿佛	MZ	32	fǎngfú	副	
2445	二	否则	MZ	32	fǒuzé	连	
2543	二	改革	MZ	32	gǎigé	动、名	
2584	二	赶忙	MZ	32	gǎnmáng	副	
2589	二	敢于	MZ	32	gǎnyú	动	
2602	二	感人	MZ	32	gǎnrén	形	
3105	二	果实	MZ	32	guǒshí	名	
3171	二	海洋	MZ	32	hǎiyáng	名	
3645	二	火柴	MZ	32	huǒchái	名	
3955	二	减肥	MZ	32	jiǎn // féi		
4220	二	解除	MZ	32	jiěchú	动	
4678	二	考核	MZ	32	kǎohé	动	
4683	二	考题	MZ	32	kǎotí	名	
4717	二	可怜	MZ	32	kělián	形、动	
4949	二	朗读	MZ	32	lǎngdú	动	
5039	二	礼堂	MZ	32	lǐtáng	名	

5048	二	理财	MZ	32	lǐ // cái	
5133	二	脸盆	MZ	32	liǎnpén	名
5509	二	美容	MZ	32	měiróng	动
5510	二	美食	MZ	32	měishí	名
5771	二	奶茶	MZ	32	nǎichá	名
5774	二	奶牛	MZ	32	nǎiniú	名
5948	二	偶然	MZ	32	ǒurán	形
6119	二	品牌	MZ	32	pǐnpái	名
6251	二	企图	MZ	32	qǐtú	动、名
6861	二	散文	MZ	32	sǎnwén	名
7110	二	审查	MZ	32	shěnchá	动
7167	二	省钱	MZ	32	shěng qián	
7424	二	首席	MZ	32	shǒuxí	名、形
7568	二	水泥	MZ	32	shuǐní	名
7648	二	死亡	MZ	32	sǐwáng	动
8350	二	往来	MZ	32	wǎnglái	动
8351	二	往年	MZ	32	wǎngnián	名
8922	二	小型	MZ	32	xiǎoxíng	形
8925	二	小于	MZ	32	xiǎoyú	动
9198	二	选拔	MZ	32	xuǎnbá	动
9205	二	选择	MZ	32	xuǎnzé	动、名
9353	二	演习	MZ	32	yǎnxí	动
9380	二	养成	MZ	32	yǎngchéng	
9569	二	以及	MZ	32	yǐjí	连
9716	二	饮食	MZ	32	yǐnshí	名
9720	二	隐藏	MZ	32	yǐncáng	动
9761	二	影迷	MZ	32	yǐngmí	名
9889	二	有人	MZ	32	yǒu rén	
10034	二	远离	MZ	32	yuǎn lí	
10529	二	只得	MZ	32	zhǐdé	副
10557	二	指责	MZ	32	zhǐzé	动
10718	二	主角儿	MZ	32	zhǔjuér	名
10720	二	主流	MZ	32	zhǔliú	名
10726	二	主题	MZ	32	zhǔtí	名
10812	二	转移	MZ	32	zhuǎnyí	动
10861	二	准时	MZ	32	zhǔnshí	形
10960	二	总裁	MZ	32	zǒngcái	名
11023	二	祖国	MZ	32	zǔguó	名
15	二	矮小	MZ	33	ǎixiǎo	形
211	二	保守	MZ	33	bǎoshǒu	动、形
216	二	保养	MZ	33	bǎoyǎng	动
318	二	本土	MZ	33	běntǔ	名
352	二	彼此	MZ	33	bǐcǐ	代
568	二	补考	MZ	33	bǔkǎo	动

685	二	采访	MZ	33	cǎifǎng	动、名	
808	二	产品	MZ	33	chǎnpǐn	名	
854	二	厂长	MZ	33	chǎngzhǎng	名	
857	二	场馆	MZ	33	chǎngguǎn	名	
859	二	场景	MZ	33	chǎngjǐng	名	
897	二	炒股	MZ	33	chǎo // gǔ		
1438	二	打扰	MZ	33	dǎrǎo	动	
1439	二	打扫	MZ	33	dǎsǎo	动	
1590	二	胆小	MZ	33	dǎn xiǎo		
1804	二	典礼	MZ	33	diǎnlǐ	名	
2180	二	法语	MZ	33	Fǎyǔ	名	
2222	二	反响	MZ	33	fǎnxiǎng	名	
2628	二	港口	MZ	33	gǎngkǒu	名	
2896	二	古典	MZ	33	gǔdiǎn	形	
2901	二	古老	MZ	33	gǔlǎo	形	
2918	二	鼓掌	MZ	33	gǔ // zhǎng		
3155	二	海底	MZ	33	hǎi dǐ		
3164	二	海水	MZ	33	hǎishuǐ	名	
3248	二	好友	MZ	33	hǎoyǒu	名	
3251	二	好转	MZ	33	hǎozhuǎn	动	
3518	二	缓解	MZ	33	huǎnjiě	动	
3784	二	给予	MZ	33	jǐyǔ	动	
3959	二	减少	MZ	33	jiǎnshǎo	动	
4278	二	尽管	MZ	33	jǐnguǎn	副、连	
4286	二	紧紧	MZ	33	jǐnjǐn		
4391	二	景点	MZ	33	jǐngdiǎn	名	
4444	二	酒鬼	MZ	33	jiǔguǐ	名	
4677	二	考场	MZ	33	kǎochǎng	名	
4805	二	口语	MZ	33	kǒuyǔ	名	
5020	二	冷水	MZ	33	lěngshuǐ	名	
5159	二	两手	MZ	33	liǎngshǒu	名	
5229	二	领取	MZ	33	lǐngqǔ	动	
5334	二	旅馆	MZ	33	lǚguǎn	名	
5507	二	美女	MZ	33	měinǚ	名	
5628	二	敏感	MZ	33	mǐngǎn	形	
5710	二	母女	MZ	33	mǔnǚ	名	
5712	二	母子	MZ	33	mǔzǐ	名	
5772	二	奶粉	MZ	33	nǎifěn	名	
5947	二	偶尔	MZ	33	ǒu'ěr	副	
6123	二	品种	MZ	33	pǐnzhǒng	名	
6266	二	起点	MZ	33	qǐdiǎn	名	
6271	二	起码	MZ	33	qǐmǎ	形	
6587	二	取款	MZ	33	qǔ kuǎn		
7393	二	手法	MZ	33	shǒufǎ	名	

7421	二	首脑	MZ	33	shǒunǎo	名	
7921	二	体检	MZ	33	tǐjiǎn	动	
8312	二	晚点	MZ	33	wǎn // diǎn		
8345	二	网址	MZ	33	wǎngzhǐ	名	
8578	二	舞蹈	MZ	33	wǔdǎo	名	
9167	二	许可	MZ	33	xǔkě	动	
9349	二	演讲	MZ	33	yǎnjiǎng	动	
9382	二	养老	MZ	33	yǎng // lǎo		
9438	二	也好	MZ	33	yěhǎo	助	
9577	二	以往	MZ	33	yǐwǎng	名	
9703	二	引导	MZ	33	yǐndǎo	动	
9708	二	引起	MZ	33	yǐnqǐ	动	
9791	二	勇敢	MZ	33	yǒnggǎn	形	
9945	二	雨水	MZ	33	yǔshuǐ	名	
9947	二	语法	MZ	33	yǔfǎ	名	
10035	二	远远	MZ	33	yuǎnyuǎn		
10077	二	允许	MZ	33	yǔnxǔ	动	
10167	二	早晚	MZ	33	zǎowǎn	名、副	
10228	二	展览	MZ	33	zhǎnlǎn	动、名	
10531	二	只管	MZ	33	zhǐguǎn	副	
10658	二	种种	MZ	33	zhǒngzhǒng	代	
10713	二	主导	MZ	33	zhǔdǎo	动、名	
10717	二	主管	MZ	33	zhǔguǎn	动、名	
10728	二	主体	MZ	33	zhǔtǐ	名	
10974	二	总体	MZ	33	zǒngtǐ	名	
10975	二	总统	MZ	33	zǒngtǒng	名	
11013	二	阻止	MZ	33	zǔzhǐ	动	
11018	二	组长	MZ	33	zǔzhǎng	名	
11025	二	祖母	MZ	33	zǔmǔ	名	
107	二	百货	MZ	34	bǎihuò	名	
111	二	摆动	MZ	34	bǎidòng	动	
195	二	宝贝	MZ	34	bǎobèi	名	
196	二	宝贵	MZ	34	bǎoguì	形	
206	二	保健	MZ	34	bǎojiàn	动	
208	二	保密	MZ	34	bǎo // mì		
212	二	保卫	MZ	34	bǎowèi	动	
306	二	本地	MZ	34	běndì	名	
321	二	本质	MZ	34	běnzhì	名	
351	二	比重	MZ	34	bǐzhòng	名	
354	二	笔记	MZ	34	bǐjì	名	
356	二	笔试	MZ	34	bǐshì	动	
569	二	补课	MZ	34	bǔ // kè		
572	二	补助	MZ	34	bǔzhù	动、名	
686	二	采购	MZ	34	cǎigòu	动、名	

689	二	采纳	MZ	34	cǎinà	动	
692	二	彩电	MZ	34	cǎidiàn	名	
694	二	彩票	MZ	34	cǎipiào	名	
810	二	产物	MZ	34	chǎnwù	名	
811	二	产业	MZ	34	chǎnyè	名	
856	二	场地	MZ	34	chǎngdì	名	
860	二	场面	MZ	34	chǎngmiàn	名	
894	二	吵架	MZ	34	chǎo // jià		
898	二	炒作	MZ	34	chǎozuò	动	
1083	二	宠物	MZ	34	chǒngwù	名	
1193	二	处分	MZ	34	chǔfèn	名、动	
1197	二	处在	MZ	34	chǔ zài		
1307	二	此处	MZ	34	cǐ chù		
1308	二	此次	MZ	34	cǐ cì		
1309	二	此后	MZ	34	cǐhòu	名	
1310	二	此刻	MZ	34	cǐkè	名	
1314	二	此事	MZ	34	cǐ shì		
1315	二	此外	MZ	34	cǐwài	连	
1316	二	此致	MZ	34	cǐzhì	动	
1412	二	打败	MZ	34	dǎbài		
1419	二	打动	MZ	34	dǎdòng	动	
1420	二	打断	MZ	34	dǎduàn		
1426	二	打架	MZ	34	dǎ // jià		
1445	二	打造	MZ	34	dǎzào	动	
1647	二	导致	MZ	34	dǎozhì	动	
1652	二	倒闭	MZ	34	dǎobì	动	
1723	二	等候	MZ	34	děnghòu	动	
1749	二	抵抗	MZ	34	dǐkàng	动	
2004	二	短片	MZ	34	duǎn piàn		
2178	二	法律	MZ	34	fǎlǜ	名	
2182	二	法制	MZ	34	fǎzhì	名	
2216	二	反抗	MZ	34	fǎnkàng	动	
2225	二	反映	MZ	34	fǎnyìng	动、名	
2481	二	辅助	MZ	34	fǔzhù	动	
2482	二	腐败	MZ	34	fǔbài	形	
2549	二	改善	MZ	34	gǎishàn	动	
2553	二	改正	MZ	34	gǎizhèng	动	
2598	二	感冒	MZ	34	gǎnmào	名、动	
2626	二	岗位	MZ	34	gǎngwèi	名	
2851	二	巩固	MZ	34	gǒnggù	形、动	
2908	二	股票	MZ	34	gǔpiào	名	
2910	二	骨干	MZ	34	gǔgàn	名	
2916	二	鼓励	MZ	34	gǔlì	动、名	
3000	二	管道	MZ	34	guǎndào	名	

3041	二	广泛	MZ	34	guǎngfàn	形	
3043	二	广阔	MZ	34	guǎngkuò	形	
3065	二	轨道	MZ	34	guǐdào	名	
3103	二	果酱	MZ	34	guǒjiàng	名	
3106	二	果树	MZ	34	guǒshù	名	
3158	二	海浪	MZ	34	hǎilàng	名	
3166	二	海外	MZ	34	hǎiwài	名	
3240	二	好似	MZ	34	hǎosì	动	
3249	二	好运	MZ	34	hǎoyùn	名	
3650	二	火箭	MZ	34	huǒjiàn	名	
3660	二	伙伴	MZ	34	huǒbàn	名	
3949	二	检测	MZ	34	jiǎncè	动	
3953	二	检验	MZ	34	jiǎnyàn	动	
3970	二	简介	MZ	34	jiǎnjiè	动、名	
4037	二	讲课	MZ	34	jiǎng // kè		
4040	二	讲座	MZ	34	jiǎngzuò	名	
4044	二	奖励	MZ	34	jiǎnglì	动、名	
4111	二	脚步	MZ	34	jiǎobù	名	
4112	二	脚印	MZ	34	jiǎoyìn	名	
4218	二	姐妹	MZ	34	jiěmèi	名	
4223	二	解放	MZ	34	jiěfàng	动	
4279	二	尽快	MZ	34	jǐnkuài	副	
4287	二	紧密	MZ	34	jǐnmì	形	
4395	二	景象	MZ	34	jǐngxiàng	名	
4398	二	警告	MZ	34	jǐnggào	动、名	
4495	二	举动	MZ	34	jǔdòng	名	
4680	二	考虑	MZ	34	kǎolǜ	动	
4714	二	可见	MZ	34	kějiàn	连	
4731	二	渴望	MZ	34	kěwàng	动	
4778	二	恐怕	MZ	34	kǒngpà	副	
4793	二	口号	MZ	34	kǒuhào	名	
4799	二	口试	MZ	34	kǒushì	动	
5013	二	冷静	MZ	34	lěngjìng	形	
5019	二	冷气	MZ	34	lěngqì	名	
5035	二	礼拜	MZ	34	lǐbài	名、动	
5037	二	礼貌	MZ	34	lǐmào	名、形	
5050	二	理发	MZ	34	lǐ // fà		
5061	二	理智	MZ	34	lǐzhì	名、形	
5134	二	脸色	MZ	34	liǎnsè	名	
5154	二	两岸	MZ	34	liǎng'àn	名	
5156	二	两侧	MZ	34	liǎngcè	名	
5235	二	领袖	MZ	34	lǐngxiù	名	
5333	二	旅店	MZ	34	lǚdiàn	名	
5504	二	美丽	MZ	34	měilì	形	

5579	二	免费	MZ	34	miǎn // fèi		
5747	二	哪怕	MZ	34	nǎpà	连	
5934	二	女性	MZ	34	nǚxìng	名	
5940	二	暖气	MZ	34	nuǎnqì	名	
5949	二	偶像	MZ	34	ǒuxiàng	名	
6005	二	跑步	MZ	34	pǎo // bù		
6122	二	品质	MZ	34	pǐnzhì	名	
6252	二	企业	MZ	34	qǐyè	名	
6254	二	启动	MZ	34	qǐdòng	动	
6258	二	启事	MZ	34	qǐshì	名	
6265	二	起到	MZ	34	qǐdào		
6273	二	起诉	MZ	34	qǐsù	动	
6413	二	抢救	MZ	34	qiǎngjiù	动	
6415	二	强迫	MZ	34	qiǎngpò	动	
6429	二	巧妙	MZ	34	qiǎomiào	形	
6742	二	忍受	MZ	34	rěnshòu	动	
6836	二	软件	MZ	34	ruǎnjiàn	名	
6918	二	闪电	MZ	34	shǎndiàn	名	
7282	二	使劲	MZ	34	shǐ // jìn		
7392	二	手段	MZ	34	shǒuduàn	名	
7401	二	手术	MZ	34	shǒushù	名	
7403	二	手套	MZ	34	shǒutào	名	
7418	二	首次	MZ	34	shǒucì		
7426	二	首相	MZ	34	shǒuxiàng	名	
7489	二	暑假	MZ	34	shǔjià	名	
7555	二	水稻	MZ	34	shuǐdào	名	
7556	二	水分	MZ	34	shuǐfèn	名	
7562	二	水库	MZ	34	shuǐkù	名	
7740	二	损害	MZ	34	sǔnhài	动	
7755	二	所在	MZ	34	suǒzài	名	
7864	二	讨厌	MZ	34	tǎo // yàn		
7922	二	体力	MZ	34	tǐlì	名	
7936	二	体重	MZ	34	tǐzhòng	名	
7998	二	挑战	MZ	34	tiǎo // zhàn		
8091	二	统计	MZ	34	tǒngjì	动	
8094	二	统治	MZ	34	tǒngzhì	动	
8167	二	土地	MZ	34	tǔdì	名	
8168	二	土豆	MZ	34	tǔdòu	名	
8342	二	网页	MZ	34	wǎngyè	名	
8349	二	往后	MZ	34	wǎnghòu	名	
8485	二	稳定	MZ	34	wěndìng	形	
8644	二	喜爱	MZ	34	xǐ'ài	动	
8761	二	显著	MZ	34	xiǎnzhù	形	
8840	二	享受	MZ	34	xiǎngshòu	动、名	

8846	二	响应	MZ	34	xiǎngyìng	动
8852	二	想念	MZ	34	xiǎngniàn	动
8854	二	想象	MZ	34	xiǎngxiàng	名、动
8899	二	小费	MZ	34	xiǎofèi	名
8906	二	小麦	MZ	34	xiǎomài	名
9333	二	眼镜儿	MZ	34	yǎnjìngr	名
9335	二	眼看	MZ	34	yǎnkàn	动、副
9336	二	眼泪	MZ	34	yǎnlèi	名
9345	二	演唱	MZ	34	yǎnchàng	动
9358	二	演奏	MZ	34	yǎnzòu	动
9388	二	氧气	MZ	34	yǎngqì	名
9567	二	以便	MZ	34	yǐbiàn	连
9572	二	以内	MZ	34	yǐnèi	名
9705	二	引进	MZ	34	yǐnjìn	动
9715	二	饮料	MZ	34	yǐnliào	名
9792	二	勇气	MZ	34	yǒngqì	名
9869	二	友谊	MZ	34	yǒuyì	名
9877	二	有害	MZ	34	yǒu hài	
9879	二	有劲儿	MZ	34	yǒu // jìnr	
9882	二	有力	MZ	34	yǒulì	形
9888	二	有趣	MZ	34	yǒuqù	形
9892	二	有事	MZ	34	yǒu shì	
9896	二	有限	MZ	34	yǒuxiàn	形
10030	二	远处	MZ	34	yuǎnchù	名
10230	二	展示	MZ	34	zhǎnshì	动
10232	二	展现	MZ	34	zhǎnxiàn	动
10266	二	涨价	MZ	34	zhǎng // jià	
10367	二	诊断	MZ	34	zhěnduàn	动
10407	二	整顿	MZ	34	zhěngdùn	动
10417	二	整治	MZ	34	zhěngzhì	动
10530	二	只顾	MZ	34	zhǐgù	副
10533	二	只见	MZ	34	zhǐ jiàn	
10545	二	指定	MZ	34	zhǐdìng	动
10551	二	指示	MZ	34	zhǐshì	名、动
10553	二	指数	MZ	34	zhǐshù	名
10657	二	种类	MZ	34	zhǒnglèi	名
10709	二	主办	MZ	34	zhǔbàn	动
10799	二	转动	MZ	34	zhuǎndòng	动
10801	二	转化	MZ	34	zhuǎnhuà	动
10802	二	转换	MZ	34	zhuǎnhuàn	动
10805	二	转让	MZ	34	zhuǎnràng	动
10808	二	转向	MZ	34	zhuǎnxiàng	动
10896	二	子弹	MZ	34	zǐdàn	名
10900	二	仔细	MZ	34	zǐxì	形

10959	二	总部	MZ	34	zǒngbù	名
10964	二	总共	MZ	34	zǒnggòng	副
10970	二	总量	MZ	34	zǒngliàng	名
10972	二	总数	MZ	34	zǒngshù	名
10973	二	总算	MZ	34	zǒngsuàn	副
11008	二	阻碍	MZ	34	zǔ'ài	动、名
11022	二	祖父	MZ	34	zǔfù	名
46	二	岸边	MZ	41	àn biān	
86	二	罢工	MZ	41	bà // gōng	
139	二	办公	MZ	41	bàn // gōng	
234	二	报刊	MZ	41	bàokān	名
255	二	爆发	MZ	41	bàofā	动
291	二	背心	MZ	41	bèixīn	名
361	二	必将	MZ	41	bìjiāng	副
363	二	必修	MZ	41	bìxiū	形
365	二	必需	MZ	41	bìxū	动
403	二	变更	MZ	41	biàngēng	动
595	二	不禁	MZ	41	bùjīn	副
621	二	不通	MZ	41	bù tōng	
864	二	畅通	MZ	41	chàngtōng	形
924	二	撤销	MZ	41	chèxiāo	动
941	二	衬衣	MZ	41	chènyī	名
1365	二	促销	MZ	41	cùxiāo	动
1388	二	措施	MZ	41	cuòshī	名
1451	二	大巴	MZ	41	dàbā	名
1462	二	大都	MZ	41	dàdū	副
1464	二	大多	MZ	41	dàduō	副
1469	二	大纲	MZ	41	dàgāng	名
1470	二	大哥	MZ	41	dàgē	名
1480	二	大街	MZ	41	dàjiē	名
1498	二	大批	MZ	41	dàpī	形
1505	二	大师	MZ	41	dàshī	名
1512	二	大厅	MZ	41	dàtīng	名
1598	二	诞生	MZ	41	dànshēng	动
1604	二	蛋糕	MZ	41	dàngāo	名
1631	二	当天	MZ	41	dàngtiān	名
1663	二	到期	MZ	41	dào // qī	
1667	二	倒车	MZ	41	dào // chē	
1768	二	地方	MZ	41	dìfāng	名
1819	二	电车	MZ	41	diànchē	名
1821	二	电灯	MZ	41	diàndēng	名
1835	二	电梯	MZ	41	diàntī	名
1932	二	动机	MZ	41	dòngjī	名
1961	二	斗争	MZ	41	dòuzhēng	动、名

2231	二	犯规	MZ	41	fàn // guī	
2290	二	放松	MZ	41	fàngsōng	动
2492	二	付出	MZ	41	fùchū	动
2496	二	负担	MZ	41	fùdān	动、名
2513	二	复苏	MZ	41	fùsū	动
3011	二	冠军	MZ	41	guànjūn	名
3472	二	划分	MZ	41	huàfēn	动
3993	二	间接	MZ	41	jiànjiē	形
4011	二	健身	MZ	41	jiànshēn	动
4050	二	降低	MZ	41	jiàngdī	动
4054	二	降温	MZ	41	jiàng // wēn	
4307	二	进攻	MZ	41	jìngōng	动
4408	二	竞争	MZ	41	jìngzhēng	动、名
4454	二	救灾	MZ	41	jiù // zāi	
4647	二	看出	MZ	41	kànchū	
4741	二	客车	MZ	41	kèchē	名
4749	二	客厅	MZ	41	kètīng	名
4844	二	快车	MZ	41	kuàichē	名
5183	二	列车	MZ	41	lièchē	名
5307	二	陆军	MZ	41	lùjūn	名
5317	二	路边	MZ	41	lù biān	
5345	二	律师	MZ	41	lǜshī	名
5439	二	慢车	MZ	41	mànchē	名
5691	二	没收	MZ	41	mòshōu	动
5726	二	目光	MZ	41	mùguāng	名
5777	二	耐心	MZ	41	nàixīn	形、名
5826	二	闹钟	MZ	41	nàozhōng	名
5835	二	内科	MZ	41	nèikē	名
5842	二	内衣	MZ	41	nèiyī	名
5978	二	派出	MZ	41	pàichū	
6301	二	器官	MZ	41	qìguān	名
6698	二	热心	MZ	41	rèxīn	形
6745	二	认出	MZ	41	rènchū	
6869	二	丧失	MZ	41	sàngshī	动
6996	二	上衣	MZ	41	shàngyī	名
7037	二	设施	MZ	41	shèshī	名
7045	二	社区	MZ	41	shèqū	名
7048	二	射击	MZ	41	shèjī	动、名
7287	二	士兵	MZ	41	shìbīng	名
7303	二	市区	MZ	41	shìqū	名
7323	二	事先	MZ	41	shìxiān	名
7429	二	寿司	MZ	41	shòusī	名
7443	二	受灾	MZ	41	shòu // zāi	
7534	二	帅哥	MZ	41	shuàigē	名

7537	二	率先	MZ	41	shuàixiān	副	
7656	二	四周	MZ	41	sìzhōu	名	
7660	二	似乎	MZ	41	sìhū	副	
7788	二	太空	MZ	41	tàikōng	名	
7866	二	套餐	MZ	41	tàocān	名	
7880	二	特殊	MZ	41	tèshū	形	
7885	二	特征	MZ	41	tèzhēng	名	
8255	二	外出	MZ	41	wàichū	动	
8258	二	外观	MZ	41	wàiguān	名	
8268	二	外科	MZ	41	wàikē	名	
8280	二	外衣	MZ	41	wàiyī	名	
8283	二	外资	MZ	41	wàizī	名	
8590	二	物资	MZ	41	wùzī	名	
8663	二	细胞	MZ	41	xìbāo	名	
8665	二	细菌	MZ	41	xìjūn	名	
8868	二	象征	MZ	41	xiàngzhēng	动、名	
8939	二	笑声	MZ	41	xiàoshēng	名	
9038	二	信封	MZ	41	xìnfēng	名	
9045	二	信箱	MZ	41	xìnxiāng	名	
9147	二	袖珍	MZ	41	xiùzhēn	形	
9278	二	亚军	MZ	41	yàjūn	名	
9458	二	夜间	MZ	41	yèjiān	名	
9594	二	一番	MZ	41	yì fān		
9616	二	一身	MZ	41	yìshēn	名	
9731	二	印刷	MZ	41	yìnshuā	动	
9812	二	用心	MZ	41	yòngxīn	名	
9965	二	预期	MZ	41	yùqī	动	
9972	二	预约	MZ	41	yùyuē	动	
10094	二	晕车	MZ	41	yùn // chē		
10116	二	再三	MZ	41	zàisān	副	
10117	二	再生	MZ	41	zàishēng	动	
10118	二	再说	MZ	41	zàishuō	动、连	
10246	二	战争	MZ	41	zhànzhēng	名	
10305	二	召开	MZ	41	zhàokāi	动	
10380	二	震惊	MZ	41	zhènjīng	形、动	
10423	二	正规	MZ	41	zhèngguī	形	
10441	二	证书	MZ	41	zhèngshū	名	
10575	二	制约	MZ	41	zhìyuē	动	
10585	二	治安	MZ	41	zhì'ān	名	
10664	二	众多	MZ	41	zhòngduō	形	
10837	二	壮观	MZ	41	zhuàngguān	形、名	
10922	二	自杀	MZ	41	zìshā	动	
11036	二	最初	MZ	41	zuìchū	名	
11039	二	最佳	MZ	41	zuì jiā		

11041	二	最终	MZ	41	zuìzhōng	名
11063	二	做出	MZ	41	zuòchū	
20	二	爱国	MZ	42	ài // guó	
51	二	按摩	MZ	42	ànmó	动
52	二	按时	MZ	42	ànshí	副
144	二	办学	MZ	42	bànxué	动
227	二	报答	MZ	42	bàodá	动
409	二	变形	MZ	42	biàn // xíng	
419	二	便条	MZ	42	biàntiáo	名
420	二	便于	MZ	42	biànyú	动
494	二	病毒	MZ	42	bìngdú	名
495	二	病房	MZ	42	bìngfáng	名
496	二	病情	MZ	42	bìngqíng	名
578	二	不曾	MZ	42	bùcéng	副
579	二	不成	MZ	42	bùchéng	动、形
606	二	不良	MZ	42	bùliáng	形
614	二	不然	MZ	42	bùrán	连
619	二	不时	MZ	42	bùshí	副
620	二	不停	MZ	42	bù tíng	
642	二	不值	MZ	42	bù zhí	
645	二	不足	MZ	42	bùzú	形、动
653	二	步行	MZ	42	bùxíng	动
756	二	测量	MZ	42	cèliáng	动
923	二	撤离	MZ	42	chèlí	动
1488	二	大楼	MZ	42	dà lóu	
1491	二	大门	MZ	42	dàmén	名
1517	二	大型	MZ	42	dàxíng	形
1528	二	大于	MZ	42	dàyú	
1630	二	当成	MZ	42	dàngchéng	动
1662	二	到来	MZ	42	dàolái	动
1676	二	道德	MZ	42	dàodé	名
1772	二	地名	MZ	42	dìmíng	名
1784	二	地形	MZ	42	dìxíng	名
1820	二	电池	MZ	42	diànchí	名
1842	二	电源	MZ	42	diànyuán	名
1865	二	调研	MZ	42	diàoyán	动
1945	二	动摇	MZ	42	dòngyáo	动
1947	二	动员	MZ	42	dòngyuán	动
2514	二	复习	MZ	42	fùxí	动
2528	二	富人	MZ	42	fùrén	名
2719	二	个别	MZ	42	gèbié	形
2856	二	共识	MZ	42	gòngshí	名
2872	二	构成	MZ	42	gòuchéng	动
3141	二	过于	MZ	42	guòyú	副

3260	二	好学	MZ	42	hào xué		
3384	二	后年	MZ	42	hòunián	名	
3466	二	化石	MZ	42	huàshí	名	
3627	二	混合	MZ	42	hùnhé	动	
3673	二	获得	MZ	42	huòdé	动	
3810	二	技能	MZ	42	jìnéng	名	
3820	二	季节	MZ	42	jìjié	名	
3824	二	既然	MZ	42	jìrán	连	
3826	二	继承	MZ	42	jìchéng	动	
4010	二	健全	MZ	42	jiànquán	形、动	
4020	二	键盘	MZ	42	jiànpán	名	
4056	二	酱油	MZ	42	jiàngyóu	名	
4128	二	教材	MZ	42	jiàocái	名	
4134	二	教堂	MZ	42	jiàotáng	名	
4320	二	近来	MZ	42	jìnlái	名	
4411	二	竟然	MZ	42	jìngrán	副	
4429	二	镜头	MZ	42	jìngtóu	名	
4453	二	救援	MZ	42	jiùyuán	动	
4513	二	拒绝	MZ	42	jùjué	动	
4532	二	距离	MZ	42	jùlí	动、名	
4646	二	看成	MZ	42	kànchéng		
4755	二	课题	MZ	42	kètí	名	
5007	二	类型	MZ	42	lèixíng	名	
5083	二	立即	MZ	42	lìjí	副	
5186	二	列为	MZ	42	lièwéi		
5372	二	论文	MZ	42	lùnwén	名	
5386	二	落实	MZ	42	luòshí	动	
5435	二	漫长	MZ	42	màncháng	形	
5593	二	面临	MZ	42	miànlín	动	
6285	二	气球	MZ	42	qìqiú	名	
6297	二	汽油	MZ	42	qìyóu	名	
6441	二	切实	MZ	42	qièshí	形	
6689	二	热门	MZ	42	rèmén	名	
6751	二	认同	MZ	42	rèntóng	动	
6834	二	入学	MZ	42	rù // xué		
6923	二	善良	MZ	42	shànliáng	形	
6925	二	善于	MZ	42	shànyú	动	
6968	二	上级	MZ	42	shàngjí	名	
6974	二	上楼	MZ	42	shàng lóu		
6975	二	上门	MZ	42	shàng // mén		
6986	二	上台	MZ	42	shàng // tái		
7049	二	涉及	MZ	42	shèjí	动	
7180	二	盛行	MZ	42	shèngxíng	动	
7302	二	市民	MZ	42	shìmín	名	

7332	二	试题	MZ	42	shìtí	名	
7333	二	试图	MZ	42	shìtú	动	
7342	二	视频	MZ	42	shìpín	名	
7343	二	视为	MZ	42	shìwéi		
7583	二	睡眠	MZ	42	shuìmián	名	
7675	二	送行	MZ	42	sòng // xíng		
8136	二	透明	MZ	42	tòumíng	形	
8269	二	外来	MZ	42	wàilái	形	
8424	二	为何	MZ	42	wèihé	副	
8431	二	未来	MZ	42	wèilái	名	
8435	二	位于	MZ	42	wèiyú	动	
8664	二	细节	MZ	42	xìjié	名	
8696	二	下楼	MZ	42	xià lóu		
8858	二	向前	MZ	42	xiàng qián		
8938	二	笑容	MZ	42	xiàoróng	名	
9100	二	性别	MZ	42	xìngbié	名	
9104	二	性能	MZ	42	xìngnéng	名	
9108	二	姓名	MZ	42	xìngmíng	名	
9453	二	业余	MZ	42	yèyú	形	
9613	二	一齐	MZ	42	yìqí	副	
9619	二	一时	MZ	42	yìshí	名、副	
9624	二	一同	MZ	42	yìtóng	副	
9631	二	一行	MZ	42	yìxíng	名	
9641	二	艺人	MZ	42	yìrén	名	
9647	二	议题	MZ	42	yìtí	名	
9648	二	议员	MZ	42	yìyuán	名	
9651	二	异常	MZ	42	yìcháng	形、副	
9772	二	应急	MZ	42	yìng // jí		
9811	二	用途	MZ	42	yòngtú	名	
9814	二	用于	MZ	42	yòngyú		
10060	二	月球	MZ	42	yuèqiú	名	
10066	二	阅读	MZ	42	yuèdú	动	
10089	二	运行	MZ	42	yùnxíng	动	
10129	二	在于	MZ	42	zàiyú	动	
10136	二	暂时	MZ	42	zànshí	名	
10137	二	暂停	MZ	42	zàntíng	动	
10139	二	赞成	MZ	42	zànchéng	动	
10176	二	造型	MZ	42	zàoxíng	名	
10250	二	站台	MZ	42	zhàntái	名	
10427	二	正如	MZ	42	zhèng rú		
10440	二	证实	MZ	42	zhèngshí	动	
10446	二	政权	MZ	42	zhèngquán	名	
10449	二	挣钱	MZ	42	zhèng qián		
10564	二	至于	MZ	42	zhìyú	动、介	

10569	二	制成	MZ	42	zhìchéng	
10588	二	治疗	MZ	42	zhìliáo	动
10602	二	智能	MZ	42	zhìnéng	名
10661	二	中毒	MZ	42	zhòng // dú	
10669	二	种植	MZ	42	zhòngzhí	动
10750	二	住宅	MZ	42	zhùzhái	名
10764	二	祝福	MZ	42	zhùfú	动
10767	二	著名	MZ	42	zhùmíng	形
10822	二	赚钱	MZ	42	zhuàn qián	
10910	二	自豪	MZ	42	zìháo	形
10934	二	自学	MZ	42	zìxué	动
117	二	拜访	MZ	43	bàifǎng	动
159	二	扮演	MZ	43	bànyǎn	动
174	二	傍晚	MZ	43	bàngwǎn	名
233	二	报警	MZ	43	bào // jǐng	
235	二	报考	MZ	43	bàokǎo	动
251	二	暴雨	MZ	43	bàoyǔ	名
287	二	背景	MZ	43	bèijǐng	名
378	二	避免	MZ	43	bìmiǎn	动
609	二	不免	MZ	43	bùmiǎn	副
628	二	不许	MZ	43	bùxǔ	动
643	二	不止	MZ	43	bùzhǐ	动
648	二	布满	MZ	43	bùmǎn	
750	二	厕所	MZ	43	cèsuǒ	名
796	二	差（一）点儿	M（Q）Z	4（4）3	chà（yì）diǎnr	副
866	二	倡导	MZ	43	chàngdǎo	动
919	二	彻底	MZ	43	chèdǐ	形
1204	二	处长	MZ	43	chùzhǎng	名
1364	二	促使	MZ	43	cùshǐ	动
1459	二	大胆	MZ	43	dàdǎn	形
1474	二	大海	MZ	43	dà hǎi	
1476	二	大伙儿	MZ	43	dàhuǒr	代
1492	二	大米	MZ	43	dàmǐ	名
1496	二	大脑	MZ	43	dànǎo	名
1506	二	大使	MZ	43	dàshǐ	名
1546	二	代理	MZ	43	dàilǐ	动
1558	二	带有	MZ	43	dàiyǒu	
1559	二	贷款	MZ	43	dàikuǎn	动、名
1672	二	盗版	MZ	43	dàobǎn	名
1761	二	地板	MZ	43	dìbǎn	名
1788	二	地址	MZ	43	dìzhǐ	名
1795	二	递给	MZ	43	dìgěi	
1938	二	动手	MZ	43	dòng // shǒu	
2026	二	对比	MZ	43	duìbǐ	动、名

2123	二	二手	MZ	43	èrshǒu	形	
2235	二	饭馆	MZ	43	fànguǎn	名	
2488	二	父女	MZ	43	fùnǚ	名	
2490	二	父子	MZ	43	fùzǐ	名	
2501	二	妇女	MZ	43	fùnǚ	名	
2530	二	富有	MZ	43	fùyǒu	形、动	
2722	二	个体	MZ	43	gètǐ	名	
2859	二	共享	MZ	43	gòngxiǎng	动	
2878	二	购买	MZ	43	gòumǎi	动	
3127	二	过敏	MZ	43	guòmǐn	动、形	
3254	二	号码	MZ	43	hàomǎ	名	
3316	二	贺卡	MZ	43	hèkǎ	名	
3381	二	后悔	MZ	43	hòuhuǐ	动	
3464	二	化解	MZ	43	huàjiě	动	
3521	二	幻想	MZ	43	huànxiǎng	动、名	
3533	二	患者	MZ	43	huànzhě	名	
3602	二	汇款	MZ	43	huì // kuǎn		
3614	二	会长	MZ	43	huìzhǎng	名	
3665	二	或许	MZ	43	huòxǔ	副	
3674	二	获奖	MZ	43	huò jiǎng		
3675	二	获取	MZ	43	huòqǔ	动	
3811	二	技巧	MZ	43	jìqiǎo	名	
3896	二	驾驶	MZ	43	jiàshǐ	动	
4330	二	禁止	MZ	43	jìnzhǐ	动	
4416	二	敬礼	MZ	43	jìng // lǐ		
4519	二	剧本	MZ	43	jùběn	名	
4654	二	看好	MZ	43	kànhǎo	动	
4846	二	快点儿	MZ	43	kuài diǎnr		
4886	二	困扰	MZ	43	kùnrǎo	动	
4891	二	扩展	MZ	43	kuòzhǎn	动	
5003	二	泪水	MZ	43	lèishuǐ	名	
5079	二	立场	MZ	43	lìchǎng	名	
5310	二	录取	MZ	43	lùqǔ	动	
5541	二	梦想	MZ	43	mèngxiǎng	动、名	
5568	二	密码	MZ	43	mìmǎ	名	
5698	二	墨水	MZ	43	mòshuǐ	名	
6125	二	聘请	MZ	43	pìnqǐng	动	
6182	二	破产	MZ	43	pò // chǎn		
6287	二	气体	MZ	43	qìtǐ	名	
6296	二	汽水	MZ	43	qìshuǐ	名	
6309	二	恰好	MZ	43	qiàhǎo	副	
6686	二	热点	MZ	43	rèdiǎn	名	
6694	二	热水	MZ	43	rè shuǐ		
6785	二	日语	MZ	43	Rìyǔ	名	

6851	二	赛场	MZ	43	sàichǎng	名	
6879	二	色彩	MZ	43	sècǎi	名	
6995	二	上演	MZ	43	shàngyǎn	动	
7000	二	上涨	MZ	43	shàngzhǎng	动	
7038	二	设想	MZ	43	shèxiǎng	动、名	
7054	二	摄影	MZ	43	shèyǐng	动	
7329	二	试点	MZ	43	shìdiǎn	动、名	
7350	二	是否	MZ	43	shìfǒu	副	
7515	二	数码	MZ	43	shùmǎ	名	
7536	二	率领	MZ	43	shuàilǐng	动	
7674	二	送礼	MZ	43	sòng // lǐ		
7825	二	探索	MZ	43	tànsuǒ	动	
7826	二	探讨	MZ	43	tàntǎo	动	
7884	二	特有	MZ	43	tèyǒu	形	
8004	二	跳水	MZ	43	tiàoshuǐ	动	
8423	二	为此	MZ	43	wèi cǐ		
8585	二	物品	MZ	43	wùpǐn	名	
8595	二	误解	MZ	43	wùjiě	动、名	
8658	二	戏曲	MZ	43	xìqǔ	名	
8661	二	系统	MZ	43	xìtǒng	名、形	
8709	二	下雪	MZ	43	xià xuě		
8714	二	下雨	MZ	43	xià yǔ		
8772	二	现有	MZ	43	xiànyǒu		
8782	二	线索	MZ	43	xiànsuǒ	名	
8856	二	向导	MZ	43	xiàngdǎo	名	
8937	二	笑脸	MZ	43	xiàoliǎn	名	
9047	二	信仰	MZ	43	xìnyǎng	动	
9237	二	血管	MZ	43	xuèguǎn	名	
9415	二	药品	MZ	43	yàopǐn	名	
9425	二	要好	MZ	43	yàohǎo	形	
9804	二	用法	MZ	43	yòngfǎ	名	
9809	二	用品	MZ	43	yòngpǐn	名	
9952	二	玉米	MZ	43	yùmǐ	名	
10056	二	月底	MZ	43	yuèdǐ	名	
10063	二	乐曲	MZ	43	yuèqǔ	名	
10120	二	再也	MZ	43	zài yě		
10123	二	在场	MZ	43	zàichǎng	动	
10141	二	赞赏	MZ	43	zànshǎng	动	
10236	二	占领	MZ	43	zhànlǐng	动	
10238	二	占有	MZ	43	zhànyǒu	动	
10239	二	战场	MZ	43	zhànchǎng	名	
10245	二	战友	MZ	43	zhànyǒu	名	
10420	二	正版	MZ	43	zhèngbǎn	名	
10444	二	政党	MZ	43	zhèngdǎng	名	

10587	二	治理	MZ	43	zhìlǐ	动	
10662	二	中奖	MZ	43	zhòng // jiǎng		
10741	二	助理	MZ	43	zhùlǐ	名	
10742	二	助手	MZ	43	zhùshǒu	名	
10928	二	自我	MZ	43	zìwǒ	代	
10949	二	字母	MZ	43	zìmǔ	名	
60	二	暗示	MZ	44	ànshì	动	
142	二	办事	MZ	44	bàn // shì		
243	二	抱歉	MZ	44	bàoqiàn	形	
248	二	暴力	MZ	44	bàolì	名	
250	二	暴露	MZ	44	bàolù	动	
258	二	爆炸	MZ	44	bàozhà	动	
297	二	被告	MZ	44	bèigào	名	
298	二	被迫	MZ	44	bèi pò		
367	二	毕竟	MZ	44	bìjìng	副	
368	二	毕业	MZ	44	bì // yè		
371	二	闭幕	MZ	44	bì // mù		
401	二	变动	MZ	44	biàndòng	动	
406	二	变换	MZ	44	biànhuàn	动	
416	二	便利	MZ	44	biànlì	形、动	
418	二	便是	MZ	44	biàn shì		
423	二	遍地	MZ	44	biàndì	副	
429	二	辩论	MZ	44	biànlùn	动、名	
656	二	部队	MZ	44	bùduì	名	
755	二	测定	MZ	44	cèdìng	动	
757	二	测试	MZ	44	cèshì	动、名	
760	二	策划	MZ	44	cèhuà	动	
761	二	策略	MZ	44	cèlüè	名	
870	二	唱片	MZ	44	chàngpiàn	名	
1203	二	处处	MZ	44	chùchù	副	
1260	二	创办	MZ	44	chuàngbàn	动	
1261	二	创建	MZ	44	chuàngjiàn	动	
1262	二	创立	MZ	44	chuànglì	动	
1363	二	促进	MZ	44	cùjìn	动	
1392	二	错过	MZ	44	cuòguò	动	
1460	二	大道	MZ	44	dàdào	名	
1463	二	大队	MZ	44	dàduì	名	
1475	二	大会	MZ	44	dàhuì	名	
1486	二	大力	MZ	44	dàlì	副	
1489	二	大陆	MZ	44	dàlù	名	
1502	二	大赛	MZ	44	dàsài	名	
1508	二	大事	MZ	44	dàshì	名	
1530	二	大致	MZ	44	dàzhì	形、副	
1545	二	代价	MZ	44	dàijià	名	

1548	二	代替	MZ	44	dàitì		动
1637	二	档案	MZ	44	dàng'àn		名
1669	二	倒是	MZ	44	dàoshì		副
1677	二	道教	MZ	44	Dàojiào		名
1681	二	道歉	MZ	44	dào // qiàn		
1763	二	地带	MZ	44	dìdài		名
1771	二	地面	MZ	44	dìmiàn		名
1781	二	地下	MZ	44	dìxià		名
1787	二	地震	MZ	44	dìzhèn		名、动
1818	二	电报	MZ	44	diànbào		名
1822	二	电动	MZ	44	diàndòng		形
1826	二	电力	MZ	44	diànlì		名
1829	二	电器	MZ	44	diànqì		名
1863	二	调动	MZ	44	diàodòng		动
1896	二	定位	MZ	44	dìng // wèi		
1930	二	动画	MZ	44	dònghuà		名
1939	二	动态	MZ	44	dòngtài		名
1995	二	度过	MZ	44	dùguò		动
2015	二	锻炼	MZ	44	duànliàn		动
2035	二	对抗	MZ	44	duìkàng		动
2036	二	对立	MZ	44	duìlì		动
2040	二	对外	MZ	44	duì wài		
2043	二	对应	MZ	44	duìyìng		动
2232	二	犯罪	MZ	44	fàn // zuì		
2283	二	放大	MZ	44	fàngdà		动
2287	二	放弃	MZ	44	fàngqì		动
2379	二	奋斗	MZ	44	fèndòu		动
2384	二	愤怒	MZ	44	fènnù		形
2438	二	奉献	MZ	44	fèngxiàn		动
2506	二	附近	MZ	44	fùjìn		名
2519	二	复制	MZ	44	fùzhì		动
2559	二	概括	MZ	44	gàikuò		动、形
2729	二	各个	MZ	44	gègè		代、副
2854	二	共计	MZ	44	gòngjì		动
2873	二	构建	MZ	44	gòujiàn		动
2876	二	构造	MZ	44	gòuzào		名
2879	二	购物	MZ	44	gòu wù		
2919	二	固定	MZ	44	gùdìng		形、动
2926	二	故障	MZ	44	gùzhàng		名
2934	二	顾问	MZ	44	gùwèn		名
3117	二	过度	MZ	44	guòdù		形
3118	二	过渡	MZ	44	guòdù		动
3119	二	过分	MZ	44	guò // fèn		
3121	二	过后	MZ	44	guòhòu		名

3255	二	号召	MZ	44	hàozhào	动、名	
3424	二	互动	MZ	44	hùdòng	动	
3478	二	画面	MZ	44	huàmiàn	名	
3598	二	汇报	MZ	44	huìbào	动、名	
3603	二	汇率	MZ	44	huìlǜ	名	
3607	二	会见	MZ	44	huìjiàn	动	
3616	二	绘画	MZ	44	huìhuà	名	
3628	二	混乱	MZ	44	hùnluàn	形	
3797	二	记忆	MZ	44	jìyì	动、名	
3819	二	季度	MZ	44	jìdù	名	
3898	二	驾照	MZ	44	jiàzhào	名	
3904	二	假日	MZ	44	jiàrì	名	
4002	二	建造	MZ	44	jiànzào	动	
4013	二	渐渐	MZ	44	jiànjiàn	副	
4016	二	鉴定	MZ	44	jiàndìng	动、名	
4051	二	降价	MZ	44	jiàng // jià		
4053	二	降落	MZ	44	jiàngluò	动	
4133	二	教授	MZ	44	jiàoshòu	名	
4252	二	借鉴	MZ	44	jièjiàn	动	
4296	二	尽力	MZ	44	jìn // lì		
4308	二	进化	MZ	44	jìnhuà	动	
4319	二	近代	MZ	44	jìndài	名	
4323	二	近日	MZ	44	jìnrì	名	
4405	二	竞赛	MZ	44	jìngsài	动	
4426	二	境内	MZ	44	jìng nèi		
4427	二	境外	MZ	44	jìng wài		
4452	二	救命	MZ	44	jiù // mìng		
4456	二	救助	MZ	44	jiùzhù	动	
4465	二	就算	MZ	44	jiùsuàn	连	
4505	二	巨大	MZ	44	jùdà	形	
4514	二	具备	MZ	44	jùbèi	动	
4535	二	聚会	MZ	44	jùhuì	动、名	
4648	二	看待	MZ	44	kàndài	动	
4673	二	抗议	MZ	44	kàngyì	动	
4689	二	靠近	MZ	44	kàojìn	动	
4744	二	客户	MZ	44	kèhù	名	
4785	二	控制	MZ	44	kòngzhì	动	
4888	二	扩大	MZ	44	kuòdà	动	
4893	二	括号	MZ	44	kuòhào	名	
4953	二	浪漫	MZ	44	làngmàn	形	
4994	二	乐趣	MZ	44	lèqù	名	
5098	二	例外	MZ	44	lìwài	动、名	
5139	二	恋爱	MZ	44	liàn'ài	动、名	
5185	二	列入	MZ	44	lièrù	动	

5306	二	陆地	MZ	44	lùdì	名	
5308	二	陆续	MZ	44	lùxù	副	
5311	二	录像	MZ	44	lù // xiàng		
5321	二	路过	MZ	44	lùguò	动	
5351	二	绿化	MZ	44	lǜhuà	动	
5436	二	漫画	MZ	44	mànhuà	名	
5440	二	慢慢	MZ	44	mànmàn		
5569	二	密切	MZ	44	mìqiè	形、动	
5598	二	面试	MZ	44	miànshì	动	
5600	二	面向	MZ	44	miànxiàng		
5700	二	默默	MZ	44	mòmò	副	
5765	二	纳税	MZ	44	nà // shuì		
5829	二	内部	MZ	44	nèibù	名	
5831	二	内地	MZ	44	nèidì	名	
5838	二	内外	MZ	44	nèiwài	名	
5992	二	盼望	MZ	44	pànwàng	动	
6026	二	配备	MZ	44	pèibèi	动	
6030	二	配套	MZ	44	pèi // tào		
6032	二	配置	MZ	44	pèizhì	动	
6102	二	票价	MZ	44	piàojià	名	
6178	二	迫切	MZ	44	pòqiè	形	
6291	二	气象	MZ	44	qìxiàng	名	
6310	二	恰恰	MZ	44	qiàqià	副	
6653	二	确立	MZ	44	quèlì	动	
6655	二	确认	MZ	44	quèrèn	动	
6675	二	让座	MZ	44	ràng // zuò		
6687	二	热量	MZ	44	rèliàng	名	
6697	二	热线	MZ	44	rèxiàn	名	
6748	二	认定	MZ	44	rèndìng	动	
6777	二	日记	MZ	44	rìjì	名	
6778	二	日历	MZ	44	rìlì	名	
6783	二	日夜	MZ	44	rìyè	名	
6864	二	散步	MZ	44	sàn // bù		
6962	二	上当	MZ	44	shàng // dàng		
6963	二	上帝	MZ	44	Shàngdì	名	
6982	二	上市	MZ	44	shàng // shì		
6991	二	上下	MZ	44	shàngxià	名	
7039	二	设置	MZ	44	shèzhì	动	
7052	二	摄像	MZ	44	shèxiàng	动	
7118	二	甚至	MZ	44	shènzhì	连	
7173	二	胜负	MZ	44	shèngfù	名	
7289	二	示范	MZ	44	shìfàn	动	
7313	二	事后	MZ	44	shìhòu	名	
7330	二	试卷	MZ	44	shìjuàn	名	

7351	二	适当	MZ	44	shìdàng	形	
7361	二	释放	MZ	44	shìfàng	动	
7512	二	数据	MZ	44	shùjù	名	
7516	二	数目	MZ	44	shùmù	名	
7652	二	四处	MZ	44	sìchù	名	
7700	二	宿舍	MZ	44	sùshè	名	
7701	二	塑料	MZ	44	sùliào	名	
7733	二	岁月	MZ	44	suìyuè	名	
7819	二	叹气	MZ	44	tàn // qì		
7871	二	特大	MZ	44	tè dà		
7872	二	特地	MZ	44	tèdì	副	
7874	二	特定	MZ	44	tèdìng	形	
7876	二	特快	MZ	44	tèkuài	形	
7881	二	特性	MZ	44	tèxìng	名	
7883	二	特意	MZ	44	tèyì	副	
7939	二	替代	MZ	44	tìdài	动	
8135	二	透露	MZ	44	tòulù	动	
8208	二	退票	MZ	44	tuì // piào		
8251	二	外币	MZ	44	wàibì	名	
8254	二	外部	MZ	44	wàibù	名	
8263	二	外汇	MZ	44	wàihuì	名	
8267	二	外界	MZ	44	wàijiè	名	
8428	二	未必	MZ	44	wèibì	副	
8449	二	慰问	MZ	44	wèiwèn	动	
8500	二	卧铺	MZ	44	wòpù	名	
8501	二	卧室	MZ	44	wòshì	名	
8584	二	物价	MZ	44	wùjià	名	
8587	二	物业	MZ	44	wùyè	名	
8589	二	物质	MZ	44	wùzhì	名	
8657	二	戏剧	MZ	44	xìjù	名	
8660	二	系列	MZ	44	xìliè	名	
8691	二	下降	MZ	44	xiàjiàng	动	
8715	二	下载	MZ	44	xiàzài	动	
8721	二	夏季	MZ	44	xiàjì	名	
8774	二	现状	MZ	44	xiànzhuàng	名	
8781	二	线路	MZ	44	xiànlù	名	
8787	二	陷入	MZ	44	xiànrù	动	
8859	二	向上	MZ	44	xiàngshàng	动	
8866	二	相片	MZ	44	xiàngpiàn	名	
9042	二	信念	MZ	44	xìnniàn	名	
9048	二	信用	MZ	44	xìnyòng	名	
9241	二	血液	MZ	44	xuèyè	名	
9257	二	迅速	MZ	44	xùnsù	形	
9363	二	宴会	MZ	44	yànhuì	名	

9412	二	药店	MZ	44	yàodiàn	名
9417	二	药物	MZ	44	yàowù	名
9432	二	要素	MZ	44	yàosù	名
9645	二	议会	MZ	44	yìhuì	名
9646	二	议论	MZ	44	yìlùn	动、名
9770	二	应对	MZ	44	yìngduì	动
9779	二	硬件	MZ	44	yìngjiàn	名
9806	二	用户	MZ	44	yònghù	名
9955	二	预备	MZ	44	yùbèi	动
9956	二	预测	MZ	44	yùcè	动
9957	二	预订	MZ	44	yùdìng	动
10061	二	乐队	MZ	44	yuèduì	名
10091	二	运用	MZ	44	yùnyòng	动
10093	二	运作	MZ	44	yùnzuò	动
10113	二	再次	MZ	44	zàicì	副
10114	二	再度	MZ	44	zàidù	副
10126	二	在内	MZ	44	zàinèi	动
10147	二	赞助	MZ	44	zànzhù	动
10201	二	赠送	MZ	44	zèngsòng	动
10211	二	炸弹	MZ	44	zhàdàn	名
10212	二	炸药	MZ	44	zhàyào	名
10235	二	占据	MZ	44	zhànjù	动
10240	二	战斗	MZ	44	zhàndòu	动、名
10241	二	战略	MZ	44	zhànlüè	名
10242	二	战胜	MZ	44	zhànshèng	动
10244	二	战术	MZ	44	zhànshù	名
10276	二	账户	MZ	44	zhànghù	名
10279	二	障碍	MZ	44	zhàng'ài	名、动
10316	二	照样	MZ	44	zhàoyàng	副
10317	二	照耀	MZ	44	zhàoyào	动
10373	二	振动	MZ	44	zhèndòng	动
10422	二	正当	MZ	44	zhèngdàng	形
10431	二	正义	MZ	44	zhèngyì	名、形
10443	二	政策	MZ	44	zhèngcè	名
10450	二	症状	MZ	44	zhèngzhuàng	名
10570	二	制订	MZ	44	zhìdìng	动
10586	二	治病	MZ	44	zhì bìng	
10754	二	注册	MZ	44	zhù // cè	
10757	二	注射	MZ	44	zhùshè	动
10758	二	注视	MZ	44	zhùshì	动
10760	二	注重	MZ	44	zhùzhòng	动
10765	二	祝贺	MZ	44	zhùhè	动
10766	二	祝愿	MZ	44	zhùyuàn	动
10768	二	著作	MZ	44	zhùzuò	名

10819	二	转动	MZ	44	zhuàndòng	动
10930	二	自信	MZ	44	zìxìn	动
10939	二	自愿	MZ	44	zìyuàn	动
11043	二	罪恶	MZ	44	zuì'è	名
11065	二	作废	MZ	44	zuòfèi	动
11075	二	作战	MZ	44	zuòzhàn	动
11089	二	做饭	MZ	44	zuò fàn	
11090	二	做客	MZ	44	zuò // kè	
11091	二	做梦	MZ	44	zuò // mèng	
509	二	玻璃	ZQ	10	bōli	名
770	二	叉子	ZQ	10	chāzi	名
917	二	车子	ZQ	10	chēzi	名
1066	二	虫子	ZQ	10	chóngzi	名
1217	二	穿上	ZQ	10	chuānshang	
1251	二	窗户	ZQ	10	chuānghu	名
2996	二	官司	ZQ	10	guānsi	名
4180	二	街上	ZQ	10	jiēshang	
6211	二	妻子	ZQ	10	qīzi	名
6219	二	欺负	ZQ	10	qīfu	动
6911	二	山上	ZQ	10	shān shang	
7202	二	师父	ZQ	10	shīfu	名
7203	二	师傅	ZQ	10	shīfu	名
7379	二	收拾	ZQ	10	shōushi	动
7465	二	叔叔	ZQ	10	shūshu	名
7521	二	刷子	ZQ	10	shuāzi	名
7738	二	孙子	ZQ	10	sūnzi	名
7771	二	踏实	ZQ	10	tāshi	形
8833	二	箱子	ZQ	10	xiāngzi	名
9034	二	薪水	ZQ	10	xīnshui	名
9271	二	鸭子	ZQ	10	yāzi	名
10204	二	扎实	ZQ	10	zhāshi	形
10284	二	招呼	ZQ	10	zhāohu	动
10487	二	指甲	ZQ	10	zhījia	名
4026	二	将军	ZQ	11	jiāngjūn	名
8605	二	西瓜	ZQ	11	xī·guā	名
9030	二	新鲜	ZQ	11	xīn·xiān	形
1332	二	聪明	ZQ	12	cōng·míng	形
7607	二	说法	ZQ	13	shuō·fǎ	名
7737	二	孙女	ZQ	13	sūn·nǚ	名
2192	二	翻译	ZQ	14	fānyì	动、名
6767	二	扔掉	ZQ	14	rēngdiào	
7069	二	身份	ZQ	14	shēn·fèn	名
337	二	鼻子	ZQ	20	bízi	名
996	二	城里	ZQ	20	chéngli	

1029	二	池子	ZQ	20	chízi	名
1689	二	得了	ZQ	20	déle	动
3309	二	核桃	ZQ	20	hétao	名
3314	二	盒子	ZQ	20	hézi	名
3416	二	胡子	ZQ	20	húzi	名
5151	二	粮食	ZQ	20	liángshi	名
5369	二	轮子	ZQ	20	lúnzi	名
5427	二	馒头	ZQ	20	mántou	名
5672	二	模糊	ZQ	20	móhu	形
5985	二	盘子	ZQ	20	pánzi	名
6072	二	脾气	ZQ	20	píqi	名
6197	二	葡萄	ZQ	20	pútao	名
6361	二	前头	ZQ	20	qiántou	名
6409	二	墙上	ZQ	20	qiáng shang	
6437	二	茄子	ZQ	20	qiézi	名
6524	二	情形	ZQ	20	qíngxing	名
7026	二	舌头	ZQ	20	shétou	名
7488	二	熟悉	ZQ	20	shúxi	动
7730	二	随着	ZQ	20	suízhe	介
7782	二	台上	ZQ	20	tái shang	
8034	二	停下	ZQ	20	tíngxia	
8113	二	头发	ZQ	20	tóufa	名
8244	二	娃娃	ZQ	20	wáwa	名
8293	二	完了	ZQ	20	wánle	
9225	二	学问	ZQ	20	xuéwen	名
9315	二	沿着	ZQ	20	yánzhe	
9751	二	迎来	ZQ	20	yínglai	
10508	二	指头	ZQ	20	zhítou	名
10704	二	竹子	ZQ	20	zhúzi	名
3549	二	黄瓜	ZQ	21	huáng·guā	名
3638	二	活泼	ZQ	21	huó·pō	形
5679	二	摩托	ZQ	21	mótuō	名
717	二	残疾	ZQ	22	cán·jí	名
3280	二	合同	ZQ	22	hé·tóng	名
5376	二	逻辑	ZQ	22	luó·jí	名
1009	二	程序	ZQ	24	chéngxù	名
1409	二	答复	ZQ	24	dá·fù	动、名
5707	二	模样	ZQ	24	múyàng	名
6375	二	潜力	ZQ	24	qiánlì	名
8160	二	徒弟	ZQ	24	tú·dì	名
194	二	宝宝	ZQ	30	bǎobao	名
1044	二	尺子	ZQ	30	chǐzi	名
1413	二	打扮	ZQ	30	dǎban	动
1422	二	打发	ZQ	30	dǎfa	动

2092	二	恶心	ZQ	30	ěxin	形、动
2116	二	耳朵	ZQ	30	ěrduo	名
2585	二	赶上	ZQ	30	gǎnshang	
2676	二	稿子	ZQ	30	gǎozi	名
2912	二	骨头	ZQ	30	gǔtou	名
3163	二	海上	ZQ	30	hǎi shang	
3964	二	剪子	ZQ	30	jiǎnzi	名
4036	二	讲究	ZQ	30	jiǎngjiu	动、形
4791	二	口袋	ZQ	30	kǒudai	名
4977	二	老婆	ZQ	30	lǎopo	名
4981	二	老实	ZQ	30	lǎoshi	形
5135	二	脸上	ZQ	30	liǎn shang	
5418	二	买卖	ZQ	30	mǎimai	名
5578	二	免得	ZQ	30	miǎnde	连
5819	二	脑袋	ZQ	30	nǎodai	名
6305	二	卡子	ZQ	30	qiǎzi	名
7029	二	舍得	ZQ	30	shěde	动
7280	二	使得	ZQ	30	shǐde	动
7397	二	手里	ZQ	30	shǒuli	
8408	二	尾巴	ZQ	30	wěiba	名
8928	二	晓得	ZQ	30	xiǎode	动
9334	二	眼睛	ZQ	30	yǎnjing	名
9337	二	眼里	ZQ	30	yǎnli	
9767	二	影子	ZQ	30	yǐngzi	名
9909	二	有着	ZQ	30	yǒuzhe	动
10558	二	指着	ZQ	30	zhǐzhe	
5408	二	码头	ZQ	32	mǎ·tóu	名
1042	二	尺寸	ZQ	34	chǐ·cùn	名
4230	二	解释	ZQ	34	jiěshì	动
47	二	岸上	ZQ	40	àn shang	
56	二	案子	ZQ	40	ànzi	名
87	二	罢了	ZQ	40	bàle	助
292	二	背着	ZQ	40	bèizhe	
1466	二	大方	ZQ	40	dàfang	形
1963	二	豆腐	ZQ	40	dòufu	名
1991	二	肚子	ZQ	40	dùzi	名
2019	二	队伍	ZQ	40	duìwu	名
2033	二	对付	ZQ	40	duìfu	动
3069	二	柜子	ZQ	40	guìzi	名
4430	二	镜子	ZQ	40	jìngzi	名
4747	二	客气	ZQ	40	kèqi	形、动
4826	二	裤子	ZQ	40	kùzi	名
4847	二	快活	ZQ	40	kuàihuo	形
5067	二	力气	ZQ	40	lìqi	名

5077	二	厉害	ZQ	40	lìhai		形
5467	二	帽子	ZQ	40	màozi		名
5601	二	面子	ZQ	40	miànzi		名
5999	二	胖子	ZQ	40	pàngzi		名
6097	二	骗子	ZQ	40	piànzi		名
6690	二	热闹	ZQ	40	rènao		形、动
6747	二	认得	ZQ	40	rènde		动
6921	二	扇子	ZQ	40	shànzi		名
7182	二	剩下	ZQ	40	shèngxia		
7306	二	似的	ZQ	40	shìde		助
7710	二	算了	ZQ	40	suàn le		
7732	二	岁数	ZQ	40	suìshu		名
8246	二	袜子	ZQ	40	wàzi		名
8276	二	外头	ZQ	40	wàitou		名
8867	二	相声	ZQ	40	xiàngsheng		名
9428	二	要么	ZQ	40	yàome		连
9454	二	叶子	ZQ	40	yèzi		名
9807	二	用来	ZQ	40	yònglai		
10054	二	月饼	ZQ	40	yuèbing		名
10086	二	运气	ZQ	40	yùnqi		名
10124	二	在乎	ZQ	40	zàihu		动
10270	二	丈夫	ZQ	40	zhàngfu		名
10762	二	柱子	ZQ	40	zhùzi		名
10940	二	自在	ZQ	40	zìzai		形
1325	二	刺激	ZQ	41	cìjī		动
5094	二	利息	ZQ	41	lìxī		名
5562	二	秘书	ZQ	41	mìshū		名
6277	二	气氛	ZQ	41	qì·fēn		名
9666	二	意识	ZQ	42	yì·shí		名、动
22	二	爱护	ZQ	44	àihù		动
244	二	抱怨	ZQ	44	bào·yuàn		动
296	二	被动	ZQ	44	bèidòng		形
649	二	布置	ZQ	44	bùzhì		动
661	二	部位	ZQ	44	bùwèi		名
1266	二	创意	ZQ	44	chuàngyì		名、动
1320	二	次数	ZQ	44	cìshù		名
1561	二	待遇	ZQ	44	dàiyù		名
1634	二	当作	ZQ	44	dàngzuò		动
1780	二	地位	ZQ	44	dìwèi		名
2284	二	放到	ZQ	44	fàngdào		
2757	二	更是	ZQ	44	gèng shì		
2862	二	贡献	ZQ	44	gòngxiàn		动、名
3664	二	或是	ZQ	44	huòshì		连
3804	二	纪律	ZQ	44	jìlǜ		名

4003	二	建筑	ZQ	44	jiànzhù	动、名	
4138	二	教训	ZQ	44	jiào·xùn	动、名	
4662	二	看望	ZQ	44	kànwàng	动	
4666	二	看作	ZQ	44	kànzuò	动	
4840	二	会计	ZQ	44	kuài·jì	名	
5092	二	利润	ZQ	44	lìrùn	名	
5095	二	利益	ZQ	44	lìyì	名	
5298	二	漏洞	ZQ	44	lòudòng	名	
5466	二	贸易	ZQ	44	màoyì	名	
5540	二	梦见	ZQ	44	mèng·jiàn		
5561	二	秘密	ZQ	44	mìmì	形、名	
5594	二	面貌	ZQ	44	miànmào	名	
5664	二	命令	ZQ	44	mìnglìng	名、动	
5754	二	那个	ZQ	44	nà·gè	代	
5843	二	内在	ZQ	44	nèizài	形	
6094	二	片面	ZQ	44	piànmiàn	形	
6307	二	恰当	ZQ	44	qiàdàng	形	
6597	二	去掉	ZQ	44	qùdiào		
6650	二	却是	ZQ	44	què shì		
7309	二	势力	ZQ	44	shìlì	名	
7320	二	事务	ZQ	44	shìwù	名	
7322	二	事物	ZQ	44	shìwù	名	
7597	二	顺序	ZQ	44	shùnxù	名	
7698	二	素质	ZQ	44	sùzhì	名	
7712	二	算是	ZQ	44	suànshì	副	
8101	二	痛快	ZQ	44	tòng·kuài	形	
8364	二	望见	ZQ	44	wàng·jiàn		
8436	二	位置	ZQ	44	wèi·zhì	名	
8491	二	问候	ZQ	44	wènhòu	动	
8594	二	误会	ZQ	44	wùhuì	动、名	
8669	二	细致	ZQ	44	xìzhì	形	
8779	二	限制	ZQ	44	xiànzhì	动、名	
8943	二	效率	ZQ	44	xiàolǜ	名	
9091	二	兴趣	ZQ	44	xìngqù	名	
9106	二	性质	ZQ	44	xìngzhì	名	
9452	二	业务	ZQ	44	yèwù	名	
9674	二	意愿	ZQ	44	yìyuàn	名	
9675	二	意志	ZQ	44	yìzhì	名	
9677	二	毅力	ZQ	44	yìlì	名	
9802	二	用处	ZQ	44	yòngchù	名	
9976	二	遇到	ZQ	44	yùdào		
9977	二	遇见	ZQ	44	yùjiàn		
10243	二	战士	ZQ	44	zhànshì	名	
10251	二	站住	ZQ	44	zhànzhù		

10580	二	质量	ZQ	44	zhìliàng	名
10600	二	智慧	ZQ	44	zhìhuì	名
10601	二	智力	ZQ	44	zhìlì	名
10674	二	重量	ZQ	44	zhòngliàng	名
7603	二	说不定	MQZ	104	shuōbudìng	动、副
8063	二	通知书	MQZ	111	tōngzhīshū	名
8376	二	微波炉	MQZ	112	wēibōlú	名
10622	二	中秋节	MQZ	112	Zhōngqiū Jié	名
2651	二	高科技	MQZ	114	gāokējì	名
3716	二	基督教	MQZ	114	Jīdūjiào	名
6501	二	清洁工	MQZ	121	qīngjiégōng	名
7614	二	说明书	MQZ	121	shuōmíngshū	名
2164	二	发言人	MQZ	122	fāyánrén	名
2305	二	飞行员	MQZ	122	fēixíngyuán	名
6477	二	青年人	MQZ	122	qīngniánrén	名
6506	二	清明节	MQZ	122	Qīngmíng Jié	名
2068	二	多媒体	MQZ	123	duōméitǐ	名
3853	二	加油站	MQZ	124	jiāyóuzhàn	名
6857	二	三明治	MQZ	124	sānmíngzhì	名
7137	二	生活费	MQZ	124	shēnghuófèi	名
7617	二	说实话	MQZ	124	shuō shíhuà	
7955	二	天然气	MQZ	124	tiānránqì	名
8606	二	西红柿	MQZ	124	xīhóngshì	名
2000	二	端午节	MQZ	132	Duānwǔ Jié	名
10627	二	中小学	MQZ	132	zhōng-xiǎoxué	
3688	二	机动车	MQZ	141	jīdòngchē	名
4628	二	开夜车	MQZ	141	kāi yèchē	
3696	二	机器人	MQZ	142	jī·qìrén	名
1060	二	充电器	MQZ	144	chōngdiànqì	名
4612	二	开幕式	MQZ	144	kāimùshì	名
9006	二	心脏病	MQZ	144	xīnzàngbìng	名
5026	二	离不开	MQZ	201	lí bu kāi	
4914	二	来不及	MQZ	202	láibují	动
4916	二	来得及	MQZ	202	láidejí	动
5846	二	能不能	MQZ	202	néng bu néng	
6198	二	葡萄酒	MQZ	203	pútaojiǔ	名
9318	二	研究生	MQZ	211	yánjiūshēng	名
10504	二	直升机	MQZ	211	zhíshēngjī	名
6137	二	平方米	MQZ	213	píngfāngmǐ	量
9319	二	研究所	MQZ	213	yánjiūsuǒ	名
10020	二	圆珠笔	MQZ	213	yuánzhūbǐ	名
8403	二	维生素	MQZ	214	wéishēngsù	名
718	二	残疾人	MQZ	222	cán·jírén	名
5967	二	排行榜	MQZ	223	páihángbǎng	名

9864	二	游泳池	MQZ	232	yóuyǒngchí	名
5911	二	农产品	MQZ	233	nóngchǎnpǐn	名
519	二	博览会	MQZ	234	bólǎnhuì	名
5477	二	没想到	MQZ	234	méi xiǎngdào	
5904	二	牛仔裤	MQZ	234	niúzǎikù	名
8547	二	无所谓	MQZ	234	wúsuǒwèi	动
6018	二	培训班	MQZ	241	péixùnbān	名
8954	二	协议书	MQZ	241	xiéyìshū	名
9861	二	游戏机	MQZ	241	yóuxìjī	名
542	二	不耐烦	MQZ	242	bú nàifán	
521	二	博物馆	MQZ	243	bówùguǎn	名
553	二	不要紧	MQZ	243	bú yàojǐn	
1283	二	纯净水	MQZ	243	chúnjìngshuǐ	名
6628	二	全世界	MQZ	244	quán shìjiè	
9498	二	一次性	MQZ	244	yícìxìng	形
9516	二	一句话	MQZ	244	yí jù huà	
5174	二	了不起	MQZ	303	liǎobuqǐ	形
2579	二	赶不上	MQZ	304	gǎnbushàng	动
6739	二	忍不住	MQZ	304	rěn bu zhù	
8848	二	想不到	MQZ	304	xiǎngbudào	动
105	二	百分点	MQZ	313	bǎifēndiǎn	名
8641	二	洗衣粉	MQZ	313	xǐyīfěn	名
10968	二	总经理	MQZ	313	zǒngjīnglǐ	名
3335	二	很难说	MQZ	321	hěn nánshuō	
4048	二	奖学金	MQZ	321	jiǎngxuéjīn	名
9940	二	宇航员	MQZ	322	yǔhángyuán	名
9942	二	羽毛球	MQZ	322	yǔmáoqiú	名
10712	二	主持人	MQZ	322	zhǔchírén	名
9886	二	有没有	MQZ	323	yǒu méiyǒu	
5338	二	旅行社	MQZ	324	lǚxíngshè	名
10528	二	只不过	MQZ	324	zhǐ búguò	
6588	二	取款机	MQZ	331	qǔkuǎnjī	名
1444	二	打印机	MQZ	341	dǎyìnjī	名
8966	二	写字楼	MQZ	342	xiězìlóu	名
8967	二	写字台	MQZ	342	xiězìtái	名
9884	二	有利于	MQZ	342	yǒulì yú	
6824	二	乳制品	MQZ	343	rǔzhìpǐn	名
6428	二	巧克力	MQZ	344	qiǎokèlì	名
7407	二	手续费	MQZ	344	shǒuxùfèi	名
4651	二	看得见	MQZ	401	kàndejiàn	
9800	二	用不着	MQZ	402	yòng bu zháo	
9803	二	用得着	MQZ	402	yòng de zháo	
4645	二	看不起	MQZ	403	kànbuqǐ	动
4652	二	看得起	MQZ	403	kàndeqǐ	动

7431	二	受不了	MQZ	403	shòu bu liǎo	
8687	二	下个月	MQZ	404	xià ge yuè	
5313	二	录音机	MQZ	411	lùyīnjī	名
8266	二	外交官	MQZ	411	wàijiāoguān	名
8419	二	卫生间	MQZ	411	wèishēngjiān	名
246	二	暴风雨	MQZ	413	bàofēngyǔ	名
1518	二	大熊猫	MQZ	421	dàxióngmāo	名
2500	二	负责人	MQZ	422	fùzérén	名
7792	二	太阳能	MQZ	422	tàiyángnéng	名
9913	二	幼儿园	MQZ	422	yòu'éryuán	名
584	二	不得了	MQZ	423	bùdéliǎo	
4874	二	矿泉水	MQZ	423	kuàngquánshuǐ	名
10913	二	自来水	MQZ	423	zìláishuǐ	名
149	二	半决赛	MQZ	424	bànjuésài	名
611	二	不能不	MQZ	424	bù néng bù	
11083	二	座谈会	MQZ	424	zuòtánhuì	名
589	二	不敢当	MQZ	431	bùgǎndāng	
7055	二	摄影师	MQZ	431	shèyǐngshī	名
4295	二	尽可能	MQZ	432	jìn kěnéng	
597	二	不仅仅	MQZ	433	bù jǐnjǐn	
1507	二	大使馆	MQZ	433	dàshǐguǎn	名
1843	二	电子版	MQZ	433	diànzǐbǎn	名
1479	二	大奖赛	MQZ	434	dàjiǎngsài	名
6695	二	热水器	MQZ	434	rèshuǐqì	名
9605	二	一口气	MQZ	434	yìkǒuqì	副
10067	二	阅览室	MQZ	434	yuèlǎnshì	名
369	二	毕业生	MQZ	441	bìyèshēng	名
1824	二	电饭锅	MQZ	441	diànfànguō	名
4464	二	就是说	MQZ	441	jiùshì shuō	
7035	二	设计师	MQZ	441	shèjìshī	名
7053	二	摄像机	MQZ	441	shèxiàngjī	名
1943	二	动物园	MQZ	442	dòngwùyuán	名
7169	二	圣诞节	MQZ	442	Shèngdàn Jié	名
7446	二	售货员	MQZ	442	shòuhuòyuán	名
9421	二	要不然	MQZ	442	yàobùrán	连
10084	二	运动员	MQZ	442	yùndòngyuán	名
1965	二	豆制品	MQZ	443	dòuzhìpǐn	名
143	二	办事处	MQZ	444	bànshìchù	名
372	二	闭幕式	MQZ	444	bìmùshì	名
1782	二	地下室	MQZ	444	dìxiàshì	名
1931	二	动画片	MQZ	444	dònghuàpiàn	名
4141	二	教育部	MQZ	444	jiàoyùbù	名
4517	二	俱乐部	MQZ	444	jùlèbù	名
5589	二	面对面	MQZ	444	miànduìmiàn	

7702	二	塑料袋	MQZ	444	sùliàodài	名
9279	二	亚运会	MQZ	444	Yàyùnhuì	名
10083	二	运动会	MQZ	444	yùndònghuì	名
4072	二	交朋友	MZQ	120	jiāo péngyou	
560	二	不在乎	MZQ	240	búzàihu	动
9494	二	一辈子	MZQ	240	yíbèizi	名
9520	二	一路上	MZQ	240	yílù shang	
562	二	不至于	MZQ	242	búzhìyú	动
4976	二	老朋友	MZQ	320	lǎo péngyou	
7410	二	手指头	MZQ	320	shǒuzhítou	名
3225	二	好（不）容易	M（Q）ZQ	3（4）24	hǎo（bù）róngyì	形
8901	二	小伙子	MZQ	330	xiǎohuǒzi	名
448	二	表面上	MZQ	340	biǎomiàn shang	
2607	二	感兴趣	MZQ	344	gǎn xìngqù	
638	二	不怎么	MZQ	430	bù zěnme	
7028	二	舍不得	ZQQ	300	shěbude	动
6966	二	上个月	ZQQ	404	shàng ge yuè	
4657	二	看起来	ZQQ	432	kàn·qǐ·lái	
9670	二	意味着	ZQQ	440	yìwèizhe	动
10334	二	这就是说	MMQZ	4441	zhè jiùshì shuō	
8599	二	西班牙语	MQMZ	1123	Xībānyáyǔ	名
7706	二	酸甜苦辣	MQMZ	1234	suān tián kǔ là	
4562	二	绝大多数	MQMZ	2414	jué dà duōshù	
8567	二	五颜六色	MQMZ	3244	wǔ yán liù sè	
9586	二	一般来说	MQMZ	4121	yìbān lái shuō	
9610	二	一模一样	MQMZ	4224	yì mú yí yàng	
10935	二	自言自语	MQMZ	4243	zì yán zì yǔ	
9671	二	意想不到	MQMZ	4324	yìxiǎng bú dào	
6	三	哎呀	MZ	11	āiyā	叹
41	三	安心	MZ	11	ānxīn	形
127	三	颁发	MZ	11	bānfā	动
132	三	搬迁	MZ	11	bānqiān	动
184	三	包扎	MZ	11	bāozā	动
265	三	悲哀	MZ	11	bēi'āi	形
267	三	悲观	MZ	11	bēiguān	形
301	三	奔波	MZ	11	bēnbō	动
335	三	逼真	MZ	11	bīzhēn	形
382	三	边疆	MZ	11	biānjiāng	名
434	三	标签	MZ	11	biāoqiān	名
502	三	拨通	MZ	11	bōtōng	
507	三	波涛	MZ	11	bōtāo	名
511	三	剥削	MZ	11	bōxuē	动、名
715	三	餐桌	MZ	11	cānzhuō	名
740	三	操心	MZ	11	cāo // xīn	

876	三	超标	MZ	11	chāo // biāo		
877	三	超车	MZ	11	chāo // chē		
903	三	车间	MZ	11	chējiān	名	
911	三	车厢	MZ	11	chēxiāng	名	
1023	三	吃亏	MZ	11	chī // kuī		
1027	三	痴心	MZ	11	chīxīn	名	
1058	三	充当	MZ	11	chōngdāng	动	
1088	三	抽签	MZ	11	chōu // qiān		
1147	三	出身	MZ	11	chūshēn	动、名	
1168	三	出资	MZ	11	chūzī	动	
1181	三	初衷	MZ	11	chūzhōng	名	
1250	三	创伤	MZ	11	chuāngshāng	名	
1329	三	匆匆	MZ	11	cōngcōng	形	
1357	三	粗糙	MZ	11	cūcāo	形	
1386	三	磋商	MZ	11	cuōshāng	动	
1569	三	担当	MZ	11	dāndāng	动	
1575	三	单边	MZ	11	dānbiān	形	
1582	三	单身	MZ	11	dānshēn	名	
1611	三	当今	MZ	11	dāngjīn	名	
1621	三	当心	MZ	11	dāngxīn	动	
1713	三	登机	MZ	11	dēng jī		
1730	三	低估	MZ	11	dīgū	动	
1906	三	丢失	MZ	11	diūshī	动	
2060	三	多边	MZ	11	duōbiān	形	
2065	三	多亏	MZ	11	duōkuī	动	
2073	三	多心	MZ	11	duō // xīn		
2141	三	发光	MZ	11	fā // guāng		
2340	三	分担	MZ	11	fēndān	动	
2341	三	分割	MZ	11	fēngē	动	
2365	三	芬芳	MZ	11	fēnfāng	形、名	
2394	三	风波	MZ	11	fēngbō	名	
2411	三	风沙	MZ	11	fēngshā	名	
2566	三	干戈	MZ	11	gāngē	名	
2634	三	高超	MZ	11	gāochāo	形	
2639	三	高低	MZ	11	gāodī	名	
2652	三	高空	MZ	11	gāokōng	名	
2655	三	高山	MZ	11	gāoshān	名	
2666	三	高压	MZ	11	gāoyā	名	
2748	三	跟踪	MZ	11	gēnzōng	动	
2781	三	公车	MZ	11	gōngchē	名	
2788	三	公关	MZ	11	gōngguān	名	
2820	三	公约	MZ	11	gōngyuē	名	
2838	三	攻关	MZ	11	gōngguān	动	
2885	三	孤单	MZ	11	gūdān	形	

2943	三	刮风	MZ	11	guā fēng		
2991	三	官兵	MZ	11	guānbīng	名	
3350	三	烘干	MZ	11	hōnggān		
3403	三	呼声	MZ	11	hūshēng	名	
3500	三	欢呼	MZ	11	huānhū	动	
3542	三	慌张	MZ	11	huāng·zhāng	形	
3562	三	灰心	MZ	11	huī // xīn		
3623	三	婚姻	MZ	11	hūnyīn	名	
3685	三	机舱	MZ	11	jīcāng	名	
3701	三	肌肤	MZ	11	jīfū	名	
3718	三	基因	MZ	11	jīyīn	名	
3723	三	激发	MZ	11	jīfā	动	
3724	三	激光	MZ	11	jīguāng	名	
3849	三	加深	MZ	11	jiāshēn	动	
3908	三	尖端	MZ	11	jiānduān	名、形	
3932	三	艰辛	MZ	11	jiānxīn	形	
4058	三	交叉	MZ	11	jiāochā	动	
4067	三	交接	MZ	11	jiāojiē	动	
4169	三	接听	MZ	11	jiētīng	动	
4170	三	接通	MZ	11	jiētōng		
4174	三	揭发	MZ	11	jiēfā	动	
4271	三	津贴	MZ	11	jīntiē	名	
4345	三	经商	MZ	11	jīng // shāng		
4352	三	惊慌	MZ	11	jīnghuāng	形	
4382	三	精通	MZ	11	jīngtōng	动	
4384	三	精心	MZ	11	jīngxīn	形	
4386	三	精英	MZ	11	jīngyīng	名	
4573	三	军官	MZ	11	jūnguān	名	
4602	三	开工	MZ	11	kāi // gōng		
4615	三	开枪	MZ	11	kāi qiāng		
4630	三	开张	MZ	11	kāi // zhāng		
4634	三	刊登	MZ	11	kāndēng	动	
4640	三	堪称	MZ	11	kānchēng	动	
4771	三	空虚	MZ	11	kōngxū	形	
4834	三	夸张	MZ	11	kuāzhāng	形、名	
4862	三	宽松	MZ	11	kuān·sōng	形	
5981	三	攀升	MZ	11	pānshēng	动	
6001	三	抛开	MZ	11	pāokāi		
6012	三	胚胎	MZ	11	pēitāi	名	
6053	三	批发	MZ	11	pīfā	动	
6082	三	偏差	MZ	11	piānchā	名	
6086	三	偏偏	MZ	11	piānpiān	副	
6460	三	亲身	MZ	11	qīnshēn	形	
6461	三	亲生	MZ	11	qīnshēng	形	

6484	三	轻微	MZ	11	qīngwēi	形
6489	三	倾听	MZ	11	qīngtīng	动
6491	三	倾销	MZ	11	qīngxiāo	动
6507	三	清晰	MZ	11	qīngxī	形
6509	三	清新	MZ	11	qīngxīn	形
6569	三	区分	MZ	11	qūfēn	动
6646	三	缺失	MZ	11	quēshī	名、动
6889	三	沙滩	MZ	11	shātān	名
6892	三	刹车	MZ	11	shāchē	名
6902	三	山川	MZ	11	shānchuān	名
6905	三	山冈	MZ	11	shāngāng	名
7011	三	稍稍	MZ	11	shāoshāo	副
7073	三	身躯	MZ	11	shēnqū	名
7076	三	身心	MZ	11	shēnxīn	名
7093	三	深思	MZ	11	shēnsī	动
7138	三	生机	MZ	11	shēngjī	名
7157	三	声称	MZ	11	shēngchēng	动
7200	三	失踪	MZ	11	shī // zōng	
7206	三	师资	MZ	11	shīzī	名
7211	三	施工	MZ	11	shī // gōng	
7212	三	施加	MZ	11	shījiā	动
7214	三	施压	MZ	11	shīyā	动
7381	三	收缩	MZ	11	shōusuō	动
7386	三	收支	MZ	11	shōuzhī	名
7475	三	疏通	MZ	11	shūtōng	动
7519	三	刷新	MZ	11	shuāxīn	动
7542	三	双边	MZ	11	shuāngbiān	形
7716	三	虽说	MZ	11	suīshuō	连
7798	三	贪污	MZ	11	tānwū	动
7957	三	天生	MZ	11	tiānshēng	形
7967	三	添加	MZ	11	tiānjiā	动
8044	三	通车	MZ	11	tōng // chē	
8046	三	通风	MZ	11	tōng // fēng	
8054	三	通通	MZ	11	tōngtōng	副
8143	三	突发	MZ	11	tūfā	动
8144	三	突击	MZ	11	tūjī	动
8190	三	推翻	MZ	11	tuīfān	
8196	三	推敲	MZ	11	tuīqiāo	动
8249	三	歪曲	MZ	11	wāiqū	动
8378	三	微观	MZ	11	wēiguān	形
8458	三	温馨	MZ	11	wēnxīn	形
8733	三	先天	MZ	11	xiāntiān	名
8817	三	相通	MZ	11	xiāngtōng	动
8823	三	相约	MZ	11	xiāngyuē	动

8830	三	香烟	MZ	11	xiāngyān	名	
8993	三	心声	MZ	11	xīnshēng	名	
9026	三	新生	MZ	11	xīnshēng	形、名	
9177	三	宣称	MZ	11	xuānchēng	动	
9243	三	勋章	MZ	11	xūnzhāng	名	
9265	三	压缩	MZ	11	yāsuō	动	
9471	三	一一	MZ	11	yīyī	副	
9490	三	依托	MZ	11	yītuō	动	
10196	三	增收	MZ	11	zēngshōu	动	
10197	三	增添	MZ	11	zēngtiān	动	
10257	三	张贴	MZ	11	zhāngtiē	动	
10281	三	招标	MZ	11	zhāo // biāo		
10290	三	招收	MZ	11	zhāoshōu	动	
10358	三	真空	MZ	11	zhēnkōng	名	
10364	三	真心	MZ	11	zhēnxīn	名	
10386	三	争端	MZ	11	zhēngduān	名	
10400	三	征收	MZ	11	zhēngshōu	动	
10643	三	忠贞	MZ	11	zhōngzhēn	形	
10646	三	终究	MZ	11	zhōngjiū	副	
10648	三	终生	MZ	11	zhōngshēng	名	
10653	三	衷心	MZ	11	zhōngxīn	形	
10684	三	周边	MZ	11	zhōubiān	名	
10699	三	诸多	MZ	11	zhūduō	形	
10856	三	追踪	MZ	11	zhuīzōng	动	
10890	三	资深	MZ	11	zīshēn	形	
7	三	哀求	MZ	12	āiqiú	动	
36	三	安宁	MZ	12	ānníng	形	
182	三	包容	MZ	12	bāoróng	动	
504	三	波及	MZ	12	bōjí	动	
508	三	波折	MZ	12	bōzhé	名	
510	三	剥夺	MZ	12	bōduó	动	
778	三	插图	MZ	12	chātú	名	
872	三	抄袭	MZ	12	chāoxí	动	
881	三	超前	MZ	12	chāoqián	形、动	
905	三	车轮	MZ	12	chēlún	名	
912	三	车型	MZ	12	chēxíng	名	
915	三	车轴	MZ	12	chēzhóu	名	
1064	三	充实	MZ	12	chōngshí	形、动	
1128	三	出局	MZ	12	chū // jú		
1154	三	出头	MZ	12	chū // tóu		
1220	三	穿着	MZ	12	chuānzhuó	名	
1253	三	窗帘	MZ	12	chuānglián	名	
1254	三	窗台	MZ	12	chuāngtái	名	
1330	三	匆忙	MZ	12	cōngmáng	形	

1398	三	搭乘	MZ	12	dāchéng		动
1610	三	当即	MZ	12	dāngjí		副
1733	三	低迷	MZ	12	dīmí		形
1905	三	丢人	MZ	12	diū // rén		
2074	三	多余	MZ	12	duōyú		动、形
2075	三	多元	MZ	12	duōyuán		形
2105	三	恩情	MZ	12	ēnqíng		名
2131	三	发财	MZ	12	fā // cái		
2132	三	发愁	MZ	12	fā // chóu		
2146	三	发掘	MZ	12	fājué		动
2166	三	发扬	MZ	12	fāyáng		动
2185	三	帆船	MZ	12	fānchuán		名
2252	三	方言	MZ	12	fāngyán		名
2303	三	飞翔	MZ	12	fēixiáng		动
2312	三	非凡	MZ	12	fēifán		形
2343	三	分红	MZ	12	fēn // hóng		
2351	三	分明	MZ	12	fēnmíng		形、副
2353	三	分歧	MZ	12	fēnqí		名、形
2368	三	氛围	MZ	12	fēnwéi		名
2409	三	风情	MZ	12	fēngqíng		名
2418	三	风云	MZ	12	fēngyún		名
2631	三	高昂	MZ	12	gāo'áng		动、形
2642	三	高额	MZ	12	gāo'é		形
2653	三	高龄	MZ	12	gāolíng		名、形
2654	三	高明	MZ	12	gāomíng		形
2695	三	歌词	MZ	12	gēcí		名
2741	三	根源	MZ	12	gēnyuán		名
2789	三	公函	MZ	12	gōnghán		名
2803	三	公仆	MZ	12	gōngpú		名
2805	三	公然	MZ	12	gōngrán		副
2827	三	功臣	MZ	12	gōngchén		名
2831	三	功劳	MZ	12	gōngláo		名
2844	三	供求	MZ	12	gōngqiú		名
2848	三	宫廷	MZ	12	gōngtíng		名
2866	三	勾结	MZ	12	gōujié		动
2969	三	关节	MZ	12	guānjié		名
2973	三	关头	MZ	12	guāntóu		名
2985	三	观摩	MZ	12	guānmó		动
2994	三	官僚	MZ	12	guānliáo		名
3023	三	光碟	MZ	12	guāngdié		名
3025	三	光滑	MZ	12	guānghuá		形
3026	三	光环	MZ	12	guānghuán		名
3030	三	光芒	MZ	12	guāngmáng		名
3048	三	归还	MZ	12	guīhuán		动

3049	三	归结	MZ	12	guījié	动
3050	三	归来	MZ	12	guīlái	动
3057	三	规格	MZ	12	guīgé	名
3323	三	黑白	MZ	12	hēibái	名
3444	三	花纹	MZ	12	huāwén	名
3537	三	荒凉	MZ	12	huāngliáng	形
3560	三	灰尘	MZ	12	huīchén	名
3565	三	辉煌	MZ	12	huīhuáng	形
3620	三	昏迷	MZ	12	hūnmí	动
3719	三	基于	MZ	12	jīyú	介
3721	三	畸形	MZ	12	jīxíng	形
3726	三	激活	MZ	12	jīhuó	动
3856	三	佳节	MZ	12	jiājié	名
3866	三	家禽	MZ	12	jiāqín	名
3877	三	家族	MZ	12	jiāzú	名
3919	三	坚实	MZ	12	jiānshí	形
3934	三	监察	MZ	12	jiānchá	动
3945	三	兼职	MZ	12	jiānzhí	名
4032	三	僵局	MZ	12	jiāngjú	名
4075	三	交谈	MZ	12	jiāotán	动
4090	三	胶囊	MZ	12	jiāonáng	名
4096	三	焦急	MZ	12	jiāojí	形
4142	三	阶层	MZ	12	jiēcéng	名
4144	三	阶级	MZ	12	jiējí	名
4354	三	惊奇	MZ	12	jīngqí	形
4363	三	晶莹	MZ	12	jīngyíng	形
4368	三	精华	MZ	12	jīnghuá	名
4374	三	精明	MZ	12	jīngmíng	形
4432	三	纠缠	MZ	12	jiūchán	动
4473	三	拘留	MZ	12	jūliú	动
4577	三	均衡	MZ	12	jūnhéng	形
4578	三	均匀	MZ	12	jūnyún	形
4595	三	开除	MZ	12	kāichú	动
4621	三	开头	MZ	12	kāitóu	名
4768	三	空前	MZ	12	kōngqián	动
4860	三	宽容	MZ	12	kuānróng	动
4880	三	昆虫	MZ	12	kūnchóng	名
6034	三	喷泉	MZ	12	pēnquán	名
6106	三	拼搏	MZ	12	pīnbó	动
6212	三	凄凉	MZ	12	qīliáng	形
6324	三	迁移	MZ	12	qiānyí	动
6329	三	牵头	MZ	12	qiān // tóu	
6457	三	亲情	MZ	12	qīnqíng	名
6492	三	倾斜	MZ	12	qīngxié	动

6495	三	清除	MZ	12	qīngchú		动
6504	三	清凉	MZ	12	qīngliáng		形
6505	三	清明	MZ	12	qīngmíng		形
6547	三	丘陵	MZ	12	qiūlíng		名
6572	三	曲折	MZ	12	qūzhé		形
6574	三	驱逐	MZ	12	qūzhú		动
6575	三	屈服	MZ	12	qūfú		动
6577	三	趋于	MZ	12	qūyú		
6647	三	缺席	MZ	12	quē // xí		
6858	三	三维	MZ	12	sānwéi		形
6866	三	桑拿	MZ	12	sāngná		名
6883	三	杀毒	MZ	12	shā // dú		
6887	三	沙龙	MZ	12	shālóng		名
6893	三	砂糖	MZ	12	shātáng		名
6914	三	删除	MZ	12	shānchú		动
6934	三	伤痕	MZ	12	shānghén		名
7088	三	深情	MZ	12	shēnqíng		名、形
7127	三	升学	MZ	12	shēng // xué		
7145	三	生前	MZ	12	shēngqián		名
7151	三	生涯	MZ	12	shēngyá		名
7192	三	失眠	MZ	12	shī // mián		
7193	三	失明	MZ	12	shī // míng		
7213	三	施行	MZ	12	shīxíng		动
7452	三	书橱	MZ	12	shūchú		名
7457	三	书籍	MZ	12	shūjí		名
7463	三	抒情	MZ	12	shūqíng		动
7525	三	衰竭	MZ	12	shuāijié		动
7543	三	双重	MZ	12	shuāngchóng		形
7628	三	丝绸	MZ	12	sīchóu		名
7636	三	私营	MZ	12	sīyíng		形
7677	三	搜查	MZ	12	sōuchá		动
7678	三	搜集	MZ	12	sōují		动
7681	三	搜寻	MZ	12	sōuxún		动
7765	三	他人	MZ	12	tārén		代
7776	三	胎儿	MZ	12	tāi'ér		名
7796	三	贪婪	MZ	12	tānlán		形
7797	三	贪玩	MZ	12	tān wán		
7842	三	掏钱	MZ	12	tāo qián		
7946	三	天鹅	MZ	12	tiān'é		名
7953	三	天桥	MZ	12	tiānqiáo		名
8016	三	听从	MZ	12	tīngcóng		动
8053	三	通俗	MZ	12	tōngsú		形
8187	三	推辞	MZ	12	tuīcí		动
8202	三	推移	MZ	12	tuīyí		动

8225	三	拖延	MZ	12	tuōyán	动	
8242	三	挖掘	MZ	12	wājué	动	
8328	三	汪洋	MZ	12	wāngyáng	形	
8368	三	危及	MZ	12	wēijí	动	
8369	三	危急	MZ	12	wēijí	形	
8454	三	温泉	MZ	12	wēnquán	名	
8455	三	温柔	MZ	12	wēnróu	形	
8611	三	吸毒	MZ	12	xī // dú		
8624	三	稀奇	MZ	12	xīqí	形	
8734	三	纤维	MZ	12	xiānwéi	名	
8739	三	鲜活	MZ	12	xiānhuó	形	
8802	三	相传	MZ	12	xiāngchuán	动	
8813	三	相连	MZ	12	xiānglián	动	
8814	三	相识	MZ	12	xiāngshí	动	
8831	三	香油	MZ	12	xiāngyóu	名	
8888	三	萧条	MZ	12	xiāotiáo	形	
8983	三	心得	MZ	12	xīndé	名	
9010	三	辛勤	MZ	12	xīnqín	形	
9019	三	新房	MZ	12	xīnfáng	名	
9024	三	新奇	MZ	12	xīnqí	形	
9183	三	宣言	MZ	12	xuānyán	名	
9184	三	宣扬	MZ	12	xuānyáng	动	
9245	三	熏陶	MZ	12	xūntáo	动	
9746	三	婴儿	MZ	12	yīng'ér	名	
9786	三	庸俗	MZ	12	yōngsú	形	
9828	三	忧愁	MZ	12	yōuchóu	形	
9833	三	悠闲	MZ	12	yōuxián	形	
9988	三	渊源	MZ	12	yuānyuán	名	
10110	三	栽培	MZ	12	zāipéi	动	
10258	三	张扬	MZ	12	zhāngyáng	动	
10347	三	侦察	MZ	12	zhēnchá	动	
10348	三	珍藏	MZ	12	zhēncáng	动、名	
10360	三	真情	MZ	12	zhēnqíng	名	
10395	三	争执	MZ	12	zhēngzhí	动	
10398	三	征集	MZ	12	zhēngjí	动	
10401	三	挣扎	MZ	12	zhēngzhá	动	
10480	三	知觉	MZ	12	zhījué	名	
10484	三	知足	MZ	12	zhīzú	形	
10488	三	脂肪	MZ	12	zhīfáng	名	
10623	三	中途	MZ	12	zhōngtú	名	
10629	三	中型	MZ	12	zhōngxíng	形	
10633	三	中旬	MZ	12	zhōngxún	名	
10639	三	忠诚	MZ	12	zhōngchéng	形、名	
10640	三	忠实	MZ	12	zhōngshí	形	

10642	三	忠于	MZ	12	zhōngyú	动
10696	三	朱红	MZ	12	zhūhóng	形
10777	三	专程	MZ	12	zhuānchéng	副
10781	三	专栏	MZ	12	zhuānlán	名
10785	三	专人	MZ	12	zhuānrén	名
10790	三	专职	MZ	12	zhuānzhí	名
10825	三	庄严	MZ	12	zhuāngyán	形
11030	三	钻研	MZ	12	zuānyán	动
11049	三	尊严	MZ	12	zūnyán	名
11052	三	遵循	MZ	12	zūnxún	动
32	三	安抚	MZ	13	ānfǔ	动
75	三	芭蕾	MZ	13	bālěi	名
128	三	颁奖	MZ	13	bān // jiǎng	
129	三	斑点	MZ	13	bāndiǎn	名
179	三	包裹	MZ	13	bāoguǒ	动、名
262	三	卑鄙	MZ	13	bēibǐ	形
392	三	编写	MZ	13	biānxiě	动
433	三	标本	MZ	13	biāoběn	名
437	三	标语	MZ	13	biāoyǔ	名
501	三	拨款	MZ	13	bōkuǎn	名
667	三	猜想	MZ	13	cāixiǎng	动
779	三	插嘴	MZ	13	chā // zuǐ	
1022	三	吃苦	MZ	13	chī // kǔ	
1055	三	冲洗	MZ	13	chōngxǐ	动
1118	三	出丑	MZ	13	chū // chǒu	
1151	三	出手	MZ	13	chū // shǒu	
1155	三	出土	MZ	13	chū // tǔ	
1170	三	出走	MZ	13	chūzǒu	动
1272	三	吹捧	MZ	13	chuīpěng	动
1372	三	摧毁	MZ	13	cuīhuǐ	动
1731	三	低谷	MZ	13	dīgǔ	名
1800	三	颠倒	MZ	13	diāndǎo	动
1874	三	叮嘱	MZ	13	dīngzhǔ	动
1903	三	丢脸	MZ	13	diū // liǎn	
2138	三	发抖	MZ	13	fādǒu	动
2143	三	发火	MZ	13	fā // huǒ	
2302	三	飞往	MZ	13	fēiwǎng	
2310	三	非得	MZ	13	fēiděi	副
2388	三	丰满	MZ	13	fēngmǎn	形
2395	三	风采	MZ	13	fēngcǎi	名
2417	三	风雨	MZ	13	fēngyǔ	名
2426	三	封锁	MZ	13	fēngsuǒ	动
2620	三	纲领	MZ	13	gānglǐng	名
2667	三	高雅	MZ	13	gāoyǎ	形

2670	三	高涨	MZ	13	gāozhǎng	动、形
2702	三	歌舞	MZ	13	gēwǔ	名
2749	三	更改	MZ	13	gēnggǎi	动
2771	三	工整	MZ	13	gōngzhěng	形
2796	三	公款	MZ	13	gōngkuǎn	名
2804	三	公顷	MZ	13	gōngqǐng	量
2843	三	供暖	MZ	13	gōng nuǎn	
2850	三	恭喜	MZ	13	gōngxǐ	动
2941	三	瓜子	MZ	13	guāzǐ	名
2987	三	观赏	MZ	13	guānshǎng	动
3022	三	光彩	MZ	13	guāngcǎi	名、形
3064	三	瑰宝	MZ	13	guībǎo	名
3720	三	基准	MZ	13	jīzhǔn	名
3729	三	激起	MZ	13	jīqǐ	
3841	三	加紧	MZ	13	jiājǐn	动
3920	三	坚守	MZ	13	jiānshǒu	动
3925	三	肩膀	MZ	13	jiānbǎng	名
3936	三	监管	MZ	13	jiānguǎn	动
4148	三	结果	MZ	13	jiē // guǒ	
4157	三	接轨	MZ	13	jiē // guǐ	
4165	三	接手	MZ	13	jiēshǒu	动
4177	三	揭晓	MZ	13	jiēxiǎo	动
4267	三	金属	MZ	13	jīnshǔ	名
4359	三	惊险	MZ	13	jīngxiǎn	形
4361	三	惊醒	MZ	13	jīngxǐng	动
4381	三	精髓	MZ	13	jīngsuǐ	名
4579	三	君子	MZ	13	jūnzǐ	名
4591	三	开采	MZ	13	kāicǎi	动
4592	三	开场	MZ	13	kāi // chǎng	
4607	三	开垦	MZ	13	kāikěn	动
4608	三	开口	MZ	13	kāi // kǒu	
4610	三	开朗	MZ	13	kāilǎng	形
4614	三	开启	MZ	13	kāiqǐ	动
4668	三	慷慨	MZ	13	kāngkǎi	形
4696	三	科普	MZ	13	kēpǔ	动
4879	三	亏损	MZ	13	kuīsǔn	动
4903	三	拉锁	MZ	13	lāsuǒ	名
5945	三	殴打	MZ	13	ōudǎ	动
6088	三	偏远	MZ	13	piānyuǎn	形
6326	三	牵扯	MZ	13	qiānchě	动
6339	三	签署	MZ	13	qiānshǔ	动
6462	三	亲手	MZ	13	qīnshǒu	副
6465	三	亲友	MZ	13	qīnyǒu	名
6644	三	缺口	MZ	13	quēkǒu	名

6847	三	撒谎	MZ	13	sā // huǎng	
6856	三	三角	MZ	13	sānjiǎo	名、形
6871	三	骚扰	MZ	13	sāorǎo	动
6885	三	杀手	MZ	13	shāshǒu	名
6898	三	筛选	MZ	13	shāixuǎn	动
6903	三	山顶	MZ	13	shāndǐng	名
6907	三	山岭	MZ	13	shānlǐng	名
6950	三	商讨	MZ	13	shāngtǎo	动
7006	三	烧毁	MZ	13	shāohuǐ	动
7007	三	烧烤	MZ	13	shāokǎo	名
7024	三	奢侈	MZ	13	shēchǐ	形
7063	三	伸手	MZ	13	shēn // shǒu	
7077	三	身影	MZ	13	shēnyǐng	名
7096	三	深远	MZ	13	shēnyuǎn	形
7139	三	生理	MZ	13	shēnglǐ	名
7147	三	生死	MZ	13	shēngsǐ	名、形
7184	三	尸体	MZ	13	shītǐ	名
7205	三	师长	MZ	13	shīzhǎng	名
7461	三	书写	MZ	13	shūxiě	动
7464	三	枢纽	MZ	13	shūniǔ	名
7467	三	梳理	MZ	13	shūlǐ	动
7472	三	疏导	MZ	13	shūdǎo	动
7526	三	衰老	MZ	13	shuāilǎo	形
7611	三	说谎	MZ	13	shuō // huǎng	
7622	三	司法	MZ	13	sīfǎ	名
7637	三	私有	MZ	13	sīyǒu	动
7643	三	思索	MZ	13	sīsuǒ	动
7683	三	苏醒	MZ	13	sūxǐng	动
7747	三	缩水	MZ	13	suō // shuǐ	
7958	三	天使	MZ	13	tiānshǐ	名
8055	三	通往	MZ	13	tōngwǎng	
8106	三	偷懒	MZ	13	tōu // lǎn	
8140	三	凸显	MZ	13	tūxiǎn	动
8195	三	推理	MZ	13	tuīlǐ	动
8222	三	拖累	MZ	13	tuōlěi	动
8511	三	屋顶	MZ	13	wūdǐng	名
8614	三	吸取	MZ	13	xīqǔ	动
8625	三	稀少	MZ	13	xīshǎo	形
8628	三	熄火	MZ	13	xī // huǒ	
8725	三	仙女	MZ	13	xiānnǚ	名
8736	三	掀起	MZ	13	xiānqǐ	动
8828	三	香水儿	MZ	13	xiāngshuǐr	名
8890	三	销毁	MZ	13	xiāohuǐ	动
8893	三	潇洒	MZ	13	xiāosǎ	形

9002	三	心眼儿	MZ	13	xīnyǎnr	名
9014	三	欣喜	MZ	13	xīnxǐ	形
9020	三	新款	MZ	13	xīnkuǎn	名
9028	三	新手	MZ	13	xīnshǒu	名
9033	三	新颖	MZ	13	xīnyǐng	形
9054	三	兴起	MZ	13	xīngqǐ	动
9114	三	凶猛	MZ	13	xiōngměng	形
9156	三	虚假	MZ	13	xūjiǎ	形
9157	三	虚拟	MZ	13	xūnǐ	动、形
9159	三	虚伪	MZ	13	xūwěi	形
9692	三	音响	MZ	13	yīnxiǎng	名
9784	三	拥挤	MZ	13	yōngjǐ	动、形
9824	三	优雅	MZ	13	yōuyǎ	形
9832	三	悠久	MZ	13	yōujiǔ	形
10075	三	晕倒	MZ	13	yūndǎo	
10218	三	占卜	MZ	13	zhānbǔ	动
10346	三	针灸	MZ	13	zhēnjiǔ	名
10357	三	真假	MZ	13	zhēn jiǎ	
10385	三	争吵	MZ	13	zhēngchǎo	动
10479	三	知己	MZ	13	zhījǐ	形、名
10485	三	肢体	MZ	13	zhītǐ	名
10638	三	中止	MZ	13	zhōngzhǐ	动
10848	三	追赶	MZ	13	zhuīgǎn	动
10956	三	宗旨	MZ	13	zōngzhǐ	名
31	三	安定	MZ	14	āndìng	形、动
42	三	安逸	MZ	14	ānyì	形
71	三	八卦	MZ	14	bāguà	名
126	三	颁布	MZ	14	bānbù	动
271	三	悲痛	MZ	14	bēitòng	形
302	三	奔赴	MZ	14	bēnfù	动
328	三	崩溃	MZ	14	bēngkuì	动
333	三	逼近	MZ	14	bījìn	动
383	三	边界	MZ	14	biānjiè	名
388	三	编号	MZ	14	biānhào	名
390	三	编剧	MZ	14	biānjù	名
396	三	鞭炮	MZ	14	biānpào	名
476	三	冰棍儿	MZ	14	bīnggùnr	名
710	三	参照	MZ	14	cānzhào	动
738	三	操控	MZ	14	cāokòng	动
772	三	差错	MZ	14	chācuò	名
874	三	钞票	MZ	14	chāopiào	名
883	三	超速	MZ	14	chāosù	动
900	三	车道	MZ	14	chēdào	名
902	三	车祸	MZ	14	chēhuò	名

909	三	车速	MZ	14	chēsù	名	
910	三	车位	MZ	14	chēwèi	名	
951	三	称作	MZ	14	chēngzuò		
1050	三	冲刺	MZ	14	chōngcì	动	
1090	三	抽象	MZ	14	chōuxiàng	形	
1119	三	出道	MZ	14	chū // dào		
1127	三	出境	MZ	14	chū // jìng		
1135	三	出卖	MZ	14	chūmài	动	
1143	三	出任	MZ	14	chūrèn	动	
1149	三	出示	MZ	14	chūshì	动	
1166	三	出众	MZ	14	chūzhòng	形	
1169	三	出自	MZ	14	chūzì	动	
1176	三	初次	MZ	14	chū cì		
1219	三	穿越	MZ	14	chuānyuè	动	
1356	三	粗暴	MZ	14	cūbào	形	
1370	三	催促	MZ	14	cuīcù	动	
1400	三	搭建	MZ	14	dājiàn	动	
1570	三	担负	MZ	14	dānfù	动	
1612	三	当面	MZ	14	dāng // miàn		
1616	三	当日	MZ	14	dāngrì	名	
1620	三	当下	MZ	14	dāngxià	副	
1711	三	灯泡	MZ	14	dēngpào	名	
1715	三	登陆	MZ	14	dēng // lù		
1729	三	低调	MZ	14	dīdiào	名、形	
1732	三	低价	MZ	14	dījià	名	
1734	三	低碳	MZ	14	dītàn	形	
1737	三	低下	MZ	14	dīxià	形	
1801	三	颠覆	MZ	14	diānfù	动	
1856	三	雕刻	MZ	14	diāokè	动、名	
1857	三	雕塑	MZ	14	diāosù	动、名	
1902	三	丢掉	MZ	14	diūdiào	动	
1970	三	督促	MZ	14	dūcù	动	
2001	三	端正	MZ	14	duānzhèng	形、动	
2017	三	堆砌	MZ	14	duīqì	动	
2051	三	敦促	MZ	14	dūncù	动	
2144	三	发酵	MZ	14	fā // jiào	动	
2154	三	发热	MZ	14	fā // rè		
2158	三	发誓	MZ	14	fā // shì		
2161	三	发泄	MZ	14	fāxiè	动	
2168	三	发育	MZ	14	fāyù	动	
2171	三	发作	MZ	14	fāzuò	动	
2301	三	飞速	MZ	14	fēisù	副	
2306	三	飞跃	MZ	14	fēiyuè	动	
2335	三	分辨	MZ	14	fēnbiàn	动	

2344	三	分化	MZ	14	fēnhuà	动
2350	三	分泌	MZ	14	fēnmì	动
2387	三	丰厚	MZ	14	fēnghòu	形
2398	三	风范	MZ	14	fēngfàn	名
2404	三	风浪	MZ	14	fēnglàng	名
2405	三	风力	MZ	14	fēnglì	名
2407	三	风貌	MZ	14	fēngmào	名
2408	三	风气	MZ	14	fēngqì	名
2410	三	风趣	MZ	14	fēngqù	名
2412	三	风尚	MZ	14	fēngshàng	名
2415	三	风味	MZ	14	fēngwèi	名
2424	三	封建	MZ	14	fēngjiàn	名、形
2425	三	封面	MZ	14	fēngmiàn	名
2432	三	蜂蜜	MZ	14	fēngmì	名
2567	三	干旱	MZ	14	gānhàn	形
2572	三	干燥	MZ	14	gānzào	形
2575	三	肝脏	MZ	14	gānzàng	名
2621	三	纲要	MZ	14	gāngyào	名
2632	三	高傲	MZ	14	gāo'ào	形
2640	三	高调	MZ	14	gāodiào	名
2647	三	高贵	MZ	14	gāoguì	形
2662	三	高效	MZ	14	gāoxiào	形
2685	三	戈壁	MZ	14	gēbì	名
2691	三	搁置	MZ	14	gēzhì	动
2696	三	歌剧	MZ	14	gējù	名
2701	三	歌颂	MZ	14	gēsòng	动
2753	三	耕地	MZ	14	gēngdì	名
2761	三	工地	MZ	14	gōngdì	名
2768	三	工序	MZ	14	gōngxù	名
2798	三	公立	MZ	14	gōnglì	形
2807	三	公示	MZ	14	gōngshì	动
2809	三	公事	MZ	14	gōngshì	名
2811	三	公务	MZ	14	gōngwù	名
2815	三	公用	MZ	14	gōngyòng	动
2817	三	公寓	MZ	14	gōngyù	名
2822	三	公证	MZ	14	gōngzhèng	动
2833	三	功率	MZ	14	gōnglǜ	名
2835	三	功效	MZ	14	gōngxiào	名
2847	三	宫殿	MZ	14	gōngdiàn	名
2883	三	估算	MZ	14	gūsuàn	动
2888	三	孤立	MZ	14	gūlì	形、动
2893	三	辜负	MZ	14	gūfù	动
2972	三	关税	MZ	14	guānshuì	名
2977	三	关照	MZ	14	guānzhào	动

2988	三	观望	MZ	14	guānwàng	动	
2993	三	官吏	MZ	14	guānlì	名	
3024	三	光顾	MZ	14	guānggù	动	
3051	三	归纳	MZ	14	guīnà	动	
3265	三	呵护	MZ	14	hēhù	动	
3325	三	黑客	MZ	14	hēikè	名	
3346	三	轰动	MZ	14	hōngdòng	动	
3347	三	轰炸	MZ	14	hōngzhà	动	
3401	三	呼唤	MZ	14	hūhuàn	动	
3406	三	呼吁	MZ	14	hūyù	动	
3439	三	花瓣	MZ	14	huābàn	名	
3445	三	花样儿	MZ	14	huāyàngr	名	
3502	三	欢快	MZ	14	huānkuài	形	
3538	三	荒谬	MZ	14	huāngmiù	形	
3540	三	慌乱	MZ	14	huāngluàn	形	
3684	三	饥饿	MZ	14	jī'è	形	
3687	三	机动	MZ	14	jīdòng	形	
3693	三	机密	MZ	14	jīmì	形、名	
3700	三	机智	MZ	14	jīzhì	形	
3709	三	积蓄	MZ	14	jīxù	动、名	
3725	三	激化	MZ	14	jīhuà	动	
3727	三	激励	MZ	14	jīlì	动	
3842	三	加剧	MZ	14	jiājù	动	
3854	三	加重	MZ	14	jiāzhòng	动	
3862	三	家教	MZ	14	jiājiào	名	
3872	三	家用	MZ	14	jiāyòng	名、形	
3876	三	家政	MZ	14	jiāzhèng	名	
3909	三	尖锐	MZ	14	jiānruì	形	
3910	三	奸诈	MZ	14	jiānzhà	形	
3911	三	歼灭	MZ	14	jiānmiè	动	
3921	三	坚信	MZ	14	jiānxìn	动	
3922	三	坚硬	MZ	14	jiānyìng	形	
3926	三	肩负	MZ	14	jiānfù	动	
3927	三	艰巨	MZ	14	jiānjù	形	
3937	三	监护	MZ	14	jiānhù	动	
3938	三	监控	MZ	14	jiānkòng	动	
3939	三	监视	MZ	14	jiānshì	动	
3940	三	监狱	MZ	14	jiānyù	名	
3942	三	兼顾	MZ	14	jiāngù	动	
3943	三	兼任	MZ	14	jiānrèn	动	
4062	三	交付	MZ	14	jiāofù	动	
4071	三	交纳	MZ	14	jiāonà	动	
4074	三	交涉	MZ	14	jiāoshè	动	
4076	三	交替	MZ	14	jiāotì	动	

4083	三	郊外	MZ	14	jiāowài	名
4086	三	娇惯	MZ	14	jiāoguàn	动
4098	三	焦虑	MZ	14	jiāolǜ	形
4159	三	接见	MZ	14	jiējiàn	动
4161	三	接力	MZ	14	jiēlì	动
4163	三	接纳	MZ	14	jiēnà	动
4167	三	接送	MZ	14	jiē sòng	
4168	三	接替	MZ	14	jiētì	动
4175	三	揭露	MZ	14	jiēlù	动
4176	三	揭示	MZ	14	jiēshì	动
4344	三	经贸	MZ	14	jīngmào	名
4346	三	经受	MZ	14	jīngshòu	动
4356	三	惊叹	MZ	14	jīngtàn	动
4362	三	惊讶	MZ	14	jīngyà	形
4377	三	精确	MZ	14	jīngquè	形
4383	三	精细	MZ	14	jīngxì	形
4387	三	精致	MZ	14	jīngzhì	形
4474	三	拘束	MZ	14	jūshù	动、形
4540	三	捐献	MZ	14	juānxiàn	动
4590	三	开办	MZ	14	kāibàn	动
4597	三	开动	MZ	14	kāidòng	动
4609	三	开阔	MZ	14	kāikuò	形、动
4613	三	开辟	MZ	14	kāipì	动
4622	三	开拓	MZ	14	kāituò	动
4635	三	刊物	MZ	14	kānwù	名
4638	三	看护	MZ	14	kānhù	动、名
4639	三	勘探	MZ	14	kāntàn	动
4691	三	苛刻	MZ	14	kēkè	形
4695	三	科目	MZ	14	kēmù	名
4813	三	枯燥	MZ	14	kūzào	形
4815	三	哭泣	MZ	14	kūqì	动
4830	三	夸大	MZ	14	kuādà	动
4855	三	宽度	MZ	14	kuāndù	名
4861	三	宽恕	MZ	14	kuānshù	动
4899	三	拉动	MZ	14	lādòng	动
5957	三	拍卖	MZ	14	pāimài	动
5959	三	拍戏	MZ	14	pāi // xì	
6002	三	抛弃	MZ	14	pāoqì	动
6054	三	批判	MZ	14	pīpàn	动
6058	三	披露	MZ	14	pīlù	动
6084	三	偏见	MZ	14	piānjiàn	名
6085	三	偏僻	MZ	14	piānpì	形
6087	三	偏向	MZ	14	piānxiàng	动、名
6107	三	拼命	MZ	14	pīn // mìng	

6192	三	扑克	MZ	14	pūkè	名
6195	三	铺路	MZ	14	pū // lù	
6216	三	期盼	MZ	14	qīpàn	动
6220	三	欺骗	MZ	14	qīpiàn	动
6221	三	欺诈	MZ	14	qīzhà	动
6327	三	牵挂	MZ	14	qiānguà	动
6328	三	牵涉	MZ	14	qiānshè	动
6334	三	谦逊	MZ	14	qiānxùn	形
6389	三	枪毙	MZ	14	qiāngbì	动
6420	三	敲诈	MZ	14	qiāozhà	动
6435	三	切断	MZ	14	qiēduàn	
6443	三	钦佩	MZ	14	qīnpèi	动
6445	三	侵害	MZ	14	qīnhài	动
6446	三	侵略	MZ	14	qīnlüè	动
6448	三	侵占	MZ	14	qīnzhàn	动
6452	三	亲近	MZ	14	qīnjìn	形、动
6458	三	亲热	MZ	14	qīnrè	形、动
6488	三	倾诉	MZ	14	qīngsù	动
6497	三	清脆	MZ	14	qīngcuì	形
6571	三	曲线	MZ	14	qūxiàn	名
6573	三	驱动	MZ	14	qūdòng	动
6870	三	骚乱	MZ	14	sāoluàn	动
6884	三	杀害	MZ	14	shāhài	动
6908	三	山路	MZ	14	shānlù	名
6912	三	山寨	MZ	14	shānzhài	名
6937	三	伤势	MZ	14	shāngshì	名
6945	三	商贩	MZ	14	shāngfàn	名
7009	三	稍后	MZ	14	shāohòu	副
7010	三	稍候	MZ	14	shāo hòu	
7058	三	申办	MZ	14	shēnbàn	动
7059	三	申报	MZ	14	shēnbào	动
7072	三	身价	MZ	14	shēnjià	名
7079	三	绅士	MZ	14	shēnshì	名
7081	三	深奥	MZ	14	shēn'ào	形
7087	三	深切	MZ	14	shēnqiè	形
7092	三	深受	MZ	14	shēn shòu	
7094	三	深信	MZ	14	shēnxìn	动
7095	三	深夜	MZ	14	shēnyè	名
7142	三	生怕	MZ	14	shēngpà	动
7148	三	生态	MZ	14	shēngtài	名
7149	三	生物	MZ	14	shēngwù	名
7150	三	生效	MZ	14	shēng // xiào	
7154	三	生育	MZ	14	shēngyù	动
7159	三	声望	MZ	14	shēngwàng	名

7161	三	声誉	MZ	14	shēngyù	名
7162	三	牲畜	MZ	14	shēngchù	名
7187	三	失控	MZ	14	shīkòng	动
7188	三	失利	MZ	14	shī // lì	
7191	三	失落	MZ	14	shīluò	动、形
7197	三	失效	MZ	14	shī // xiào	
7201	三	师范	MZ	14	shīfàn	名
7216	三	湿度	MZ	14	shīdù	名
7217	三	湿润	MZ	14	shīrùn	形
7372	三	收据	MZ	14	shōujù	名
7460	三	书面	MZ	14	shūmiàn	形
7469	三	舒畅	MZ	14	shūchàng	形
7474	三	疏散	MZ	14	shūsàn	形、动
7480	三	输送	MZ	14	shūsòng	动
7481	三	输血	MZ	14	shū // xuè	
7482	三	输液	MZ	14	shū // yè	
7527	三	衰弱	MZ	14	shuāiruò	形
7528	三	衰退	MZ	14	shuāituì	动
7547	三	双向	MZ	14	shuāngxiàng	形
7625	三	司令	MZ	14	sīlìng	名
7632	三	私立	MZ	14	sīlì	动、形
7634	三	私事	MZ	14	sīshì	名
7635	三	私下	MZ	14	sīxià	名
7638	三	私自	MZ	14	sīzì	副
7640	三	思路	MZ	14	sīlù	名
7641	三	思念	MZ	14	sīniàn	动
7679	三	搜救	MZ	14	sōujiù	动
7801	三	瘫痪	MZ	14	tānhuàn	动
7945	三	天地	MZ	14	tiāndì	名
7948	三	天赋	MZ	14	tiānfù	动、名
7962	三	天线	MZ	14	tiānxiàn	名
7963	三	天性	MZ	14	tiānxìng	名
8009	三	贴近	MZ	14	tiējìn	动、形
8018	三	听话	MZ	14	tīng // huà	
8043	三	通畅	MZ	14	tōngchàng	形
8047	三	通告	MZ	14	tōnggào	动、名
8052	三	通顺	MZ	14	tōngshùn	形
8104	三	偷看	MZ	14	tōukàn	
8184	三	推测	MZ	14	tuīcè	动
8189	三	推断	MZ	14	tuīduàn	动
8192	三	推荐	MZ	14	tuījiàn	动
8197	三	推算	MZ	14	tuīsuàn	动
8223	三	拖欠	MZ	14	tuōqiàn	动
8230	三	脱落	MZ	14	tuōluò	动

8372	三	威力	MZ	14	wēilì		名
8375	三	威信	MZ	14	wēixìn		名
8379	三	微妙	MZ	14	wēimiào		形
8380	三	微弱	MZ	14	wēiruò		形
8456	三	温室	MZ	14	wēnshì		名
8613	三	吸纳	MZ	14	xīnà		动
8619	三	昔日	MZ	14	xīrì		名
8629	三	膝盖	MZ	14	xīgài		名
8742	三	鲜血	MZ	14	xiānxuè		名
8797	三	相伴	MZ	14	xiāng bàn		
8800	三	相差	MZ	14	xiāngchà		动
8806	三	相对	MZ	14	xiāngduì		动、形
8812	三	相继	MZ	14	xiāngjì		副
8822	三	相遇	MZ	14	xiāngyù		动
8829	三	香味	MZ	14	xiāngwèi		名
8891	三	销量	MZ	14	xiāoliàng		名
8979	三	心爱	MZ	14	xīn'ài		动
8991	三	心目	MZ	14	xīnmù		名
8994	三	心事	MZ	14	xīnshì		名
9001	三	心血	MZ	14	xīnxuè		名
9003	三	心意	MZ	14	xīnyì		名
9008	三	芯片	MZ	14	xīnpiàn		名
9013	三	欣慰	MZ	14	xīnwèi		形
9027	三	新式	MZ	14	xīnshì		形
9053	三	兴建	MZ	14	xīngjiàn		动
9135	三	修订	MZ	14	xiūdìng		动
9140	三	修路	MZ	14	xiū lù		
9142	三	修正	MZ	14	xiūzhèng		动
9143	三	羞愧	MZ	14	xiūkuì		形
9158	三	虚弱	MZ	14	xūruò		形
9180	三	宣告	MZ	14	xuāngào		动
9181	三	宣誓	MZ	14	xuān // shì		
9186	三	喧闹	MZ	14	xuānnào		形
9207	三	削弱	MZ	14	xuēruò		动
9266	三	压抑	MZ	14	yāyì		动
9470	三	一线	MZ	14	yīxiàn		名
9478	三	医务	MZ	14	yīwù		名
9741	三	英俊	MZ	14	yīngjùn		形
9817	三	优化	MZ	14	yōuhuà		动
9825	三	优异	MZ	14	yōuyì		形
9826	三	优越	MZ	14	yōuyuè		形
9829	三	忧虑	MZ	14	yōulǜ		动
9830	三	忧郁	MZ	14	yōuyù		形
10282	三	招待	MZ	14	zhāodài		动

10286	三	招募	MZ	14	zhāomù	动
10470	三	支票	MZ	14	zhīpiào	名
10472	三	支柱	MZ	14	zhīzhù	名
10476	三	芝士	MZ	14	zhīshì	名
10619	三	中立	MZ	14	zhōnglì	动
10685	三	周到	MZ	14	zhōudào	形
10686	三	周密	MZ	14	zhōumì	形
10792	三	专注	MZ	14	zhuānzhù	形
10829	三	装扮	MZ	14	zhuāngbàn	动
10854	三	追问	MZ	14	zhuīwèn	动
10881	三	姿态	MZ	14	zītài	名
10891	三	资讯	MZ	14	zīxùn	名
10999	三	租赁	MZ	14	zūlìn	动
11047	三	尊贵	MZ	14	zūnguì	形
11053	三	遵照	MZ	14	zūnzhào	动
467	三	别说	MZ	21	biéshuō	连
675	三	财经	MZ	21	cáijīng	名
834	三	长征	MZ	21	chángzhēng	名
932	三	沉思	MZ	21	chénsī	动
973	三	成天	MZ	21	chéngtiān	副
989	三	承包	MZ	21	chéngbāo	动
1012	三	澄清	MZ	21	chéngqīng	动、形
1013	三	橙汁	MZ	21	chéngzhī	名
1068	三	重播	MZ	21	chóngbō	动
1074	三	重申	MZ	21	chóngshēn	动
1079	三	崇高	MZ	21	chónggāo	形
1403	三	达标	MZ	21	dábiāo	动
1699	三	得知	MZ	21	dézhī	动
1975	三	独家	MZ	21	dújiā	名
1978	三	独身	MZ	21	dúshēn	动
3087	三	国徽	MZ	21	guóhuī	名
3212	三	航天	MZ	21	hángtiān	动
3274	三	合乎	MZ	21	héhū	动
3283	三	合资	MZ	21	hézī	动
3303	三	荷花	MZ	21	héhuā	名
3354	三	红包	MZ	21	hóngbāo	名
3356	三	红灯	MZ	21	hóngdēng	名
3364	三	宏观	MZ	21	hóngguān	形
3458	三	滑冰	MZ	21	huá // bīng	
3544	三	皇宫	MZ	21	huánggōng	名
3550	三	黄昏	MZ	21	huánghūn	名
3574	三	回归	MZ	21	huíguī	动
3582	三	回升	MZ	21	huíshēng	动
3624	三	浑身	MZ	21	húnshēn	名

3764	三	急需	MZ	21	jíxū	动
3779	三	集资	MZ	21	jízī	动
4200	三	结冰	MZ	21	jié bīng	
4205	三	结晶	MZ	21	jiéjīng	名
4488	三	菊花	MZ	21	júhuā	名
4567	三	绝招	MZ	21	juézhāo	名
4867	三	狂欢	MZ	21	kuánghuān	动
4913	三	来宾	MZ	21	láibīn	名
4932	三	栏杆	MZ	21	lángān	名
5116	三	联邦	MZ	21	liánbāng	名
5119	三	联欢	MZ	21	liánhuān	动
5143	三	良心	MZ	21	liángxīn	名
5211	三	灵通	MZ	21	língtōng	形
5251	三	留心	MZ	21	liú // xīn	
5269	三	流失	MZ	21	liúshī	动
5282	三	龙舟	MZ	21	lóngzhōu	名
5367	三	轮胎	MZ	21	lúntāi	名
5377	三	螺丝	MZ	21	luósī	名
5550	三	迷失	MZ	21	míshī	动
5642	三	名声	MZ	21	míngshēng	名
5705	三	谋生	MZ	21	móushēng	动
5803	三	难关	MZ	21	nánguān	名
5805	三	难堪	MZ	21	nánkān	动、形
5879	三	年薪	MZ	21	niánxīn	名
5881	三	年终	MZ	21	niánzhōng	名
5920	三	浓缩	MZ	21	nóngsuō	动
6150	三	平息	MZ	21	píngxī	动
6229	三	其间	MZ	21	qíjiān	名
6355	三	前期	MZ	21	qiánqī	名
6365	三	前夕	MZ	21	qiánxī	名
6421	三	乔装	MZ	21	qiáozhuāng	动
6609	三	权威	MZ	21	quánwēi	名
6708	三	人均	MZ	21	rénjūn	动
6720	三	人身	MZ	21	rénshēn	名
6822	三	儒家	MZ	21	Rújiā	名
7239	三	时空	MZ	21	shíkōng	名
7722	三	随机	MZ	21	suíjī	形
7724	三	随身	MZ	21	suíshēn	形
7847	三	逃生	MZ	21	táoshēng	动
8120	三	头晕	MZ	21	tóu yūn	
8124	三	投机	MZ	21	tóujī	形、动
8128	三	投身	MZ	21	tóushēn	动
8164	三	屠杀	MZ	21	túshā	动
8392	三	违约	MZ	21	wéi // yuē	

8393	三	违章	MZ	21	wéi // zhāng	
8464	三	文科	MZ	21	wénkē	名
8521	三	无非	MZ	21	wúfēi	副
8522	三	无辜	MZ	21	wúgū	形、名
8545	三	无私	MZ	21	wúsī	形
8562	三	无知	MZ	21	wúzhī	形
8747	三	衔接	MZ	21	xiánjiē	动
9192	三	悬殊	MZ	21	xuánshū	形
9222	三	学说	MZ	21	xuéshuō	名
9274	三	牙膏	MZ	21	yágāo	名
9545	三	移交	MZ	21	yíjiāo	动
9843	三	邮编	MZ	21	yóubiān	名
10500	三	直观	MZ	21	zhíguān	形
10703	三	竹竿	MZ	21	zhúgān	名
95	三	白白	MZ	22	báibái	副
516	三	驳回	MZ	22	bóhuí	动
670	三	才华	MZ	22	cáihuá	名
682	三	裁决	MZ	22	cáijué	动
720	三	残留	MZ	22	cánliú	动
788	三	查明	MZ	22	chámíng	动
791	三	察觉	MZ	22	chájué	动
822	三	长达	MZ	22	cháng dá	
845	三	常人	MZ	22	chángrén	名
850	三	偿还	MZ	22	chánghuán	动
930	三	沉迷	MZ	22	chénmí	动
935	三	沉着	MZ	22	chénzhuó	形
965	三	成年	MZ	22	chéngnián	动
966	三	成年	MZ	22	chéngnián	副
997	三	城墙	MZ	22	chéngqiáng	名
1011	三	惩罚	MZ	22	chéngfá	动、名
1030	三	驰名	MZ	22	chímíng	动
1032	三	迟迟	MZ	22	chíchí	副
1069	三	重叠	MZ	22	chóngdié	动
1094	三	仇人	MZ	22	chóurén	名
1104	三	筹集	MZ	22	chóují	动
1223	三	传承	MZ	22	chuánchéng	动、名
1229	三	传奇	MZ	22	chuánqí	名
1232	三	传人	MZ	22	chuánrén	名
1237	三	传闻	MZ	22	chuánwén	动、名
1282	三	纯洁	MZ	22	chúnjié	形、动
1302	三	慈祥	MZ	22	cíxiáng	形
1342	三	从容	MZ	22	cóngróng	形
1345	三	从头	MZ	22	cóngtóu	副
1351	三	丛林	MZ	22	cónglín	名

1383	三	存折	MZ	22	cúnzhé	名	
2081	三	夺魁	MZ	22	duó // kuí		
2174	三	阀门	MZ	22	fámén	名	
2199	三	繁华	MZ	22	fánhuá	形	
2200	三	繁忙	MZ	22	fánmáng	形	
2452	三	扶持	MZ	22	fúchí	动	
2709	三	格局	MZ	22	géjú	名	
2716	三	隔离	MZ	22	gélí	动	
3095	三	国情	MZ	22	guóqíng	名	
3207	三	行情	MZ	22	hángqíng	名	
3214	三	航行	MZ	22	hángxíng	动	
3220	三	毫无	MZ	22	háo wú		
3221	三	豪华	MZ	22	háohuá	形	
3290	三	何时	MZ	22	hé shí		
3301	三	河流	MZ	22	héliú	名	
3307	三	核能	MZ	22	hénéng	名	
3308	三	核实	MZ	22	héshí	动	
3352	三	弘扬	MZ	22	hóngyáng	动	
3451	三	华侨	MZ	22	huáqiáo	名	
3508	三	还原	MZ	22	huán // yuán		
3734	三	及其	MZ	22	jí qí		
3743	三	级别	MZ	22	jíbié	名	
3751	三	极为	MZ	22	jíwéi	副	
3765	三	急于	MZ	22	jíyú	动	
3773	三	集结	MZ	22	jíjié	动	
3776	三	集邮	MZ	22	jí // yóu		
4196	三	劫持	MZ	22	jiéchí	动	
4206	三	结局	MZ	22	jiéjú	名	
4208	三	结识	MZ	22	jiéshí	动	
4919	三	来回	MZ	22	láihuí	副、名	
4921	三	来临	MZ	22	láilín	动	
4923	三	来年	MZ	22	láinián	名	
4938	三	蓝图	MZ	22	lántú	名	
4962	三	牢牢	MZ	22	láoláo		
4999	三	雷同	MZ	22	léitóng	形	
5030	三	离奇	MZ	22	líqí	形	
5031	三	离职	MZ	22	lí // zhí		
5033	三	黎明	MZ	22	límíng	名	
5106	三	连绵	MZ	22	liánmián	动	
5128	三	廉洁	MZ	22	liánjié	形	
5196	三	邻国	MZ	22	línguó	名	
5199	三	临床	MZ	22	línchuáng	动	
5206	三	灵魂	MZ	22	línghún	名	
5214	三	凌晨	MZ	22	língchén	名	

5218	三	零钱	MZ	22	língqián	名
5249	三	留神	MZ	22	liú // shén	
5258	三	流程	MZ	22	liúchéng	名
5366	三	轮流	MZ	22	lúnliú	动
5413	三	埋藏	MZ	22	máicáng	动
5449	三	茫然	MZ	22	mángrán	形
5458	三	茅台（酒）	MZ	22（3）	máotái（jiǔ）	名
5523	三	门铃	MZ	22	ménlíng	名
5531	三	萌芽	MZ	22	méngyá	动、名
5622	三	民俗	MZ	22	mínsú	名
5644	三	名言	MZ	22	míngyán	名
5681	三	磨合	MZ	22	móhé	动
5704	三	谋求	MZ	22	móuqiú	动
5854	三	能人	MZ	22	néngrén	名
5855	三	能源	MZ	22	néngyuán	名
5856	三	尼龙	MZ	22	nílóng	名
6023	三	赔钱	MZ	22	péi // qián	
6039	三	蓬勃	MZ	22	péngbó	形
6069	三	疲劳	MZ	22	píláo	形
6110	三	贫穷	MZ	22	pínqióng	形
6114	三	频频	MZ	22	pínpín	副
6138	三	平和	MZ	22	pínghé	形、动
6144	三	平民	MZ	22	píngmín	名
6358	三	前台	MZ	22	qiántái	名
6367	三	前沿	MZ	22	qiányán	名
6373	三	钱财	MZ	22	qiáncái	名
6402	三	强行	MZ	22	qiángxíng	副
6471	三	勤劳	MZ	22	qínláo	形
6519	三	情结	MZ	22	qíngjié	名
6554	三	求学	MZ	22	qiúxué	动
6613	三	全长	MZ	22	quán cháng	
6615	三	全程	MZ	22	quánchéng	名
6620	三	全局	MZ	22	quánjú	名
6624	三	全能	MZ	22	quánnéng	形
6630	三	全文	MZ	22	quánwén	名
6670	三	燃油	MZ	22	rányóu	名
6704	三	人格	MZ	22	réngé	名
6717	三	人情	MZ	22	rénqíng	名
6727	三	人为	MZ	22	rénwéi	形
6728	三	人文	MZ	22	rénwén	名
6737	三	仁慈	MZ	22	réncí	形
6804	三	柔和	MZ	22	róuhé	形
6815	三	如实	MZ	22	rúshí	副
6823	三	儒学	MZ	22	rúxué	名

7230	三	时隔	MZ	22	shí gé	
7240	三	时髦	MZ	22	shímáo	形
7247	三	识别	MZ	22	shíbié	动
7723	三	随即	MZ	22	suíjí	副
7848	三	逃亡	MZ	22	táowáng	动
7853	三	陶瓷	MZ	22	táocí	名
7896	三	提拔	MZ	22	tíbá	动
7904	三	提名	MZ	22	tí // míng	
8026	三	停泊	MZ	22	tíngbó	动
8073	三	同盟	MZ	22	tóngméng	动、名
8117	三	头条	MZ	22	tóutiáo	名
8119	三	头衔	MZ	22	tóuxián	名
8130	三	投降	MZ	22	tóuxiáng	动
8180	三	团员	MZ	22	tuányuán	名
8181	三	团圆	MZ	22	tuányuán	动
8331	三	王国	MZ	22	wángguó	名
8385	三	为人	MZ	22	wéirén	动、名
8396	三	围墙	MZ	22	wéiqiáng	名
8399	三	唯独	MZ	22	wéidú	副
8465	三	文盲	MZ	22	wénmáng	名
8467	三	文凭	MZ	22	wénpíng	名
8468	三	文人	MZ	22	wénrén	名
8478	三	闻名	MZ	22	wénmíng	动
8517	三	无偿	MZ	22	wúcháng	形
8539	三	无能	MZ	22	wúnéng	形
8541	三	无情	MZ	22	wúqíng	形
8543	三	无穷	MZ	22	wúqióng	动
8555	三	无形	MZ	22	wúxíng	形
8632	三	习俗	MZ	22	xísú	名
8750	三	嫌疑	MZ	22	xiányí	名
8838	三	祥和	MZ	22	xiánghé	形
8952	三	协同	MZ	22	xiétóng	动
9164	三	徐徐	MZ	22	xúxú	副
9193	三	悬崖	MZ	22	xuányá	名
9223	三	学堂	MZ	22	xuétáng	名
9247	三	寻常	MZ	22	xúncháng	形
9251	三	巡逻	MZ	22	xúnluó	动
9307	三	岩石	MZ	22	yánshí	名
9313	三	沿途	MZ	22	yántú	名、副
9400	三	谣言	MZ	22	yáoyán	名
9547	三	移植	MZ	22	yízhí	动
9551	三	遗留	MZ	22	yíliú	动
9701	三	银牌	MZ	22	yínpái	名
9749	三	迎合	MZ	22	yínghé	动

9849	三	犹如	MZ	22	yóurú	动	
9925	三	渔船	MZ	22	yúchuán	名	
9926	三	渔民	MZ	22	yúmín	名	
10011	三	原型	MZ	22	yuánxíng	名	
10019	三	圆形	MZ	22	yuán xíng		
10024	三	源泉	MZ	22	yuánquán	名	
10025	三	源头	MZ	22	yuántóu	名	
10026	三	源于	MZ	22	yuányú		
10325	三	折合	MZ	22	zhéhé	动	
10493	三	执著	MZ	22	zhízhuó	形	
10498	三	直达	MZ	22	zhídá	动	
10503	三	直觉	MZ	22	zhíjué	名	
10512	三	值钱	MZ	22	zhíqián	形	
10515	三	职权	MZ	22	zhíquán	名	
10520	三	职员	MZ	22	zhíyuán	名	
10707	三	逐年	MZ	22	zhúnián	副	
10873	三	着实	MZ	22	zhuóshí	副	
722	三	残忍	MZ	23	cánrěn	形	
735	三	藏品	MZ	23	cángpǐn	名	
782	三	茶馆儿	MZ	23	cháguǎnr	名	
786	三	查处	MZ	23	cháchǔ	动	
790	三	查找	MZ	23	cházhǎo	动	
982	三	诚恳	MZ	23	chéngkěn	形	
1035	三	迟早	MZ	23	chízǎo	副	
1037	三	持久	MZ	23	chíjiǔ	形	
1070	三	重返	MZ	23	chóngfǎn	动	
1105	三	筹码	MZ	23	chóumǎ	名	
1230	三	传染	MZ	23	chuánrǎn	动	
1242	三	船桨	MZ	23	chuánjiǎng	名	
1304	三	磁卡	MZ	23	cíkǎ	名	
2115	三	而已	MZ	23	éryǐ	助	
2197	三	烦恼	MZ	23	fánnǎo	形	
2461	三	俘虏	MZ	23	fúlǔ	名	
3082	三	国宝	MZ	23	guóbǎo	名	
3097	三	国土	MZ	23	guótǔ	名	
3101	三	国有	MZ	23	guóyǒu	动	
3275	三	合伙	MZ	23	héhuǒ	动	
3281	三	合影	MZ	23	hé // yǐng		
3288	三	何苦	MZ	23	hékǔ	副	
3293	三	和解	MZ	23	héjiě	动	
3365	三	宏伟	MZ	23	hóngwěi	形	
3461	三	滑雪	MZ	23	huá // xuě		
3507	三	还款	MZ	23	huán kuǎn		
3588	三	回想	MZ	23	huíxiǎng	动	

3736	三	及早	MZ	23	jízǎo	副
3738	三	吉普	MZ	23	jípǔ	名
3756	三	即可	MZ	23	jí kě	
3766	三	急诊	MZ	23	jízhěn	动、名
4185	三	节俭	MZ	23	jiéjiǎn	形
4191	三	节水	MZ	23	jié shuǐ	
4210	三	结尾	MZ	23	jiéwěi	动、名
4569	三	崛起	MZ	23	juéqǐ	动
4918	三	来访	MZ	23	láifǎng	动
5108	三	连锁	MZ	23	liánsuǒ	形
5115	三	莲子	MZ	23	liánzǐ	名
5124	三	联网	MZ	23	lián // wǎng	
5147	三	凉爽	MZ	23	liángshuǎng	形
5167	三	疗法	MZ	23	liáofǎ	名
5205	三	灵感	MZ	23	línggǎn	名
5209	三	灵敏	MZ	23	língmǐn	形
5210	三	灵巧	MZ	23	língqiǎo	形
5244	三	浏览	MZ	23	liúlǎn	动
5270	三	流水	MZ	23	liúshuǐ	名
5361	三	伦理	MZ	23	lúnlǐ	名
5482	三	没准儿	MZ	23	méi // zhǔnr	
5521	三	门槛	MZ	23	ménkǎn	名
5533	三	盟友	MZ	23	méngyǒu	名
5542	三	弥补	MZ	23	míbǔ	动
5650	三	明朗	MZ	23	mínglǎng	形
5673	三	模拟	MZ	23	mónǐ	动
5683	三	磨损	MZ	23	mósǔn	动
5685	三	魔鬼	MZ	23	móguǐ	名
5743	三	拿手	MZ	23	náshǒu	形
5800	三	难点	MZ	23	nándiǎn	名
5859	三	泥土	MZ	23	nítǔ	名
5912	三	农场	MZ	23	nóngchǎng	名
6159	三	评审	MZ	23	píngshěn	动
6160	三	评委	MZ	23	píngwěi	名
6169	三	瓶颈	MZ	23	píngjǐng	名
6240	三	祈祷	MZ	23	qídǎo	动
6369	三	前者	MZ	23	qiánzhě	名
6377	三	潜水	MZ	23	qiánshuǐ	动
6378	三	潜艇	MZ	23	qiántǐng	名
6522	三	情侣	MZ	23	qínglǚ	名
6715	三	人品	MZ	23	rénpǐn	名
6724	三	人手	MZ	23	rénshǒu	名
6726	三	人体	MZ	23	réntǐ	名
6732	三	人选	MZ	23	rénxuǎn	名

6793	三	容忍	MZ	23	róngrěn	动	
6794	三	容许	MZ	23	róngxǔ	动	
6805	三	柔软	MZ	23	róuruǎn	形	
7260	三	实体	MZ	23	shítǐ	名	
7809	三	谈起	MZ	23	tánqǐ		
7834	三	糖果	MZ	23	tángguǒ	名	
7854	三	陶冶	MZ	23	táoyě	动	
7891	三	藤椅	MZ	23	téngyǐ	名	
7914	三	提早	MZ	23	tízǎo	动	
7975	三	填补	MZ	23	tiánbǔ	动	
7977	三	填写	MZ	23	tiánxiě	动	
7984	三	条款	MZ	23	tiáokuǎn	名	
7989	三	调侃	MZ	23	tiáokǎn	动	
8068	三	同等	MZ	23	tóngděng	形	
8071	三	同伙	MZ	23	tónghuǒ	动、名	
8151	三	图表	MZ	23	túbiǎo	名	
8158	三	图纸	MZ	23	túzhǐ	名	
8292	三	完好	MZ	23	wánhǎo	形	
8300	三	玩耍	MZ	23	wánshuǎ	动	
8472	三	文雅	MZ	23	wényǎ	形	
8673	三	峡谷	MZ	23	xiágǔ	名	
8675	三	狭小	MZ	23	xiáxiǎo	形	
8676	三	狭窄	MZ	23	xiázhǎi	形	
8962	三	携手	MZ	23	xiéshǒu	动	
9063	三	刑法	MZ	23	xíngfǎ	名	
9069	三	行使	MZ	23	xíngshǐ	动	
9073	三	行走	MZ	23	xíngzǒu	动	
9273	三	牙齿	MZ	23	yáchǐ	名	
9296	三	严谨	MZ	23	yánjǐn	形	
9320	三	研讨	MZ	23	yántǎo	动	
9403	三	摇滚	MZ	23	yáogǔn	名	
9408	三	遥远	MZ	23	yáoyuǎn	形	
9538	三	仪表	MZ	23	yíbiǎo	名	
9553	三	遗体	MZ	23	yítǐ	名	
9557	三	遗址	MZ	23	yízhǐ	名	
9558	三	遗嘱	MZ	23	yízhǔ	名	
9559	三	疑点	MZ	23	yídiǎn	名	
9857	三	游览	MZ	23	yóulǎn	动	
9929	三	愚蠢	MZ	23	yúchǔn	形	
9992	三	元首	MZ	23	yuánshǒu	名	
10001	三	原本	MZ	23	yuánběn	副	
10297	三	着火	MZ	23	zháo // huǒ		
10489	三	执法	MZ	23	zhífǎ	动	
10874	三	着手	MZ	23	zhuóshǒu	动	

10875	三	着想	MZ	23	zhuóxiǎng		动
10876	三	着眼	MZ	23	zhuóyǎn		动
13	三	癌症	MZ	24	áizhèng		名
62	三	昂贵	MZ	24	ángguì		形
336	三	鼻涕	MZ	24	bítì		名
466	三	别墅	MZ	24	biéshù		名
469	三	别致	MZ	24	biézhì		形
522	三	搏斗	MZ	24	bódòu		动
530	三	不定	MZ	24	búdìng		形、副
543	三	不慎	MZ	24	bú shèn		
544	三	不适	MZ	24	búshì		形
545	三	不算	MZ	24	bú suàn		
548	三	不屑	MZ	24	búxiè		动
549	三	不懈	MZ	24	búxiè		形
676	三	财力	MZ	24	cáilì		名
677	三	财务	MZ	24	cáiwù		名
678	三	财物	MZ	24	cáiwù		名
679	三	财政	MZ	24	cáizhèng		名
723	三	惭愧	MZ	24	cánkuì		形
792	三	察看	MZ	24	chákàn		动
889	三	嘲笑	MZ	24	cháoxiào		动
927	三	沉淀	MZ	24	chéndiàn		动、名
928	三	沉浸	MZ	24	chénjìn		动
936	三	陈旧	MZ	24	chénjiù		形
937	三	陈列	MZ	24	chénliè		动
938	三	陈述	MZ	24	chénshù		动
981	三	呈现	MZ	24	chéngxiàn		动
986	三	诚意	MZ	24	chéngyì		名
994	三	承载	MZ	24	chéngzài		动
1075	三	重现	MZ	24	chóngxiàn		动
1080	三	崇尚	MZ	24	chóngshàng		动
1093	三	仇恨	MZ	24	chóuhèn		动、名
1100	三	筹办	MZ	24	chóubàn		动
1101	三	筹备	MZ	24	chóubèi		动
1103	三	筹划	MZ	24	chóuhuà		动、名
1186	三	除去	MZ	24	chúqù		动、介
1187	三	除外	MZ	24	chúwài		动
1233	三	传授	MZ	24	chuánshòu		动
1257	三	床位	MZ	24	chuángwèi		名
1281	三	纯粹	MZ	24	chúncuì		形
1285	三	醇厚	MZ	24	chúnhòu		形
1294	三	瓷器	MZ	24	cíqì		名
1301	三	慈善	MZ	24	císhàn		形
1303	三	磁带	MZ	24	cídài		名

1346	三	从未	MZ	24	cóng wèi	
1348	三	从业	MZ	24	cóngyè	动
1379	三	存放	MZ	24	cúnfàng	动
1408	三	答辩	MZ	24	dábiàn	动
1974	三	独唱	MZ	24	dúchàng	动
2091	三	额外	MZ	24	éwài	形
2198	三	烦躁	MZ	24	fánzào	形
2204	三	繁重	MZ	24	fánzhòng	形
2255	三	防盗	MZ	24	fángdào	动
2258	三	防护	MZ	24	fánghù	动
2261	三	防卫	MZ	24	fángwèi	动
2264	三	防御	MZ	24	fángyù	动
2267	三	妨碍	MZ	24	fáng'ài	动
2271	三	房价	MZ	24	fángjià	名
2315	三	肥料	MZ	24	féiliào	名
2316	三	肥胖	MZ	24	féipàng	形
2317	三	肥沃	MZ	24	féiwò	形
2318	三	肥皂	MZ	24	féizào	名
2370	三	坟墓	MZ	24	fénmù	名
2455	三	服饰	MZ	24	fúshì	名
2458	三	服用	MZ	24	fúyòng	动
2460	三	俘获	MZ	24	fúhuò	动
2464	三	浮现	MZ	24	fúxiàn	动
2465	三	浮躁	MZ	24	fúzào	形
2470	三	辐射	MZ	24	fúshè	动
3086	三	国画	MZ	24	guóhuà	名
3186	三	含蓄	MZ	24	hánxù	动、形
3189	三	函授	MZ	24	hánshòu	动
3190	三	涵盖	MZ	24	hángài	动
3206	三	行列	MZ	24	hángliè	名
3215	三	航运	MZ	24	hángyùn	名
3216	三	毫不	MZ	24	háo bù	
3270	三	合唱	MZ	24	héchàng	动
3276	三	合计	MZ	24	héjì	动
3286	三	何必	MZ	24	hébì	副
3287	三	何处	MZ	24	hé chù	
3289	三	何况	MZ	24	hékuàng	连
3306	三	核对	MZ	24	héduì	动
3333	三	痕迹	MZ	24	hénjì	名
3342	三	横向	MZ	24	héngxiàng	形
3412	三	胡闹	MZ	24	húnào	动
3449	三	划算	MZ	24	huásuàn	动、形
3450	三	华丽	MZ	24	huálì	形
3453	三	华裔	MZ	24	huáyì	名

3488	三	怀抱	MZ	24	huáibào	动、名
3493	三	怀孕	MZ	24	huái // yùn	
3514	三	环绕	MZ	24	huánrào	动
3545	三	皇后	MZ	24	huánghòu	名
3577	三	回扣	MZ	24	huíkòu	名
3578	三	回馈	MZ	24	huíkuì	动
3580	三	回落	MZ	24	huíluò	动
3586	三	回味	MZ	24	huíwèi	名、动
3745	三	极度	MZ	24	jídù	副
3747	三	极力	MZ	24	jílì	副
3752	三	极限	MZ	24	jíxiàn	名
3754	三	即便	MZ	24	jíbiàn	连
3760	三	急剧	MZ	24	jíjù	形
3772	三	集会	MZ	24	jíhuì	名、动
4216	三	竭力	MZ	24	jiélì	副
4483	三	局部	MZ	24	júbù	名
4485	三	局势	MZ	24	júshì	名
4486	三	局限	MZ	24	júxiàn	动
4553	三	决议	MZ	24	juéyì	名
4568	三	倔强	MZ	24	juéjiàng	形
4570	三	爵士	MZ	24	juéshì	名
4869	三	狂热	MZ	24	kuángrè	形
4917	三	来电	MZ	24	láidiàn	动、名
4920	三	来历	MZ	24	láilì	名
4958	三	劳务	MZ	24	láowù	名
4960	三	牢固	MZ	24	láogù	形
4961	三	牢记	MZ	24	láojì	动
5107	三	连任	MZ	24	liánrèn	动
5112	三	连夜	MZ	24	liányè	副
5127	三	廉价	MZ	24	liánjià	形
5129	三	廉正	MZ	24	liánzhèng	形
5130	三	廉政	MZ	24	liánzhèng	动
5144	三	良性	MZ	24	liángxìng	形
5166	三	辽阔	MZ	24	liáokuò	形
5168	三	疗效	MZ	24	liáoxiào	名
5201	三	临近	MZ	24	línjìn	动
5217	三	零件	MZ	24	língjiàn	名
5220	三	零售	MZ	24	língshòu	动
5248	三	留念	MZ	24	liúniàn	动
5255	三	留意	MZ	24	liú // yì	
5257	三	流畅	MZ	24	liúchàng	形
5262	三	流浪	MZ	24	liúlàng	动
5263	三	流泪	MZ	24	liú lèi	
5265	三	流量	MZ	24	liúliàng	名

5266	三	流露	MZ	24	liúlù	动
5268	三	流入	MZ	24	liúrù	
5273	三	流向	MZ	24	liúxiàng	名
5275	三	流血	MZ	24	liúxuè	动
5276	三	流域	MZ	24	liúyù	名
5286	三	隆重	MZ	24	lóngzhòng	形
5302	三	炉灶	MZ	24	lúzào	名
5365	三	轮廓	MZ	24	lúnkuò	名
5395	三	麻木	MZ	24	mámù	形
5396	三	麻醉	MZ	24	mázuì	动
5445	三	忙碌	MZ	24	mánglù	形
5447	三	盲目	MZ	24	mángmù	形
5472	三	没劲	MZ	24	méi // jìn	
5490	三	煤矿	MZ	24	méikuàng	名
5492	三	煤炭	MZ	24	méitàn	名
5543	三	弥漫	MZ	24	mímàn	动
5548	三	迷路	MZ	24	mí // lù	
5605	三	描绘	MZ	24	miáohuì	动
5617	三	民办	MZ	24	mínbàn	形
5624	三	民用	MZ	24	mínyòng	形
5636	三	名贵	MZ	24	míngguì	形
5647	三	名著	MZ	24	míngzhù	名
5652	三	明媚	MZ	24	míngmèi	形
5660	三	明智	MZ	24	míngzhì	形
5682	三	磨难	MZ	24	mónàn	名
5785	三	男士	MZ	24	nánshì	名
5802	三	难怪	MZ	24	nánguài	副、动
5850	三	能耗	MZ	24	nénghào	名
5871	三	年画	MZ	24	niánhuà	名
5878	三	年限	MZ	24	niánxiàn	名
5896	三	凝固	MZ	24	nínggù	动
5897	三	凝聚	MZ	24	níngjù	动
5914	三	农历	MZ	24	nónglì	名
5919	三	浓厚	MZ	24	nónghòu	形
5921	三	浓郁	MZ	24	nóngyù	形
5925	三	奴隶	MZ	24	núlì	名
5963	三	排斥	MZ	24	páichì	动
5966	三	排放	MZ	24	páifàng	动
5968	三	排练	MZ	24	páiliàn	动
5974	三	牌照	MZ	24	páizhào	名
5994	三	庞大	MZ	24	pángdà	形
6014	三	陪伴	MZ	24	péibàn	动
6041	三	膨胀	MZ	24	péngzhàng	动
6062	三	皮带	MZ	24	pídài	名

6066	三	疲惫	MZ	24	píbèi	形	
6068	三	疲倦	MZ	24	píjuàn	形	
6108	三	贫富	MZ	24	pín fù		
6113	三	频率	MZ	24	pínlǜ	名	
6133	三	平淡	MZ	24	píngdàn	形	
6140	三	平价	MZ	24	píngjià	动、名	
6143	三	平面	MZ	24	píngmiàn	名	
6145	三	平日	MZ	24	píngrì	名	
6153	三	评定	MZ	24	píngdìng	动	
6158	三	评判	MZ	24	píngpàn	动	
6164	三	凭借	MZ	24	píngjiè	动	
6166	三	凭证	MZ	24	píngzhèng	名	
6228	三	其后	MZ	24	qí hòu		
6238	三	奇特	MZ	24	qítè	形	
6239	三	歧视	MZ	24	qíshì	动	
6246	三	旗帜	MZ	24	qízhì	名	
6344	三	前辈	MZ	24	qiánbèi	名	
6366	三	前线	MZ	24	qiánxiàn	名	
6380	三	潜在	MZ	24	qiánzài	形	
6398	三	强劲	MZ	24	qiángjìng	形	
6403	三	强硬	MZ	24	qiángyìng	形	
6405	三	强制	MZ	24	qiángzhì	动	
6513	三	情报	MZ	24	qíngbào	名	
6527	三	情愿	MZ	24	qíngyuàn	动、副	
6550	三	囚犯	MZ	24	qiúfàn	名	
6553	三	求救	MZ	24	qiújiù	动	
6558	三	求助	MZ	24	qiúzhù	动	
6666	三	燃放	MZ	24	ránfàng	动	
6702	三	人次	MZ	24	réncì	量	
6716	三	人气	MZ	24	rénqì	名	
6723	三	人事	MZ	24	rénshì	名	
6735	三	人造	MZ	24	rénzào	形	
6736	三	人质	MZ	24	rénzhì	名	
6787	三	荣获	MZ	24	rónghuò	动	
6788	三	荣幸	MZ	24	róngxìng	形	
6789	三	荣誉	MZ	24	róngyù	名	
6791	三	容量	MZ	24	róngliàng	名	
6792	三	容纳	MZ	24	róngnà	动	
6800	三	融化	MZ	24	rónghuà	动	
6801	三	融洽	MZ	24	róngqià	形	
6819	三	如意	MZ	24	rú // yì		
7106	三	神圣	MZ	24	shénshèng	形	
7107	三	神态	MZ	24	shéntài	名	
7228	三	时段	MZ	24	shíduàn	名	

7244	三	时速	MZ	24	shísù	名	
7249	三	实地	MZ	24	shídì	副	
7250	三	实话	MZ	24	shíhuà	名	
7256	三	实况	MZ	24	shíkuàng	名	
7261	三	实物	MZ	24	shíwù	名	
7270	三	实质	MZ	24	shízhì	名	
7276	三	食用	MZ	24	shíyòng	动	
7686	三	俗话	MZ	24	súhuà	名	
7805	三	谈到	MZ	24	tándào		
7807	三	谈论	MZ	24	tánlùn	动	
7811	三	弹性	MZ	24	tánxìng	名	
7845	三	逃避	MZ	24	táobì	动	
7855	三	陶醉	MZ	24	táozuì	动	
7857	三	淘气	MZ	24	táo // qì		
7858	三	淘汰	MZ	24	táotài	动	
7903	三	提炼	MZ	24	tíliàn	动	
7909	三	提速	MZ	24	tí // sù		
7913	三	提议	MZ	24	tíyì	动、名	
7972	三	甜蜜	MZ	24	tiánmì	形	
7990	三	调控	MZ	24	tiáokòng	动	
7991	三	调料	MZ	24	tiáoliào	名	
7993	三	调试	MZ	24	tiáoshì	动	
8030	三	停电	MZ	24	tíng diàn		
8032	三	停放	MZ	24	tíngfàng	动	
8035	三	停业	MZ	24	tíng // yè		
8065	三	同伴	MZ	24	tóngbàn	名	
8067	三	同步	MZ	24	tóngbù	动	
8072	三	同类	MZ	24	tónglèi	形、名	
8111	三	头部	MZ	24	tóubù	名	
8114	三	头号	MZ	24	tóuhào	形	
8125	三	投票	MZ	24	tóu // piào		
8156	三	图像	MZ	24	túxiàng	名	
8159	三	徒步	MZ	24	túbù	副	
8178	三	团聚	MZ	24	tuánjù	动	
8288	三	完备	MZ	24	wánbèi	形	
8289	三	完毕	MZ	24	wánbì	动	
8291	三	完蛋	MZ	24	wán // dàn		
8302	三	顽固	MZ	24	wángù	形	
8388	三	违背	MZ	24	wéibèi	动	
8463	三	文具	MZ	24	wénjù	名	
8469	三	文物	MZ	24	wénwù	名	
8470	三	文献	MZ	24	wénxiàn	名	
8479	三	蚊帐	MZ	24	wénzhàng	名	
8516	三	无不	MZ	24	wúbù	副	

8534	三	无力	MZ	24	wúlì		动
8552	三	无线	MZ	24	wúxiàn		形
8559	三	无意	MZ	24	wúyì		动、副
8836	三	详尽	MZ	24	xiángjìn		形
8948	三	协定	MZ	24	xiédìng		名、动
8956	三	协作	MZ	24	xiézuò		动
8961	三	携带	MZ	24	xiédài		动
9072	三	行政	MZ	24	xíngzhèng		名
9121	三	雄厚	MZ	24	xiónghòu		形
9190	三	悬挂	MZ	24	xuánguà		动
9191	三	悬念	MZ	24	xuánniàn		名
9194	三	旋律	MZ	24	xuánlǜ		名
9209	三	穴位	MZ	24	xuéwèi		名
9228	三	学业	MZ	24	xuéyè		名
9248	三	寻觅	MZ	24	xúnmì		动
9292	三	延误	MZ	24	yánwù		动
9297	三	严禁	MZ	24	yánjìn		动
9298	三	严峻	MZ	24	yánjùn		形
9300	三	严密	MZ	24	yánmì		形、动
9308	三	炎热	MZ	24	yánrè		形
9309	三	炎症	MZ	24	yánzhèng		名
9311	三	沿岸	MZ	24	yán'àn		名
9314	三	沿线	MZ	24	yánxiàn		名
9375	三	杨树	MZ	24	yángshù		名
9377	三	洋溢	MZ	24	yángyì		动
9407	三	遥控	MZ	24	yáokòng		动
9523	三	一面	MZ	24	yímiàn		名、副
9528	三	一味	MZ	24	yíwèi		副
9536	三	一阵	MZ	24	yízhèn		
9554	三	遗忘	MZ	24	yíwàng		动
9560	三	疑惑	MZ	24	yíhuò		动
9561	三	疑虑	MZ	24	yílǜ		动
9700	三	银幕	MZ	24	yínmù		名
9753	三	盈利	MZ	24	yínglì		动、名
9754	三	营救	MZ	24	yíngjiù		动
9757	三	营造	MZ	24	yíngzào		动
9848	三	邮政	MZ	24	yóuzhèng		名
9853	三	油画	MZ	24	yóuhuà		名
9922	三	余地	MZ	24	yúdì		名
9931	三	舆论	MZ	24	yúlùn		名
10004	三	原地	MZ	24	yuán dì		
10100	三	杂技	MZ	24	zájì		名
10181	三	责备	MZ	24	zébèi		动
10182	三	责怪	MZ	24	zéguài		动

10326	三	折扣	MZ	24	zhékòu	名
10328	三	折射	MZ	24	zhéshè	动
10491	三	执意	MZ	24	zhíyì	副
10492	三	执照	MZ	24	zhízhào	名
10502	三	直径	MZ	24	zhíjìng	名
10507	三	直至	MZ	24	zhízhì	动
10869	三	卓越	MZ	24	zhuóyuè	形
10871	三	着力	MZ	24	zhuólì	动
10878	三	着重	MZ	24	zhuózhòng	动
11002	三	足迹	MZ	24	zújì	名
80	三	把关	MZ	31	bǎ // guān	
215	三	保修	MZ	31	bǎoxiū	动
458	三	表彰	MZ	31	biǎozhāng	动
484	三	饼干	MZ	31	bǐnggān	名
574	三	捕捉	MZ	31	bǔzhuō	动
862	三	敞开	MZ	31	chǎngkāi	动
1192	三	处方	MZ	31	chǔfāng	动、名
1430	三	打捞	MZ	31	dǎlāo	动
1442	三	打通	MZ	31	dǎtōng	
1643	三	导师	MZ	31	dǎoshī	名
1656	三	倒塌	MZ	31	dǎotā	动
1751	三	抵押	MZ	31	dǐyā	动
1879	三	顶多	MZ	31	dǐng duō	
1881	三	顶尖	MZ	31	dǐngjiān	名、形
2006	三	短缺	MZ	31	duǎnquē	动
2117	三	耳光	MZ	31	ěrguāng	名
2207	三	反差	MZ	31	fǎnchā	名
2215	三	反击	MZ	31	fǎnjī	动
2219	三	反思	MZ	31	fǎnsī	动
2281	三	纺织	MZ	31	fǎngzhī	动
2474	三	抚摸	MZ	31	fǔmō	动
2540	三	改编	MZ	31	gǎibiān	动
2594	三	感恩	MZ	31	gǎn // ēn	
2595	三	感激	MZ	31	gǎnjī	动
2954	三	拐弯	MZ	31	guǎi // wān	
3108	三	果真	MZ	31	guǒzhēn	副、连
3153	三	海滨	MZ	31	hǎibīn	名
3165	三	海滩	MZ	31	hǎitān	名
3245	三	好心	MZ	31	hǎoxīn	名
3647	三	火锅	MZ	31	huǒguō	名
3649	三	火花	MZ	31	huǒhuā	名
3654	三	火山	MZ	31	huǒshān	名
3783	三	挤压	MZ	31	jǐyā	动
3887	三	假装	MZ	31	jiǎzhuāng	动

3965	三	简称	MZ	31	jiǎnchēng	动、名	
4042	三	奖杯	MZ	31	jiǎngbēi	名	
4228	三	解剖	MZ	31	jiěpōu	动	
4233	三	解脱	MZ	31	jiětuō	动	
4289	三	紧缺	MZ	31	jǐnquē	形	
4290	三	紧缩	MZ	31	jǐnsuō	动	
4392	三	景观	MZ	31	jǐngguān	名	
4393	三	景区	MZ	31	jǐngqū	名	
4397	三	警车	MZ	31	jǐngchē	名	
4399	三	警官	MZ	31	jǐngguān	名	
4445	三	酒精	MZ	31	jiǔjīng	名	
4586	三	卡车	MZ	31	kǎchē	名	
4588	三	卡通	MZ	31	kǎtōng	名	
4632	三	凯歌	MZ	31	kǎigē	名	
4687	三	烤鸭	MZ	31	kǎoyā	名	
4707	三	可悲	MZ	31	kěbēi	形	
4712	三	可观	MZ	31	kěguān	形	
4775	三	恐慌	MZ	31	kǒnghuāng	形	
4788	三	口碑	MZ	31	kǒubēi	名	
4797	三	口腔	MZ	31	kǒuqiāng	名	
4941	三	缆车	MZ	31	lǎnchē	名	
5000	三	累积	MZ	31	lěijī	动	
5158	三	两栖	MZ	31	liǎngqī	动	
5227	三	领军	MZ	31	lǐngjūn	动	
5495	三	每当	MZ	31	měi dāng		
5499	三	美观	MZ	31	měiguān	形	
5821	三	脑筋	MZ	31	nǎojīn	名	
5906	三	扭曲	MZ	31	niǔqū	动	
6006	三	跑车	MZ	31	pǎochē	名	
6263	三	起初	MZ	31	qǐchū	名	
6743	三	忍心	MZ	31	rěn // xīn		
6896	三	傻瓜	MZ	31	shǎguā	名	
7115	三	审批	MZ	31	shěnpī	动	
7399	三	手枪	MZ	31	shǒuqiāng	名	
7422	三	首批	MZ	31	shǒu pī		
7490	三	暑期	MZ	31	shǔqī	名	
7495	三	鼠标	MZ	31	shǔbiāo	名	
7571	三	水温	MZ	31	shuǐwēn	名	
7743	三	损伤	MZ	31	sǔnshāng	动	
7927	三	体温	MZ	31	tǐwēn	名	
8315	三	晚间	MZ	31	wǎnjiān	名	
8317	三	晚期	MZ	31	wǎnqī	名	
8410	三	尾声	MZ	31	wěishēng	名	
8417	三	萎缩	MZ	31	wěisuō	动	

8574	三	武装	MZ	31	wǔzhuāng	名、动	
8580	三	舞厅	MZ	31	wǔtīng	名	
8904	三	小康	MZ	31	xiǎokāng	形	
8910	三	小区	MZ	31	xiǎoqū	名	
8919	三	小溪	MZ	31	xiǎoxī	名	
9325	三	衍生	MZ	31	yǎnshēng	动	
9352	三	演说	MZ	31	yǎnshuō	动、名	
9385	三	养生	MZ	31	yǎngshēng	动	
9448	三	野心	MZ	31	yěxīn	名	
9704	三	引发	MZ	31	yǐnfā	动	
9728	三	隐约	MZ	31	yǐnyuē	形	
9878	三	有机	MZ	31	yǒujī	形	
10226	三	展出	MZ	31	zhǎnchū	动	
10233	三	崭新	MZ	31	zhǎnxīn	形	
10710	三	主编	MZ	31	zhǔbiān	名、动	
10797	三	转播	MZ	31	zhuǎnbō	动	
10803	三	转机	MZ	31	zhuǎnjī	名	
10806	三	转身	MZ	31	zhuǎn // shēn		
10807	三	转弯	MZ	31	zhuǎn // wān		
10899	三	子孙	MZ	31	zǐsūn	名	
11020	三	组装	MZ	31	zǔzhuāng	动	
11026	三	祖先	MZ	31	zǔxiān	名	
191	三	饱和	MZ	32	bǎohé	动	
311	三	本能	MZ	32	běnnéng	名	
313	三	本钱	MZ	32	běnqián	名	
397	三	贬值	MZ	32	biǎnzhí	动	
446	三	表决	MZ	32	biǎojué	动	
687	三	采集	MZ	32	cǎijí	动	
693	三	彩虹	MZ	32	cǎihóng	名	
696	三	彩霞	MZ	32	cǎixiá	名	
747	三	草坪	MZ	32	cǎopíng	名	
812	三	产值	MZ	32	chǎnzhí	名	
1014	三	逞能	MZ	32	chěng // néng		
1015	三	逞强	MZ	32	chěng // qiáng		
1109	三	丑闻	MZ	32	chǒuwén	名	
1537	三	歹徒	MZ	32	dǎitú	名	
1641	三	导航	MZ	32	dǎoháng	动	
1655	三	倒霉	MZ	32	dǎo // méi		
1755	三	底层	MZ	32	dǐcéng	名	
1810	三	点评	MZ	32	diǎnpíng	动、名	
1880	三	顶级	MZ	32	dǐngjí	形	
2086	三	躲藏	MZ	32	duǒcáng	动	
2206	三	反驳	MZ	32	fǎnbó	动	
2208	三	反常	MZ	32	fǎncháng	形	

2220	三	反弹	MZ	32	fǎntán	动
2227	三	返还	MZ	32	fǎnhuán	动
2279	三	访谈	MZ	32	fǎngtán	动
2443	三	否决	MZ	32	fǒujué	动
2546	三	改良	MZ	32	gǎiliáng	动
2550	三	改为	MZ	32	gǎiwéi	动
2903	三	古人	MZ	32	gǔrén	名
2913	三	骨折	MZ	32	gǔzhé	动
3005	三	管辖	MZ	32	guǎnxiá	动
3107	三	果园	MZ	32	guǒyuán	名
3150	三	海拔	MZ	32	hǎibá	名
3168	三	海峡	MZ	32	hǎixiá	名
3236	三	好评	MZ	32	hǎopíng	名
3516	三	缓和	MZ	32	huǎnhé	动、形
3556	三	谎言	MZ	32	huǎngyán	名
3951	三	检察	MZ	32	jiǎnchá	动
3969	三	简洁	MZ	32	jiǎnjié	形
4045	三	奖牌	MZ	32	jiǎngpái	名
4106	三	狡猾	MZ	32	jiǎohuá	形
4221	三	解答	MZ	32	jiědá	动
4222	三	解读	MZ	32	jiědú	动
4234	三	解围	MZ	32	jiě // wéi	
4292	三	锦旗	MZ	32	jǐnqí	名
4446	三	酒楼	MZ	32	jiǔlóu	名
4727	三	可行	MZ	32	kěxíng	形
4728	三	可疑	MZ	32	kěyí	形
4759	三	恳求	MZ	32	kěnqiú	动
4777	三	恐龙	MZ	32	kǒnglóng	名
4789	三	口才	MZ	32	kǒucái	名
4801	三	口头	MZ	32	kǒutóu	名、形
5017	三	冷门	MZ	32	lěngmén	名
5041	三	礼仪	MZ	32	lǐyí	名
5332	三	旅程	MZ	32	lǚchéng	名
5336	三	旅途	MZ	32	lǚtú	名
5344	三	履行	MZ	32	lǚxíng	动
5430	三	满怀	MZ	32	mǎnhuái	动
5496	三	每逢	MZ	32	měi féng	
5498	三	美德	MZ	32	měidé	名
5508	三	美人	MZ	32	měirén	名
5537	三	猛然	MZ	32	měngrán	副
5577	三	免除	MZ	32	miǎnchú	动
5629	三	敏捷	MZ	32	mǐnjié	形
5890	三	鸟巢	MZ	32	niǎocháo	名
5907	三	扭头	MZ	32	niǔ // tóu	

6117	三	品尝	MZ	32	pǐncháng	动
6118	三	品德	MZ	32	pǐndé	名
6199	三	朴实	MZ	32	pǔshí	形
6248	三	乞求	MZ	32	qǐqiú	动
6253	三	启迪	MZ	32	qǐdí	动
6256	三	启蒙	MZ	32	qǐméng	动
6262	三	起程（启程）	MZ	32	qǐchéng	动
6268	三	起伏	MZ	32	qǐfú	动
6274	三	起源	MZ	32	qǐyuán	动、名
6382	三	谴责	MZ	32	qiǎnzé	动
6411	三	抢夺	MZ	32	qiǎngduó	动
6412	三	抢劫	MZ	32	qiǎngjié	动
6427	三	巧合	MZ	32	qiǎohé	形
6873	三	扫除	MZ	32	sǎochú	动
6874	三	扫描	MZ	32	sǎomiáo	动
7112	三	审核	MZ	32	shěnhé	动
7404	三	手头	MZ	32	shǒutóu	名
7498	三	薯条	MZ	32	shǔtiáo	名
7559	三	水壶	MZ	32	shuǐhú	名
7573	三	水源	MZ	32	shuǐyuán	名
7758	三	索赔	MZ	32	suǒpéi	动
7813	三	坦白	MZ	32	tǎnbái	形、动
7814	三	坦诚	MZ	32	tǎnchéng	形
7925	三	体能	MZ	32	tǐnéng	名
8090	三	统筹	MZ	32	tǒngchóu	动
8237	三	妥协	MZ	32	tuǒxié	动
8306	三	挽回	MZ	32	wǎnhuí	动
8316	三	晚年	MZ	32	wǎnnián	名
8339	三	网民	MZ	32	wǎngmín	名
8347	三	往常	MZ	32	wǎngcháng	名
8415	三	委员	MZ	32	wěiyuán	名
8482	三	吻合	MZ	32	wěnhé	形
8912	三	小人	MZ	32	xiǎorén	名
9200	三	选民	MZ	32	xuǎnmín	名
9331	三	眼红	MZ	32	yǎnhóng	形
9340	三	眼神	MZ	32	yǎnshén	名
9386	三	养殖	MZ	32	yǎngzhí	动
9444	三	野蛮	MZ	32	yěmán	形
9449	三	野营	MZ	32	yěyíng	动
9722	三	隐瞒	MZ	32	yǐnmán	动
9788	三	永恒	MZ	32	yǒnghéng	形
9794	三	勇于	MZ	32	yǒngyú	动
9866	三	友情	MZ	32	yǒuqíng	名
9867	三	友人	MZ	32	yǒurén	名

9875	三	有毒	MZ	32	yǒu dú	
9935	三	与其	MZ	32	yǔqí	连
10029	三	远程	MZ	32	yuǎnchéng	形
10163	三	早年	MZ	32	zǎonián	名
10303	三	沼泽	MZ	32	zhǎozé	名
10409	三	整合	MZ	32	zhěnghé	动
10410	三	整洁	MZ	32	zhěngjié	形
10549	三	指南	MZ	32	zhǐnán	名
10660	三	种族	MZ	32	zhǒngzú	名
10721	三	主权	MZ	32	zhǔquán	名
10725	三	主食	MZ	32	zhǔshí	名
10798	三	转达	MZ	32	zhuǎndá	动
10809	三	转型	MZ	32	zhuǎnxíng	动
10810	三	转学	MZ	32	zhuǎn // xué	
10814	三	转折	MZ	32	zhuǎnzhé	动
10863	三	准则	MZ	32	zhǔnzé	名
10962	三	总额	MZ	32	zǒng'é	名
10989	三	走廊	MZ	32	zǒuláng	名
11010	三	阻拦	MZ	32	zǔlán	动
11012	三	阻挠	MZ	32	zǔnáo	动
11034	三	嘴唇	MZ	32	zuǐchún	名
79	三	把柄	MZ	33	bǎbǐng	名
192	三	饱满	MZ	33	bǎomǎn	形
204	三	保管	MZ	33	bǎoguǎn	动、名
209	三	保姆	MZ	33	bǎomǔ	名
210	三	保暖	MZ	33	bǎo // nuǎn	
222	三	堡垒	MZ	33	bǎolěi	名
345	三	比起	MZ	33	bǐ qǐ	
566	三	补给	MZ	33	bǔjǐ	动、名
1045	三	耻辱	MZ	33	chǐrǔ	名
1417	三	打倒	MZ	33	dǎdǎo	
1649	三	岛屿	MZ	33	dǎoyǔ	名
1807	三	点火	MZ	33	diǎn // huǒ	
2213	三	反感	MZ	33	fǎngǎn	形、名
2223	三	反省	MZ	33	fǎnxǐng	动
2476	三	抚养	MZ	33	fǔyǎng	动
2479	三	俯首	MZ	33	fǔshǒu	动
2480	三	辅导	MZ	33	fǔdǎo	动
2486	三	腐朽	MZ	33	fǔxiǔ	形
2586	三	赶往	MZ	33	gǎnwǎng	
2597	三	感慨	MZ	33	gǎnkǎi	动
2600	三	感染	MZ	33	gǎnrǎn	动
2605	三	感想	MZ	33	gǎnxiǎng	名
2917	三	鼓舞	MZ	33	gǔwǔ	动、形

3224	三	好比	MZ	33	hǎobǐ	动	
3228	三	好歹	MZ	33	hǎodǎi	名、副	
3230	三	好感	MZ	33	hǎogǎn	名	
3517	三	缓缓	MZ	33	huǎnhuǎn	副	
3886	三	假使	MZ	33	jiǎshǐ	连	
3952	三	检讨	MZ	33	jiǎntǎo	动	
3956	三	减免	MZ	33	jiǎnmiǎn	动	
3967	三	简短	MZ	33	jiǎnduǎn	形	
4035	三	讲解	MZ	33	jiǎngjiě	动	
4046	三	奖品	MZ	33	jiǎngpǐn	名	
4232	三	解体	MZ	33	jiětǐ	动	
4281	三	尽早	MZ	33	jǐnzǎo	副	
4447	三	酒水	MZ	33	jiǔshuǐ	名	
4503	三	举止	MZ	33	jǔzhǐ	名	
4710	三	可耻	MZ	33	kěchǐ	形	
4716	三	可口	MZ	33	kěkǒu	形	
4792	三	口感	MZ	33	kǒugǎn	名	
4800	三	口水	MZ	33	kǒushuǐ	名	
4822	三	苦恼	MZ	33	kǔnǎo	形	
4987	三	老远	MZ	33	lǎo yuǎn		
5038	三	礼品	MZ	33	lǐpǐn	名	
5232	三	领土	MZ	33	lǐngtǔ	名	
5404	三	马桶	MZ	33	mǎtǒng	名	
5503	三	美景	MZ	33	měijǐng	名	
5505	三	美满	MZ	33	měimǎn	形	
5582	三	勉强	MZ	33	miǎnqiǎng	形、动	
5610	三	渺小	MZ	33	miǎoxiǎo	形	
5820	三	脑海	MZ	33	nǎohǎi	名	
5908	三	扭转	MZ	33	niǔzhuǎn	动	
6043	三	捧场	MZ	33	pěng // chǎng		
6249	三	乞讨	MZ	33	qǐtǎo	动	
6261	三	起草	MZ	33	qǐ // cǎo		
6414	三	抢眼	MZ	33	qiǎngyǎn	形	
6533	三	请柬	MZ	33	qǐngjiǎn	名	
6538	三	请帖	MZ	33	qǐngtiě	名	
6589	三	取暖	MZ	33	qǔnuǎn	动	
7019	三	少有	MZ	33	shǎoyǒu		
7113	三	审美	MZ	33	shěnměi	动	
7285	三	使者	MZ	33	shǐzhě	名	
7396	三	手脚	MZ	33	shǒujiǎo	名	
7409	三	手掌	MZ	33	shǒuzhǎng	名	
7420	三	首府	MZ	33	shǒufǔ	名	
7557	三	水管	MZ	33	shuǐguǎn	名	
7570	三	水手	MZ	33	shuǐshǒu	名	

7576	三	水准	MZ	33	shuǐzhǔn	名	
7751	三	所属	MZ	33	suǒshǔ	形	
7759	三	索取	MZ	33	suǒqǔ	动	
7860	三	讨好	MZ	33	tǎo // hǎo		
7996	三	挑起	MZ	33	tiǎoqǐ		
8092	三	统统	MZ	33	tǒngtǒng	副	
8169	三	土匪	MZ	33	tǔfěi	名	
8170	三	土壤	MZ	33	tǔrǎng	名	
8337	三	网点	MZ	33	wǎngdiǎn	名	
8348	三	往返	MZ	33	wǎngfǎn	动	
8414	三	委婉	MZ	33	wěiwǎn	形	
8488	三	稳妥	MZ	33	wěntuǒ	形	
8575	三	侮辱	MZ	33	wǔrǔ	动	
8760	三	显眼	MZ	33	xiǎnyǎn	形	
8841	三	享有	MZ	33	xiǎngyǒu	动	
8844	三	响起	MZ	33	xiǎngqǐ		
8897	三	小丑	MZ	33	xiǎochǒu	名	
8908	三	小品	MZ	33	xiǎopǐn	名	
9571	三	以免	MZ	33	yǐmiǎn	连	
9707	三	引领	MZ	33	yǐnlǐng	动	
9717	三	饮水	MZ	33	yǐn shuǐ		
9789	三	永久	MZ	33	yǒngjiǔ	形	
9893	三	有所	MZ	33	yǒu suǒ		
9934	三	与否	MZ	33	yǔ fǒu		
9939	三	予以	MZ	33	yǔyǐ	动	
10208	三	眨眼	MZ	33	zhǎ // yǎn		
10368	三	诊所	MZ	33	zhěnsuǒ	名	
10544	三	指点	MZ	33	zhǐdiǎn	动	
10556	三	指引	MZ	33	zhǐyǐn	动	
10730	三	主演	MZ	33	zhǔyǎn	动、名	
10735	三	主宰	MZ	33	zhǔzǎi	动、名	
10811	三	转眼	MZ	33	zhuǎnyǎn	动	
10813	三	转载	MZ	33	zhuǎnzǎi	动	
10862	三	准许	MZ	33	zhǔnxǔ	动	
11009	三	阻挡	MZ	33	zǔdǎng	动	
109	三	柏树	MZ	34	bǎishù	名	
112	三	摆放	MZ	34	bǎifàng	动	
134	三	板块	MZ	34	bǎnkuài	名	
170	三	绑架	MZ	34	bǎngjià	动	
171	三	榜样	MZ	34	bǎngyàng	名	
197	三	宝库	MZ	34	bǎokù	名	
217	三	保佑	MZ	34	bǎoyòu	动	
218	三	保障	MZ	34	bǎozhàng	动、名	
315	三	本色	MZ	34	běnsè	名	

319	三	本性	MZ	34	běnxìng	名
350	三	比喻	MZ	34	bǐyù	名、动
357	三	鄙视	MZ	34	bǐshì	动
452	三	表述	MZ	34	biǎoshù	动
454	三	表态	MZ	34	biǎo // tài	
567	三	补救	MZ	34	bǔjiù	动
575	三	哺育	MZ	34	bǔyù	动
727	三	惨重	MZ	34	cǎnzhòng	形
745	三	草案	MZ	34	cǎo'àn	名
806	三	产地	MZ	34	chǎndì	名
815	三	阐述	MZ	34	chǎnshù	动
1043	三	尺度	MZ	34	chǐdù	名
1082	三	宠爱	MZ	34	chǒng'ài	动
1107	三	丑恶	MZ	34	chǒu'è	形
1108	三	丑陋	MZ	34	chǒulòu	形
1194	三	处境	MZ	34	chǔjìng	名
1198	三	处置	MZ	34	chǔzhì	动
1199	三	储备	MZ	34	chǔbèi	动、名
1201	三	储蓄	MZ	34	chǔxù	动、名
1446	三	打仗	MZ	34	dǎ // zhàng	
1589	三	胆怯	MZ	34	dǎnqiè	形
1640	三	导弹	MZ	34	dǎodàn	名
1644	三	导向	MZ	34	dǎoxiàng	动、名
1650	三	捣乱	MZ	34	dǎo // luàn	
1654	三	倒卖	MZ	34	dǎomài	动
1752	三	抵御	MZ	34	dǐyù	动
1753	三	抵制	MZ	34	dǐzhì	动
1757	三	底线	MZ	34	dǐxiàn	名
1758	三	底蕴	MZ	34	dǐyùn	名
1803	三	典范	MZ	34	diǎnfàn	名
1815	三	点缀	MZ	34	diǎnzhuì	动
1919	三	董事	MZ	34	dǒngshì	名
1924	三	懂事	MZ	34	dǒng // shì	
1987	三	堵塞	MZ	34	dǔsè	动
2008	三	短暂	MZ	34	duǎnzàn	形
2085	三	躲避	MZ	34	duǒbì	动
2209	三	反倒	MZ	34	fǎndào	副
2217	三	反馈	MZ	34	fǎnkuì	动
2218	三	反面	MZ	34	fǎnmiàn	名、形
2374	三	粉碎	MZ	34	fěnsuì	形、动
2436	三	讽刺	MZ	34	fěngcì	动
2475	三	抚恤	MZ	34	fǔxù	动
2483	三	腐化	MZ	34	fǔhuà	动
2484	三	腐烂	MZ	34	fǔlàn	动、形

2542	三	改动	MZ	34	gǎidòng	动
2581	三	赶赴	MZ	34	gǎnfù	动
2591	三	感触	MZ	34	gǎnchù	名
2604	三	感叹	MZ	34	gǎntàn	动
2675	三	搞笑	MZ	34	gǎo // xiào	
2898	三	古怪	MZ	34	gǔguài	形
2899	三	古迹	MZ	34	gǔjì	名
2906	三	股份	MZ	34	gǔfèn	名
2909	三	股市	MZ	34	gǔshì	名
3006	三	管用	MZ	34	guǎn // yòng	
3044	三	广义	MZ	34	guǎngyì	名
3077	三	滚动	MZ	34	gǔndòng	动
3102	三	果断	MZ	34	guǒduàn	形
3149	三	海岸	MZ	34	hǎi'àn	名
3151	三	海报	MZ	34	hǎibào	名
3154	三	海盗	MZ	34	hǎidào	名
3161	三	海面	MZ	34	hǎimiàn	名
3170	三	海啸	MZ	34	hǎixiào	名
3172	三	海域	MZ	34	hǎiyù	名
3173	三	海运	MZ	34	hǎiyùn	动
3194	三	罕见	MZ	34	hǎnjiàn	形
3232	三	好坏	MZ	34	hǎo huài	
3244	三	好笑	MZ	34	hǎoxiào	形
3247	三	好意	MZ	34	hǎoyì	名
3250	三	好在	MZ	34	hǎozài	副
3519	三	缓慢	MZ	34	huǎnmàn	形
3593	三	悔恨	MZ	34	huǐhèn	动
3595	三	毁坏	MZ	34	huǐhuài	动
3596	三	毁灭	MZ	34	huǐmiè	动
3644	三	火暴	MZ	34	huǒbào	形
3651	三	火炬	MZ	34	huǒjù	名
3653	三	火热	MZ	34	huǒrè	形
3656	三	火焰	MZ	34	huǒyàn	名
3657	三	火药	MZ	34	huǒyào	名
3882	三	假定	MZ	34	jiǎdìng	动
3883	三	假冒	MZ	34	jiǎmào	动
3885	三	假设	MZ	34	jiǎshè	动、名
3958	三	减弱	MZ	34	jiǎnruò	动
3960	三	减速	MZ	34	jiǎn // sù	
3968	三	简化	MZ	34	jiǎnhuà	动
3971	三	简历	MZ	34	jiǎnlì	名
3972	三	简陋	MZ	34	jiǎnlòu	形
3974	三	简要	MZ	34	jiǎnyào	形
3975	三	简易	MZ	34	jiǎnyì	形

4038	三	讲述	MZ	34	jiǎngshù	动
4047	三	奖项	MZ	34	jiǎngxiàng	名
4105	三	角落	MZ	34	jiǎoluò	名
4114	三	搅拌	MZ	34	jiǎobàn	动
4116	三	缴费	MZ	34	jiǎo fèi	
4117	三	缴纳	MZ	34	jiǎonà	动
4225	三	解救	MZ	34	jiějiù	动
4229	三	解散	MZ	34	jiěsàn	动
4288	三	紧迫	MZ	34	jǐnpò	形
4293	三	谨慎	MZ	34	jǐnshèn	形
4389	三	颈部	MZ	34	jǐngbù	名
4400	三	警惕	MZ	34	jǐngtì	动
4490	三	沮丧	MZ	34	jǔsàng	形、动
4493	三	举报	MZ	34	jǔbào	动
4494	三	举措	MZ	34	jǔcuò	名
4496	三	举例	MZ	34	jǔ // lì	
4504	三	举重	MZ	34	jǔzhòng	名
4544	三	卷入	MZ	34	juǎnrù	
4587	三	卡片	MZ	34	kǎpiàn	名
4686	三	烤肉	MZ	34	kǎoròu	名
4713	三	可贵	MZ	34	kěguì	形
4721	三	可谓	MZ	34	kěwèi	动
4722	三	可恶	MZ	34	kěwù	形
4725	三	可笑	MZ	34	kěxiào	形
4726	三	可信	MZ	34	kě xìn	
4773	三	恐怖	MZ	34	kǒngbù	形
4774	三	恐吓	MZ	34	kǒnghè	动
4776	三	恐惧	MZ	34	kǒngjù	形
4794	三	口径	MZ	34	kǒujìng	名
4798	三	口哨儿	MZ	34	kǒushàor	名
4802	三	口味	MZ	34	kǒuwèi	名
4806	三	口罩儿	MZ	34	kǒuzhàor	名
4821	三	苦难	MZ	34	kǔnàn	名
4823	三	苦笑	MZ	34	kǔxiào	动
4863	三	款式	MZ	34	kuǎnshì	名
4944	三	懒惰	MZ	34	lǎnduò	形
4950	三	朗诵	MZ	34	lǎngsòng	动
4972	三	老汉	MZ	34	lǎohàn	名
4973	三	老化	MZ	34	lǎohuà	动
5001	三	累计	MZ	34	lěijì	动
5014	三	冷酷	MZ	34	lěngkù	形
5018	三	冷漠	MZ	34	lěngmò	形
5021	三	冷笑	MZ	34	lěngxiào	动
5022	三	冷战	MZ	34	lěngzhàn	名

5051	三	理会	MZ	34	lǐhuì	动
5054	三	理念	MZ	34	lǐniàn	名
5055	三	理事	MZ	34	lǐshì	名、动
5058	三	理性	MZ	34	lǐxìng	形、名
5223	三	领带	MZ	34	lǐngdài	名
5225	三	领队	MZ	34	lǐngduì	动、名
5226	三	领会	MZ	34	lǐnghuì	动
5228	三	领略	MZ	34	lǐnglüè	动
5230	三	领事	MZ	34	lǐngshì	名
5237	三	领域	MZ	34	lǐngyù	名
5278	三	柳树	MZ	34	liǔshù	名
5287	三	垄断	MZ	34	lǒngduàn	动
5289	三	笼罩	MZ	34	lǒngzhào	动
5379	三	裸露	MZ	34	luǒlù	动
5401	三	马力	MZ	34	mǎlì	量
5501	三	美化	MZ	34	měihuà	动
5506	三	美妙	MZ	34	měimiào	形
5512	三	美味	MZ	34	měiwèi	名
5536	三	猛烈	MZ	34	měngliè	形
5580	三	免疫	MZ	34	miǎnyì	动
5630	三	敏锐	MZ	34	mǐnruì	形
5769	三	乃至	MZ	34	nǎizhì	连
5861	三	拟定	MZ	34	nǐdìng	动
5909	三	纽带	MZ	34	niǔdài	名
5910	三	纽扣	MZ	34	niǔkòu	名
5946	三	呕吐	MZ	34	ǒutù	动
6007	三	跑道	MZ	34	pǎodào	名
6074	三	匹配	MZ	34	pǐpèi	动
6120	三	品位	MZ	34	pǐnwèi	名
6200	三	朴素	MZ	34	pǔsù	形
6247	三	乞丐	MZ	34	qǐgài	名
6257	三	启示	MZ	34	qǐshì	动、名
6581	三	取代	MZ	34	qǔdài	动
6583	三	取缔	MZ	34	qǔdì	动
6590	三	取胜	MZ	34	qǔshèng	动
6592	三	取笑	MZ	34	qǔxiào	动
6678	三	扰乱	MZ	34	rǎoluàn	动
6741	三	忍耐	MZ	34	rěnnài	动
6837	三	软弱	MZ	34	ruǎnruò	形
6875	三	扫墓	MZ	34	sǎo // mù	
6876	三	扫兴	MZ	34	sǎo // xìng	
6919	三	闪烁	MZ	34	shǎnshuò	动
7016	三	少见	MZ	34	shǎojiàn	动、形
7017	三	少量	MZ	34	shǎoliàng	形

7116	三	审视	MZ	34	shěnshì	动	
7166	三	省略	MZ	34	shěnglüè	动	
7168	三	省事	MZ	34	shěng // shì		
7283	三	使命	MZ	34	shǐmìng	名	
7388	三	手臂	MZ	34	shǒubì	名	
7390	三	手册	MZ	34	shǒucè	名	
7391	三	手动	MZ	34	shǒudòng	形	
7398	三	手帕	MZ	34	shǒupà	名	
7400	三	手势	MZ	34	shǒushì	名	
7405	三	手腕	MZ	34	shǒuwàn	名	
7413	三	守候	MZ	34	shǒuhòu	动	
7414	三	守护	MZ	34	shǒuhù	动	
7417	三	首创	MZ	34	shǒuchuàng	动	
7427	三	首要	MZ	34	shǒuyào	形	
7492	三	属性	MZ	34	shǔxìng	名	
7497	三	薯片	MZ	34	shǔpiàn	名	
7523	三	耍赖	MZ	34	shuǎlài	动	
7563	三	水利	MZ	34	shuǐlì	名	
7567	三	水面	MZ	34	shuǐmiàn	名	
7669	三	耸立	MZ	34	sǒnglì	动	
7741	三	损坏	MZ	34	sǔnhuài	动	
7752	三	所谓	MZ	34	suǒwèi	形	
7760	三	索性	MZ	34	suǒxìng	副	
7762	三	锁定	MZ	34	suǒdìng	动	
7815	三	坦克	MZ	34	tǎnkè	名	
7817	三	坦率	MZ	34	tǎnshuài	形	
7836	三	倘若	MZ	34	tǎngruò	连	
7923	三	体谅	MZ	34	tǐliàng	动	
7928	三	体系	MZ	34	tǐxì	名	
7934	三	体制	MZ	34	tǐzhì	名	
7935	三	体质	MZ	34	tǐzhì	名	
7997	三	挑衅	MZ	34	tiǎoxìn	动	
8236	三	妥善	MZ	34	tuǒshàn	形	
8307	三	挽救	MZ	34	wǎnjiù	动	
8352	三	往日	MZ	34	wǎngrì	名	
8353	三	往事	MZ	34	wǎngshì	名	
8406	三	伪造	MZ	34	wěizào	动	
8409	三	尾气	MZ	34	wěiqì	名	
8486	三	稳固	MZ	34	wěngù	形、动	
8487	三	稳健	MZ	34	wěnjiàn	形	
8489	三	稳重	MZ	34	wěnzhòng	形	
8571	三	武力	MZ	34	wǔlì	名	
8646	三	喜好	MZ	34	xǐhào	动、名	
8649	三	喜剧	MZ	34	xǐjù	名	

8651	三	喜庆	MZ	34	xǐqìng	形、名
8652	三	喜事	MZ	34	xǐshì	名
8655	三	喜悦	MZ	34	xǐyuè	形
8755	三	显赫	MZ	34	xiǎnhè	形
8759	三	显现	MZ	34	xiǎnxiàn	动
8843	三	响亮	MZ	34	xiǎngliàng	形
8898	三	小贩	MZ	34	xiǎofàn	名
8903	三	小看	MZ	34	xiǎokàn	动
8905	三	小路	MZ	34	xiǎo lù	
9088	三	醒目	MZ	34	xǐngmù	形
9089	三	醒悟	MZ	34	xǐngwù	动
9204	三	选用	MZ	34	xuǎnyòng	动
9326	三	掩盖	MZ	34	yǎngài	动
9327	三	掩护	MZ	34	yǎnhù	动
9328	三	掩饰	MZ	34	yǎnshì	动
9332	三	眼界	MZ	34	yǎnjiè	名
9341	三	眼下	MZ	34	yǎnxià	名
9343	三	演变	MZ	34	yǎnbiàn	动
9348	三	演技	MZ	34	yǎnjì	名
9350	三	演练	MZ	34	yǎnliàn	动
9351	三	演示	MZ	34	yǎnshì	动
9354	三	演戏	MZ	34	yǎn // xì	
9446	三	野兽	MZ	34	yěshòu	名
9447	三	野外	MZ	34	yěwài	名
9581	三	以致	MZ	34	yǐzhì	连
9712	三	引入	MZ	34	yǐnrù	动
9713	三	引用	MZ	34	yǐnyòng	动
9719	三	隐蔽	MZ	34	yǐnbì	动、形
9721	三	隐患	MZ	34	yǐnhuàn	名
9765	三	影像	MZ	34	yǐngxiàng	名
9787	三	永不	MZ	34	yǒng bù	
9797	三	涌现	MZ	34	yǒngxiàn	动
9871	三	有待	MZ	34	yǒudài	动
9895	三	有望	MZ	34	yǒuwàng	动
9901	三	有幸	MZ	34	yǒuxìng	形
9902	三	有序	MZ	34	yǒuxù	形
9903	三	有益	MZ	34	yǒuyì	形
9904	三	有意	MZ	34	yǒuyì	动、副
9941	三	宇宙	MZ	34	yǔzhòu	名
9948	三	语气	MZ	34	yǔqì	名
10165	三	早日	MZ	34	zǎorì	副、名
10231	三	展望	MZ	34	zhǎnwàng	动
10262	三	长辈	MZ	34	zhǎngbèi	名
10264	三	长相	MZ	34	zhǎngxiàng	名

10405	三	拯救	MZ	34	zhěngjiù	动
10538	三	旨在	MZ	34	zhǐ zài	
10548	三	指令	MZ	34	zhǐlìng	名
10555	三	指向	MZ	34	zhǐxiàng	动、名
10715	三	主妇	MZ	34	zhǔfù	名
10719	三	主力	MZ	34	zhǔlì	名
10732	三	主页	MZ	34	zhǔyè	名
10733	三	主义	MZ	34	zhǔyì	名
10740	三	瞩目	MZ	34	zhǔmù	动
10897	三	子弟	MZ	34	zǐdì	名
10965	三	总计	MZ	34	zǒngjì	动
10987	三	走近	MZ	34	zǒujìn	
11011	三	阻力	MZ	34	zǔlì	名
11017	三	组建	MZ	34	zǔjiàn	动
27	三	爱惜	MZ	41	àixī	动
53	三	按说	MZ	41	ànshuō	副
59	三	暗杀	MZ	41	ànshā	动
61	三	暗中	MZ	41	ànzhōng	名
121	三	拜托	MZ	41	bàituō	动
239	三	报销	MZ	41	bàoxiāo	动
253	三	曝光	MZ	41	bào // guāng	
375	三	弊端	MZ	41	bìduān	名
407	三	变迁	MZ	41	biànqiān	动、名
487	三	并非	MZ	41	bìngfēi	副
601	三	不堪	MZ	41	bùkān	动、形
625	三	不惜	MZ	41	bùxī	动
640	三	不知	MZ	41	bù zhī	
865	三	畅销	MZ	41	chàngxiāo	动
939	三	衬衫	MZ	41	chènshān	名
940	三	衬托	MZ	41	chèntuō	动
943	三	趁机	MZ	41	chènjī	副
1208	三	触摸	MZ	41	chùmō	动
1562	三	怠工	MZ	41	dài // gōng	
1796	三	递交	MZ	41	dìjiāo	动
1859	三	吊销	MZ	41	diàoxiāo	动
1883	三	订单（定单）	MZ	41	dìngdān	名
1885	三	订婚（定婚）	MZ	41	dìng // hūn	
1890	三	定金	MZ	41	dìngjīn	名
1891	三	定居	MZ	41	dìng // jū	
1929	三	动工	MZ	41	dòng // gōng	
1937	三	动身	MZ	41	dòng // shēn	
1941	三	动听	MZ	41	dòngtīng	形
1964	三	豆浆	MZ	41	dòujiāng	名
2327	三	废墟	MZ	41	fèixū	名

2505	三	附加	MZ	41	fùjiā		动
2510	三	复发	MZ	41	fùfā		动
2515	三	复兴	MZ	41	fùxīng		动
2529	三	富翁	MZ	41	fùwēng		名
2683	三	告知	MZ	41	gàozhī		动
2874	三	构思	MZ	41	gòusī		动
2936	三	雇佣	MZ	41	gùyōng		动
2946	三	挂钩	MZ	41	guàgōu		名
3009	三	贯穿	MZ	41	guànchuān		动
3010	三	贯通	MZ	41	guàntōng		动
3017	三	灌输	MZ	41	guànshū		动
3071	三	贵宾	MZ	41	guìbīn		名
3074	三	桂花	MZ	41	guìhuā		名
3120	三	过关	MZ	41	guò // guān		
3129	三	过期	MZ	41	guò // qī		
3134	三	过失	MZ	41	guòshī		名
3180	三	害羞	MZ	41	hài // xiū		
3201	三	旱灾	MZ	41	hànzāi		名
3253	三	号称	MZ	41	hàochēng		动
3385	三	后期	MZ	41	hòuqī		名
3470	三	化妆	MZ	41	huà // zhuāng		
3669	三	货车	MZ	41	huòchē		名
3677	三	获悉	MZ	41	huòxī		动
3835	三	寄托	MZ	41	jìtuō		动
3895	三	驾车	MZ	41	jià chē		
3997	三	建交	MZ	41	jiàn // jiāo		
4124	三	轿车	MZ	41	jiàochē		名
4242	三	戒烟	MZ	41	jiè yān		
4303	三	进出	MZ	41	jìnchū		动
4326	三	晋升	MZ	41	jìnshēng		动
4329	三	禁区	MZ	41	jìnqū		名
4458	三	就餐	MZ	41	jiùcān		动
4468	三	就医	MZ	41	jiù // yī		
4509	三	巨星	MZ	41	jùxīng		名
4530	三	据悉	MZ	41	jùxī		动
4583	三	竣工	MZ	41	jùngōng		动
4745	三	客机	MZ	41	kèjī		名
4812	三	扣押	MZ	41	kòuyā		动
4892	三	扩张	MZ	41	kuòzhāng		动
4910	三	辣椒	MZ	41	làjiāo		名
5070	三	力争	MZ	41	lìzhēng		动
5073	三	历经	MZ	41	lìjīng		动
5080	三	立方	MZ	41	lìfāng		名、量
5319	三	路灯	MZ	41	lùdēng		名

5331	三	露天	MZ	41	lùtiān	名、形	
5349	三	绿灯	MZ	41	lǜdēng	名	
5462	三	冒充	MZ	41	màochōng	动	
5571	三	蜜蜂	MZ	41	mìfēng	名	
5692	三	陌生	MZ	41	mòshēng	形	
5693	三	莫非	MZ	41	mòfēi	副	
5733	三	募捐	MZ	41	mù // juān		
5841	三	内需	MZ	41	nèixū	名	
5885	三	念书	MZ	41	niàn // shū		
6031	三	配音	MZ	41	pèi // yīn		
6290	三	气息	MZ	41	qìxī	名	
6293	三	迄今	MZ	41	qìjīn	动	
6298	三	契机	MZ	41	qìjī	名	
6299	三	契约	MZ	41	qìyuē	名	
6638	三	劝说	MZ	41	quànshuō	动	
6755	三	认知	MZ	41	rènzhī	动	
6781	三	日趋	MZ	41	rìqū	副	
6831	三	入侵	MZ	41	rùqīn	动	
6842	三	若干	MZ	41	ruògān	代	
6852	三	赛车	MZ	41	sàichē	名	
6865	三	散发	MZ	41	sànfā	动	
6868	三	丧生	MZ	41	sàng // shēng		
6964	三	上方	MZ	41	shàngfāng	名	
6971	三	上空	MZ	41	shàngkōng	名	
6977	三	上期	MZ	41	shàng qī		
6980	三	上山	MZ	41	shàng // shān		
7043	三	社交	MZ	41	shèjiāo	名	
7172	三	胜出	MZ	41	shèngchū	动	
7178	三	盛开	MZ	41	shèngkāi	动	
7290	三	示威	MZ	41	shìwēi	动	
7349	三	是非	MZ	41	shìfēi	名	
7506	三	树梢	MZ	41	shùshāo	名	
7509	三	树枝	MZ	41	shùzhī	名	
7578	三	税收	MZ	41	shuìshōu	名	
7587	三	顺差	MZ	41	shùnchā	名	
7596	三	顺心	MZ	41	shùn // xīn		
7600	三	瞬间	MZ	41	shùnjiān	名	
7734	三	遂心	MZ	41	suì // xīn		
7823	三	探亲	MZ	41	tàn // qīn		
8102	三	痛心	MZ	41	tòngxīn	形	
8138	三	透支	MZ	41	tòuzhī	动	
8211	三	退缩	MZ	41	tuìsuō	动	
8257	三	外公	MZ	41	wàigōng	名	
8322	三	万分	MZ	41	wànfēn	副	

8430	三	未经	MZ	41	wèi jīng	
8592	三	误差	MZ	41	wùchā	名
8596	三	误区	MZ	41	wùqū	名
8668	三	细心	MZ	41	xìxīn	形
8685	三	下跌	MZ	41	xiàdiē	动
8699	三	下期	MZ	41	xià qī	
8702	三	下山	MZ	41	xià shān	
8708	三	下乡	MZ	41	xià // xiāng	
8872	三	橡胶	MZ	41	xiàngjiāo	名
9096	三	幸亏	MZ	41	xìngkuī	副
9240	三	血压	MZ	41	xuèyā	名
9365	三	验收	MZ	41	yànshōu	动
9413	三	药方	MZ	41	yàofāng	名
9457	三	夜班	MZ	41	yèbān	名
9465	三	液晶	MZ	41	yèjīng	名
9601	三	一经	MZ	41	yìjīng	副
9629	三	一心	MZ	41	yìxīn	副
9639	三	义工	MZ	41	yìgōng	名
9774	三	应邀	MZ	41	yìngyāo	动
9801	三	用餐	MZ	41	yòng // cān	
9805	三	用功	MZ	41	yònggōng	形
9916	三	诱发	MZ	41	yòufā	动
9970	三	预先	MZ	41	yùxiān	副
10055	三	月初	MZ	41	yuèchū	名
10071	三	越发	MZ	41	yuèfā	副
10178	三	噪声	MZ	41	zàoshēng	名
10179	三	噪音	MZ	41	zàoyīn	名
10274	三	账单	MZ	41	zhàngdān	名
10375	三	振兴	MZ	41	zhènxīng	动
10434	三	正宗	MZ	41	zhèngzōng	名、形
10603	三	智商	MZ	41	zhìshāng	名
10677	三	重伤	MZ	41	zhòngshāng	名
10679	三	重心	MZ	41	zhòngxīn	名
10743	三	助威	MZ	41	zhù // wēi	
10844	三	撞击	MZ	41	zhuàngjī	动
10903	三	自卑	MZ	41	zìbēi	形
10904	三	自称	MZ	41	zìchēng	动
10907	三	自发	MZ	41	zìfā	形
10925	三	自私	MZ	41	zìsī	形
11066	三	作风	MZ	41	zuòfēng	名
120	三	拜年	MZ	42	bài // nián	
162	三	伴随	MZ	42	bànsuí	动
173	三	棒球	MZ	42	bàngqiú	名
225	三	报仇	MZ	42	bào // chóu	

238	三	报亭	MZ	42	bàotíng	名	
259	三	爆竹	MZ	42	bàozhú	名	
280	三	贝壳	MZ	42	bèiké	名	
402	三	变革	MZ	42	biàngé	动	
415	三	便捷	MZ	42	biànjié	形	
424	三	辨别	MZ	42	biànbié	动	
493	三	病床	MZ	42	bìngchuáng	名	
586	三	不妨	MZ	42	bùfáng	副	
587	三	不服	MZ	42	bùfú	动	
610	三	不难	MZ	42	bù nán		
612	三	不平	MZ	42	bùpíng	形、名	
615	三	不容	MZ	42	bùróng	动	
631	三	不宜	MZ	42	bùyí	动	
647	三	布局	MZ	42	bùjú	名、动	
651	三	步伐	MZ	42	bùfá	名	
1249	三	串门儿	MZ	42	chuàn // ménr		
1362	三	促成	MZ	42	cùchéng	动	
1387	三	挫折	MZ	42	cuòzhé	动、名	
1484	三	大局	MZ	42	dàjú	名	
1497	三	大棚	MZ	42	dàpéng	名	
1556	三	带头	MZ	42	dài // tóu		
1792	三	帝国	MZ	42	dìguó	名	
1827	三	电铃	MZ	42	diànlíng	名	
1852	三	殿堂	MZ	42	diàntáng	名	
1860	三	钓鱼	MZ	42	diàoyú	动	
1868	三	掉头	MZ	42	diào // tóu		
1895	三	定为	MZ	42	dìngwéi		
1950	三	冻结	MZ	42	dòngjié	动	
1990	三	杜绝	MZ	42	dùjué	动	
2037	三	对联	MZ	42	duìlián	名	
2056	三	顿时	MZ	42	dùnshí	副	
2183	三	发型	MZ	42	fàxíng	名	
2238	三	范畴	MZ	42	fànchóu	名	
2322	三	废除	MZ	42	fèichú	动	
2329	三	沸腾	MZ	42	fèiténg	动	
2437	三	凤凰	MZ	42	fènghuáng	名	
2511	三	复合	MZ	42	fùhé	动	
2512	三	复活	MZ	42	fùhuó	动	
2526	三	富豪	MZ	42	fùháo	名	
2527	三	富强	MZ	42	fùqiáng	形	
2629	三	杠铃	MZ	42	gànglíng	名	
2723	三	个头儿	MZ	42	gètóur	名	
2855	三	共鸣	MZ	42	gòngmíng	动	
2920	三	固然	MZ	42	gùrán	连	

2930	三	顾及	MZ	42	gùjí	动
2937	三	雇员	MZ	42	gùyuán	名
3068	三	柜台	MZ	42	guìtái	名
3073	三	贵族	MZ	42	guìzú	名
3123	三	过节	MZ	42	guò // jié	
3135	三	过时	MZ	42	guòshí	形
3136	三	过头	MZ	42	guò // tóu	
3177	三	害虫	MZ	42	hàichóng	名
3264	三	浩劫	MZ	42	hàojié	名
3386	三	后勤	MZ	42	hòuqín	名
3387	三	后人	MZ	42	hòurén	名
3388	三	后台	MZ	42	hòutái	名
3463	三	化肥	MZ	42	huàféi	名
3520	三	幻觉	MZ	42	huànjué	名
3524	三	换成	MZ	42	huànchéng	
3600	三	汇集	MZ	42	huìjí	动
3630	三	混淆	MZ	42	hùnxiáo	动
3631	三	混浊（浑浊）	MZ	42（22）	hùnzhuó（húnzhuó）	形
3827	三	继而	MZ	42	jì'ér	连
3992	三	间隔	MZ	42	jiàngé	动、名
4015	三	鉴别	MZ	42	jiànbié	动
4018	三	鉴于	MZ	42	jiànyú	介
4052	三	降临	MZ	42	jiànglín	动
4245	三	届时	MZ	42	jièshí	副
4254	三	借条	MZ	42	jiètiáo	名
4297	三	尽情	MZ	42	jìnqíng	副
4298	三	尽头	MZ	42	jìntóu	名
4302	三	进程	MZ	42	jìnchéng	名
4306	三	进而	MZ	42	jìn'ér	连
4460	三	就读	MZ	42	jiùdú	动
4470	三	就职	MZ	42	jiù // zhí	
4506	三	巨额	MZ	42	jù'é	形
4507	三	巨人	MZ	42	jùrén	名
4508	三	巨头	MZ	42	jùtóu	名
4510	三	巨型	MZ	42	jùxíng	形
4524	三	剧团	MZ	42	jùtuán	名
4536	三	聚集	MZ	42	jùjí	动
4661	三	看台	MZ	42	kàntái	名
4670	三	抗衡	MZ	42	kànghéng	动
4734	三	克隆	MZ	42	kèlóng	动
4742	三	客房	MZ	42	kèfáng	名
4746	三	客流	MZ	42	kèliú	名
4780	三	空白	MZ	42	kòngbái	名
4809	三	扣除	MZ	42	kòuchú	动

4838	三	跨国	MZ	42	kuà guó		
4848	三	快捷	MZ	42	kuàijié	形	
4894	三	括弧	MZ	42	kuòhú	名	
4908	三	蜡烛	MZ	42	làzhú	名	
4996	三	乐园	MZ	42	lèyuán	名	
5005	三	类别	MZ	42	lèibié	名	
5068	三	力求	MZ	42	lìqiú	动	
5071	三	历程	MZ	42	lìchéng	名	
5074	三	历来	MZ	42	lìlái	副	
5075	三	历时	MZ	42	lìshí	动、形	
5087	三	立足	MZ	42	lìzú	动	
5191	三	猎人	MZ	42	lièrén	名	
5318	三	路程	MZ	42	lùchéng	名	
5325	三	路人	MZ	42	lùrén	名	
5327	三	路途	MZ	42	lùtú	名	
5357	三	掠夺	MZ	42	lüèduó	动	
5371	三	论坛	MZ	42	lùntán	名	
5423	三	脉搏	MZ	42	màibó	名	
5433	三	蔓延	MZ	42	mànyán	动	
5437	三	漫游	MZ	42	mànyóu	动	
5560	三	秘诀	MZ	42	mìjué	名	
5567	三	密集	MZ	42	mìjí	动、形	
5616	三	灭亡	MZ	42	mièwáng	动	
5665	三	命名	MZ	42	mìng // míng		
5666	三	命题	MZ	42	mìng // tí		
5717	三	木材	MZ	42	mùcái	名	
5732	三	牧民	MZ	42	mùmín	名	
5832	三	内阁	MZ	42	nèigé	名	
5833	三	内涵	MZ	42	nèihán	名	
5943	三	诺言	MZ	42	nuòyán	名	
5977	三	派别	MZ	42	pàibié	名	
5990	三	判决	MZ	42	pànjué	动	
6077	三	譬如	MZ	42	pìrú	动	
6096	三	骗人	MZ	42	piàn rén		
6101	三	票房	MZ	42	piàofáng	名	
6300	三	器材	MZ	42	qìcái	名	
6306	三	洽谈	MZ	42	qiàtán	动	
6385	三	欠条	MZ	42	qiàntiáo	名	
6430	三	窍门	MZ	42	qiàomén	名	
6680	三	绕行	MZ	42	rào xíng		
6684	三	热潮	MZ	42	rècháo	名	
6764	三	任职	MZ	42	rèn // zhí		
6774	三	日程	MZ	42	rìchéng	名	
6780	三	日前	MZ	42	rìqián	名	

6926	三	擅长	MZ	42	shàncháng	动
6987	三	上调	MZ	42	shàngtiáo	动
6994	三	上旬	MZ	42	shàngxún	名
6999	三	上游	MZ	42	shàngyóu	名
7020	三	少儿	MZ	42	shào'ér	名
7046	三	社团	MZ	42	shètuán	名
7170	三	圣贤	MZ	42	shèngxián	名
7183	三	剩余	MZ	42	shèngyú	动
7326	三	事宜	MZ	42	shìyí	名
7334	三	试行	MZ	42	shìxíng	动
7338	三	视察	MZ	42	shìchá	动
7340	三	视觉	MZ	42	shìjué	名
7355	三	适时	MZ	42	shìshí	形
7356	三	适宜	MZ	42	shìyí	形
7444	三	授权	MZ	42	shòuquán	动
7511	三	数额	MZ	42	shù'é	名
7589	三	顺从	MZ	42	shùncóng	动
7696	三	素食	MZ	42	sùshí	名
7789	三	太平	MZ	42	tàipíng	形
7824	三	探求	MZ	42	tànqiú	动
7870	三	特长	MZ	42	tècháng	名
7878	三	特权	MZ	42	tèquán	名
8207	三	退回	MZ	42	tuìhuí	动
8214	三	退学	MZ	42	tuì // xué	
8261	三	外行	MZ	42	wàiháng	形、名
8264	三	外籍	MZ	42	wàijí	名
8273	三	外婆	MZ	42	wàipó	名
8279	三	外形	MZ	42	wàixíng	名
8583	三	务实	MZ	42	wùshí	形
8700	三	下棋	MZ	42	xià qí	
8705	三	下台	MZ	42	xià // tái	
8710	三	下旬	MZ	42	xiàxún	名
8713	三	下游	MZ	42	xiàyóu	名
8720	三	吓人	MZ	42	xià // rén	
8765	三	现成	MZ	42	xiànchéng	形
8771	三	现行	MZ	42	xiànxíng	形
8778	三	限于	MZ	42	xiànyú	动
8783	三	线条	MZ	42	xiàntiáo	名
8857	三	向来	MZ	42	xiànglái	副
8873	三	橡皮	MZ	42	xiàngpí	名
9105	三	性情	MZ	42	xìngqíng	名
9150	三	嗅觉	MZ	42	xiùjué	名
9242	三	血缘	MZ	42	xuèyuán	名
9359	三	厌烦	MZ	42	yànfán	动

9411	三	药材	MZ	42	yàocái	名	
9607	三	一连	MZ	42	yìlián	副	
9612	三	一旁	MZ	42	yìpáng	名	
9625	三	一头	MZ	42	yìtóu	副、名	
9644	三	议程	MZ	42	yìchéng	名	
9668	三	意图	MZ	42	yìtú	名	
9678	三	毅然	MZ	42	yìrán	副	
9781	三	硬盘	MZ	42	yìngpán	名	
9810	三	用人	MZ	42	yòng // rén		
9918	三	诱人	MZ	42	yòurén	形	
9971	三	预言	MZ	42	yùyán	动、名	
9981	三	寓言	MZ	42	yùyán	名	
10085	三	运河	MZ	42	yùnhé	名	
10090	三	运营	MZ	42	yùnyíng	动	
10097	三	蕴藏	MZ	42	yùncáng	动	
10144	三	赞同	MZ	42	zàntóng	动	
10146	三	赞扬	MZ	42	zànyáng	动	
10172	三	造福	MZ	42	zàofú	动	
10304	三	召集	MZ	42	zhàojí	动	
10309	三	照常	MZ	42	zhàocháng	动、副	
10313	三	照明	MZ	42	zhàomíng	动	
10371	三	阵容	MZ	42	zhènróng	名	
10372	三	阵营	MZ	42	zhènyíng	名	
10433	三	正直	MZ	42	zhèngzhí	形	
10568	三	制裁	MZ	42	zhìcái	动	
10573	三	制服	MZ	42	zhìfú	名	
10583	三	质疑	MZ	42	zhìyí	动	
10592	三	致辞	MZ	42	zhì // cí		
10605	三	滞留	MZ	42	zhìliú	动	
10663	三	仲裁	MZ	42	zhòngcái	动	
10665	三	众人	MZ	42	zhòngrén	名	
10921	三	自如	MZ	42	zìrú	形	
10932	三	自行	MZ	42	zìxíng	副	
10979	三	纵容	MZ	42	zòngróng	动	
11031	三	钻石	MZ	42	zuànshí	名	
11082	三	座谈	MZ	42	zuòtán	动	
88	三	罢免	MZ	43	bàmiǎn	动	
147	三	半场	MZ	43	bànchǎng	名	
148	三	半岛	MZ	43	bàndǎo	名	
161	三	伴侣	MZ	43	bànlǚ	名	
295	三	被捕	MZ	43	bèi bǔ		
428	三	辩解	MZ	43	biànjiě	动	
594	三	不解	MZ	43	bùjiě	动	
604	三	不肯	MZ	43	bù kěn		

605	三	不理	MZ	43	bù lǐ	
632	三	不已	MZ	43	bùyǐ	动
636	三	不予	MZ	43	bù yǔ	
644	三	不准	MZ	43	bù zhǔn	
660	三	部署	MZ	43	bùshǔ	动
816	三	颤抖	MZ	43	chàndǒu	动
944	三	趁早	MZ	43	chènzǎo	副
1048	三	翅膀	MZ	43	chìbǎng	名
1354	三	凑巧	MZ	43	còuqiǎo	形
1485	三	大款	MZ	43	dàkuǎn	名
1519	三	大选	MZ	43	dàxuǎn	动
1565	三	逮捕	MZ	43	dàibǔ	动
1632	三	当晚	MZ	43	dàngwǎn	名
1670	三	倒数	MZ	43	dàoshǔ	动
1682	三	稻草	MZ	43	dàocǎo	名
1770	三	地理	MZ	43	dìlǐ	名
1776	三	地毯	MZ	43	dìtǎn	名
1791	三	弟子	MZ	43	dìzǐ	名
1836	三	电网	MZ	43	diànwǎng	名
1849	三	淀粉	MZ	43	diànfěn	名
1928	三	动感	MZ	43	dònggǎn	名
2047	三	对准	MZ	43	duìzhǔn	
2236	三	饭碗	MZ	43	fànwǎn	名
2324	三	废品	MZ	43	fèipǐn	名
2494	三	付款	MZ	43	fù kuǎn	
2507	三	附属	MZ	43	fùshǔ	动、形
2523	三	赋予	MZ	43	fùyǔ	动
2875	三	构想	MZ	43	gòuxiǎng	动、名
2938	三	雇主	MZ	43	gùzhǔ	名
3139	三	过瘾	MZ	43	guò // yǐn	
3142	三	过早	MZ	43	guò zǎo	
3199	三	汗水	MZ	43	hànshuǐ	名
3318	三	喝彩	MZ	43	hè // cǎi	
3395	三	后者	MZ	43	hòuzhě	名
3423	三	互补	MZ	43	hùbǔ	动
3433	三	护理	MZ	43	hùlǐ	动
3481	三	画展	MZ	43	huàzhǎn	名
3486	三	话筒	MZ	43	huàtǒng	名
3487	三	话语	MZ	43	huàyǔ	名
3525	三	换取	MZ	43	huànqǔ	动
3529	三	唤起	MZ	43	huànqǐ	动
3532	三	患有	MZ	43	huànyǒu	
3606	三	会场	MZ	43	huìchǎng	名
3799	三	记载	MZ	43	jìzǎi	动

3817	三	忌口	MZ	43	jì // kǒu	
3980	三	见解	MZ	43	jiànjiě	名
4009	三	健美	MZ	43	jiànměi	名、形
4121	三	叫好	MZ	43	jiào // hǎo	
4253	三	借口	MZ	43	jièkǒu	动、名
4301	三	进场	MZ	43	jìn chǎng	
4407	三	竞选	MZ	43	jìngxuǎn	动
4423	三	静止	MZ	43	jìngzhǐ	动
4469	三	就诊	MZ	43	jiù // zhěn	
4526	三	剧组	MZ	43	jùzǔ	名
4528	三	据此	MZ	43	jù cǐ	
4738	三	刻苦	MZ	43	kèkǔ	形
4871	三	况且	MZ	43	kuàngqiě	连
5086	三	立体	MZ	43	lìtǐ	形
5161	三	亮点	MZ	43	liàngdiǎn	名
5164	三	谅解	MZ	43	liàngjiě	动
5180	三	料理	MZ	43	liàolǐ	动、名
5184	三	列举	MZ	43	lièjǔ	动
5190	三	猎犬	MZ	43	lièquǎn	名
5465	三	冒险	MZ	43	mào // xiǎn	
5590	三	面粉	MZ	43	miànfěn	名
5716	三	木板	MZ	43	mùbǎn	名
5719	三	木偶	MZ	43	mù'ǒu	名
5725	三	目睹	MZ	43	mùdǔ	动
5731	三	牧场	MZ	43	mùchǎng	名
5762	三	呐喊	MZ	43	nàhǎn	动
5899	三	宁可	MZ	43	nìngkě	副
5979	三	派遣	MZ	43	pàiqiǎn	动
5987	三	判处	MZ	43	pànchǔ	动
6029	三	配偶	MZ	43	pèi'ǒu	名
6048	三	碰巧	MZ	43	pèngqiǎo	副
6075	三	媲美	MZ	43	pìměi	动
6179	三	迫使	MZ	43	pòshǐ	动
6185	三	破解	MZ	43	pòjiě	动
6279	三	气管	MZ	43	qìguǎn	名
6281	三	气馁	MZ	43	qìněi	形
6312	三	恰巧	MZ	43	qiàqiǎo	副
6541	三	庆典	MZ	43	qìngdiǎn	名
6639	三	劝阻	MZ	43	quànzǔ	动
6659	三	确诊	MZ	43	quèzhěn	动
6826	三	入场	MZ	43	rù // chǎng	
6832	三	入手	MZ	43	rùshǒu	动
6833	三	入选	MZ	43	rùxuǎn	动
6844	三	弱点	MZ	43	ruòdiǎn	名

6853	三	赛跑	MZ	43	sàipǎo	动	
6959	三	上场	MZ	43	shàng // chǎng		
6965	三	上岗	MZ	43	shàng // gǎng		
6967	三	上火	MZ	43	shàng // huǒ		
6997	三	上瘾	MZ	43	shàng // yǐn		
7023	三	少女	MZ	43	shàonǚ	名	
7033	三	设法	MZ	43	shèfǎ	动	
7339	三	视角	MZ	43	shìjiǎo	名	
7345	三	视野	MZ	43	shìyě	名	
7438	三	受苦	MZ	43	shòu // kǔ		
7439	三	受理	MZ	43	shòulǐ	动	
7445	三	授予	MZ	43	shòuyǔ	动	
7595	三	顺手	MZ	43	shùnshǒu	形、副	
7664	三	饲养	MZ	43	sìyǎng	动	
7689	三	诉苦	MZ	43	sù // kǔ		
7697	三	素养	MZ	43	sùyǎng	名	
7794	三	泰斗	MZ	43	tàidǒu	名	
7828	三	探险	MZ	43	tàn // xiǎn		
7869	三	特产	MZ	43	tèchǎn	名	
8003	三	跳伞	MZ	43	tiào // sǎn		
8239	三	拓展	MZ	43	tuòzhǎn	动	
8253	三	外表	MZ	43	wàibiǎo	名	
8274	三	外企	MZ	43	wàiqǐ	名	
8355	三	妄想	MZ	43	wàngxiǎng	动、名	
8432	三	未免	MZ	43	wèimiǎn	副	
8447	三	喂养	MZ	43	wèiyǎng	动	
8586	三	物体	MZ	43	wùtǐ	名	
8593	三	误导	MZ	43	wùdǎo	动	
8686	三	下岗	MZ	43	xià // gǎng		
8703	三	下手	MZ	43	xià // shǒu		
8704	三	下属	MZ	43	xiàshǔ	名	
8784	三	宪法	MZ	43	xiànfǎ	名	
8791	三	献血	MZ	43	xiàn xiě		
8860	三	向往	MZ	43	xiàngwǎng	动	
9095	三	幸好	MZ	43	xìnghǎo	副	
9367	三	焰火	MZ	43	yànhuǒ	名	
9391	三	样本	MZ	43	yàngběn	名	
9392	三	样品	MZ	43	yàngpǐn	名	
9423	三	要点	MZ	43	yàodiǎn	名	
9426	三	要紧	MZ	43	yàojǐn	形	
9434	三	耀眼	MZ	43	yàoyǎn	形	
9461	三	夜晚	MZ	43	yèwǎn	名	
9466	三	液体	MZ	43	yètǐ	名	
9602	三	一举	MZ	43	yìjǔ	名、副	

9620	三	一手	MZ	43	yìshǒu	名、副
9622	三	一体	MZ	43	yìtǐ	名
9634	三	一眼	MZ	43	yì yǎn	
9636	三	一早	MZ	43	yìzǎo	名
10065	三	岳母	MZ	43	yuèmǔ	名
10092	三	运转	MZ	43	yùnzhuǎn	动
10131	三	载体	MZ	43	zàitǐ	名
10140	三	赞美	MZ	43	zànměi	动
10145	三	赞许	MZ	43	zànxǔ	动
10173	三	造假	MZ	43	zàojiǎ	动
10560	三	至此	MZ	43	zhìcǐ	动
10574	三	制品	MZ	43	zhìpǐn	名
10577	三	制止	MZ	43	zhìzhǐ	动
10597	三	致使	MZ	43	zhìshǐ	动、连
10751	三	住址	MZ	43	zhùzhǐ	名
10914	三	自理	MZ	43	zìlǐ	动
10952	三	字眼	MZ	43	zìyǎn	名
49	三	按键	MZ	44	ànjiàn	名
55	三	案件	MZ	44	ànjiàn	名
67	三	傲慢	MZ	44	àomàn	形
68	三	奥秘	MZ	44	àomì	名
90	三	霸占	MZ	44	bàzhàn	动
150	三	半路	MZ	44	bànlù	名
152	三	半数	MZ	44	bànshù	名
163	三	伴奏	MZ	44	bànzòu	动
230	三	报废	MZ	44	bào // fèi	
237	三	报社	MZ	44	bàoshè	名
252	三	暴躁	MZ	44	bàozào	形
282	三	备受	MZ	44	bèi shòu	
283	三	备用	MZ	44	bèiyòng	动
289	三	背叛	MZ	44	bèipàn	动
290	三	背诵	MZ	44	bèisòng	动
327	三	笨重	MZ	44	bènzhòng	形
360	三	必定	MZ	44	bìdìng	副
410	三	变异	MZ	44	biànyì	动
411	三	变质	MZ	44	biàn // zhì	
413	三	便道	MZ	44	biàndào	名
414	三	便饭	MZ	44	biànfàn	名
422	三	遍布	MZ	44	biànbù	动
425	三	辨认	MZ	44	biànrèn	动
427	三	辩护	MZ	44	biànhù	动
488	三	并购	MZ	44	bìnggòu	动
489	三	并列	MZ	44	bìngliè	动
498	三	病症	MZ	44	bìngzhèng	名

652	三	步入	MZ	44	bùrù	动	
654	三	步骤	MZ	44	bùzhòu	名	
658	三	部件	MZ	44	bùjiàn	名	
728	三	灿烂	MZ	44	cànlàn	形	
752	三	侧面	MZ	44	cèmiàn	名	
753	三	侧重	MZ	44	cèzhòng	动	
758	三	测算	MZ	44	cèsuàn	动	
759	三	测验	MZ	44	cèyàn	动、名	
867	三	倡议	MZ	44	chàngyì	动、名	
1047	三	赤字	MZ	44	chìzì	名	
1205	三	触动	MZ	44	chùdòng	动	
1206	三	触犯	MZ	44	chùfàn	动	
1319	三	次日	MZ	44	cìrì	名	
1374	三	脆弱	MZ	44	cuìruò	形	
1375	三	翠绿	MZ	44	cuìlǜ	形	
1461	三	大地	MZ	44	dàdì	名	
1499	三	大片	MZ	44	dàpiàn	名	
1500	三	大气	MZ	44	dàqì	名	
1503	三	大厦	MZ	44	dàshà	名	
1509	三	大肆	MZ	44	dàsì	副	
1525	三	大意	MZ	44	dàyì	名	
1544	三	代号	MZ	44	dàihào	名	
1552	三	带队	MZ	44	dài duì		
1555	三	带路	MZ	44	dài // lù		
1563	三	怠慢	MZ	44	dàimàn	动	
1594	三	但愿	MZ	44	dàn yuàn		
1600	三	淡化	MZ	44	dànhuà	动	
1601	三	淡季	MZ	44	dànjì	名	
1638	三	档次	MZ	44	dàngcì	名	
1665	三	到位	MZ	44	dào // wèi		
1673	三	盗窃	MZ	44	dàoqiè	动	
1674	三	悼念	MZ	44	dàoniàn	动	
1678	三	道具	MZ	44	dàojù	名	
1764	三	地道	MZ	44	dìdào	名	
1767	三	地段	MZ	44	dìduàn	名	
1785	三	地狱	MZ	44	dìyù	名	
1786	三	地域	MZ	44	dìyù	名	
1789	三	地质	MZ	44	dìzhì	名	
1837	三	电线	MZ	44	diànxiàn	名	
1838	三	电信	MZ	44	diànxìn	名	
1851	三	奠定	MZ	44	diàndìng	动	
1884	三	订购	MZ	44	dìnggòu	动	
1886	三	订立	MZ	44	dìnglì	动	
1889	三	定价	MZ	44	dìngjià	名	

1892	三	定论	MZ	44	dìnglùn	名	
1899	三	定义	MZ	44	dìngyì	名	
1900	三	定做	MZ	44	dìngzuò	动	
1927	三	动荡	MZ	44	dòngdàng	动、形	
1935	三	动脉	MZ	44	dòngmài	名	
1944	三	动向	MZ	44	dòngxiàng	名	
1946	三	动用	MZ	44	dòngyòng	动	
1962	三	斗志	MZ	44	dòuzhì	名	
1996	三	度假	MZ	44	dùjià	动	
1998	三	渡过	MZ	44	dùguò		
2010	三	段落	MZ	44	duànluò	名	
2012	三	断定	MZ	44	duàndìng	动	
2014	三	断裂	MZ	44	duànliè	动	
2028	三	对策	MZ	44	duìcè	名	
2029	三	对称	MZ	44	duìchèn	形	
2045	三	对照	MZ	44	duìzhào	动	
2048	三	兑换	MZ	44	duìhuàn	动	
2049	三	兑现	MZ	44	duìxiàn	动	
2088	三	堕落	MZ	44	duòluò	动	
2095	三	恶化	MZ	44	èhuà	动	
2096	三	恶劣	MZ	44	èliè	形	
2098	三	恶性	MZ	44	èxìng	形	
2099	三	恶意	MZ	44	èyì	名	
2101	三	遏制	MZ	44	èzhì	动	
2237	三	泛滥	MZ	44	fànlàn	动	
2240	三	贩卖	MZ	44	fànmài	动	
2294	三	放映	MZ	44	fàngyìng	动	
2296	三	放置	MZ	44	fàngzhì	动	
2297	三	放纵	MZ	44	fàngzòng	动	
2323	三	废话	MZ	44	fèihuà	名	
2326	三	废物	MZ	44	fèiwù	名	
2331	三	费劲	MZ	44	fèi // jìn		
2376	三	分外	MZ	44	fènwài	副	
2380	三	奋力	MZ	44	fènlì	副	
2383	三	粪便	MZ	44	fènbiàn	名	
2493	三	付费	MZ	44	fù fèi		
2533	三	腹部	MZ	44	fùbù	名	
2534	三	腹泻	MZ	44	fùxiè	动	
2535	三	覆盖	MZ	44	fùgài	动	
2558	三	概况	MZ	44	gàikuàng	名	
2560	三	概率	MZ	44	gàilǜ	名	
2680	三	告诫	MZ	44	gàojiè	动	
2718	三	个案	MZ	44	gè'àn	名	
2860	三	共性	MZ	44	gòngxìng	名	

2932	三	顾虑	MZ	44	gùlǜ	动、名
2947	三	挂号	MZ	44	guà // hào	
3008	三	贯彻	MZ	44	guànchè	动
3013	三	惯例	MZ	44	guànlì	名
3016	三	灌溉	MZ	44	guàngài	动
3072	三	贵重	MZ	44	guìzhòng	形
3112	三	过半	MZ	44	guòbàn	动
3115	三	过错	MZ	44	guòcuò	名
3124	三	过境	MZ	44	guò // jìng	
3126	三	过滤	MZ	44	guòlǜ	动
3133	三	过剩	MZ	44	guòshèng	动
3140	三	过硬	MZ	44	guò // yìng	
3257	三	好客	MZ	44	hàokè	形
3262	三	耗费	MZ	44	hàofèi	动
3374	三	后备	MZ	44	hòubèi	形、名
3377	三	后代	MZ	44	hòudài	名
3391	三	后退	MZ	44	hòutuì	动
3392	三	后续	MZ	44	hòuxù	形
3398	三	厚度	MZ	44	hòudù	名
3428	三	互信	MZ	44	hùxìn	动
3429	三	互助	MZ	44	hùzhù	动
3469	三	化验	MZ	44	huàyàn	动
3483	三	话费	MZ	44	huàfèi	名
3499	三	坏事	MZ	44	huàishì	名
3527	三	换位	MZ	44	huàn wèi	
3531	三	患病	MZ	44	huàn bìng	
3601	三	汇聚	MZ	44	huìjù	动
3608	三	会面	MZ	44	huì // miàn	
3610	三	会晤	MZ	44	huìwù	动
3668	三	货币	MZ	44	huòbì	名
3671	三	货运	MZ	44	huòyùn	名
3676	三	获胜	MZ	44	huòshèng	动
3789	三	计较	MZ	44	jìjiào	动
3813	三	技艺	MZ	44	jìyì	名
3822	三	迹象	MZ	44	jìxiàng	名
3836	三	寂静	MZ	44	jìjìng	形
3837	三	寂寞	MZ	44	jìmò	形
3986	三	见效	MZ	44	jiànxiào	动
3988	三	见证	MZ	44	jiànzhèng	动、名
3991	三	间断	MZ	44	jiànduàn	动
3994	三	间隙	MZ	44	jiànxì	名
4126	三	较劲	MZ	44	jiào // jìn	
4127	三	较量	MZ	44	jiàoliàng	动
4236	三	介入	MZ	44	jièrù	动

4238	三	介意	MZ	44	jiè // yì	
4255	三	借用	MZ	44	jièyòng	动
4256	三	借助	MZ	44	jièzhù	动
4327	三	浸泡	MZ	44	jìnpào	动
4328	三	禁忌	MZ	44	jìnjì	名、动
4403	三	净化	MZ	44	jìnghuà	动
4404	三	竞技	MZ	44	jìngjì	动
4413	三	敬爱	MZ	44	jìng'ài	动
4417	三	敬佩	MZ	44	jìngpèi	动
4419	三	敬业	MZ	44	jìngyè	动
4420	三	敬意	MZ	44	jìngyì	名
4424	三	境地	MZ	44	jìngdì	名
4425	三	境界	MZ	44	jìngjiè	名
4455	三	救治	MZ	44	jiùzhì	动
4459	三	就地	MZ	44	jiùdì	副
4461	三	就近	MZ	44	jiùjìn	副
4462	三	就任	MZ	44	jiùrèn	动
4471	三	就座	MZ	44	jiù // zuò	
4521	三	剧烈	MZ	44	jùliè	形
4522	三	剧目	MZ	44	jùmù	名
4525	三	剧院	MZ	44	jùyuàn	名
4581	三	俊俏	MZ	44	jùnqiào	形
4664	三	看中	MZ	44	kànzhòng	
4665	三	看重	MZ	44	kàn // zhòng	动
4671	三	抗拒	MZ	44	kàngjù	动
4735	三	克制	MZ	44	kèzhì	动
4739	三	刻意	MZ	44	kèyì	副
4750	三	客运	MZ	44	kèyùn	名
4781	三	空地	MZ	44	kòngdì	名
4783	三	空隙	MZ	44	kòngxì	名
4839	三	跨越	MZ	44	kuàyuè	动
4845	三	快递	MZ	44	kuàidì	名
4870	三	旷课	MZ	44	kuàng // kè	
4883	三	困惑	MZ	44	kùnhuò	形、动
4884	三	困境	MZ	44	kùnjìng	名
4889	三	扩建	MZ	44	kuòjiàn	动
4890	三	扩散	MZ	44	kuòsàn	动
4906	三	腊月	MZ	44	làyuè	名
4946	三	滥用	MZ	44	lànyòng	动
4995	三	乐意	MZ	44	lèyì	动、形
5072	三	历届	MZ	44	lìjiè	形
5090	三	利害	MZ	44	lìhài	名
5091	三	利率	MZ	44	lìlǜ	名
5162	三	亮丽	MZ	44	liànglì	形

5163	三	亮相	MZ	44	liàng // xiàng	
5179	三	料到	MZ	44	liàodào	
5187	三	劣势	MZ	44	lièshì	名
5188	三	劣质	MZ	44	lièzhì	形
5193	三	裂缝	MZ	44	lièfèng	名
5300	三	露面	MZ	44	lòu // miàn	
5314	三	录制	MZ	44	lùzhì	动
5323	三	路况	MZ	44	lùkuàng	名
5324	三	路面	MZ	44	lùmiàn	名
5370	三	论述	MZ	44	lùnshù	动
5373	三	论证	MZ	44	lùnzhèng	动
5383	三	落地	MZ	44	luò // dì	
5385	三	落户	MZ	44	luò // hù	
5420	三	迈进	MZ	44	màijìn	动
5442	三	慢性	MZ	44	mànxìng	形
5459	三	茂密	MZ	44	màomì	形
5460	三	茂盛	MZ	44	màoshèng	形
5517	三	魅力	MZ	44	mèilì	名
5539	三	梦幻	MZ	44	mènghuàn	名
5587	三	面部	MZ	44	miànbù	名
5689	三	末日	MZ	44	mòrì	名
5727	三	目录	MZ	44	mùlù	名
5738	三	幕后	MZ	44	mùhòu	名
5763	三	纳闷儿	MZ	44	nà // mènr	
5764	三	纳入	MZ	44	nàrù	动
5836	三	内幕	MZ	44	nèimù	名
5888	三	酿造	MZ	44	niàngzào	动
5900	三	宁愿	MZ	44	nìngyuàn	副
5941	三	虐待	MZ	44	nüèdài	动
5993	三	叛逆	MZ	44	pànnì	动、名
6010	三	泡沫	MZ	44	pàomò	名
6028	三	配件	MZ	44	pèijiàn	名
6050	三	碰撞	MZ	44	pèngzhuàng	动
6093	三	片段	MZ	44	piànduàn	名
6127	三	聘用	MZ	44	pìnyòng	动
6177	三	迫害	MZ	44	pòhài	动
6181	三	破案	MZ	44	pò // àn	
6186	三	破旧	MZ	44	pòjiù	形
6187	三	破裂	MZ	44	pòliè	动
6188	三	破灭	MZ	44	pòmiè	动
6189	三	破碎	MZ	44	pòsuì	动
6190	三	魄力	MZ	44	pòlì	名
6207	三	瀑布	MZ	44	pùbù	名
6283	三	气泡	MZ	44	qìpào	名

6284	三	气魄	MZ	44	qìpò	名	
6288	三	气味	MZ	44	qìwèi	名	
6302	三	器械	MZ	44	qìxiè	名	
6542	三	庆贺	MZ	44	qìnghè	动	
6543	三	庆幸	MZ	44	qìngxìng	动	
6637	三	劝告	MZ	44	quàngào	动、名	
6657	三	确信	MZ	44	quèxìn	动	
6674	三	让步	MZ	44	ràng // bù		
6691	三	热气	MZ	44	rèqì	名	
6746	三	认错	MZ	44	rèn // cuò		
6754	三	认证	MZ	44	rènzhèng	动	
6759	三	任命	MZ	44	rènmìng	动	
6763	三	任意	MZ	44	rènyì	副	
6776	三	日后	MZ	44	rìhòu	名	
6784	三	日益	MZ	44	rìyì	副	
6828	三	入境	MZ	44	rù // jìng		
6845	三	弱势	MZ	44	ruòshì	名	
6863	三	散布	MZ	44	sànbù	动	
6927	三	擅自	MZ	44	shànzì	副	
6957	三	上报	MZ	44	shàngbào	动	
6979	三	上任	MZ	44	shàng // rèn		
6983	三	上述	MZ	44	shàngshù	形	
6985	三	上诉	MZ	44	shàngsù	动	
6998	三	上映	MZ	44	shàngyìng	动	
7003	三	尚未	MZ	44	shàng wèi		
7032	三	设定	MZ	44	shèdìng	动	
7044	三	社论	MZ	44	shèlùn	名	
7121	三	渗透	MZ	44	shèntòu	动	
7122	三	慎重	MZ	44	shènzhòng	形	
7175	三	胜任	MZ	44	shèngrèn	动	
7176	三	盛大	MZ	44	shèngdà	形	
7177	三	盛会	MZ	44	shènghuì	名	
7291	三	示意	MZ	44	shìyì	动	
7292	三	世代	MZ	44	shìdài	名	
7307	三	势必	MZ	44	shìbì	副	
7314	三	事迹	MZ	44	shìjì	名	
7324	三	事项	MZ	44	shìxiàng	名	
7336	三	试用	MZ	44	shìyòng	动	
7344	三	视线	MZ	44	shìxiàn	名	
7352	三	适度	MZ	44	shìdù	形	
7354	三	适量	MZ	44	shìliàng	形	
7360	三	逝世	MZ	44	shìshì	动	
7433	三	受过	MZ	44	shòu // guò		
7434	三	受害	MZ	44	shòu // hài		

7436	三	受贿	MZ	44	shòu // huì	
7440	三	受骗	MZ	44	shòu // piàn	
7442	三	受益	MZ	44	shòuyì	动
7447	三	售价	MZ	44	shòujià	名
7448	三	售票	MZ	44	shòu piào	
7503	三	树立	MZ	44	shùlì	动
7505	三	树木	MZ	44	shùmù	名
7507	三	树叶	MZ	44	shùyè	名
7586	三	顺便	MZ	44	shùnbiàn	副
7588	三	顺畅	MZ	44	shùnchàng	形
7592	三	顺路	MZ	44	shùnlù	形、副
7598	三	顺应	MZ	44	shùnyìng	动
7654	三	四季	MZ	44	sìjì	名
7658	三	寺庙	MZ	44	sìmiào	名
7663	三	饲料	MZ	44	sìliào	名
7691	三	诉讼	MZ	44	sùsòng	动
7703	三	塑造	MZ	44	sùzào	动
7736	三	隧道	MZ	44	suìdào	名
7822	三	探测	MZ	44	tàncè	动
7827	三	探望	MZ	44	tànwàng	动
7875	三	特价	MZ	44	tèjià	名
7886	三	特制	MZ	44	tèzhì	动
7887	三	特质	MZ	44	tèzhì	名
7940	三	替换	MZ	44	tìhuàn	动
8001	三	跳动	MZ	44	tiàodòng	动
8007	三	跳跃	MZ	44	tiàoyuè	动
8134	三	透过	MZ	44	tòuguò	动、介
8215	三	退役	MZ	44	tuì // yì	
8262	三	外号	MZ	44	wàihào	名
8270	三	外贸	MZ	44	wàimào	名
8275	三	外套	MZ	44	wàitào	名
8361	三	旺季	MZ	44	wàngjì	名
8362	三	旺盛	MZ	44	wàngshèng	形
8420	三	卫视	MZ	44	wèishì	名
8441	三	畏惧	MZ	44	wèijù	动
8492	三	问卷	MZ	44	wènjuàn	名
8494	三	问世	MZ	44	wènshì	动
8582	三	务必	MZ	44	wùbì	副
8695	三	下令	MZ	44	xià // lìng	
8697	三	下落	MZ	44	xiàluò	名
8768	三	现任	MZ	44	xiànrèn	动、形
8776	三	限定	MZ	44	xiàndìng	动
8777	三	限度	MZ	44	xiàndù	名
8863	三	项链	MZ	44	xiàngliàn	名

8871	三	像样	MZ	44	xiàng // yàng		
8931	三	肖像	MZ	44	xiàoxiàng	名	
8971	三	泄漏	MZ	44	xièlòu	动	
8972	三	泄露	MZ	44	xièlòu	动	
9037	三	信贷	MZ	44	xìndài	名	
9040	三	信件	MZ	44	xìnjiàn	名	
9041	三	信赖	MZ	44	xìnlài	动	
9050	三	信誉	MZ	44	xìnyù	名	
9103	三	性命	MZ	44	xìngmìng	名	
9109	三	姓氏	MZ	44	xìngshì	名	
9171	三	序幕	MZ	44	xùmù	名	
9172	三	叙述	MZ	44	xùshù	动	
9206	三	炫耀	MZ	44	xuànyào	动	
9362	三	艳丽	MZ	44	yànlì	形	
9366	三	验证	MZ	44	yànzhèng	动	
9429	三	要命	MZ	44	yào // mìng		
9451	三	业绩	MZ	44	yèjì	名	
9654	三	异性	MZ	44	yìxìng	形、名	
9655	三	异议	MZ	44	yìyì	名	
9657	三	抑郁	MZ	44	yìyù	形	
9664	三	意料	MZ	44	yìliào	动	
9672	三	意向	MZ	44	yìxiàng	名	
9735	三	印证	MZ	44	yìnzhèng	动、名	
9773	三	应聘	MZ	44	yìngpìn	动	
9778	三	硬币	MZ	44	yìngbì	名	
9808	三	用力	MZ	44	yòng // lì		
9813	三	用意	MZ	44	yòngyì	名	
9914	三	幼稚	MZ	44	yòuzhì	形	
9917	三	诱惑	MZ	44	yòuhuò	动	
9953	三	浴室	MZ	44	yùshì	名	
9958	三	预定	MZ	44	yùdìng	动	
9961	三	预告	MZ	44	yùgào	动、名	
9963	三	预见	MZ	44	yùjiàn	动、名	
9964	三	预料	MZ	44	yùliào	动、名	
9966	三	预赛	MZ	44	yùsài	动、名	
9967	三	预示	MZ	44	yùshì	动	
9968	三	预售	MZ	44	yùshòu	动	
9969	三	预算	MZ	44	yùsuàn	名	
9978	三	遇难	MZ	44	yù // nàn		
9982	三	寓意	MZ	44	yùyì	名	
10059	三	月票	MZ	44	yuèpiào	名	
10062	三	乐器	MZ	44	yuèqì	名	
10064	三	岳父	MZ	44	yuèfù	名	
10079	三	孕妇	MZ	44	yùnfù	名	

10088	三	运送	MZ	44	yùnsòng	动	
10095	三	酝酿	MZ	44	yùnniàng	动	
10119	三	再现	MZ	44	zàixiàn	动	
10127	三	在线	MZ	44	zàixiàn	动	
10128	三	在意	MZ	44	zài // yì		
10142	三	赞叹	MZ	44	zàntàn	动	
10174	三	造价	MZ	44	zàojià	名	
10175	三	造就	MZ	44	zàojiù	动、名	
10209	三	诈骗	MZ	44	zhàpiàn	动	
10237	三	占用	MZ	44	zhànyòng	动	
10249	三	站立	MZ	44	zhànlì	动	
10275	三	账号	MZ	44	zhànghào	名	
10311	三	照例	MZ	44	zhàolì	副	
10319	三	肇事	MZ	44	zhàoshì	动	
10333	三	这会儿	MZ	44	zhèhuìr	代	
10374	三	振奋	MZ	44	zhènfèn	形、动	
10378	三	震动	MZ	44	zhèndòng	动	
10379	三	震撼	MZ	44	zhènhàn	动	
10425	三	正面	MZ	44	zhèngmiàn	名、形	
10429	三	正视	MZ	44	zhèngshì	动	
10442	三	郑重	MZ	44	zhèngzhòng	形	
10590	三	治愈	MZ	44	zhìyù		
10593	三	致富	MZ	44	zhìfù	动	
10594	三	致敬	MZ	44	zhìjìng	动	
10596	三	致命	MZ	44	zhìmìng	动	
10604	三	滞后	MZ	44	zhìhòu	动	
10676	三	重任	MZ	44	zhòngrèn	名	
10693	三	昼夜	MZ	44	zhòuyè	名	
10748	三	住宿	MZ	44	zhùsù	动	
10755	三	注定	MZ	44	zhùdìng	动	
10756	三	注入	MZ	44	zhùrù		
10817	三	传记	MZ	44	zhuànjì	名	
10835	三	壮大	MZ	44	zhuàngdà	动、形	
10838	三	壮丽	MZ	44	zhuànglì	形	
10908	三	自费	MZ	44	zìfèi	动	
10916	三	自立	MZ	44	zìlì	动	
10927	三	自卫	MZ	44	zìwèi	动	
10943	三	自助	MZ	44	zìzhù	动	
10950	三	字幕	MZ	44	zìmù	名	
11044	三	罪犯	MZ	44	zuìfàn	名	
11062	三	作弊	MZ	44	zuò // bì		
11068	三	做客	MZ	44	zuò // kè		
11072	三	作物	MZ	44	zuòwù	名	
11077	三	做证	MZ	44	zuò zhèng		

11079	三	坐落	MZ	44	zuòluò	动	
9	三	挨着	ZQ	10	āizhe		
730	三	苍蝇	ZQ	10	cāngying	名	
948	三	称呼	ZQ	10	chēnghu	动、名	
1089	三	抽屉	ZQ	10	chōuti	名	
1156	三	出息	ZQ	10	chūxi	名	
1270	三	吹了	ZQ	10	chuīle		
1587	三	耽误	ZQ	10	dānwu	动	
1626	三	当着	ZQ	10	dāngzhe		
1710	三	灯笼	ZQ	10	dēnglong	名	
1876	三	钉子	ZQ	10	dīngzi	名	
2419	三	风筝	ZQ	10	fēngzheng	名	
2429	三	疯子	ZQ	10	fēngzi	名	
2687	三	胳膊	ZQ	10	gēbo	名	
2688	三	鸽子	ZQ	10	gēzi	名	
2746	三	跟上	ZQ	10	gēnshang		
2782	三	公道	ZQ	10	gōngdao	形	
2870	三	钩子	ZQ	10	gōuzi	名	
2891	三	姑姑	ZQ	10	gūgu	名	
3059	三	规矩	ZQ	10	guīju	名、形	
3411	三	忽悠	ZQ	10	hūyou	动	
3692	三	机灵	ZQ	10	jīling	形	
3860	三	家伙	ZQ	10	jiāhuo	名	
4268	三	金子	ZQ	10	jīnzi	名	
4817	三	窟窿	ZQ	10	kūlong	名	
4854	三	宽敞	ZQ	10	kuānchang	形	
6079	三	片子	ZQ	10	piānzi	名	
6455	三	亲戚	ZQ	10	qīnqi	名	
6604	三	圈子	ZQ	10	quānzi	名	
7078	三	身子	ZQ	10	shēnzi	名	
7210	三	狮子	ZQ	10	shīzi	名	
7468	三	梳子	ZQ	10	shūzi	名	
7473	三	疏忽	ZQ	10	shūhu	动	
7606	三	说道	ZQ	10	shuōdao	动、名	
7893	三	梯子	ZQ	10	tīzi	名	
7980	三	挑剔	ZQ	10	tiāoti	动	
8243	三	挖苦	ZQ	10	wāku	动	
8796	三	乡下	ZQ	10	xiāngxia	名	
8995	三	心思	ZQ	10	xīnsi	名	
9260	三	丫头	ZQ	10	yātou	名	
9987	三	冤枉	ZQ	10	yuānwang	动、形	
10205	三	渣子	ZQ	10	zhāzi	名	
10287	三	招牌	ZQ	10	zhāopai	名	
10320	三	折腾	ZQ	10	zhēteng	动	

10475	三	芝麻	ZQ	10	zhīma	名	
10824	三	庄稼	ZQ	10	zhuāngjia	名	
4624	三	开销	ZQ	11	kāi·xiāo	动、名	
8795	三	乡亲	ZQ	11	xiāngqīn	名	
706	三	参谋	ZQ	12	cānmóu	动、名	
6090	三	篇幅	ZQ	12	piān·fú	名	
1358	三	粗鲁	ZQ	13	cū·lǔ	形	
4902	三	拉拢	ZQ	13	lā·lǒng	动	
5669	三	摸索	ZQ	13	mō·suǒ	动	
1216	三	穿过	ZQ	14	chuānguò	动	
2366	三	吩咐	ZQ	14	fēn·fù	动	
2965	三	关掉	ZQ	14	guāndiào		
4087	三	娇气	ZQ	14	jiāo·qì	形	
7458	三	书记	ZQ	14	shūjì	名	
9394	三	妖怪	ZQ	14	yāoguài	名	
10292	三	招数	ZQ	14	zhāoshù	名	
10880	三	姿势	ZQ	14	zīshì	名	
10895	三	滋味	ZQ	14	zīwèi	名	
515	三	伯伯	ZQ	20	bóbo	名	
517	三	脖子	ZQ	20	bózi	名	
887	三	朝着	ZQ	20	cháozhe		
1276	三	锤子	ZQ	20	chuízi	名	
1298	三	辞去	ZQ	20	cíqu		
1745	三	笛子	ZQ	20	dízi	名	
2473	三	福气	ZQ	20	fúqi	名	
2710	三	格式	ZQ	20	géshi	名	
3205	三	行家	ZQ	20	hángjia	名	
3297	三	和气	ZQ	20	héqi	形、名	
3298	三	和尚	ZQ	20	héshang	名	
3357	三	红火	ZQ	20	hónghuo	形	
3421	三	糊涂	ZQ	20	hútu	形	
3490	三	怀里	ZQ	20	huáili		
3494	三	怀着	ZQ	20	huáizhe		
3546	三	皇上	ZQ	20	huángshang	名	
4489	三	橘子	ZQ	20	júzi	名	
4704	三	咳嗽	ZQ	20	késou	动	
5284	三	聋子	ZQ	20	lóngzi	名	
5285	三	笼子	ZQ	20	lóngzi	名	
5303	三	炉子	ZQ	20	lúzi	名	
5375	三	萝卜	ZQ	20	luóbo	名	
5444	三	忙活	ZQ	20	mánghuo	动	
5483	三	玫瑰	ZQ	20	méigui	名	
5486	三	眉毛	ZQ	20	méimao	名	
5640	三	名气	ZQ	20	míngqi	名	

5684	三	蘑菇	ZQ	20	mógu	名
5853	三	能耐	ZQ	20	néngnai	名、形
5984	三	盘算	ZQ	20	pánsuan	动
6165	三	凭着	ZQ	20	píngzhe	
6374	三	钳子	ZQ	20	qiánzi	名
6470	三	勤快	ZQ	20	qínkuai	形
6660	三	裙子	ZQ	20	qúnzi	名
7163	三	绳子	ZQ	20	shéngzi	名
7973	三	甜头	ZQ	20	tiántou	名
8480	三	蚊子	ZQ	20	wénzi	名
8636	三	媳妇	ZQ	20	xífu	名
11055	三	琢磨	ZQ	20	zuómo	动
3739	三	吉他	ZQ	21	jí·tā	名
5574	三	棉花	ZQ	21	mián·huā	名
5793	三	南瓜	ZQ	21	nán·guā	名
7108	三	神仙	ZQ	21	shén·xiān	名
3370	三	喉咙	ZQ	22	hóu·lóng	名
5414	三	埋伏	ZQ	22	mái·fú	动
6523	三	情人	ZQ	22	qíngrén	名
6635	三	拳头	ZQ	22	quán·tóu	名
10327	三	折磨	ZQ	22	zhé·mó	动
1700	三	得罪	ZQ	24	dézuì	动
5425	三	埋怨	ZQ	24	mányuàn	动
5545	三	迷惑	ZQ	24	mí·huò	形、动
5796	三	难处	ZQ	24	nánchù	名
6731	三	人性	ZQ	24	rén·xìng	名
7104	三	神气	ZQ	24	shén·qì	名、形
10022	三	缘分	ZQ	24	yuán·fèn	名
81	三	把手	ZQ	30	bǎshou	名
322	三	本着	ZQ	30	běnzhe	介
814	三	铲子	ZQ	30	chǎnzi	名
1432	三	打量	ZQ	30	dǎliang	动
1591	三	胆子	ZQ	30	dǎnzi	名
1657	三	倒下	ZQ	30	dǎoxia	
1813	三	点心	ZQ	30	diǎnxin	名
1816	三	点子	ZQ	30	diǎnzi	名
2478	三	斧子	ZQ	30	fǔzi	名
2944	三	寡妇	ZQ	30	guǎfu	名
3007	三	管子	ZQ	30	guǎnzi	名
4807	三	口子	ZQ	30	kǒuzi	名
4904	三	喇叭	ZQ	30	lǎba	名
4943	三	懒得	ZQ	30	lǎnde	动
4989	三	姥姥	ZQ	30	lǎolao	名
4990	三	姥爷	ZQ	30	lǎoye	名

5400	三	马虎	ZQ	30	mǎhu	形
5713	三	牡丹	ZQ	30	mǔdan	名
5935	三	女婿	ZQ	30	nǚxu	名
6867	三	嗓子	ZQ	30	sǎngzi	名
6877	三	嫂子	ZQ	30	sǎozi	名
7818	三	毯子	ZQ	30	tǎnzi	名
8011	三	帖子	ZQ	30	tiězi	名
8412	三	委屈	ZQ	30	wěiqu	形、动
8909	三	小气	ZQ	30	xiǎoqi	形
9087	三	醒来	ZQ	30	xǐnglai	
9381	三	养活	ZQ	30	yǎnghuo	动
10369	三	枕头	ZQ	30	zhěntou	名
10774	三	爪子	ZQ	30	zhuǎzi	名
11027	三	祖宗	ZQ	30	zǔzong	名
11033	三	嘴巴	ZQ	30	zuǐba	名
3001	三	管家	ZQ	31	guǎnjiā	名
4804	三	口音	ZQ	31	kǒu·yīn	名
3785	三	脊梁	ZQ	32	jǐ·liáng	名
4679	三	考量	ZQ	32	kǎo·liáng	动
4796	三	口气	ZQ	34	kǒu·qì	名
7408	三	手艺	ZQ	34	shǒuyì	名
7423	三	首饰	ZQ	34	shǒu·shì	名
7924	三	体面	ZQ	34	tǐmiàn	名、形
8235	三	妥当	ZQ	34	tuǒ·dàng	形
10554	三	指望	ZQ	34	zhǐ·wàng	动、名
10739	三	嘱咐	ZQ	34	zhǔ·fù	动
226	三	报酬	ZQ	40	bàochou	名
470	三	别扭	ZQ	40	bièniu	形
945	三	趁着	ZQ	40	chènzhe	
1353	三	凑合	ZQ	40	còuhe	动
1523	三	大爷	ZQ	40	dàye	名
1526	三	大意	ZQ	40	dàyi	形
1596	三	担子	ZQ	40	dànzi	名
1726	三	凳子	ZQ	40	dèngzi	名
1765	三	地道	ZQ	40	dìdao	形
1933	三	动静	ZQ	40	dòngjing	名
1940	三	动弹	ZQ	40	dòngtan	动
1966	三	豆子	ZQ	40	dòuzi	名
2557	三	盖子	ZQ	40	gàizi	名
2614	三	干事	ZQ	40	gànshi	名
2725	三	个子	ZQ	40	gèzi	名
2921	三	固执	ZQ	40	gùzhi	形
2959	三	怪物	ZQ	40	guàiwu	名
3019	三	罐头	ZQ	40	guàntou	名

3079	三	棍子	ZQ	40	gùnzi	名	
3390	三	后头	ZQ	40	hòutou	名	
3397	三	厚道	ZQ	40	hòudao	形	
3526	三	换上	ZQ	40	huànshang		
3795	三	记号	ZQ	40	jìhao	名	
3902	三	架子	ZQ	40	jiàzi	名	
3984	三	见识	ZQ	40	jiànshi	动、名	
4243	三	戒指	ZQ	40	jièzhi	名	
4472	三	舅舅	ZQ	40	jiùjiu	名	
4546	三	卷子	ZQ	40	juànzi	名	
5329	三	路子	ZQ	40	lùzi	名	
5387	三	落下	ZQ	40	luòxia		
5886	三	念头	ZQ	40	niàntou	名	
6049	三	碰上	ZQ	40	pèngshang		
6988	三	上头	ZQ	40	shàngtou	名	
7346	三	柿子	ZQ	40	shìzi	名	
7599	三	顺着	ZQ	40	shùnzhe		
7774	三	踏上	ZQ	40	tàshang		
8437	三	位子	ZQ	40	wèizi	名	
8719	三	吓唬	ZQ	40	xiàhu	动	
8861	三	向着	ZQ	40	xiàngzhe	动	
9368	三	燕子	ZQ	40	yànzi	名	
9433	三	钥匙	ZQ	40	yàoshi	名	
9771	三	应付	ZQ	40	yìngfu	动	
9979	三	遇上	ZQ	40	yùshang		
10271	三	帐篷	ZQ	40	zhàngpeng	名	
10272	三	帐子	ZQ	40	zhàngzi	名	
10306	三	兆头	ZQ	40	zhàotou	名	
10842	三	状元	ZQ	40	zhuàngyuan	名	
6024	三	佩服	ZQ	42	pèi·fú	动	
7310	三	势头	ZQ	42	shì·tóu	名	
10439	三	证人	ZQ	42	zhèng·rén	名	
8444	三	胃口	ZQ	43	wèikǒu	名	
231	三	报复	ZQ	44	bào·fù	动	
288	三	背面	ZQ	44	bèimiàn	名	
1762	三	地步	ZQ	44	dìbù	名	
1850	三	惦记	ZQ	44	diàn·jì	动	
1864	三	调度	ZQ	44	diàodù	动、名	
1992	三	妒忌	ZQ	44	dùjì	动	
2285	三	放过	ZQ	44	fàngguò		
2375	三	分量	ZQ	44	fèn·liàng	名	
2497	三	负面	ZQ	44	fùmiàn	形	
2531	三	富裕	ZQ	44	fùyù	形	
2610	三	干部	ZQ	44	gànbù	名	

3014	三	惯性	ZQ	44	guànxìng	名
3618	三	贿赂	ZQ	44	huìlù	动、名
3670	三	货物	ZQ	44	huòwù	名
4012	三	健壮	ZQ	44	jiànzhuàng	形
4249	三	界限	ZQ	44	jièxiàn	名
4305	三	进度	ZQ	44	jìndù	名
4451	三	救济	ZQ	44	jiùjì	动
5065	三	力度	ZQ	44	lìdù	名
5189	三	烈士	ZQ	44	lièshì	名
5565	三	密度	ZQ	44	mìdù	名
5702	三	默契	ZQ	44	mòqì	形、名
5718	三	木匠	ZQ	44	mù·jiàng	名
5839	三	内向	ZQ	44	nèixiàng	形
6278	三	气愤	ZQ	44	qìfèn	形
6282	三	气派	ZQ	44	qìpài	名、形
6286	三	气势	ZQ	44	qìshì	名
6292	三	气质	ZQ	44	qìzhì	名
6596	三	去处	ZQ	44	qùchù	名
6600	三	去向	ZQ	44	qùxiàng	名
6601	三	趣味	ZQ	44	qùwèi	名
6654	三	确切	ZQ	44	quèqiè	形
6685	三	热带	ZQ	44	rèdài	名
6924	三	善意	ZQ	44	shànyì	名
7288	三	士气	ZQ	44	shìqì	名
7319	三	事态	ZQ	44	shìtài	名
7327	三	侍候	ZQ	44	shìhòu	动
7331	三	试探	ZQ	44	shìtàn	动
7341	三	视力	ZQ	44	shìlì	名
7428	三	寿命	ZQ	44	shòumìng	名
7501	三	束缚	ZQ	44	shùfù	动
7579	三	税务	ZQ	44	shuìwù	名
7621	三	硕士	ZQ	44	shuòshì	名
8358	三	忘掉	ZQ	44	wàngdiào	
8666	三	细腻	ZQ	44	xìnì	形
8789	三	羡慕	ZQ	44	xiànmù	动
8929	三	孝敬	ZQ	44	xiàojìng	动
8942	三	效力	ZQ	44	xiàolì	名
8944	三	效益	ZQ	44	xiàoyì	名
9092	三	兴致	ZQ	44	xìngzhì	名
9420	三	要不	ZQ	44	yàobù	连
9659	三	抑制	ZQ	44	yìzhì	动
9974	三	欲望	ZQ	44	yùwàng	名
10041	三	院士	ZQ	44	yuànshì	名
10072	三	越过	ZQ	44	yuèguò	

10096	三	韵味	ZQ	44	yùnwèi	名	
10217	三	债务	ZQ	44	zhàiwù	名	
10312	三	照料	ZQ	44	zhàoliào	动	
10579	三	质地	ZQ	44	zhìdì	名	
10598	三	秩序	ZQ	44	zhìxù	名	
10745	三	住处	ZQ	44	zhùchù	名	
1018	三	吃不上	MQZ	104	chī bu shàng		
2744	三	跟不上	MQZ	104	gēn bu shàng		
4273	三	禁不住	MQZ	104	jīnbuzhù	动	
7604	三	说不上	MQZ	104	shuōbushàng	动	
8987	三	心里话	MQZ	104	xīnli huà		
2645	三	高峰期	MQZ	111	gāofēngqī	名	
2791	三	公积金	MQZ	111	gōngjījīn	名	
4599	三	开发区	MQZ	111	kāifāqū	名	
4600	三	开发商	MQZ	111	kāifāshāng	名	
6475	三	青春期	MQZ	111	qīngchūnqī	名	
7541	三	双胞胎	MQZ	111	shuāngbāotāi	名	
7631	三	私家车	MQZ	111	sījiāchē	名	
2779	三	公安局	MQZ	112	gōng'ānjú	名	
4152	三	接班人	MQZ	112	jiēbānrén	名	
6128	三	乒乓球	MQZ	112	pīngpāngqiú	名	
8804	三	相当于	MQZ	112	xiāngdāng yú		
1122	三	出发点	MQZ	113	chūfādiǎn	名	
1581	三	单方面	MQZ	114	dān fāngmiàn		
2062	三	多方面	MQZ	114	duō fāngmiàn		
2767	三	工商界	MQZ	114	gōngshāngjiè	名	
4901	三	拉拉队	MQZ	114	lālāduì	名	
6511	三	清真寺	MQZ	114	qīngzhēnsì	名	
2070	三	多年来	MQZ	122	duō nián lái		
2889	三	孤零零	MQZ	122	gūlínglíng	形	
4477	三	居民楼	MQZ	122	jūmínlóu	名	
10866	三	捉迷藏	MQZ	122	zhuōmícáng		
35	三	安眠药	MQZ	124	ānmiányào	名	
4379	三	精神病	MQZ	124	jīngshénbìng	名	
7618	三	说闲话	MQZ	124	shuō xiánhuà		
8059	三	通行证	MQZ	124	tōngxíngzhèng	名	
10613	三	中国画	MQZ	124	zhōngguóhuà	名	
2643	三	高尔夫	MQZ	131	gāo'ěrfū	名	
3711	三	基本功	MQZ	131	jīběngōng	名	
2153	三	发起人	MQZ	132	fāqǐrén	名	
9468	三	一把手	MQZ	133	yībǎshǒu		
10458	三	之所以	MQZ	133	zhīsuǒyǐ	连	
1114	三	出版社	MQZ	134	chūbǎnshè	名	
4080	三	交响乐	MQZ	134	jiāoxiǎngyuè	名	

7965	三	天主教	MQZ	134	Tiānzhǔjiào	名
2136	三	发电机	MQZ	141	fādiànjī	名
2665	三	高血压	MQZ	141	gāoxuèyā	名
1618	三	当事人	MQZ	142	dāngshìrén	名
2251	三	方向盘	MQZ	142	fāngxiàngpán	名
1912	三	东道主	MQZ	143	dōngdàozhǔ	名
7605	三	说到底	MQZ	143	shuō dào dǐ	
8146	三	突破口	MQZ	143	tūpòkǒu	名
2130	三	发布会	MQZ	144	fābùhuì	名
2774	三	工作量	MQZ	144	gōngzuòliàng	名
2775	三	工作日	MQZ	144	gōngzuòrì	名
7199	三	失业率	MQZ	144	shīyèlǜ	名
7380	三	收视率	MQZ	144	shōushìlǜ	名
9052	三	兴奋剂	MQZ	144	xīngfènjì	名
10283	三	招待会	MQZ	144	zhāodàihuì	名
6425	三	瞧不起	MQZ	203	qiáobuqǐ	动
7804	三	谈不上	MQZ	204	tán bu shàng	
9509	三	一个劲儿	MQZ	204	yígejìnr	副
3213	三	航天员	MQZ	212	hángtiānyuán	名
4868	三	狂欢节	MQZ	212	kuánghuānjié	名
5216	三	零花钱	MQZ	212	línghuāqián	名
9994	三	元宵节	MQZ	212	Yuánxiāo Jié	名
7236	三	时间表	MQZ	213	shíjiānbiǎo	名
6617	三	全方位	MQZ	214	quánfāngwèi	名
8029	三	停车位	MQZ	214	tíngchēwèi	名
967	三	成年人	MQZ	222	chéngniánrén	名
4927	三	来源于	MQZ	222	láiyuán yú	
5813	三	难为情	MQZ	222	nánwéiqíng	形
1339	三	从来不	MQZ	224	cónglái bù	
3741	三	吉祥物	MQZ	224	jíxiángwù	名
6730	三	人行道	MQZ	224	rénxíngdào	名
8549	三	无条件	MQZ	224	wútiáojiàn	动
10002	三	原材料	MQZ	224	yuáncáiliào	名
6812	三	如果说	MQZ	231	rúguǒ shuō	
10877	三	着眼于	MQZ	232	zhuóyǎn yú	
1231	三	传染病	MQZ	234	chuánrǎnbìng	名
2202	三	繁体字	MQZ	234	fántǐzì	名
3310	三	核武器	MQZ	234	héwǔqì	名
3750	三	极少数	MQZ	234	jí shǎoshù	
5109	三	连锁店	MQZ	234	liánsuǒdiàn	名
5245	三	浏览器	MQZ	234	liúlǎnqì	名
558	三	不用说	MQZ	241	búyòng shuō	
7687	三	俗话说	MQZ	241	súhuà shuō	
539	三	不利于	MQZ	242	búlì yú	

975	三	成问题	MQZ	242	chéng wèntí	
1696	三	得益于	MQZ	242	déyì yú	
2256	三	防盗门	MQZ	242	fángdàomén	名
6157	三	评论员	MQZ	242	pínglùnyuán	名
6346	三	前不久	MQZ	243	qián bùjiǔ	
9499	三	一大早	MQZ	243	yí dà zǎo	
547	三	不像话	MQZ	244	bú xiànghuà	
2457	三	服务器	MQZ	244	fúwùqì	名
3305	三	核电站	MQZ	244	hédiànzhàn	名
4956	三	劳动力	MQZ	244	láodònglì	名
5880	三	年夜饭	MQZ	244	niányèfàn	名
5917	三	农作物	MQZ	244	nóngzuòwù	名
7835	三	糖尿病	MQZ	244	tángniàobìng	名
8553	三	无线电	MQZ	244	wúxiàndiàn	名
9497	三	一刹那	MQZ	244	yíchànà	名
9529	三	一系列	MQZ	244	yíxìliè	形
10519	三	职业病	MQZ	244	zhíyèbìng	名
5417	三	买不起	MQZ	303	mǎi bu qǐ	
5576	三	免不了	MQZ	303	miǎnbuliǎo	动
7015	三	少不了	MQZ	303	shǎobuliǎo	动
340	三	比不上	MQZ	304	bǐ bu shàng	
4708	三	可不是	MQZ	304	kěbushì	副
3246	三	好心人	MQZ	312	hǎoxīnrén	名
4803	三	口香糖	MQZ	312	kǒuxiāngtáng	名
6205	三	普通人	MQZ	312	pǔtōng rén	
8566	三	五星级	MQZ	312	wǔxīngjí	形
9344	三	演播室	MQZ	314	yǎnbōshì	名
5044	三	里程碑	MQZ	321	lǐchéngbēi	名
10550	三	指南针	MQZ	321	zhǐnánzhēn	名
10723	三	主人公	MQZ	321	zhǔréngōng	名
6586	三	取决于	MQZ	322	qǔjué yú	
7565	三	水龙头	MQZ	322	shuǐlóngtóu	名
8638	三	洗涤灵	MQZ	322	xǐdílíng	名
8917	三	小提琴	MQZ	322	xiǎotíqín	名
9943	三	羽绒服	MQZ	322	yǔróngfú	名
10815	三	转折点	MQZ	323	zhuǎnzhédiǎn	名
6838	三	软实力	MQZ	324	ruǎnshílì	名
8416	三	委员会	MQZ	324	wěiyuánhuì	名
9383	三	养老金	MQZ	331	yǎnglǎojīn	名
7554	三	水产品	MQZ	333	shuǐchǎnpǐn	名
3004	三	管理费	MQZ	334	guǎnlǐfèi	名
3973	三	简体字	MQZ	334	jiǎntǐzì	名
9168	三	许可证	MQZ	334	xǔkězhèng	名
9384	三	养老院	MQZ	334	yǎnglǎoyuàn	名

10229	三	展览会	MQZ	334	zhǎnlǎnhuì	名
9898	三	有效期	MQZ	341	yǒuxiàoqī	名
4275	三	仅次于	MQZ	342	jǐn cì yú	
9580	三	以至于	MQZ	342	yǐzhìyú	连
9908	三	有助于	MQZ	342	yǒu zhù yú	
10985	三	走后门儿	MQZ	342	zǒu hòuménr	
1921	三	董事长	MQZ	343	dǒngshìzhǎng	名
5231	三	领事馆	MQZ	343	lǐngshìguǎn	名
9718	三	饮用水	MQZ	343	yǐnyòngshuǐ	名
1920	三	董事会	MQZ	344	dǒngshìhuì	名
3162	三	海内外	MQZ	344	hǎi nèiwài	
7402	三	手术室	MQZ	344	shǒushùshì	名
8758	三	显示器	MQZ	344	xiǎnshìqì	名
4650	三	看得出	MQZ	401	kàndechū	
5825	三	闹着玩儿	MQZ	402	nàozhe wánr	
2031	三	对得起	MQZ	403	duìdeqǐ	动
8357	三	忘不了	MQZ	403	wàng bu liǎo	
137	三	办不到	MQZ	404	bàn bu dào	
1926	三	动不动	MQZ	404	dòngbudòng	副
2929	三	顾不上	MQZ	404	gù bu shàng	
3113	三	过不去	MQZ	404	guòbuqù	动
4129	三	教科书	MQZ	411	jiàokēshū	名
8213	三	退休金	MQZ	411	tuìxiūjīn	名
10945	三	自尊心	MQZ	411	zìzūnxīn	名
5084	三	立交桥	MQZ	412	lìjiāoqiáo	名
5739	三	穆斯林	MQZ	412	mùsīlín	名
9600	三	一家人	MQZ	412	yì jiā rén	
4304	三	进出口	MQZ	413	jìn-chūkǒu	
5081	三	立方米	MQZ	413	lìfāngmǐ	量
16	三	艾滋病	MQZ	414	àizībìng	名
598	三	不经意	MQZ	414	bù jīngyì	
4672	三	抗生素	MQZ	414	kàngshēngsù	名
9661	三	易拉罐	MQZ	414	yìlāguàn	名
3259	三	好奇心	MQZ	421	hàoqíxīn	名
3893	三	价值观	MQZ	421	jiàzhíguān	名
6078	三	譬如说	MQZ	421	pìrú shuō	
8692	三	下决心	MQZ	421	xià juéxīn	
1549	三	代言人	MQZ	422	dàiyánrén	名
4321	三	近年来	MQZ	422	jìnnián lái	
7787	三	太极拳	MQZ	422	tàijíquán	名
585	三	不得已	MQZ	423	bùdéyǐ	形
588	三	不服气	MQZ	424	bù fúqì	
1391	三	错别字	MQZ	424	cuòbiézì	名
1467	三	大幅度	MQZ	424	dà fúdù	

1603	三	蛋白质	MQZ	424	dànbáizhì		名
3393	三	后遗症	MQZ	424	hòuyízhèng		名
7021	三	少林寺	MQZ	424	Shàolín Sì		名
7653	三	四合院	MQZ	424	sìhéyuàn		名
9422	三	要不是	MQZ	424	yàobúshì		连
9599	三	一回事	MQZ	424	yì huí shì		
9608	三	一连串	MQZ	424	yìliánchuàn		形
9984	三	愈来愈	MQZ	424	yù lái yù		
10920	三	自然界	MQZ	424	zìránjiè		名
50	三	按理说	MQZ	431	ànlǐ shuō		
2124	三	二手车	MQZ	431	èrshǒuchē		名
9604	三	一卡通	MQZ	431	yìkǎtōng		名
1263	三	创始人	MQZ	432	chuàngshǐrén		名
1547	三	代理人	MQZ	432	dàilǐrén		名
3399	三	候选人	MQZ	432	hòuxuǎnrén		名
599	三	不景气	MQZ	434	bù jǐngqì		
6827	三	入场券	MQZ	434	rùchǎngquàn		名
8365	三	望远镜	MQZ	434	wàngyuǎnjìng		名
1823	三	电动车	MQZ	441	diàndòngchē		名
3806	三	纪念碑	MQZ	441	jìniànbēi		名
4004	三	建筑师	MQZ	441	jiànzhùshī		名
4450	三	救护车	MQZ	441	jiùhùchē		名
10931	三	自信心	MQZ	441	zìxìnxīn		名
1668	三	倒计时	MQZ	442	dàojìshí		动
5694	三	莫过于	MQZ	442	mò guò yú		
5766	三	纳税人	MQZ	442	nàshuìrén		名
7119	三	甚至于	MQZ	442	shènzhì yú		
7297	三	世界级	MQZ	442	shìjiè jí		
7435	三	受害人	MQZ	442	shòuhàirén		名
8722	三	夏令营	MQZ	442	xiàlìngyíng		名
10595	三	致力于	MQZ	442	zhìlì yú		
10675	三	重量级	MQZ	442	zhòngliàngjí		形
11085	三	座右铭	MQZ	442	zuòyòumíng		名
700	三	菜市场	MQZ	443	càishìchǎng		名
1783	三	地下水	MQZ	443	dìxiàshuǐ		名
3807	三	纪念馆	MQZ	443	jìniànguǎn		名
7321	三	事务所	MQZ	443	shìwùsuǒ		名
69	三	奥运会	MQZ	444	Àoyùnhuì		名
417	三	便利店	MQZ	444	biànlìdiàn		名
2522	三	副作用	MQZ	444	fùzuòyòng		名
3803	三	纪录片	MQZ	444	jìlùpiàn		名
3808	三	纪念日	MQZ	444	jìniànrì		名
4005	三	建筑物	MQZ	444	jiànzhùwù		名
5723	三	目的地	MQZ	444	mùdìdì		名

5730	三	沐浴露	MQZ	444	mùyùlù	名
7051	三	摄氏度	MQZ	444	shèshìdù	量
7513	三	数据库	MQZ	444	shùjùkù	名
9658	三	抑郁症	MQZ	444	yìyùzhèng	名
7619	三	说真的	MZQ	110	shuō zhēnde	
2150	三	发脾气	MZQ	120	fā píqi	
7602	三	说白了	MZQ	120	shuō bái le	
5475	三	没说的	MZQ	210	méishuōde	
468	三	别提了	MZQ	220	biétí le	
5478	三	没意思	MZQ	240	méi yìsi	
537	三	不见得	MZQ	242	bújiàn·dé	副
1424	三	打官司	MZQ	310	dǎ guānsi	
1427	三	打交道	MZQ	310	dǎ jiāodao	
1447	三	打招呼	MZQ	310	dǎ zhāohu	
4285	三	紧接着	MZQ	310	jǐn jiēzhe	
5157	三	两口子	MZQ	330	liǎngkǒuzi	名
4988	三	老字号	MZQ	340	lǎozìhao	名
8688	三	下功夫	MZQ	410	xià gōngfu	
11092	三	做生意	MZQ	410	zuò shēngyi	
634	三	不由得	MZQ	420	bùyóu de	动、副
1511	三	大体上	MZQ	430	dàtǐ shang	
3132	三	过日子	MZQ	440	guò rìzi	
4658	三	看热闹	MZQ	440	kàn rènao	
4663	三	看样子	MZQ	440	kàn yàngzi	
1493	三	大面积	MZQ	441	dà miànjī	
6900	三	晒太阳	MZQ	442	shài tài·yáng	
7615	三	说起来	ZQQ	132	shuō·qǐ·lái	
7057	三	谁知道	ZQQ	214	shéi zhī·dào	
4979	三	老人家	ZQQ	300	lǎorenjia	名
5750	三	哪知道	ZQQ	314	nǎ zhī·dào	
2214	三	反过来	ZQQ	342	fǎn·guò·lái	
2958	三	怪不得	ZQQ	400	guàibude	副、动
3338	三	恨不得	ZQQ	400	hènbude	动
2928	三	顾不得	ZQQ	402	gù bu·dé	
10483	三	知识分子	MQMZ	1043	zhīshi fènzǐ	
1916	三	东张西望	MQMZ	1114	dōng zhāng xī wàng	
1	三	阿拉伯语	MQMZ	1123	Ālābóyǔ	名
9472	三	伊斯兰教	MQMZ	1124	Yīsīlánjiào	名
6316	三	千方百计	MQMZ	1134	qiān fāng bǎi jì	
9491	三	依依不舍	MQMZ	1143	yīyī bù shě	
1361	三	粗心大意	MQMZ	1144	cūxīn dàyì	
6454	三	亲朋好友	MQMZ	1233	qīnpéng hǎoyǒu	
2995	三	官僚主义	MQMZ	1234	guānliáo zhǔyì	
2190	三	翻来覆去	MQMZ	1244	fān lái fù qù	

3349	三	哄堂大笑	MQMZ	1244	hōng táng dàxiào
2077	三	多种多样	MQMZ	1314	duō zhǒng duō yàng
8799	三	相比之下	MQMZ	1314	xiāngbǐ zhī xià
10884	三	资本主义	MQMZ	1334	zīběn zhǔyì
2386	三	丰富多彩	MQMZ	1413	fēngfù duō cǎi
9270	三	鸦雀无声	MQMZ	1421	yā què wú shēng
2786	三	公共场所	MQMZ	1433	gōnggòng chǎngsuǒ
6315	三	千变万化	MQMZ	1444	qiān biàn wàn huà
7609	三	说干就干	MQMZ	1444	shuō gàn jiù gàn
8528	三	无家可归	MQMZ	2131	wú jiā kě guī
829	三	长期以来	MQMZ	2132	chángqī yǐlái
7911	三	提心吊胆	MQMZ	2143	tí xīn diào dǎn
5476	三	没完没了	MQMZ	2223	méi wán méi liǎo
1183	三	除此之外	MQMZ	2314	chú cǐ zhī wài
7232	三	时好时坏	MQMZ	2324	shí hǎo shí huài
5815	三	难以想象	MQMZ	2334	nányǐ xiǎngxiàng
9839	三	由此可见	MQMZ	2334	yóu cǐ kě jiàn
8532	三	无可奈何	MQMZ	2342	wú kě nàihé
1349	三	从早到晚	MQMZ	2343	cóng zǎo dào wǎn
7251	三	实话实说	MQMZ	2421	shíhuà shí shuō
8537	三	无论如何	MQMZ	2422	wúlùn rúhé
9526	三	一事无成	MQMZ	2422	yí shì wú chéng
3217	三	毫不犹豫	MQMZ	2424	háo bù yóuyù
7259	三	实事求是	MQMZ	2424	shí shì qiú shì
9505	三	一动不动	MQMZ	2424	yí dòng bú dòng
7719	三	随处可见	MQMZ	2434	suíchù kě jiàn
9851	三	犹豫不决	MQMZ	2442	yóuyù bù jué
528	三	不大不小	MQMZ	2443	bú dà bù xiǎo
7220	三	十字路口	MQMZ	2443	shízì lùkǒu
10961	三	总的来说	MQMZ	3021	zǒngde lái shuō
8921	三	小心翼翼	MQMZ	3144	xiǎoxīn yìyì
2544	三	改革开放	MQMZ	3214	gǎigé kāifàng
9933	三	与此同时	MQMZ	3322	yǔ cǐ tóngshí
8650	三	喜怒哀乐	MQMZ	3414	xǐ nù āi lè
7861	三	讨价还价	MQMZ	3424	tǎo jià huán jià
9439	三	也就是说	MQMZ	3441	yě jiùshì shuō
9938	三	与众不同	MQMZ	3442	yǔ zhòng bù tóng
5356	三	乱七八糟	MQMZ	4111	luàn qī bā zāo
9593	三	一帆风顺	MQMZ	4114	yì fān fēng shùn
1481	三	大街小巷	MQMZ	4134	dàjiē xiǎoxiàng
9090	三	兴高采烈	MQMZ	4134	xìng gāo cǎi liè
1456	三	大吃一惊	MQMZ	4141	dà chī yì jīng
3663	三	或多或少	MQMZ	4143	huò duō huò shǎo
9623	三	一天到晚	MQMZ	4143	yì tiān dào wǎn

10561	三	至关重要	MQMZ	4144	zhì guān zhòngyào	
8429	三	未成年人	MQMZ	4222	wèichéngniánrén	名
1494	三	大名鼎鼎	MQMZ	4233	dàmíng dǐngdǐng	
1793	三	帝国主义	MQMZ	4234	dìguó zhǔyì	
9611	三	一年到头	MQMZ	4242	yì nián dào tóu	
9588	三	一长一短	MQMZ	4243	yì cháng yì duǎn	
10938	三	自由自在	MQMZ	4244	zìyóu zìzài	
9652	三	异口同声	MQMZ	4321	yì kǒu tóng shēng	
602	三	不可避免	MQMZ	4343	bù kě bìmiǎn	
2125	三	二氧化碳	MQMZ	4344	èryǎnghuàtàn	名
7655	三	四面八方	MQMZ	4411	sìmiàn bāfāng	
359	三	必不可少	MQMZ	4433	bì bù kě shǎo	
7042	三	社会主义	MQMZ	4434	shèhuì zhǔyì	
10341	三	这样一来	MQMZ	4442	zhèyàng yì lái	
2013	三	断断续续	MQMZ	4444	duànduànxùxù	形
2730	三	各式各样	MQMZ	4444	gè shì gè yàng	
639	三	不怎么样	MMQZ	4304	bù zěnmeyàng	
7863	三	讨人喜欢	MQZQ	3230	tǎo rén xǐhuan	
9621	三	一塌糊涂	MQZQ	4122	yìtāhútú	
178	附	包干儿	MZ	11	bāogānr	动
441	附	飙升	MZ	11	biāoshēng	动
474	附	缤纷	MZ	11	bīnfēn	形
477	附	冰山	MZ	11	bīngshān	名
704	附	参军	MZ	11	cān // jūn	
731	附	沧桑	MZ	11	cāngsāng	名
1025	附	痴呆	MZ	11	chīdāi	形
1146	附	出山	MZ	11	chū // shān	
1802	附	巅峰	MZ	11	diānfēng	名
2189	附	翻番	MZ	11	fān // fān	
2360	附	分赃	MZ	11	fēn // zāng	
2362	附	分支	MZ	11	fēnzhī	名
2738	附	根基	MZ	11	gēnjī	名
2940	附	瓜分	MZ	11	guāfēn	动
3330	附	黑心	MZ	11	hēixīn	形、名
3351	附	烘托	MZ	11	hōngtuō	动
3622	附	婚纱	MZ	11	hūnshā	名
4061	附	交锋	MZ	11	jiāo // fēng	
4145	附	阶梯	MZ	11	jiētī	名
4151	附	接班	MZ	11	jiē // bān	
4480	附	鞠躬	MZ	11	jū // gōng	
6036	附	抨击	MZ	11	pēngjī	动
6083	附	偏方	MZ	11	piānfāng	名
6436	附	切割	MZ	11	qiēgē	动
6479	附	青蛙	MZ	11	qīngwā	名

6498	附	清单	MZ	11	qīngdān	名
7064	附	伸缩	MZ	11	shēnsuō	动
7065	附	伸张	MZ	11	shēnzhāng	动
7126	附	升温	MZ	11	shēngwēn	动
7478	附	输家	MZ	11	shūjiā	名
7531	附	摔跤	MZ	11	shuāi // jiāo	
8051	附	通缉	MZ	11	tōngjī	动
8056	附	通宵	MZ	11	tōngxiāo	名
8105	附	偷窥	MZ	11	tōukuī	动
8231	附	脱身	MZ	11	tuō // shēn	
8371	附	威风	MZ	11	wēifēng	名、形
8984	附	心慌	MZ	11	xīn // huāng	
8996	附	心酸	MZ	11	xīn // suān	
9000	附	心胸	MZ	11	xīnxiōng	名
9011	附	辛酸	MZ	11	xīnsuān	形
10153	附	遭殃	MZ	11	zāo // yāng	
10203	附	扎根	MZ	11	zhā // gēn	
10220	附	沾光	MZ	11	zhān // guāng	
10389	附	争光	MZ	11	zhēng // guāng	
10637	附	中庸	MZ	11	zhōngyōng	名、形
391	附	编排	MZ	12	biānpái	动
505	附	波澜	MZ	12	bōlán	名
666	附	猜谜	MZ	12	cāi // mí	
739	附	操劳	MZ	12	cāoláo	动
773	附	差额	MZ	12	chā'é	名
818	附	猖狂	MZ	12	chāngkuáng	形
1026	附	痴迷	MZ	12	chīmí	动
1163	附	出游	MZ	12	chūyóu	动
1271	附	吹牛	MZ	12	chuī // niú	
1371	附	催眠	MZ	12	cuīmián	动
1576	附	单薄	MZ	12	dānbó	形
2313	附	绯闻	MZ	12	fēiwén	名
2406	附	风流	MZ	12	fēngliú	形
2823	附	公职	MZ	12	gōngzhí	名
2837	附	攻读	MZ	12	gōngdú	动
3036	附	光泽	MZ	12	guāngzé	名
3944	附	兼容	MZ	12	jiānróng	动
4065	附	交集	MZ	12	jiāojí	动
4084	附	郊游	MZ	12	jiāoyóu	动
4100	附	礁石	MZ	12	jiāoshí	名
4349	附	荆棘	MZ	12	jīngjí	名
6037	附	烹调	MZ	12	pēngtiáo	动
6434	附	切除	MZ	12	qiēchú	动
6447	附	侵权	MZ	12	qīnquán	动

6485	附	轻型	MZ	12	qīngxíng	形	
6881	附	僧人	MZ	12	sēngrén	名	
6894	附	鲨鱼	MZ	12	shāyú	名	
6931	附	伤残	MZ	12	shāngcán	动	
7143	附	生平	MZ	12	shēngpíng	名	
7186	附	失传	MZ	12	shīchuán	动	
7190	附	失灵	MZ	12	shīlíng	动	
7375	附	收留	MZ	12	shōuliú	动	
7548	附	双赢	MZ	12	shuāngyíng	动	
7616	附	说情	MZ	12	shuō // qíng		
7667	附	松弛	MZ	12	sōngchí	形	
7831	附	汤圆	MZ	12	tāngyuán	名	
7892	附	剔除	MZ	12	tīchú	动	
7951	附	天平	MZ	12	tiānpíng	名	
8227	附	脱节	MZ	12	tuō // jié		
8457	附	温习	MZ	12	wēnxí	动	
8508	附	巫婆	MZ	12	wūpó	名	
8876	附	消沉	MZ	12	xiāochén	形	
8982	附	心肠	MZ	12	xīncháng	名	
9017	附	新潮	MZ	12	xīncháo	名、形	
9111	附	凶残	MZ	12	xiōngcán	形	
9119	附	胸腔	MZ	12	xiōngtáng	名	
9126	附	休眠	MZ	12	xiūmián	动	
9133	附	修长	MZ	12	xiūcháng	形	
9179	附	宣读	MZ	12	xuāndú	动	
9185	附	喧哗	MZ	12	xuānhuá	动、形	
9281	附	咽喉	MZ	12	yānhóu	名	
9696	附	殷勤	MZ	12	yīnqín	形	
10402	附	症结	MZ	12	zhēngjié	名	
10645	附	终结	MZ	12	zhōngjié	动	
10691	附	周旋	MZ	12	zhōuxuán	动	
10776	附	专长	MZ	12	zhuāncháng	名	
10826	附	庄园	MZ	12	zhuāngyuán	名	
10852	附	追随	MZ	12	zhuīsuí	动	
10855	附	追逐	MZ	12	zhuīzhú	动	
40	附	安稳	MZ	13	ānwěn	形	
386	附	边远	MZ	13	biānyuǎn	形	
432	附	标榜	MZ	13	biāobǎng	动	
473	附	滨海	MZ	13	bīn hǎi		
777	附	插手	MZ	13	chā // shǒu		
1116	附	出厂	MZ	13	chū // chǎng		
1160	附	出血	MZ	13	chū // xiě		
1161	附	出演	MZ	13	chūyǎn	动	
2423	附	封顶	MZ	13	fēngdǐng	动	

2690	附	搁浅	MZ	13	gē // qiǎn	
2704	附	歌咏	MZ	13	gēyǒng	动
2828	附	功底	MZ	13	gōngdǐ	名
2952	附	乖巧	MZ	13	guāiqiǎo	形
2982	附	观感	MZ	13	guāngǎn	名
3028	附	光缆	MZ	13	guānglǎn	名
3052	附	归属	MZ	13	guīshǔ	动
3326	附	黑马	MZ	13	hēimǎ	名
3329	附	黑手	MZ	13	hēishǒu	名
3931	附	艰险	MZ	13	jiānxiǎn	形
4369	附	精简	MZ	13	jīngjiǎn	动
4770	附	空想	MZ	13	kōngxiǎng	动、名
4878	附	亏本	MZ	13	kuī // běn	
5956	附	拍板	MZ	13	pāi // bǎn	
6932	附	伤感	MZ	13	shānggǎn	形
6946	附	商贾	MZ	13	shānggǔ	名
7060	附	申领	MZ	13	shēnlǐng	动
7374	附	收敛	MZ	13	shōuliǎn	动
7376	附	收买	MZ	13	shōumǎi	动
7524	附	衰减	MZ	13	shuāijiǎn	动
7666	附	松绑	MZ	13	sōng // bǎng	
7749	附	缩影	MZ	13	suōyǐng	名
8201	附	推选	MZ	13	tuīxuǎn	动
8740	附	鲜美	MZ	13	xiānměi	形
8885	附	消遣	MZ	13	xiāoqiǎn	动
9113	附	凶狠	MZ	13	xiōnghěn	形
9117	附	汹涌	MZ	13	xiōngyǒng	动
9129	附	休想	MZ	13	xiūxiǎng	动
9130	附	休养	MZ	13	xiūyǎng	动
9132	附	修补	MZ	13	xiūbǔ	动
9262	附	压倒	MZ	13	yādǎo	
9285	附	烟火	MZ	13	yānhuǒ	名
10222	附	瞻仰	MZ	13	zhānyǎng	动
10285	附	招揽	MZ	13	zhāolǎn	动
10853	附	追尾	MZ	13	zhuī // wěi	
330	附	绷带	MZ	14	bēngdài	名
334	附	逼迫	MZ	14	bīpò	动
393	附	编造	MZ	14	biānzào	动
395	附	鞭策	MZ	14	biāncè	动
435	附	标示	MZ	14	biāoshì	名
703	附	参见	MZ	14	cānjiàn	动
1053	附	冲浪	MZ	14	chōnglàng	动
1056	附	冲撞	MZ	14	chōngzhuàng	动
1063	附	充沛	MZ	14	chōngpèi	形

1129	附	出具	MZ	14	chūjù		动
1359	附	粗略	MZ	14	cūlüè		形
1625	附	当众	MZ	14	dāngzhòng		副
1740	附	堤坝	MZ	14	dībà		名
1853	附	刁难	MZ	14	diāonàn		动
1904	附	丢弃	MZ	14	diūqì		动
1957	附	兜售	MZ	14	dōushòu		动
2052	附	敦厚	MZ	14	dūnhòu		形
2103	附	恩赐	MZ	14	ēncì		动
2104	附	恩惠	MZ	14	ēnhuì		名
2107	附	恩怨	MZ	14	ēnyuàn		名
2147	附	发愣	MZ	14	fā // lèng		
2389	附	丰盛	MZ	14	fēngshèng		形
2391	附	丰硕	MZ	14	fēngshuò		形
2449	附	孵化	MZ	14	fūhuà		动
2576	附	尴尬	MZ	14	gāngà		形
2619	附	刚毅	MZ	14	gāngyì		形
2649	附	高价	MZ	14	gāojià		名
2742	附	根治	MZ	14	gēnzhì		动
2783	附	公费	MZ	14	gōngfèi		名
2801	附	公墓	MZ	14	gōngmù		名
2832	附	功力	MZ	14	gōnglì		名
2865	附	勾画	MZ	14	gōuhuà		动
3053	附	归宿	MZ	14	guīsù		名
3181	附	酣畅	MZ	14	hānchàng		形
3182	附	酣睡	MZ	14	hānshuì		动
3402	附	呼救	MZ	14	hūjiù		动
3405	附	呼应	MZ	14	hūyìng		动
3441	附	花卉	MZ	14	huāhuì		名
3501	附	欢聚	MZ	14	huānjù		动
3536	附	荒诞	MZ	14	huāngdàn		形
3682	附	几率	MZ	14	jīlǜ		名
3683	附	讥笑	MZ	14	jīxiào		动
3706	附	积淀	MZ	14	jīdiàn		动、名
3731	附	激素	MZ	14	jīsù		名
3863	附	家境	MZ	14	jiājìng		名
3918	附	坚韧	MZ	14	jiānrèn		形
4031	附	僵化	MZ	14	jiānghuà		动
4068	附	交界	MZ	14	jiāojiè		动
4091	附	胶片	MZ	14	jiāopiàn		名
4097	附	焦距	MZ	14	jiāojù		名
4099	附	焦躁	MZ	14	jiāozào		形
4158	附	接济	MZ	14	jiējì		动
4337	附	经度	MZ	14	jīngdù		名

4351	附	惊诧	MZ	14	jīngchà	形	
4371	附	精练	MZ	14	jīngliàn	形	
4373	附	精妙	MZ	14	jīngmiào	形	
4693	附	科幻	MZ	14	kēhuàn	名	
4766	附	空难	MZ	14	kōngnàn	名	
4833	附	夸耀	MZ	14	kuāyào	动	
4856	附	宽泛	MZ	14	kuānfàn	形	
4858	附	宽厚	MZ	14	kuānhòu	形	
6323	附	迁就	MZ	14	qiānjiù	动	
6330	附	牵制	MZ	14	qiānzhì	动	
6482	附	轻蔑	MZ	14	qīngmiè	动	
6499	附	清淡	MZ	14	qīngdàn	形	
6502	附	清静	MZ	14	qīngjìng	形	
6603	附	圈套	MZ	14	quāntào	名	
6916	附	煽动	MZ	14	shāndòng	动	
7025	附	奢望	MZ	14	shēwàng	动、名	
7153	附	生硬	MZ	14	shēngyìng	形	
7189	附	失恋	MZ	14	shī // liàn		
7367	附	收复	MZ	14	shōufù	动	
7947	附	天分	MZ	14	tiānfèn	名	
8010	附	贴切	MZ	14	tiēqiè	形	
8199	附	推卸	MZ	14	tuīxiè	动	
8220	附	托付	MZ	14	tuōfù	动	
8373	附	威慑	MZ	14	wēishè	动	
8459	附	瘟疫	MZ	14	wēnyì	名	
8505	附	污秽	MZ	14	wūhuì	形、名	
8509	附	呜咽	MZ	14	wūyè	动	
8630	附	嬉笑	MZ	14	xīxiào	动	
8724	附	仙鹤	MZ	14	xiānhè	名	
8730	附	先例	MZ	14	xiānlì	名	
8827	附	香料	MZ	14	xiāngliào	名	
8835	附	镶嵌	MZ	14	xiāngqiàn	动	
8981	附	心病	MZ	14	xīnbìng	名	
9060	附	星座	MZ	14	xīngzuò	名	
9112	附	凶恶	MZ	14	xiōng'è	形	
9125	附	休克	MZ	14	xiūkè	动	
9154	附	虚构	MZ	14	xūgòu	动	
9155	附	虚幻	MZ	14	xūhuàn	形	
9182	附	宣泄	MZ	14	xuānxiè	动	
9267	附	压制	MZ	14	yāzhì	动	
9686	附	阴暗	MZ	14	yīn'àn	形	
9689	附	阴性	MZ	14	yīnxìng	名	
9740	附	英镑	MZ	14	yīngbàng	名	
10322	附	遮盖	MZ	14	zhēgài	动	

10350	附	珍视	MZ	14	zhēnshì		动
10352	附	珍重	MZ	14	zhēnzhòng		动
10366	附	真挚	MZ	14	zhēnzhì		形
10391	附	争气	MZ	14	zhēng // qì		
10630	附	中性	MZ	14	zhōngxìng		名、形
10778	附	专柜	MZ	14	zhuānguì		名
10791	附	专制	MZ	14	zhuānzhì		动
10793	附	专著	MZ	14	zhuānzhù		名
10851	附	追溯	MZ	14	zhuīsù		动
10864	附	拙劣	MZ	14	zhuōliè		形
10888	附	资历	MZ	14	zīlì		名
10894	附	滋润	MZ	14	zīrùn		形、动
721	附	残缺	MZ	21	cánquē		动
736	附	藏身	MZ	21	cángshēn		动
848	附	常温	MZ	21	chángwēn		名
961	附	成家	MZ	21	chéng // jiā		
1381	附	存心	MZ	21	cúnxīn		动、副
1691	附	得失	MZ	21	déshī		名
2371	附	焚烧	MZ	21	fénshāo		动
3413	附	胡说	MZ	21	húshuō		动、名
3419	附	湖泊	MZ	21	húpō		名
3460	附	滑梯	MZ	21	huátī		名
3587	附	回乡	MZ	21	huí xiāng		
3636	附	活该	MZ	21	huógāi		动
3639	附	活期	MZ	21	huóqī		形
5113	附	怜惜	MZ	21	liánxī		动
5200	附	临街	MZ	21	línjiē		动
5301	附	芦花	MZ	21	lúhuā		名
5353	附	孪生	MZ	21	luánshēng		形
5530	附	萌发	MZ	21	méngfā		动
5809	附	难说	MZ	21	nánshuō		动
5997	附	旁观	MZ	21	pángguān		动
6397	附	强加	MZ	21	qiángjiā		动
6552	附	求婚	MZ	21	qiú // hūn		
6555	附	求医	MZ	21	qiúyī		动
7976	附	填充	MZ	21	tiánchōng		动
8557	附	无须	MZ	21	wúxū		副
9188	附	玄机	MZ	21	xuánjī		名
9195	附	旋涡	MZ	21	xuánwō		名
9752	附	荧光	MZ	21	yíngguāng		名
9760	附	赢家	MZ	21	yíngjiā		名
9842	附	由衷	MZ	21	yóuzhōng		动
9927	附	逾期	MZ	21	yú // qī		
10016	附	原装	MZ	21	yuánzhuāng		形

10101	附	杂交	MZ	21	zájiāo	动	
835	附	长足	MZ	22	chángzú	形	
851	附	嫦娥	MZ	22	Cháng'é	名	
956	附	成才	MZ	22	chéngcái	动	
977	附	成型	MZ	22	chéngxíng	动	
1028	附	池塘	MZ	22	chítáng	名	
1034	附	迟疑	MZ	22	chíyí	形	
1072	附	重合	MZ	22	chónghé	动	
1241	附	船舶	MZ	22	chuánbó	名	
1296	附	辞呈	MZ	22	cíchéng	名	
1305	附	磁盘	MZ	22	cípán	名	
2435	附	缝合	MZ	22	fénghé	动	
2714	附	隔阂	MZ	22	géhé	名	
3100	附	国学	MZ	22	guóxué	名	
3267	附	禾苗	MZ	22	hémiáo	名	
3456	附	哗然	MZ	22	huárán	形	
3513	附	环球	MZ	22	huánqiú	动	
4554	附	诀别	MZ	22	juébié	动	
4557	附	角逐	MZ	22	juézhú	动	
4566	附	绝缘	MZ	22	juéyuán	动	
5267	附	流氓	MZ	22	liúmáng	名	
5457	附	矛头	MZ	22	máotóu	名	
5481	附	没辙	MZ	22	méi // zhé		
5534	附	朦胧	MZ	22	ménglóng	形	
5554	附	谜团	MZ	22	mítuán	名	
5858	附	泥潭	MZ	22	nítán	名	
5972	附	徘徊	MZ	22	páihuái	动	
6245	附	旗袍	MZ	22	qípáo	名	
6370	附	虔诚	MZ	22	qiánchéng	形	
6376	附	潜能	MZ	22	qiánnéng	名	
6517	附	情怀	MZ	22	qínghuái	名	
6606	附	权衡	MZ	22	quánhéng	动	
6734	附	人缘儿	MZ	22	rényuánr	名	
6795	附	容颜	MZ	22	róngyán	名	
7781	附	台球	MZ	22	táiqiú	名	
8074	附	同年	MZ	22	tóngnián	名	
8077	附	同仁	MZ	22	tóngrén	名	
8157	附	图形	MZ	22	túxíng	名	
8333	附	王牌	MZ	22	wángpái	名	
8518	附	无敌	MZ	22	wúdí	动	
8561	附	无缘	MZ	22	wúyuán	动、副	
8959	附	挟持	MZ	22	xiéchí	动	
9303	附	言辞	MZ	22	yáncí	名	
9305	附	言行	MZ	22	yánxíng	名	

9404	附	摇篮	MZ	22	yáolán	名
9835	附	尤为	MZ	22	yóuwéi	副
9840	附	由来	MZ	22	yóulái	名
9855	附	游船	MZ	22	yóuchuán	名
10299	附	着迷	MZ	22	zháo // mí	
10324	附	折叠	MZ	22	zhédié	动
10870	附	酌情	MZ	22	zhuóqíng	动
843	附	常理	MZ	23	chánglǐ	名
933	附	沉稳	MZ	23	chénwěn	形
1010	附	惩处	MZ	23	chéngchǔ	动
1284	附	纯朴	MZ	23	chúnpǔ	形
1692	附	得手	MZ	23	déshǒu	形
1693	附	得体	MZ	23	détǐ	形
1871	附	迭起	MZ	23	diéqǐ	动
3210	附	航海	MZ	23	hánghǎi	动
3292	附	和蔼	MZ	23	hé'ǎi	形
3362	附	红眼	MZ	23	hóngyǎn	动、名
3584	附	回首	MZ	23	huíshǒu	动
3769	附	棘手	MZ	23	jíshǒu	形
4560	附	觉醒	MZ	23	juéxǐng	动
5009	附	棱角	MZ	23	léngjiǎo	名
5029	附	离谱儿	MZ	23	lí // pǔr	
5173	附	潦草	MZ	23	liáocǎo	形
5271	附	流淌	MZ	23	liútǎng	动
5277	附	流转	MZ	23	liúzhuǎn	动
5553	附	谜底	MZ	23	mídǐ	名
5555	附	谜语	MZ	23	míyǔ	名
5608	附	瞄准	MZ	23	miáozhǔn	
6244	附	棋子	MZ	23	qízǐ	名
6797	附	溶解	MZ	23	róngjiě	动
7688	附	俗语	MZ	23	súyǔ	名
7971	附	甜美	MZ	23	tiánměi	形
8069	附	同感	MZ	23	tónggǎn	名
8112	附	头顶	MZ	23	tóudǐng	名
8123	附	投稿	MZ	23	tóu // gǎo	
8533	附	无理	MZ	23	wúlǐ	动
9233	附	学子	MZ	23	xuézǐ	名
9289	附	延缓	MZ	23	yánhuǎn	动
9402	附	摇摆	MZ	23	yáobǎi	动
9991	附	元老	MZ	23	yuánlǎo	名
65	附	熬夜	MZ	24	áo // yè	
464	附	别看	MZ	24	bié kàn	
681	附	裁定	MZ	24	cáidìng	动
734	附	藏匿	MZ	24	cángnì	动

781	附	茶道	MZ	24	chádào		名
803	附	禅杖	MZ	24	chánzhàng		名
832	附	长效	MZ	24	chángxiào		名、形
847	附	常态	MZ	24	chángtài		名
886	附	朝代	MZ	24	cháodài		名
888	附	嘲弄	MZ	24	cháonòng		动
929	附	沉闷	MZ	24	chénmèn		形
987	附	诚挚	MZ	24	chéngzhì		形
1096	附	稠密	MZ	24	chóumì		形
1102	附	筹措	MZ	24	chóucuò		动
1299	附	辞退	MZ	24	cítuì		动
1686	附	得当	MZ	24	dédàng		形
1690	附	得力	MZ	24	délì		形
2080	附	夺冠	MZ	24	duó // guàn		
2089	附	讹诈	MZ	24	ézhà		动
2196	附	烦闷	MZ	24	fánmèn		形
2262	附	防汛	MZ	24	fángxùn		动
2263	附	防疫	MZ	24	fángyì		动
2268	附	妨害	MZ	24	fánghài		动
2463	附	浮力	MZ	24	fúlì		名
3191	附	涵义	MZ	24	hányì		名
3294	附	和睦	MZ	24	hémù		形
3302	附	河畔	MZ	24	hépàn		名
3360	附	红润	MZ	24	hóngrùn		形
3366	附	洪亮	MZ	24	hóngliàng		形
3455	附	哗变	MZ	24	huábiàn		动
3489	附	怀旧	MZ	24	huáijiù		动
3495	附	槐树	MZ	24	huáishù		名
3547	附	皇室	MZ	24	huángshì		名
3762	附	急迫	MZ	24	jípò		形
3763	附	急性	MZ	24	jíxìng		形
3780	附	嫉妒	MZ	24	jídù		动
4198	附	洁净	MZ	24	jiéjìng		形
4555	附	诀窍	MZ	24	juéqiào		名
4564	附	绝技	MZ	24	juéjì		名
4948	附	狼狈	MZ	24	lángbèi		形
4957	附	劳累	MZ	24	láolèi		形
5247	附	留恋	MZ	24	liúliàn		动
5364	附	轮换	MZ	24	lúnhuàn		动
5391	附	麻痹	MZ	24	mábì		动
5393	附	麻将	MZ	24	májiàng		名
5394	附	麻辣	MZ	24	málà		形
5415	附	埋没	MZ	24	máimò		动
5446	附	忙乱	MZ	24	mángluàn		形

5547	附	迷恋	MZ	24	míliàn		动
5637	附	名利	MZ	24	mínglì		名
5661	附	铭记	MZ	24	míngjì		动
5703	附	谋害	MZ	24	móuhài		动
5875	附	年迈	MZ	24	niánmài		形
5922	附	浓重	MZ	24	nóngzhòng		形
6016	附	陪葬	MZ	24	péizàng		动
6356	附	前任	MZ	24	qiánrèn		名
6401	附	强项	MZ	24	qiángxiàng		名
6404	附	强占	MZ	24	qiángzhàn		动
6515	附	情调	MZ	24	qíngdiào		名
6526	附	情谊	MZ	24	qíngyì		名
6556	附	求证	MZ	24	qiúzhèng		动
6610	附	权益	MZ	24	quányì		名
6668	附	燃气	MZ	24	ránqì		名
6677	附	饶恕	MZ	24	ráoshù		动
6703	附	人道	MZ	24	réndào		名、形
7273	附	食宿	MZ	24	shísù		名
8031	附	停顿	MZ	24	tíngdùn		动
8122	附	投奔	MZ	24	tóubèn		动
8127	附	投射	MZ	24	tóushè		动
8203	附	颓废	MZ	24	tuífèi		形
8301	附	玩意儿	MZ	24	wányìr		名
8523	附	无故	MZ	24	wúgù		副
8634	附	席位	MZ	24	xíwèi		名
8672	附	侠义	MZ	24	xiáyì		形
8674	附	狭隘	MZ	24	xiá'ài		形
8749	附	嫌弃	MZ	24	xiánqì		动
8958	附	邪恶	MZ	24	xié'è		形
9229	附	学艺	MZ	24	xué yì		
9374	附	阳性	MZ	24	yángxìng		名
9507	附	一概	MZ	24	yígài		副
9512	附	一晃	MZ	24	yíhuàng		动
9552	附	遗弃	MZ	24	yíqì		动
9555	附	遗物	MZ	24	yíwù		名
9556	附	遗愿	MZ	24	yíyuàn		名
10003	附	原创	MZ	24	yuánchuàng		动
10496	附	直奔	MZ	24	zhí bèn		
10505	附	直视	MZ	24	zhíshì		动
10868	附	灼热	MZ	24	zhuórè		形
10872	附	着落	MZ	24	zhuóluò		名
213	附	保鲜	MZ	31	bǎoxiān		动
1247	附	喘息	MZ	31	chuǎnxī		动
1750	附	抵消	MZ	31	dǐxiāo		动

3239	附	好说	MZ	31	hǎoshuō	动	
3961	附	减压	MZ	31	jiǎn // yā		
4235	附	解析	MZ	31	jiěxī	动	
4401	附	警钟	MZ	31	jǐngzhōng	名	
4790	附	口吃	MZ	31	kǒuchī	动	
4824	附	苦心	MZ	31	kǔxīn	名、副	
6585	附	取经	MZ	31	qǔ // jīng		
7499	附	曙光	MZ	31	shǔguāng	名	
7561	附	水晶	MZ	31	shuǐjīng	名	
7649	附	死心	MZ	31	sǐ // xīn		
7926	附	体贴	MZ	31	tǐtiē	动	
8319	附	惋惜	MZ	31	wǎnxī	形	
8407	附	伪装	MZ	31	wěizhuāng	动、名	
9235	附	雪山	MZ	31	xuěshān	名	
9442	附	野餐	MZ	31	yěcān	动	
9443	附	野炊	MZ	31	yěchuī	动	
9724	附	隐身	MZ	31	yǐnshēn	动	
10804	附	转交	MZ	31	zhuǎnjiāo	动	
106	附	百合	MZ	32	bǎihé	名	
113	附	摆平	MZ	32	bǎipíng		
443	附	表白	MZ	32	biǎobái	动	
482	附	秉承	MZ	32	bǐngchéng	动	
725	附	惨白	MZ	32	cǎnbái	形	
1212	附	揣摩	MZ	32	chuǎimó	动	
1434	附	打磨	MZ	32	dǎmó	动	
2485	附	腐蚀	MZ	32	fǔshí	动	
2547	附	改名	MZ	32	gǎi míng		
2754	附	耿直	MZ	32	gěngzhí	形	
2907	附	股民	MZ	32	gǔmín	名	
3160	附	海绵	MZ	32	hǎimián	名	
4039	附	讲学	MZ	32	jiǎng // xué		
4439	附	久违	MZ	32	jiǔwéi	动	
4633	附	楷模	MZ	32	kǎimó	名	
5036	附	礼服	MZ	32	lǐfú	名	
5132	附	脸颊	MZ	32	liǎnjiá	名	
5175	附	了结	MZ	32	liǎojié	动	
5581	附	免职	MZ	32	miǎn // zhí		
5583	附	缅怀	MZ	32	miǎnhuái	动	
6121	附	品行	MZ	32	pǐnxíng	名	
6803	附	冗长	MZ	32	rǒngcháng	形	
7553	附	水槽	MZ	32	shuǐcáo	名	
7816	附	坦然	MZ	32	tǎnrán	形	
8653	附	喜糖	MZ	32	xǐtáng	名	
8926	附	小卒	MZ	32	xiǎozú	名	

9709	附	引擎	MZ	32	yǐnqíng	名
9723	附	隐情	MZ	32	yǐnqíng	名
9726	附	隐形	MZ	32	yǐnxíng	形
10078	附	陨石	MZ	32	yǔnshí	名
10525	附	止咳	MZ	32	zhǐ ké	
10655	附	肿瘤	MZ	32	zhǒngliú	名
11021	附	祖传	MZ	32	zǔchuán	动
11024	附	祖籍	MZ	32	zǔjí	名
895	附	吵嘴	MZ	33	chǎo // zuǐ	
1421	附	打盹儿	MZ	33	dǎ // dǔnr	
1428	附	打搅	MZ	33	dǎjiǎo	动
1748	附	抵挡	MZ	33	dǐdǎng	动
2539	附	改版	MZ	33	gǎi // bǎn	
2673	附	搞鬼	MZ	33	gǎo // guǐ	
2897	附	古董	MZ	33	gǔdǒng	名
2902	附	古朴	MZ	33	gǔpǔ	形
3174	附	海藻	MZ	33	hǎizǎo	名
4440	附	久仰	MZ	33	jiǔyǎng	动
5049	附	理睬	MZ	33	lǐcǎi	动
5181	附	咧嘴	MZ	33	liě // zuǐ	
5236	附	领养	MZ	33	lǐngyǎng	动
5288	附	笼统	MZ	33	lǒngtǒng	形
5305	附	鲁莽	MZ	33	lǔmǎng	形
8639	附	洗礼	MZ	33	xǐlǐ	名
8648	附	喜酒	MZ	33	xǐjiǔ	名
8911	附	小曲儿	MZ	33	xiǎoqǔr	名
10267	附	掌管	MZ	33	zhǎngguǎn	动
10526	附	止血	MZ	33	zhǐ xiě	
199	附	宝藏	MZ	34	bǎozàng	名
221	附	保重	MZ	34	bǎozhòng	动
307	附	本分	MZ	34	běnfèn	名、形
320	附	本意	MZ	34	běnyì	名
453	附	表率	MZ	34	biǎoshuài	名
688	附	采矿	MZ	34	cǎi // kuàng	
726	附	惨痛	MZ	34	cǎntòng	形
1046	附	耻笑	MZ	34	chǐxiào	动
1211	附	揣测	MZ	34	chuǎicè	动
1415	附	打岔	MZ	34	dǎ // chà	
1433	附	打猎	MZ	34	dǎ // liè	
1746	附	抵触	MZ	34	dǐchù	动
2221	附	反问	MZ	34	fǎnwèn	动
2278	附	仿制	MZ	34	fǎngzhì	动
2319	附	诽谤	MZ	34	fěibàng	动
2548	附	改日	MZ	34	gǎirì	副

2608	附	感性	MZ	34	gǎnxìng	形	
2911	附	骨气	MZ	34	gǔqì	名	
2915	附	鼓动	MZ	34	gǔdòng	动	
2955	附	拐杖	MZ	34	guǎizhàng	名	
3002	附	管教	MZ	34	guǎnjiào	动、名	
3066	附	轨迹	MZ	34	guǐjì	名	
3159	附	海量	MZ	34	hǎiliàng	名	
3555	附	谎话	MZ	34	huǎnghuà	名	
3655	附	火速	MZ	34	huǒsù	副	
4109	附	矫正	MZ	34	jiǎozhèng	动	
4224	附	解雇	MZ	34	jiěgù	动	
4283	附	紧凑	MZ	34	jǐncòu	形	
4431	附	窘迫	MZ	34	jiǒngpò	形	
4795	附	口令	MZ	34	kǒulìng	名	
4819	附	苦力	MZ	34	kǔlì	名	
4820	附	苦练	MZ	34	kǔ liàn		
4864	附	款项	MZ	34	kuǎnxiàng	名	
4969	附	老伴儿	MZ	34	lǎobànr	名	
4970	附	老大	MZ	34	lǎodà	名、副	
5011	附	冷淡	MZ	34	lěngdàn	形、动	
5012	附	冷冻	MZ	34	lěngdòng	动	
5016	附	冷落	MZ	34	lěngluò	形、动	
5177	附	了却	MZ	34	liǎoquè	动	
5233	附	领悟	MZ	34	lǐngwù	动	
5304	附	卤味	MZ	34	lǔwèi	名	
5342	附	屡次	MZ	34	lǚcì	副	
5405	附	马戏	MZ	34	mǎxì	名	
6260	附	起步	MZ	34	qǐbù	动	
6269	附	起劲	MZ	34	qǐjìn	形	
6472	附	寝室	MZ	34	qǐnshì	名	
7111	附	审定	MZ	34	shěndìng	动	
7114	附	审判	MZ	34	shěnpàn	动	
7560	附	水货	MZ	34	shuǐhuò	名	
7572	附	水域	MZ	34	shuǐyù	名	
8411	附	纬度	MZ	34	wěidù	名	
8483	附	紊乱	MZ	34	wěnluàn	形	
8965	附	写照	MZ	34	xiězhào	动、名	
9202	附	选项	MZ	34	xuǎnxiàng	名	
9339	附	眼色	MZ	34	yǎnsè	名	
9356	附	演绎	MZ	34	yǎnyì	名、动	
9714	附	引诱	MZ	34	yǐnyòu	动	
9727	附	隐性	MZ	34	yǐnxìng	形	
9796	附	涌入	MZ	34	yǒngrù	动	
9798	附	踊跃	MZ	34	yǒngyuè	动、形	

9868	附	友善	MZ	34	yǒushàn	形	
10032	附	远见	MZ	34	yuǎnjiàn	名	
10413	附	整数	MZ	34	zhěngshù	名	
10524	附	止步	MZ	34	zhǐ // bù		
10547	附	指教	MZ	34	zhǐjiào	动	
10800	附	转告	MZ	34	zhuǎngào	动	
11060	附	佐料	MZ	34	zuǒliào	名	
89	附	罢休	MZ	41	bàxiū	动	
1367	附	簇拥	MZ	41	cùyōng	动	
1533	附	大宗	MZ	41	dàzōng	形、名	
1633	附	当真	MZ	41	dàngzhēn	动、副	
2950	附	挂失	MZ	41	guà // shī		
3465	附	化身	MZ	41	huàshēn	名	
3467	附	化纤	MZ	41	huàxiān	名	
3534	附	焕发	MZ	41	huànfā	动	
4315	附	进修	MZ	41	jìnxiū	动	
4406	附	竞相	MZ	41	jìngxiāng	副	
4674	附	抗争	MZ	41	kàngzhēng	动	
5082	附	立功	MZ	41	lì // gōng		
5359	附	略微	MZ	41	lüèwēi	副	
5382	附	落差	MZ	41	luòchā	名	
5559	附	秘方	MZ	41	mìfāng	名	
5566	附	密封	MZ	41	mìfēng	动	
5735	附	墓碑	MZ	41	mùbēi	名	
6384	附	欠缺	MZ	41	qiànquē	动、名	
6440	附	切身	MZ	41	qièshēn	形	
6699	附	热衷	MZ	41	rèzhōng	动	
6760	附	任期	MZ	41	rènqī	名	
7437	附	受惊	MZ	41	shòu // jīng		
7508	附	树荫	MZ	41	shùyīn	名	
7662	附	伺机	MZ	41	sìjī	动	
7690	附	诉说	MZ	41	sùshuō	动	
7882	附	特邀	MZ	41	tèyāo	动	
7941	附	替身	MZ	41	tìshēn	名	
8238	附	拓宽	MZ	41	tuòkuān	动	
8439	附	味精	MZ	41	wèijīng	名	
8442	附	畏缩	MZ	41	wèisuō	动	
8667	附	细微	MZ	41	xìwēi	形	
9239	附	血栓	MZ	41	xuèshuān	名	
9734	附	印章	MZ	41	yìnzhāng	名	
10599	附	窒息	MZ	41	zhìxī	动	
10671	附	重创	MZ	41	zhòngchuāng	动	
10944	附	自尊	MZ	41	zìzūn	动	
10977	附	纵观	MZ	41	zòngguān	动	

10980	附	纵深	MZ	41	zòngshēn	名	
491	附	并行	MZ	42	bìngxíng	动	
863	附	畅谈	MZ	42	chàngtán	动	
1207	附	触觉	MZ	42	chùjué	名	
1393	附	错觉	MZ	42	cuòjué	名	
1455	附	大臣	MZ	42	dàchén	名	
1597	附	诞辰	MZ	42	dànchén	名	
1894	附	定时	MZ	42	dìngshí	动、名	
1952	附	栋梁	MZ	42	dòngliáng	名	
2020	附	队形	MZ	42	duìxíng	名	
2025	附	对白	MZ	42	duìbái	名	
2102	附	鳄鱼	MZ	42	èyú	名	
2230	附	犯愁	MZ	42	fàn // chóu		
2378	附	份额	MZ	42	fèn'é	名	
2509	附	复查	MZ	42	fùchá	动	
2517	附	复原	MZ	42	fù // yuán		
2525	附	富含	MZ	42	fùhán	动	
2532	附	富足	MZ	42	fùzú	形	
2679	附	告辞	MZ	42	gàocí	动	
3263	附	耗时	MZ	42	hàoshí	动	
3319	附	赫然	MZ	42	hèrán	形	
3599	附	汇合	MZ	42	huìhé	动	
3680	附	豁达	MZ	42	huòdá	形	
3790	附	计时	MZ	42	jìshí	动	
3809	附	纪实	MZ	42	jìshí	动、名	
3990	附	间谍	MZ	42	jiàndié	名	
4135	附	教条	MZ	42	jiàotiáo	名、形	
4239	附	介于	MZ	42	jièyú		
4325	附	劲头	MZ	42	jìntóu	名	
4523	附	剧情	MZ	42	jùqíng	名	
4810	附	扣留	MZ	42	kòuliú	动	
4873	附	矿藏	MZ	42	kuàngcáng	名	
5194	附	裂痕	MZ	42	lièhén	名	
5615	附	灭绝	MZ	42	mièjué	动	
5696	附	漠然	MZ	42	mòrán	形	
5699	附	默读	MZ	42	mòdú	动	
5830	附	内存	MZ	42	nèicún	名	
5834	附	内行	MZ	42	nèiháng	形	
5865	附	匿名	MZ	42	nìmíng	动	
6183	附	破除	MZ	42	pòchú	动	
6595	附	去除	MZ	42	qùchú	动	
6658	附	确凿	MZ	42	quèzáo	形	
6928	附	膳食	MZ	42	shànshí	名	
6973	附	上流	MZ	42	shàngliú	名	

7050	附	涉嫌	MZ	42	shèxián	动
7298	附	世袭	MZ	42	shìxí	动
7671	附	送别	MZ	42	sòng // bié	
7694	附	素材	MZ	42	sùcái	名
7695	附	素描	MZ	42	sùmiáo	名
7786	附	太极	MZ	42	tàijí	名
8000	附	跳槽	MZ	42	tiào // cáo	
8282	附	外援	MZ	42	wàiyuán	名
8324	附	万能	MZ	42	wànnéng	形
8448	附	慰劳	MZ	42	wèiláo	动
8690	附	下级	MZ	42	xiàjí	名
8706	附	下调	MZ	42	xiàtiáo	动
9093	附	幸存	MZ	42	xìngcún	动
9430	附	要强	MZ	42	yàoqiáng	形
9983	附	愈合	MZ	42	yùhé	动
10039	附	怨言	MZ	42	yuànyán	名
10098	附	蕴涵	MZ	42	yùnhán	动
10130	附	在职	MZ	42	zàizhí	动
10589	附	治学	MZ	42	zhìxué	动
10680	附	重型	MZ	42	zhòngxíng	形
10695	附	骤然	MZ	42	zhòurán	副
10752	附	贮藏	MZ	42	zhùcáng	动
10941	附	自责	MZ	42	zìzé	动
257	附	爆满	MZ	43	bàomǎn	动
380	附	避暑	MZ	43	bì // shǔ	
1323	附	刺耳	MZ	43	cì'ěr	形
1324	附	刺骨	MZ	43	cìgǔ	动
1453	附	大笔	MZ	43	dà bǐ	
1510	附	大体	MZ	43	dàtǐ	副
1847	附	垫底儿	MZ	43	diàn // dǐr	
2087	附	舵手	MZ	43	duòshǒu	名
2381	附	奋勇	MZ	43	fènyǒng	动
2498	附	负有	MZ	43	fùyǒu	
3122	附	过奖	MZ	43	guòjiǎng	动
3137	附	过往	MZ	43	guòwǎng	动、名
3425	附	互访	MZ	43	hùfǎng	动
3522	附	幻影	MZ	43	huànyǐng	名
3615	附	会诊	MZ	43	huì // zhěn	
3829	附	继母	MZ	43	jìmǔ	名
4017	附	鉴赏	MZ	43	jiànshǎng	动
4120	附	叫板	MZ	43	jiào // bǎn	
4139	附	教养	MZ	43	jiàoyǎng	动、名
4410	附	竟敢	MZ	43	jìng gǎn	
4415	附	敬酒	MZ	43	jìng jiǔ	

4418	附	敬请	MZ	43	jìng qǐng		
4582	附	骏马	MZ	43	jùnmǎ	名	
4690	附	靠拢	MZ	43	kàolǒng	动	
6442	附	窃取	MZ	43	qièqǔ	动	
6839	附	瑞雪	MZ	43	ruìxuě	名	
6929	附	赡养	MZ	43	shànyǎng	动	
7620	附	硕果	MZ	43	shuòguǒ	名	
8682	附	下场	MZ	43	xiàchǎng	名	
8689	附	下海	MZ	43	xià // hǎi		
8786	附	陷阱	MZ	43	xiànjǐng	名	
8940	附	效仿	MZ	43	xiàofǎng	动	
9097	附	幸免	MZ	43	xìngmiǎn	动	
9145	附	秀美	MZ	43	xiùměi	形	
9173	附	酗酒	MZ	43	xùjiǔ	动	
9427	附	要领	MZ	43	yàolǐng	名	
9915	附	诱饵	MZ	43	yòu'ěr	名	
9960	附	预感	MZ	43	yùgǎn	动、名	
9980	附	遇险	MZ	43	yù // xiǎn		
10069	附	悦耳	MZ	43	yuè'ěr	形	
10150	附	葬礼	MZ	43	zànglǐ	名	
10581	附	质朴	MZ	43	zhìpǔ	形	
10823	附	撰写	MZ	43	zhuànxiě	动	
10836	附	壮胆	MZ	43	zhuàng // dǎn		
10951	附	字体	MZ	43	zìtǐ	名	
29	附	碍事	MZ	44	ài // shì		
118	附	拜会	MZ	44	bàihuì	动	
119	附	拜见	MZ	44	bàijiàn	动	
249	附	暴利	MZ	44	bàolì	名	
281	附	备课	MZ	44	bèi // kè		
326	附	笨蛋	MZ	44	bèndàn	名	
373	附	碧绿	MZ	44	bìlǜ	形	
374	附	弊病	MZ	44	bìbìng	名	
376	附	壁画	MZ	44	bìhuà	名	
379	附	避难	MZ	44	bì // nàn		
793	附	诧异	MZ	44	chàyì	形	
920	附	彻夜	MZ	44	chèyè	副	
922	附	撤换	MZ	44	chèhuàn	动	
1288	附	绰号	MZ	44	chuòhào	名	
1326	附	刺绣	MZ	44	cìxiù	动、名	
1328	附	赐教	MZ	44	cìjiào	动	
1394	附	错位	MZ	44	cuò // wèi		
1514	附	大腕儿	MZ	44	dàwànr	名	
1522	附	大雁	MZ	44	dàyàn	名	
1635	附	荡漾	MZ	44	dàngyàng	动	

1839	附	电讯	MZ	44	diànxùn	名	
1867	附	掉队	MZ	44	diào // duì		
1897	附	定向	MZ	44	dìngxiàng	动	
2042	附	对弈	MZ	44	duìyì	动	
2046	附	对峙	MZ	44	duìzhì	动	
2093	附	厄运	MZ	44	èyùn	名	
2097	附	恶梦	MZ	44	èmèng	名	
2503	附	附带	MZ	44	fùdài	动、形	
2504	附	附和	MZ	44	fùhè	动	
2561	附	概论	MZ	44	gàilùn	名	
2684	附	告状	MZ	44	gào // zhuàng		
2863	附	供奉	MZ	44	gòngfèng	动、名	
2881	附	够呛	MZ	44	gòuqiàng	形	
2948	附	挂历	MZ	44	guàlì	名	
2949	附	挂念	MZ	44	guàniàn	动	
2960	附	怪异	MZ	44	guàiyì	形	
3116	附	过道	MZ	44	guòdào	名	
3179	附	害臊	MZ	44	hài // sào		
3202	附	捍卫	MZ	44	hànwèi	动	
3315	附	贺电	MZ	44	hèdiàn	名	
3317	附	贺信	MZ	44	hèxìn	名	
3378	附	后盾	MZ	44	hòudùn	名	
3394	附	后裔	MZ	44	hòuyì	名	
3431	附	户外	MZ	44	hùwài	名	
3475	附	画册	MZ	44	huàcè	名	
3612	附	会意	MZ	44	huìyì	动	
3679	附	霍乱	MZ	44	huòluàn	名	
3787	附	计策	MZ	44	jìcè	名	
3828	附	继父	MZ	44	jìfù	名	
3832	附	祭奠	MZ	44	jìdiàn	动	
3833	附	祭祀	MZ	44	jìsì	动	
3897	附	驾驭	MZ	44	jiàyù	动	
3985	附	见外	MZ	44	jiànwài	形	
4000	附	建树	MZ	44	jiànshù	动、名	
4241	附	戒备	MZ	44	jièbèi	动	
4248	附	界定	MZ	44	jièdìng	动	
4421	附	敬重	MZ	44	jìngzhòng	动	
4428	附	境遇	MZ	44	jìngyù	名	
4660	附	看似	MZ	44	kànsì	动	
4784	附	控告	MZ	44	kònggào	动	
4828	附	酷似	MZ	44	kùsì	动	
4876	附	框架	MZ	44	kuàngjià	名	
4896	附	阔绰	MZ	44	kuòchuò	形	
5088	附	励志	MZ	44	lìzhì	动	

5320	附	路段	MZ	44	lùduàn	名
5350	附	绿地	MZ	44	lǜdì	名
5424	附	脉络	MZ	44	màiluò	名
5572	附	蜜月	MZ	44	mìyuè	名
5613	附	庙会	MZ	44	miàohuì	名
5736	附	墓地	MZ	44	mùdì	名
5824	附	闹事	MZ	44	nào // shì	
5988	附	判定	MZ	44	pàndìng	动
6076	附	僻静	MZ	44	pìjìng	形
6126	附	聘任	MZ	44	pìnrèn	动
6765	附	韧性	MZ	44	rènxìng	名
6992	附	上限	MZ	44	shàngxiàn	名
7362	附	嗜好	MZ	44	shìhào	名
7581	附	睡袋	MZ	44	shuìdài	名
7594	附	顺势	MZ	44	shùnshì	副
7713	附	算账	MZ	44	suàn // zhàng	
7877	附	特例	MZ	44	tèlì	名
8133	附	透彻	MZ	44	tòuchè	形
8137	附	透气	MZ	44	tòu // qì	
8209	附	退却	MZ	44	tuìquè	动
8210	附	退让	MZ	44	tuìràng	动
8240	附	唾液	MZ	44	tuòyè	名
8271	附	外貌	MZ	44	wàimào	名
8325	附	万万	MZ	44	wànwàn	副
8588	附	物证	MZ	44	wùzhèng	名
8717	附	下坠	MZ	44	xiàzhuì	动
8973	附	泄密	MZ	44	xiè // mì	
8974	附	泄气	MZ	44	xiè // qì	
9144	附	秀丽	MZ	44	xiùlì	形
9169	附	旭日	MZ	44	xùrì	名
9238	附	血脉	MZ	44	xuèmài	名
9259	附	逊色	MZ	44	xùnsè	名、形
9360	附	厌倦	MZ	44	yànjuàn	动
9424	附	要害	MZ	44	yàohài	名
9460	附	夜市	MZ	44	yèshì	名
9462	附	夜校	MZ	44	yèxiào	名
9649	附	屹立	MZ	44	yìlì	动
9973	附	预兆	MZ	44	yùzhào	名、动
10037	附	怨恨	MZ	44	yuànhèn	动、名
10038	附	怨气	MZ	44	yuànqì	名
10080	附	孕育	MZ	44	yùnyù	动
10252	附	绽放	MZ	44	zhànfàng	动
10308	附	照办	MZ	44	zhào // bàn	
10376	附	振作	MZ	44	zhènzuò	形、动

10383	附	镇定	MZ	44	zhèndìng	形、动
10582	附	质问	MZ	44	zhìwèn	动
10747	附	住户	MZ	44	zhùhù	名
10769	附	铸造	MZ	44	zhùzào	动
10909	附	自负	MZ	44	zìfù	形、动
10948	附	字迹	MZ	44	zìjì	名
10995	附	奏效	MZ	44	zòu // xiào	
11064	附	作对	MZ	44	zuò // duì	
167	附	帮手	ZQ	10	bāngshou	名
177	附	包袱	ZQ	10	bāofu	名
1586	附	耽搁	ZQ	10	dānge	动
1741	附	提防	ZQ	10	dīfang	动
2078	附	哆嗦	ZQ	10	duōsuo	动
2339	附	分寸	ZQ	10	fēncun	名
2998	附	棺材	ZQ	10	guāncai	名
3063	附	闺女	ZQ	10	guīnü	名
4073	附	交情	ZQ	10	jiāoqing	名
5243	附	溜达	ZQ	10	liūda	动
8623	附	稀罕	ZQ	10	xīhan	形、动
9061	附	猩猩	ZQ	10	xīngxing	名
9208	附	靴子	ZQ	10	xuēzi	名
9369	附	秧歌	ZQ	10	yāngge	名
9435	附	椰子	ZQ	10	yēzi	名
9283	附	烟囱	ZQ	11	yāncōng	名
2849	附	恭维	ZQ	12	gōng·wéi	动
2413	附	风水	ZQ	13	fēng·shuǐ	名
4831	附	夸奖	ZQ	13	kuājiǎng	动
439	附	标致	ZQ	14	biāo·zhì	形
3184	附	含糊	ZQ	20	hánhu	形
4963	附	唠叨	ZQ	20	láodao	动
5114	附	帘子	ZQ	20	liánzi	名
5524	附	门路	ZQ	20	ménlu	名
5603	附	苗条	ZQ	20	miáotiao	形
5604	附	苗头	ZQ	20	miáotou	名
9323	附	阎王	ZQ	20	Yánwang	名
3459	附	滑稽	ZQ	21	huá·jī	形
4188	附	节气	ZQ	24	jié·qì	名
6196	附	菩萨	ZQ	24	pú·sà	名
83	附	靶子	ZQ	30	bǎzi	名
114	附	摆设	ZQ	30	bǎishe	名
349	附	比试	ZQ	30	bǐshi	动
1759	附	底子	ZQ	30	dǐzi	名
2588	附	敢情	ZQ	30	gǎnqing	副
3648	附	火候	ZQ	30	huǒhou	名

7281	附	使唤	ZQ	30	shǐhuan	动
7551	附	爽快	ZQ	30	shuǎngkuai	形
3661	附	伙食	ZQ	32	huǒ·shí	名
430	附	辫子	ZQ	40	biànzi	名
1321	附	伺候	ZQ	40	cìhou	动
1848	附	垫子	ZQ	40	diànzi	名
2681	附	告示	ZQ	40	gàoshi	名
3558	附	晃荡	ZQ	40	huàngdang	动
3678	附	祸害	ZQ	40	huòhai	名、动
3901	附	架势	ZQ	40	jiàshi	名
3906	附	嫁妆	ZQ	40	jiàzhuang	名
5093	附	利索	ZQ	40	lìsuo	形
5422	附	卖弄	ZQ	40	màinong	动
6984	附	上司	ZQ	40	shàngsi	名
7293	附	世故	ZQ	40	shìgu	形
9175	附	絮叨	ZQ	40	xùdao	形
9769	附	应酬	ZQ	40	yìngchou	动、名
9780	附	硬朗	ZQ	40	yìnglang	形
10820	附	转悠	ZQ	40	zhuànyou	动
10839	附	壮实	ZQ	40	zhuàngshi	形
10981	附	粽子	ZQ	40	zòngzi	名
7711	附	算盘	ZQ	42	suàn·pán	名
2288	附	放水	ZQ	43	fàng//shuǐ	
242	附	抱负	ZQ	44	bàofù	名
2289	附	放肆	ZQ	44	fàngsì	形
3816	附	忌讳	ZQ	44	jì·huì	动
3891	附	价位	ZQ	44	jiàwèi	名
4250	附	界线	ZQ	44	jièxiàn	名
4324	附	近视	ZQ	44	jìnshì	形
5463	附	冒犯	ZQ	44	màofàn	动
5464	附	冒昧	ZQ	44	màomèi	形
5690	附	没落	ZQ	44	mòluò	动
5778	附	耐性	ZQ	44	nàixìng	名
6386	附	歉意	ZQ	44	qiànyì	名
7709	附	算计	ZQ	44	suàn·jì	动
8930	附	孝顺	ZQ	44	xiào·shùn	动
8945	附	效应	ZQ	44	xiàoyìng	名
9662	附	益处	ZQ	44	yìchù	名
10068	附	阅历	ZQ	44	yuèlì	动、名
2063	附	多功能	MQZ	112	duō gōngnéng	
2646	附	高跟鞋	MQZ	112	gāogēnxié	名
6418	附	敲边鼓	MQZ	113	qiāo biāngǔ	
2752	附	更衣室	MQZ	114	gēngyīshì	名
2795	附	公开信	MQZ	114	gōngkāixìn	名

1140	附	出难题	MQZ	122	chū nántí	
3879	附	嘉年华	MQZ	122	jiāniánhuá	名
1162	附	出洋相	MQZ	124	chū yángxiàng	
2169	附	发源地	MQZ	124	fāyuándì	名
6451	附	亲和力	MQZ	124	qīnhélì	名
6936	附	伤脑筋	MQZ	131	shāng nǎojīn	
1218	附	穿小鞋儿	MQZ	132	chuān xiǎoxiér	
4593	附	开场白	MQZ	132	kāichǎngbái	名
6174	附	泼冷水	MQZ	133	pō lěngshuǐ	
4269	附	金字塔	MQZ	143	jīnzìtǎ	名
2814	附	公益性	MQZ	144	gōngyìxìng	名
4763	附	空荡荡	MQZ	144	kōngdàngdàng	形
7141	附	生命线	MQZ	144	shēngmìngxiàn	名
8451	附	温度计	MQZ	144	wēndùjì	名
10783	附	专卖店	MQZ	144	zhuānmàidiàn	名
10847	附	追悼会	MQZ	144	zhuīdàohuì	名
926	附	沉甸甸	MQZ	211	chéndiāndiān	形
3359	附	红扑扑	MQZ	211	hóngpūpū	形
3778	附	集装箱	MQZ	211	jízhuāngxiāng	名
6132	附	平常心	MQZ	221	píngchángxīn	名
8556	附	无形中	MQZ	221	wúxíngzhōng	副
3767	附	急转弯	MQZ	231	jí zhuǎnwān	
2259	附	防火墙	MQZ	232	fánghuǒqiáng	名
9527	附	一瞬间	MQZ	241	yíshùn jiān	
551	附	不亚于	MQZ	242	bú yà yú	
7225	附	时不时	MQZ	242	shíbùshí	副
2269	附	房地产	MQZ	243	fángdìchǎn	名
3285	附	合作社	MQZ	244	hézuòshè	名
3591	附	回忆录	MQZ	244	huíyìlù	名
7720	附	随大溜	MQZ	244	suí dàliù	
4982	附	老实说	MQZ	301	lǎoshi shuō	
5515	附	美滋滋	MQZ	311	měizīzī	形
5938	附	暖烘烘	MQZ	311	nuǎnhōnghōng	形
104	附	百分比	MQZ	313	bǎifēnbǐ	名
1808	附	点击率	MQZ	314	diǎnjīlǜ	名
10993	附	走弯路	MQZ	314	zǒu wānlù	
10727	附	主题歌	MQZ	321	zhǔtígē	名
7564	附	水灵灵	MQZ	322	shuǐlínglíng	形
8654	附	喜洋洋	MQZ	322	xǐyángyáng	形
6008	附	跑龙套	MQZ	324	pǎo lóngtào	
1642	附	导火索	MQZ	333	dǎohuǒsuǒ	名
2477	附	抚养费	MQZ	334	fǔyǎngfèi	名
2601	附	感染力	MQZ	334	gǎnrǎnlì	名
6272	附	起跑线	MQZ	334	qǐpǎoxiàn	名

220	附	保质期	MQZ	341	bǎozhìqī	名	
4641	附	侃大山	MQZ	341	kǎn dàshān		
9355	附	演艺圈	MQZ	341	yǎnyìquān	名	
10984	附	走过场	MQZ	343	zǒu guòchǎng		
3652	附	火辣辣	MQZ	344	huǒlàlà	形	
5399	附	马后炮	MQZ	344	mǎhòupào	名	
146	附	半边天	MQZ	411	bànbiāntiān	名	
6696	附	热腾腾	MQZ	411	rètēngtēng	形	
9598	附	一锅粥	MQZ	411	yìguōzhōu	名	
1478	附	大家庭	MQZ	412	dàjiātíng	名	
1898	附	定心丸	MQZ	412	dìngxīnwán	名	
8278	附	外星人	MQZ	412	wàixīngrén	名	
1798	附	第一手	MQZ	413	dìyīshǒu	形	
1473	附	大锅饭	MQZ	414	dàguōfàn	名	
1799	附	第一线	MQZ	414	dìyīxiàn	名	
8433	附	未知数	MQZ	414	wèizhīshù	名	
9732	附	印刷术	MQZ	414	yìnshuāshù	名	
617	附	不如说	MQZ	421	bùrú shuō		
3528	附	换言之	MQZ	421	huànyánzhī		
1557	附	带头人	MQZ	422	dàitóurén	名	
1664	附	到头来	MQZ	422	dàotóulái	副	
2858	附	共同体	MQZ	423	gòngtóngtǐ	名	
3629	附	混凝土	MQZ	423	hùnníngtǔ	名	
3473	附	划时代	MQZ	424	huàshídài	形	
8711	附	下一代	MQZ	424	xià yí dài		
256	附	爆冷门	MQZ	432	bào lěngmén		
613	附	不起眼	MQZ	433	bù qǐyǎn		
9464	附	夜总会	MQZ	434	yèzǒnghuì	名	
10177	附	造纸术	MQZ	434	zàozhǐshù	名	
3375	附	后备箱	MQZ	441	hòubèixiāng	名	
7337	附	试用期	MQZ	441	shìyòngqī	名	
5441	附	慢慢来	MQZ	442	mànmàn lái		
6692	附	热气球	MQZ	442	rèqìqiú	名	
9102	附	性价比	MQZ	443	xìngjiàbǐ	名	
1124	附	出风头	MZQ	110	chū fēngtou		
1136	附	出毛病	MZQ	124	chū máo·bìng		
1167	附	出主意	MZQ	130	chū zhǔyi		
11029	附	钻空子	MZQ	140	zuān kòngzi		
3233	附	好家伙	MZQ	310	hǎojiāhuo	叹	
6046	附	碰钉子	MZQ	410	pèng dīngzi		
9606	附	一揽子	MZQ	430	yìlǎnzi	形	
24	附	爱面子	MZQ	440	ài miànzi		
58	附	暗地里	MZQ	440	àndìli	名	
3633	附	豁出去	ZQQ	100	huōchuqu	动	

10362	附	真是的	ZQQ	100	zhēnshide	
72	附	巴不得	ZQQ	102	bābu·dé	动
7630	附	私房钱	ZQQ	102	sīfangqián	名
8712	附	下意识	ZQQ	442	xiàyì·shí	名、副
3407	附	忽高忽低	MQMZ	1111	hū gāo hū dī	
8621	附	息息相关	MQMZ	1111	xī xī xiāng guān	
1909	附	东奔西走	MQMZ	1113	dōng bēn xī zǒu	
10295	附	朝夕相处	MQMZ	1113	zhāoxī xiāngchǔ	
8	附	挨家挨户	MQMZ	1114	āi jiā āi hù	
4353	附	惊慌失措	MQMZ	1114	jīnghuāng shīcuò	
10345	附	针锋相对	MQMZ	1114	zhēn fēng xiāng duì	
268	附	悲欢离合	MQMZ	1122	bēi huān lí hé	
4832	附	夸夸其谈	MQMZ	1122	kuākuā qí tán	
10256	附	张灯结彩	MQMZ	1123	zhāng dēng jié cǎi	
10388	附	争分夺秒	MQMZ	1123	zhēng fēn duó miǎo	
1020	附	吃喝玩乐	MQMZ	1124	chī hē wán lè	
1623	附	当之无愧	MQMZ	1124	dāng zhī wú kuì	
4475	附	居高临下	MQMZ	1124	jū gāo lín xià	
6319	附	千钧一发	MQMZ	1124	qiān jūn yí fà	
8820	附	相依为命	MQMZ	1124	xiāng yī wéi mìng	
8980	附	心安理得	MQMZ	1132	xīn ān lǐ dé	
472	附	彬彬有礼	MQMZ	1133	bīnbīn yǒu lǐ	
2399	附	风风雨雨	MQMZ	1133	fēngfēngyǔyǔ	名
8627	附	熙熙攘攘	MQMZ	1133	xīxī-rǎngrǎng	形
4270	附	津津有味	MQMZ	1134	jīnjīn yǒu wèi	
6855	附	三番五次	MQMZ	1134	sān fān wǔ cì	
10393	附	争先恐后	MQMZ	1134	zhēng xiān kǒng hòu	
7843	附	滔滔不绝	MQMZ	1142	tāotāo bù jué	
9015	附	欣欣向荣	MQMZ	1142	xīnxīn xiàng róng	
3047	附	归根到底	MQMZ	1143	guī gēn dào dǐ	
3400	附	呼风唤雨	MQMZ	1143	hū fēng huàn yǔ	
3504	附	欢声笑语	MQMZ	1143	huān shēng xiào yǔ	
6318	附	千军万马	MQMZ	1143	qiān jūn wàn mǎ	
6487	附	倾家荡产	MQMZ	1143	qīng jiā dàng chǎn	
2191	附	翻天覆地	MQMZ	1144	fān tiān fù dì	
2247	附	方方面面	MQMZ	1144	fāngfāngmiànmiàn	名
2396	附	风餐露宿	MQMZ	1144	fēng cān lù sù	
2740	附	根深蒂固	MQMZ	1144	gēn shēn dì gù	
3861	附	家家户户	MQMZ	1144	jiājiāhùhù	名
4357	附	惊天动地	MQMZ	1144	jīng tiān dòng dì	
4360	附	惊心动魄	MQMZ	1144	jīng xīn dòng pò	
4364	附	兢兢业业	MQMZ	1144	jīngjīngyèyè	形
4619	附	开天辟地	MQMZ	1144	kāi tiān pì dì	
6317	附	千家万户	MQMZ	1144	qiān jiā wàn hù	

7624	附	司空见惯	MQMZ	1144	sī kōng jiàn guàn
7949	附	天经地义	MQMZ	1144	tiān jīng dì yì
10294	附	朝三暮四	MQMZ	1144	zhāo sān mù sì
2066	附	多劳多得	MQMZ	1212	duō láo duō dé
4078	附	交头接耳	MQMZ	1213	jiāo tóu jiē ěr
2167	附	发扬光大	MQMZ	1214	fāyáng guāngdà
8148	附	突如其来	MQMZ	1222	tū rú qí lái
8985	附	心急如焚	MQMZ	1222	xīn jí rú fén
3913	附	坚持不懈	MQMZ	1224	jiānchí búxiè
9682	附	因人而异	MQMZ	1224	yīn rén ér yì
8990	附	心灵手巧	MQMZ	1233	xīn líng shǒu qiǎo
3032	附	光明磊落	MQMZ	1234	guāngmíng lěiluò
7642	附	思前想后	MQMZ	1234	sī qián xiǎng hòu
10700	附	诸如此类	MQMZ	1234	zhū rú cǐ lèi
1214	附	川流不息	MQMZ	1241	chuān liú bù xī
2841	附	供不应求	MQMZ	1242	gōng bú yìng qiú
4375	附	精疲力竭	MQMZ	1242	jīng pí lì jié
9475	附	衣食住行	MQMZ	1242	yī shí zhù xíng
2430	附	峰回路转	MQMZ	1243	fēng huí lù zhuǎn
6481	附	轻而易举	MQMZ	1243	qīng ér yì jǔ
7944	附	天长地久	MQMZ	1243	tiān cháng dì jiǔ
1142	附	出人意料	MQMZ	1244	chū rén yìliào
2402	附	风和日丽	MQMZ	1244	fēng hé rì lì
2884	附	沽名钓誉	MQMZ	1244	gūmíng diào yù
8816	附	相提并论	MQMZ	1244	xiāng tí bìng lùn
9018	附	新陈代谢	MQMZ	1244	xīn chén dàixiè
6209	附	七嘴八舌	MQMZ	1312	qī zuǐ bā shé
8809	附	相辅相成	MQMZ	1312	xiāng fǔ xiāng chéng
1132	附	出口成章	MQMZ	1321	chū kǒu chéng zhāng
8228	附	脱口而出	MQMZ	1321	tuō kǒu ér chū
8232	附	脱颖而出	MQMZ	1321	tuō yǐng ér chū
9120	附	胸有成竹	MQMZ	1322	xiōng yǒu chéng zhú
4341	附	经久不息	MQMZ	1341	jīngjiǔ bù xī
8999	附	心想事成	MQMZ	1342	xīn xiǎng shì chéng
9739	附	应有尽有	MQMZ	1343	yīng yǒu jìn yǒu
3929	附	艰苦奋斗	MQMZ	1344	jiānkǔ fèndòu
4367	附	精打细算	MQMZ	1344	jīng dǎ xì suàn
1619	附	当务之急	MQMZ	1412	dāng wù zhī jí
4156	附	接二连三	MQMZ	1421	jiē èr lián sān
4385	附	精益求精	MQMZ	1421	jīng yì qiú jīng
7090	附	深入人心	MQMZ	1421	shēnrù rénxīn
2140	附	发愤图强	MQMZ	1422	fāfèn tú qiáng
6193	附	扑面而来	MQMZ	1422	pūmiàn ér lái
8807	附	相对而言	MQMZ	1422	xiāngduì ér yán

10050	附	约定俗成	MQMZ	1422	yuē dìng sú chéng
10293	附	朝气蓬勃	MQMZ	1422	zhāoqì péngbó
7067	附	身不由己	MQMZ	1423	shēn bù yóu jǐ
8377	附	微不足道	MQMZ	1424	wēi bù zú dào
2890	附	孤陋寡闻	MQMZ	1432	gū lòu guǎ wén
10958	附	综上所述	MQMZ	1434	zōng shàng suǒ shù
4816	附	哭笑不得	MQMZ	1442	kū xiào bù dé
3873	附	家喻户晓	MQMZ	1443	jiā yù hù xiǎo
4192	附	节衣缩食	MQMZ	2112	jié yī suō shí
9930	附	愚公移山	MQMZ	2121	yúgōng yí shān
984	附	诚心诚意	MQMZ	2124	chéngxīn chéngyì
1694	附	得天独厚	MQMZ	2124	dé tiān dú hòu
1980	附	独一无二	MQMZ	2124	dú yī wú èr
5208	附	灵机一动	MQMZ	2124	língjī yí dòng
6225	附	齐心协力	MQMZ	2124	qí xīn xiélì
6631	附	全心全意	MQMZ	2124	quán xīn quán yì
8550	附	无微不至	MQMZ	2124	wú wēi bú zhì
8560	附	无忧无虑	MQMZ	2124	wú yōu wú lù
10015	附	原汁原味	MQMZ	2124	yuán zhī yuán wèi
1040	附	持之以恒	MQMZ	2132	chí zhī yǐ héng
6469	附	勤工俭学	MQMZ	2132	qín gōng jiǎn xué
8529	附	无精打采	MQMZ	2133	wú jīng dǎ cǎi
1337	附	从今以后	MQMZ	2134	cóng jīn yǐhòu
5485	附	眉开眼笑	MQMZ	2134	méi kāi yǎn xiào
7728	附	随心所欲	MQMZ	2134	suí xīn suǒ yù
8525	附	无关紧要	MQMZ	2134	wúguān jǐnyào
3341	附	横七竖八	MQMZ	2141	héng qī shù bā
6790	附	容光焕发	MQMZ	2141	róngguāng huànfā
763	附	层出不穷	MQMZ	2142	céng chū bù qióng
3414	附	胡思乱想	MQMZ	2143	hú sī luàn xiǎng
6235	附	奇花异草	MQMZ	2143	qí huā yì cǎo
969	附	成千上万	MQMZ	2144	chéng qiān shàng wàn
5520	附	门当户对	MQMZ	2144	mén dāng hù duì
8085	附	同舟共济	MQMZ	2144	tóng zhōu gòng jì
1005	附	乘人之危	MQMZ	2211	chéng rén zhī wēi
8563	附	无足轻重	MQMZ	2214	wú zú qīng zhòng
3278	附	合情合理	MQMZ	2223	hé qíng hé lǐ
5172	附	寥寥无几	MQMZ	2223	liáoliáo wú jǐ
970	附	成群结队	MQMZ	2224	chéng qún jié duì
1343	附	从容不迫	MQMZ	2224	cóngróng bú pò
2708	附	格格不入	MQMZ	2224	gé gé bú rù
5799	附	难得一见	MQMZ	2224	nándé yí jiàn
7726	附	随时随地	MQMZ	2224	suíshí suídì
8540	附	无能为力	MQMZ	2224	wú néng wéi lì

8542	附	无情无义	MQMZ	2224	wú qíng wú yì	
10027	附	源源不断	MQMZ	2224	yuányuán bú duàn	
6364	附	前无古人	MQMZ	2232	qián wú gǔrén	
8329	附	亡羊补牢	MQMZ	2232	wáng yáng bǔ láo	
1098	附	愁眉苦脸	MQMZ	2233	chóu méi kǔ liǎn	
6514	附	情不自禁	MQMZ	2241	qíng bú zì jīn	
4212	附	截然不同	MQMZ	2242	jiérán bù tóng	
9541	附	怡然自得	MQMZ	2242	yírán zì dé	
3296	附	和平共处	MQMZ	2243	hépíng gòngchǔ	
6040	附	鹏程万里	MQMZ	2243	péng chéng wàn lǐ	
1274	附	垂头丧气	MQMZ	2244	chuí tóu sàng qì	
4922	附	来龙去脉	MQMZ	2244	lái lóng qù mài	
6379	附	潜移默化	MQMZ	2244	qián yí mò huà	
8118	附	头头是道	MQMZ	2244	tóu tóu shì dào	
9081	附	形形色色	MQMZ	2244	xíngxíngsèsè	形
9406	附	摇摇欲坠	MQMZ	2244	yáoyáo yù zhuì	
6171	附	萍水相逢	MQMZ	2312	píng shuǐ xiāng féng	
8531	附	无可厚非	MQMZ	2341	wú kě hòu fēi	
5103	附	连滚带爬	MQMZ	2342	lián gǔn dài pá	
6368	附	前仰后合	MQMZ	2342	qián yǎng hòu hé	
8548	附	无所作为	MQMZ	2342	wú suǒ zuòwéi	
9082	附	形影不离	MQMZ	2342	xíng yǐng bù lí	
9838	附	由此看来	MQMZ	2342	yóu cǐ kàn lái	
6357	附	前所未有	MQMZ	2343	qián suǒ wèi yǒu	
5816	附	难以置信	MQMZ	2344	nányǐ zhìxìn	
8530	附	无可奉告	MQMZ	2344	wú kě fènggào	
8546	附	无所事事	MQMZ	2344	wú suǒ shì shì	
561	附	不正之风	MQMZ	2411	bú zhèng zhī fēng	
9515	附	一技之长	MQMZ	2412	yí jì zhī cháng	
11005	附	足智多谋	MQMZ	2412	zú zhì duō móu	
556	附	不翼而飞	MQMZ	2421	bú yì ér fēi	
1684	附	得不偿失	MQMZ	2421	dé bù cháng shī	
6821	附	如醉如痴	MQMZ	2421	rú zuì rú chī	
10102	附	杂乱无章	MQMZ	2421	záluàn wú zhāng	
1698	附	得意洋洋	MQMZ	2422	déyì yángyáng	
5635	附	名副其实	MQMZ	2422	míng fù qí shí	
4215	附	竭尽全力	MQMZ	2424	jiéjìn quánlì	
8519	附	无恶不作	MQMZ	2424	wú è bú zuò	
8527	附	无济于事	MQMZ	2424	wú jì yú shì	
9508	附	一概而论	MQMZ	2424	yígài ér lùn	
8526	附	无话可说	MQMZ	2431	wú huà kě shuō	
9495	附	一不小心	MQMZ	2431	yí bù xiǎoxīn	
6820	附	如愿以偿	MQMZ	2432	rú yuàn yǐ cháng	
9524	附	一目了然	MQMZ	2432	yí mù liǎorán	

6622	附	全力以赴	MQMZ	2434	quánlì yǐ fù
463	附	别具匠心	MQMZ	2441	bié jù jiàngxīn
554	附	不亦乐乎	MQMZ	2441	bú yì lè hū
6067	附	疲惫不堪	MQMZ	2441	píbèi bù kān
1977	附	独立自主	MQMZ	2443	dúlì zìzhǔ
5546	附	迷惑不解	MQMZ	2443	mí·huò bù jiě
6348	附	前赴后继	MQMZ	2444	qián fù hòu jì
9254	附	循序渐进	MQMZ	2444	xúnxù jiànjìn
8565	附	五花八门	MQMZ	3112	wǔ huā bā mén
2900	附	古今中外	MQMZ	3114	gǔ jīn zhōng wài
7650	附	死心塌地	MQMZ	3114	sǐ xīn tā dì
108	附	百科全书	MQMZ	3121	bǎikē quánshū
5818	附	恼羞成怒	MQMZ	3124	nǎo xiū chéng nù
6740	附	忍饥挨饿	MQMZ	3124	rěn jī ái è
9907	附	有朝一日	MQMZ	3124	yǒu zhāo yí rì
4502	附	举一反三	MQMZ	3131	jǔ yī fǎn sān
8171	附	土生土长	MQMZ	3133	tǔ shēng tǔ zhǎng
4711	附	可歌可泣	MQMZ	3134	kě gē kě qì
9890	附	有声有色	MQMZ	3134	yǒu shēng yǒu sè
5514	附	美中不足	MQMZ	3142	měi zhōng bùzú
9575	附	以身作则	MQMZ	3142	yǐ shēn zuò zé
8851	附	想方设法	MQMZ	3143	xiǎng fāng shè fǎ
9706	附	引经据典	MQMZ	3143	yǐn jīng jù diǎn
7415	附	守株待兔	MQMZ	3144	shǒu zhū dài tù
8645	附	喜出望外	MQMZ	3144	xǐ chū wàng wài
4709	附	可乘之机	MQMZ	3211	kě chéng zhī jī
2551	附	改邪归正	MQMZ	3214	gǎi xié guī zhèng
10963	附	总而言之	MQMZ	3221	zǒng ér yán zhī
2120	附	耳熟能详	MQMZ	3222	ěr shú néng xiáng
7278	附	史无前例	MQMZ	3224	shǐ wú qián lì
10992	附	走投无路	MQMZ	3224	zǒu tóu wú lù
6584	附	取而代之	MQMZ	3241	qǔ ér dài zhī
2121	附	耳闻目睹	MQMZ	3243	ěr wén mù dǔ
7742	附	损人利己	MQMZ	3243	sǔnrén lìjǐ
3553	附	恍然大悟	MQMZ	3244	huǎngrán dà wù
5060	附	理直气壮	MQMZ	3244	lǐ zhí qì zhuàng
8754	附	显而易见	MQMZ	3244	xiǎn ér yì jiàn
9710	附	引人入胜	MQMZ	3244	yǐn rén rù shèng
9711	附	引人注目	MQMZ	3244	yǐn rén zhùmù
9937	附	与时俱进	MQMZ	3244	yǔ shí jù jìn
5056	附	理所当然	MQMZ	3312	lǐ suǒ dāngrán
339	附	比比皆是	MQMZ	3314	bǐbǐ jiē shì
4724	附	可想而知	MQMZ	3321	kě xiǎng ér zhī
7575	附	水涨船高	MQMZ	3321	shuǐ zhǎng chuán gāo

9881	附	有口无心	MQMZ	3321	yǒu kǒu wú xīn	
10224	附	斩草除根	MQMZ	3321	zhǎn cǎo chú gēn	
9793	附	勇往直前	MQMZ	3322	yǒng wǎng zhí qián	
1311	附	此起彼伏	MQMZ	3332	cǐ qǐ bǐ fú	
6250	附	岂有此理	MQMZ	3333	qǐ yǒu cǐ lǐ	
9894	附	有所不同	MQMZ	3342	yǒu suǒ bù tóng	
10552	附	指手画脚	MQMZ	3343	zhǐ shǒu huà jiǎo	
9236	附	雪上加霜	MQMZ	3411	xuě shàng jiā shuāng	
4498	附	举世无双	MQMZ	3421	jǔshì wúshuāng	
7566	附	水落石出	MQMZ	3421	shuǐ luò shí chū	
4497	附	举世闻名	MQMZ	3422	jǔshì wénmíng	
5015	附	冷酷无情	MQMZ	3422	lěngkù wúqíng	
10033	附	远近闻名	MQMZ	3422	yuǎnjìn wénmíng	
7757	附	所作所为	MQMZ	3432	suǒ zuò suǒ wéi	
4499	附	举世瞩目	MQMZ	3434	jǔshì zhǔmù	
2119	附	耳目一新	MQMZ	3441	ěr mù yì xīn	
9936	附	与日俱增	MQMZ	3441	yǔ rì jù zēng	
9874	附	有的放矢	MQMZ	3443	yǒu dì fàng shǐ	
11058	附	左顾右盼	MQMZ	3444	zuǒ gù yòu pàn	
1458	附	大大咧咧	MQMZ	4011	dàdaliēliē	形
10682	附	重中之重	MQMZ	4114	zhòng zhōng zhī zhòng	
1471	附	大公无私	MQMZ	4121	dà gōng wúsī	
637	附	不约而同	MQMZ	4122	bù yuē ér tóng	
5729	附	目中无人	MQMZ	4122	mù zhōng wú rén	
6294	附	迄今为止	MQMZ	4123	qìjīn wéi zhǐ	
4740	附	刻舟求剑	MQMZ	4124	kè zhōu qiú jiàn	
9630	附	一心一意	MQMZ	4124	yì xīn yí yì	
10929	附	自相矛盾	MQMZ	4124	zìxiāng máodùn	
1483	附	大惊小怪	MQMZ	4134	dà jīng xiǎo guài	
9618	附	一声不吭	MQMZ	4141	yì shēng bù kēng	
641	附	不知不觉	MQMZ	4142	bù zhī bù jué	
1396	附	错综复杂	MQMZ	4142	cuòzōng fùzá	
4537	附	聚精会神	MQMZ	4142	jù jīng huì shén	
9635	附	一应俱全	MQMZ	4142	yìyīng jù quán	
157	附	半真半假	MQMZ	4143	bàn zhēn bàn jiǎ	
247	附	暴风骤雨	MQMZ	4143	bào fēng zhòu yǔ	
1452	附	大包大揽	MQMZ	4143	dà bāo dà lǎn	
5924	附	弄虚作假	MQMZ	4143	nòng xū zuò jiǎ	
626	附	不相上下	MQMZ	4144	bù xiāng shàng xià	
3617	附	绘声绘色	MQMZ	4144	huì shēng huì sè	
6782	附	日新月异	MQMZ	4144	rì xīn yuè yì	
9596	附	一干二净	MQMZ	4144	yì gān èr jìng	
10926	附	自私自利	MQMZ	4144	zìsī zìlì	
3175	附	骇人听闻	MQMZ	4212	hài rén tīng wén	

3480	附	画蛇添足	MQMZ	4212	huà shé tiān zú
4811	附	扣人心弦	MQMZ	4212	kòu rén xīnxián
7659	附	似曾相识	MQMZ	4212	sì céng xiāngshí
10978	附	纵横交错	MQMZ	4214	zònghéng jiāocuò
583	附	不得而知	MQMZ	4221	bù dé ér zhī
624	附	不为人知	MQMZ	4221	bù wéi rén zhī
581	附	不辞而别	MQMZ	4222	bùcí ér bié
623	附	不同寻常	MQMZ	4222	bù tóng xúncháng
10919	附	自然而然	MQMZ	4222	zìrán ér rán
154	附	半途而废	MQMZ	4224	bàntú ér fèi
5695	附	莫名其妙	MQMZ	4224	mò míng qí miào
5776	附	耐人寻味	MQMZ	4224	nài rén xún wèi
6313	附	恰如其分	MQMZ	4224	qià rú qí fèn
9589	附	一成不变	MQMZ	4224	yì chéng bú biàn
3477	附	画龙点睛	MQMZ	4231	huà lóng diǎn jīng
3982	附	见钱眼开	MQMZ	4231	jiàn qián yǎn kāi
4414	附	敬而远之	MQMZ	4231	jìng ér yuǎn zhī
6761	附	任人宰割	MQMZ	4231	rèn rén zǎigē
9627	附	一无所知	MQMZ	4231	yì wú suǒ zhī
9626	附	一无所有	MQMZ	4233	yì wú suǒ yǒu
1513	附	大同小异	MQMZ	4234	dà tóng xiǎo yì
5591	附	面红耳赤	MQMZ	4234	miàn hóng ěr chì
8326	附	万无一失	MQMZ	4241	wàn wú yì shī
9632	附	一言不发	MQMZ	4241	yì yán bù fā
10917	附	自强不息	MQMZ	4241	zì qiáng bù xī
2933	附	顾全大局	MQMZ	4242	gùquán dàjú
7593	附	顺其自然	MQMZ	4242	shùn qí zìrán
9609	附	一毛不拔	MQMZ	4242	yì máo bù bá
9633	附	一言一行	MQMZ	4242	yì yán yì xíng
19	附	爱不释手	MQMZ	4243	ài bú shì shǒu
635	附	不由自主	MQMZ	4243	bù yóu zì zhǔ
9590	附	一筹莫展	MQMZ	4243	yì chóu mò zhǎn
9615	附	一如既往	MQMZ	4243	yì rú jì wǎng
11045	附	罪魁祸首	MQMZ	4243	zuìkuí huòshǒu
1495	附	大模大样	MQMZ	4244	dà mú dà yàng
3983	附	见仁见智	MQMZ	4244	jiàn rén jiàn zhì
9656	附	抑扬顿挫	MQMZ	4244	yìyáng dùncuò
9653	附	异想天开	MQMZ	4311	yì xiǎng tiān kāi
10666	附	众所周知	MQMZ	4311	zhòng suǒ zhōu zhī
593	附	不假思索	MQMZ	4313	bù jiǎ sīsuǒ
603	附	不可思议	MQMZ	4314	bù kě sī yì
7301	附	市场经济	MQMZ	4314	shìchǎng jīngjì
7590	附	顺理成章	MQMZ	4321	shùn lǐ chéng zhāng
8323	附	万古长青	MQMZ	4321	wàngǔ cháng qīng

9146	附	袖手旁观	MQMZ	4321	xiù shǒu páng guān
633	附	不以为然	MQMZ	4322	bù yǐ wéi rán
3468	附	化险为夷	MQMZ	4322	huà xiǎn wéi yí
5069	附	力所能及	MQMZ	4322	lì suǒ néng jí
9603	附	一举一动	MQMZ	4324	yì jǔ yí dòng
10936	附	自以为是	MQMZ	4324	zì yǐ wéi shì
607	附	不了了之	MQMZ	4331	bù liǎo liǎo zhī
1527	附	大有可为	MQMZ	4332	dà yǒu kě wéi
10924	附	自始至终	MQMZ	4341	zì shǐ zhì zhōng
1389	附	措手不及	MQMZ	4342	cuòshǒu bù jí
2325	附	废寝忘食	MQMZ	4342	fèi qǐn wàng shí
23	附	爱理不理	MQMZ	4343	ài lǐ bù lǐ
580	附	不耻下问	MQMZ	4344	bù chǐ xià wèn
9463	附	夜以继日	MQMZ	4344	yè yǐ jì rì
9597	附	一鼓作气	MQMZ	4344	yì gǔ zuò qì
9985	附	愈演愈烈	MQMZ	4344	yù yǎn yù liè
1209	附	触目惊心	MQMZ	4411	chù mù jīng xīn
3379	附	后顾之忧	MQMZ	4411	hòugù zhī yōu
10915	附	自力更生	MQMZ	4411	zì lì gēng shēng
3320	附	鹤立鸡群	MQMZ	4412	hè lì jī qún
7693	附	素不相识	MQMZ	4412	sù bù xiāng shí
6311	附	恰恰相反	MQMZ	4413	qiàqià xiāngfǎn
9665	附	意料之外	MQMZ	4414	yìliào zhī wài
3798	附	记忆犹新	MQMZ	4421	jìyì yóu xīn
5064	附	力不从心	MQMZ	4421	lì bù cóng xīn
5596	附	面目全非	MQMZ	4421	miànmù quán fēi
7661	附	似是而非	MQMZ	4421	sì shì ér fēi
2328	附	沸沸扬扬	MQMZ	4422	fèifèiyángyáng 形
2727	附	各奔前程	MQMZ	4422	gè bèn qiánchéng
5701	附	默默无闻	MQMZ	4422	mòmò wú wén
7179	附	盛气凌人	MQMZ	4422	shèng qì líng rén
10667	附	众志成城	MQMZ	4422	zhòng zhì chéng chéng
10138	附	赞不绝口	MQMZ	4423	zàn bù jué kǒu
3138	附	过意不去	MQMZ	4424	guò yì bú qù
5884	附	念念不忘	MQMZ	4424	niàn niàn bú wàng
6176	附	迫不及待	MQMZ	4424	pò bù jí dài
6775	附	日复一日	MQMZ	4424	rì fù yí rì
5564	附	密不可分	MQMZ	4431	mì bù kě fēn
5721	附	目不转睛	MQMZ	4431	mù bù zhuǎn jīng
5724	附	目瞪口呆	MQMZ	4431	mù dèng kǒu dāi
7308	附	势不可当	MQMZ	4431	shì bù kě dāng
3987	附	见义勇为	MQMZ	4432	jiàn yì yǒng wéi
6308	附	恰到好处	MQMZ	4434	qià dào hǎo chù
155	附	半信半疑	MQMZ	4442	bàn xìn bàn yí

5380	附	络绎不绝	MQMZ	4442	luòyì bù jué
5140	附	恋恋不舍	MQMZ	4443	liàn liàn bù shě
10143	附	赞叹不已	MQMZ	4443	zàntàn bù yǐ
405	附	变幻莫测	MQMZ	4444	biànhuàn mò cè
5595	附	面面俱到	MQMZ	4444	miàn miàn jù dào
7612	附	说老实话	MMQZ	1304	shuō lǎoshi huà
2663	附	高新技术	MQZQ	1144	gāoxīn-jìshù
9885	附	有两下子	MQZQ	3340	yǒu liǎngxiàzi